AF741813

பௌத்த தியானம்

பௌத்த தியானம்

ஓ.ரா.ந. கிருஷ்ணன் (பி. 1934)

பணியிலிருந்து ஓய்வுபெற்ற மின்பொறியியல் நிபுணரும் தொழில் நுட்ப நிர்வாகியுமான ஓ.ரா.ந. கிருஷ்ணன் பௌத்த சமயத்தைப் பற்றிக் கடந்த பல ஆண்டுகளாக ஆராய்ச்சி செய்துவருகிறார்.

In Search of Reality (Motilal Banarsidass, Publishers, Delhi, 2003), Hindutva or Dhammatva (Asian Publication Services, New Delhi, 2005), The Bhagavadgita and Buddhism (UBS Publishers' Distributors, Delhi) ஆகிய ஆங்கில நூல்களையும் 'பௌத்தத் தத்துவங்களும் தியான முறைகளும்' (அகிம்சை பெண்ணிய பெட்சி நிறுவனம், 2007), 'பௌத்த வாழ்க்கை முறையும் சடங்குகளும்' (காலச்சுவடு பதிப்பகம், 2009) ஆகிய தமிழ் நூல்களையும் எழுதியுள்ள இவர் தர்மா ஆய்வு மையம் என்பதை நிறுவி அதன்வழி பௌத்த தர்மத்தை விளக்கும் நூல்களை வெளியிடும் பணியையும் பௌத்தத் திருமறைகளைத் தமிழில் மொழிபெயர்க்கும் பணியையும் மேற்கொண்டுள்ளார்.

ஓ.ரா.ந. கிருஷ்ணன்

பௌத்த தியானம்

காலச்சுவடு பதிப்பகம்

பௌத்த தியானம் • தியான முறைகள் • ஆசிரியர்: ஓ.ரா.ந. கிருஷ்ணன் •

• முதல் பதிப்பு: ஜூலை 2008, ஆறாம் (குறும்) பதிப்பு: ஜூலை 2022 • வெளியீடு: காலச்சுவடு பப்ளிகேஷன்ஸ் (பி) லிட்., 669 கே. பி. சாலை, நாகர்கோவில் 629 001.

poutta tiyaanam • Methods of Meditation • Author: oo.raa.na. kirushNan •

• Language: Tamil • First Edition: July 2008, Sixth (Short) Edition: July 2022 • Size: Demy 1 x 8 • Paper: 18.6 kg maplitho • Pages: 320

Published by Kalachuvadu Publications Pvt. Ltd., 669 K.P. Road, Nagercoil 629 001, India • Phone: 91-4652-278525 • e-mail: publications @kalachuvadu.com • Printed at Adyar Students xerox Pvt. Ltd., No. 9, Sunkuraman street, Parrys, Chennai 600001

ISBN: 978-81-89945-15-2

07/2022/S.No.242, kcp 3686, 18.6 (6) uss

என் பெற்றோருக்கு

உள்ளடக்கம்

முன்னுரை

பௌத்த தியானத்தை அறியாதவர்கள் தியானத்தைப் பற்றி எதுவும் அறியாதவர்கள் என்று கூறினால் அது மிகையல்ல. ஏனெனில், தியானம் பௌத்தத்தோடு அவ்வளவு ஒருங்கிணைந்துள்ளது. வாழ்க்கையில் ஒவ் வொரு கணமும் மேற்கொள்ளப்படும் ஒவ்வொரு செயலும் தியானமாக அமைகின்றது பௌத்தத்தில். தியானமின்றேல் வாழ்க்கை நெறியில் செம்மையில்லை, மெய்யறிவு இல்லை, மனமாசுக்களை வேரறுத்துத் துக்கத்திலிருந்து பூரணமாகவும் நிரந்தரமாகவும் விடுதலை பெறும் சாத்தியக் கூறு இல்லை. பௌத்தத்தின் உயிர் மூச்சு, உயிர் நாடி தியானமேயாகும்.

இந்து மதப் பாரம்பரியத்தில் வளர்ந்தவர்கள் அநேகர் பதஞ்சலி யோக சாத்திரத்தை அறிந்தவர்களாக அல்லது கேள்விப்பட்டவர்களாக இருப்பார்கள்; பல தியான மையங் களில் போதிக்கப்படும் தியான முறைகளைக் கற்றறிந்தவர் களாக இருப்பார்கள். ஆனால் பதஞ்சலி யோக சாத்திரத் திலும், அனைத்து தியான மையங்களிலும் போதிக்கப் படும் தியான முறைகளிலும் பௌத்த தியானக் கோட்பாடு களின் தாக்கம் எவ்வளவு ஊடுருவியிருக்கின்றது என்பதை அவர்கள் அறிந்திருக்கமாட்டார்கள். பொதுவாகப் பௌத்தம் இந்த நாட்டில் காலம் காலமாக மறைக்கப்பட்டும் திரித்துக் கூறப்பட்டும் பழிக்கப்பட்டும் புறக்கணிக்கப்பட்டும் வந் துள்ளது. ஆனால் இப்போது நிலைமை மாறி வருகின்றது; பௌத்தத்தைப் பற்றிய புதிய விழிப்புணர்வு இந்த நாட்டில் வளர்ந்துவருகின்றது. இது மகிழ்ச்சிக்குரியதாகும்.

பௌத்த தியானத்தை முழுமையாகவும் தெளிவாக வும் விளக்க முயலும் முதல் தமிழ் நூல் இதுவாகும். பௌத்த தியானத்தைத் தமிழ் கூறும் நல்லுலகம் அறிய வேண்டும், அனைவரும் பயின்று பயன் பெற வேண்டும்,

துக்கம் நீங்கிய பேரின்ப வாழ்வாகிய பேற்றினைப் பெறவேண்டும் என்பதே இந்த நூலின் குறிக்கோள்.

கடந்த பத்து அல்லது பதினைந்து நூற்றாண்டுகளாக இந்த நாட்டில் மறைக்கப்பட்டும் திரித்துக் கூறப்பட்டும் வந்த புத்தரின் போதனைகளே இந்த நூலில் விவரிக்கப்பட்டுள்ளன. இவற்றில் சில கருத்துக்கள் பெரும்பாலோர் இதுவரை கடைப்பிடித்து வந்துள்ள நம்பிக்கைகளுக்கு முற்றிலும் முரண்பட்டதாக இருக்கலாம். ஆனால் திறந்த மனத்தோடு இவற்றை ஆராய்ந்து பார்க்குமாறு வேண்டிக்கொள்கின்றோம். இங்கு கூறப்பட்டுள்ள உண்மைகள் யாராலும் மறுக்க முடியாதவை. தங்கத்தின் தரத்தை நெருப்பில் சுட்டுக்காய்ச்சியும் தட்டிப்பார்த்தும் உரசிப்பார்த்தும் அறிவது போல ஆராய்ந்து, பரிசோதித்துப் பார்த்து ஏற்கப்படாத நம்பிக்கைக்குப் பௌத்தத்தில் இடம் இல்லை. மனமாசுக்களை வேரறுத்துத் தூய்மைப் பொலிவு பெறுவதற்கும், துக்கத்திலிருந்து பூரணமாகவும் நிரந்தரமாகவும் விடுபட்டுப் பேரின்ப வாழ்வு பெறுவதற்கும் ஒரே வழி புத்தர் போதித்த தம்மமும் தியான முறைகளும்தான்.

புனிதரான புத்தரின் தம்மமே நற்போதனை;

அதன் பயன் இங்கு இப்போதே காணக் கிடைப்பது,

அந்தத் தம்மம் காலத்தைக் கடந்தது, காலத்தை வென்றது,

(எக்காலத்துக்கும் ஏற்றது, பொருந்துவது),

உடனே உயர்நிலைக்குக் கொண்டுசெல்வது.

அறிவுள்ள ஒவ்வொருவரும் தமக்குத் தாமே பரிசோதித்து உணர்ந்தறியக் கூடியது.

வந்து சோதித்து பாருங்கள், அனுபவித்து உணருங்கள்

என்று அனைவரையும் அழைக்கின்றது.

அனைத்து உயிர்களும் நலம் பெருகி மகிழ்வுடன் வாழ்க!

அனைத்து உயிர்களும் வளம் பெருகிச் செழிப்புடன் வாழ்க!

அனைத்து உயிர்களும் துக்கம் நீங்கிப் பேரின்ப வாழ்வு வாழ்க!

ஓ.ரா.ந.கிருஷ்ணன்

தொடக்கவுரை

யோகம் அல்லது தியானம் என்று அழைக்கப்படும் முறையான மனவளப் பயிற்சி மனித நாகரிக வரலாற்றில் எப்போது ஆரம்பமானது, யாரால் ஆரம்பிக்கப்பட்டது என்பதை அறுதியிட்டுக் கூற முடியாது. அது இந்திய நாகரிகம் எவ்வளவு தொன்மையானதோ அவ்வளவு தொன்மையானதாகும். இன்றைக்குச் சுமார் 5000 ஆண்டுகளுக்கு முன், அதாவது ஏசு கிறிஸ்து தோன்றிய தற்கு 3000 ஆண்டுகள் முன், இந்தத் துணைக்கண்டத்தில் நிலவியிருந்த சிந்துவெளி *(Indus Valley)* நாகரிகக் காலத் திலேயே தியானமுறை வழக்கத்தில் இருந்து வந்திருப்ப தாகத் தெரிகின்றது. ஹரப்பா, மோஹென்ஜோ–தாரோ *(Harappa, Mohenjo-daro)* ஆகிய இடங்களில் தோண்டி யெடுக்கப்பட்ட புதைபொருள்களைப் பற்றிய ஆராய்ச்சி களிலிருந்து இது தெரியவந்துள்ளது. இந்தப் புதை பொருள் ஆராய்ச்சிகளும் மற்றும் மத்திய ஐரோப்பா, ஆசியாவிலிருந்து இந்தத் துணைக்கண்டத்திற்கு வந்து பின்னர் குடியேறிய ஆரியர்கள் படைத்த நூல்களில் சிந்துவெளி நாகரிக மக்களைப் பற்றிக் கிடைத்துள்ள குறிப்புகளுந்தாம், இதைப் பற்றி அறிந்துகொள்ள ஆதாரங் களாக உள்ளன.

இந்தச் சிந்துவெளி நாகரிகமானது பண்டைய மனித கலாச்சாரத்தின் தொட்டில்கள் என்று கருதப்படும் எகிப்து *(Egypt)*, பாபிலோன் *(Babylon)* ஆகிய நாகரிகங் களின் அளவுக்குப் பழமையானதாகும். மேற்கே தற்போது பாகிஸ்தானாக இருக்கும் பிரதேசத்திலிருந்து கிழக்கே சிம்லா வரையிலும் வடக்கே இமயமலைச் சாரல்களி லிருந்து தெற்கே தற்போதைய மும்பாய், விந்திய மலைச்

சாரல் வரை இந்த நாகரிகம் பரவியிருந்ததாகத் தெரிகின்றது. சுமார் ஆயிரம் ஆண்டுகள் வளர்ந்து சிறப்புற்றிருந்த இந்த நாகரிகம் பொருட்செல்வ வளர்ச்சியில் மட்டுமின்றி ஆன்மீகத்துறையிலும் முன்னேற்றம் அடைந்திருந்தது. நில வேளாண்மையைச் சார்ந்து எழுந்திருந்த இந்தச் சிந்துவெளி நாகரிகம் நீர்ப்பாசனத்துறை, பட்டணங்களை அமைத்து மக்களின் வாழ்க்கை வசதிகளைப் பெருக்கும் துறை, வணிகத் துறை, கணிதத்துறை ஆகியவற்றில் பெருந்திறமை பெற்று வளர்ந்திருந்தது. நவீனக் கணினிகளில் *(computers)* கையாளப் படும் இரட்டைக்கணக்கிடும் *(binary)* முறை அந்த நாகரிகக் காலத்திலேயே வழக்கத்தில் இருந்துள்ளதற்கான சான்றுகள் கிடைத்துள்ளன.

ஒவ்வொரு நாகரிகத்தின் தனித்தன்மையும் மேன்மையும் சிறப்பும் அது எவற்றைப் புனிதமானவை என்று கருதிக் கொண்டாடி வந்துள்ளது, வணங்கி வந்துள்ளது என்பதை மையமாகக் கொண்டிருக்கின்றது. ஹரப்பா, மோஹென்ஜோ–தாரோ ஆகிய இடங்களில் தோண்டிக் கிடைக்கப்பெற்ற பொருள்களில் அரசமரம் மற்றும் மான், யானை போன்ற சின்னங்கள் காணப்படுகின்றன. பௌத்தப் பாரம்பரியத்திலும் அரசமரம், யானை, மான் போன்றவை புனிதமாகக் கருதப் படுவது குறிப்பிடத்தக்கதாகும். மேலும் புத்தர் அரசமரத்தடி யில் அமர்ந்துதான் தியானத்தில் முழுமையடைந்து உள்ளொளி மெய்ஞ்ஞானம் கண்டு நிர்வாண நிலையை அடைந்தார். ஆகவே, இன்றும் பௌத்தத்தில் அரசமரமானது போதிமரம் என்று போற்றி வணங்கப்படுகின்றது. இராணி மஹாமாயாவின் கனவில் யானையின் உருவில் வந்துதான் புத்தர் அவர் கருப்பை யில் இறங்கியதாக மரபுவழி வரலாறு கூறுகின்றது. இவையனைத் தும் ஒரு பாரம்பரியத்தின் தொடர்ச்சியையே காட்டுகின்றன என்பது தெளிவாகும்.

இவை அனைத்துக்கும் மேலாகத் தொல்பொருள் ஆராய்ச்சியில் கண்டுபிடிக்கப்பட்டவைகளில் மிக முக்கிய மானதாகக் குறிப்பிடத்தக்கது: தரையில் மடித்த கால்களுடன் அமர்ந்து கைகளை முழங்கால்களின் மேல்வைத்துக் கண்களைத் தாழ்த்தி அமைதியே உருவாக வீற்றிருக்கும் ஒரு மனிதரைச் சித்தரிக்கும் சிலையாகும். இன்னொரு சிற்பம் அவ்வாறு வீற்றிருக்கும் ஓர் உருவத்தை ஒரு நாகம் வணங்குவதுபோலக் காட்டுகின்றது. இவை தியான நிலையைக் காட்டுகின்றன என்பதில் ஐயமில்லை. தியான நிலையைக் காட்டும் மற்ற உதாரணங்களையும் பேராசிரியர் கே. ஏ. நீலகண்ட சாஸ்திரி அவர்கள் தமது *The Cultural Heritage of India (II. p.22)* என்னும்

நூலில் குறிப்பிட்டுள்ளார். இந்தச் சான்றுகளை ஆதாரமாகக் கொண்டு புகழ்பெற்ற அறிஞர்கள் தியானம் அல்லது யோக முறையின் மூலம் சிந்துவெளி நாகரிகத்தில் இருந்திருக்கிறது என்று கருதுகிறார்கள்.

தியான முறையோடு இணைந்தது வீட்டைத் துறந்து வீடற்ற நிலைக்கு வரும் துறவு நெறியாகும். மத்திய ஐரோப்பா ஆசியாவிலிருந்து இங்கு வந்து புதிதாகக் குடியேறிய ஆரியர்கள், இங்குக் கண்ட நாடோடிகளாக அலையும் துறவிகளைப் பற்றித் தங்கள் நூல்களான வேதங்களில் குறிப்பிட்டுள்ளார்கள். இந்தக் குறிப்புகளிலிருந்து, ஆரம்பகால ஆரியர்கள் இவர்களைப் பற்றி இழிவாகவும் ஏளனமாகவும் கருதினார்கள் என்றே தெரிகின்றது. இந்தத் துறவிகள் ஆடையின்றி ஏறக்குறைய நிர்வாணமாக அல்லது மிகக் குறைந்த ஆடைகளேயணிந்து அலைந்து திரிந்ததால், இவர்களை ஆரம்பகால ஆரியர்கள் மனக் குறைபாடுடையவர்களாகவும் பைத்தியங்களாகவும் சித்தரித்து ஏளனமாகக் குறிப்பிட்டுள்ளார்கள். திருமணம் புரிந்துகொண்டு இல்லற வாழ்க்கையில் ஈடுபடாமல் நாடோடி களாக அலைந்த இந்தத் துறவிகள், பிறப்பு–இறப்பு எனும் துக்கம் நிறைந்த இந்த வாழ்க்கைச் சுழற்சியிலிருந்து விடுபடுவதையே தமது குறிக்கோளாகக் கொண்டவர்களாகவும் வாழ்க்கை நெறிமுறைகளைப் பற்றி மக்களுக்குப் போதிப்பவர் களாகவும் இருந்ததாகத் தெரிகின்றது. பின்னர் இந்த இந்தியத் துணைக்கண்டத்தில் வழிவழியாக வந்த சிரமணர் மற்றும் சித்தர் மரபுகளுக்கு இவர்களே முன்னோடிகள். இவர்கள் மேற்கொண்ட வாழ்க்கை நெறியைச் சிரமண மரபு எனக் கொள்ளலாம். இவர்களின் சிரமண மரபு பின்னர் இங்கு வந்த ஆரியர்களின் பிராமணிய நெறிக்கு முற்றிலும் மாறு பட்டதாகும்.

நமக்குக் கிடைத்துள்ள ஆதாரங்களிலிருந்து சிந்துவெளி நாகரிக மக்களின் சமயநெறிகளைப் பற்றி முழுமையாகத் தெரியாவிட்டாலும் அவற்றின் அடிப்படைக் கோட்பாடுகள் தெளிவாக அறியப்படுகின்றன. அவையாவன: *(1)* செய்யும் செயல்களின் தன்மைக்கேற்ற விளைவு என்னும் நியதி; *(2)* வினைகளுக்கேற்ப மறுபிறவி என்று பிறவிச்சக்கரம் முடிவில்லாமல் சுழன்றுகொண்டேயிருக்கின்றது என்னும் நம்பிக்கை; *(3)* மனத்தை அடக்கியாளப் பயிற்சி, தியான முறைகள்; *(4)* பற்றற்ற துறவு நிலையே பிறப்பு–இறப்பு என நிகழ்ந்துகொண்டேயிருக்கும் பிறவிச்சுழலிலிருந்து விடுபடுவதற் கான வழி; *(5)* பிறவிச்சுழலிலிருந்து மீள்வதே வாழ்க்கையின் தலையாய குறிக்கோள்.

இந்தச் சிரமண மரபும் பின்னர் வந்த ஆரியர்களின் பிராமணிய நெறியும் அடிப்படையிலேயே வேறுபாடானவை. பிராமணிய நெறி மத்திய ஐரோப்பாவில் தோன்றிப் பரவியதால் பண்டைய கிரேக்கர்களின் சமயநெறிக்கும் அதற்கும் இடையே மிகுந்த ஒற்றுமைகளைக் காணலாம். பிராமணியப் பரம்பரையில் வணங்கப்பட்ட கடவுள்கள் பழைய கிரேக்கத் தெய்வங்களோடு ஒப்பிடப்படக்கூடியவைகளாக உள்ளன.

சிந்துவெளி நாகரிக மக்களின் சமய நெறியில் துறவிகளுக்கே முக்கியத்துவம் கொடுக்கப்பட்டதாகத் தெரிகிறது. ஆரியர்களின் பிராமணியத்தில் கடவுளர்களைத் திருப்தி செய்து வேண்டிய வரங்களைப் பெறச் செய்யப்படும் சமயச் சடங்குகளுக்கும் வேள்விகளுக்கும் அவற்றை முன்னின்று நடத்திவைக்கும் புரோகிதர்களுக்குமே முக்கியத்துவம் வழங்கப் பட்டது. வேதங்களைக் கற்றறிந்த பிராமணப் புரோகிதர்களே சடங்குகளையும் வேள்விகளையும் நடத்திவைக்க வல்லவர்களாகக் கருதப்பட்டார்கள். ஆரம்பகால ஆரியர்கள் கர்ம வினை, மறுபிறவி ஆகிய சமயக் கோட்பாடுகளை அறிந்தவர்கள் அல்ல. செய்யும் வினைகளின் தன்மைக்கேற்பப் பிறப்பு – இறப்பு என்னும் சுழற்சித்தளை நீண்டுகொண்டே போகின்றது என்னும் கருத்து அவர்கள் கேட்டறியாத புதிதான ஒன்றாகும். அவர்களது சாத்திரங்களில் முதலில் மனிதர்களின் குறிக்கோள்கள் (*Purusartha*) என்று குறிப்பிட்டுக் காட்டப்பட்டவை மூன்றாகும் (*Trivarga*): பொருட்செல்வம், காம இன்பம், தர்மம். தர்மம் என்பது பொதுவாக இனத்தின் ஒற்றுமையையும் கட்டுக்கோப்பையும் வலுப்படுத்தும் இனப்பற்றாகவும் பிறப்பையும் வாழ்க்கை நிலையையும் சார்ந்து விதிக்கப்பட்ட கடமைகளாகவும் (*Varnâsrama Dharma*) அவர்களால் கருதப்பட்டன. அவர்களது தலையாய குறிக்கோள், இயன்றால் இந்த உடலோடேயே சொர்க்கம் அடைய வேண்டும் என்பதேயாகும். *திரிவர்க்கம்* என்று மூன்றாக இருந்த அவர்களது குறிக்கோள்கள், பின்னர் *மோட்சம்* (பிறவித்தளையிலிருந்து விடுதலை) என்பதையும் இணைத்து நான்காக (*Caturvarga*) மாறியது சிரமண பாரம்பரியத்தின் தாக்கத்தால் என்பது மறுக்க முடியாத உண்மை.

சிந்துவெளி நாகரிக மக்கள் அறியாததும் அவர்களது சமய நெறிகளுக்கு முற்றிலும் புறம்பானதுமான இரண்டு கோட்பாடுகள் ஆரியர்களால் இந்நாட்டிற்குக் கொண்டுவரப் பட்டன. அவையே: (1) குலத்தொழில்களை அடிப்படையாகக் கொண்டு விதிக்கப்பட்ட சாதிப் பிரிவினை (சமூகத் தரப்பிரிவினை), (2) பண்டைய பிராமணிய மத நூல்களான வேதங்களில் கூறப்பட்டுள்ளவை கடவுள் வாக்கு, பொய்யாத

வாக்கு என்பதில் நம்பிக்கை; அவற்றைச் சத்தியப் பிரமாண மாக ஏற்று அடிபணிதல். சிரமண பாரம்பரியத்துக்கும் பிராமணியப் பாரம்பரியத்துக்கும் இடையே இன்றுவரை தொடர்ந்து நிகழ்ந்துவரும் போராட்டங்களுக்கும் மோதல் களுக்கும் இந்த இரண்டு கோட்பாடுகளும் அடிப்படைக் காரணங்களாகும். பிராமணிய ஆதிக்கம் இன்று குறைந்திருந் தாலும், அது புகுத்திய சமூக இனப்பிரிவினை, சாதிப் பிரிவினை மக்கள் மனத்தில் மறையாமல் ஆழ்ந்து பதிந்திருந்து, இந்தியச் சமூகத்தைப் பீடித்த தொற்று நோயாக இன்றும் நீடித்து இருப்பது பெரிதும் வேதனைக்குரியதாகும்.

பௌத்தமும் சமண மதத்தைப் *(Jainism)* போலவே சிரமண மரபின் ஒரு கிளையாகும். சிந்துவெளி நாகரிக மக்களின் சமயத்தில் அடிப்படைக் கோட்பாடுகளாக விளங்கிய கர்ம வினைக்கேற்ற பலன், மறுபிறவி, தியானம், துறவு, பிறவித் தளையிலிருந்து விடுபடும் தலையாய குறிக்கோள் ஆகியவையே பௌத்தத்தின் உயிர் மூச்சாகவும் அடித்தளங்களாகவும் உள்ளன. தாம் போதிப்பது ஒரு பண்டைய பாதையே என்றும் தாம் காட்டும் குறிக்கோள் ஒரு பண்டைய குறிக்கோளே எனவும் புத்தரே கூறியிருக்கிறார். சரித்திர காலக் கௌதம புத்தரைப் பற்றித்தான் நாம் இப்போது அறிந்திருக்கிறோம். அவரது காலத்துக்கு முன்னரே, சரித்திர காலத்துக்கு முன்னரே, ஆறு புத்தர்கள் இங்கு வாழ்ந்திருந்து மக்களுக்கு நன்னெறி காட்டி வந்துள்ளார்கள் என்று மரபுவழி பௌத்த வரலாறு கூறுகின்றது. இவையனைத்தும் சிந்துவெளி நாகரிக மக்களின் கலாச்சாரத்துக்கும் புத்தரின் போதனைகளுக்கும் இடையே உள்ள ஒற்றுமையையும் தொடர்ச்சியையும் காட்டுகின்றன.

புத்தரின் வாழ்க்கை - ஒரு குறிப்பு

புத்தரின் வாழ்க்கை வரலாறு பொதுவாக அனைவரும் அறிந்த ஒன்றாகும். அவர் வாழ்ந்த காலம் கி.மு. 563லிருந்து 483 வரை என்று கருதப்படுகிறது. மரபுவழி வரலாறு கூறுகிறபடி, அரச குலம் ஒன்றில் தோன்றிய அவர், துயரம், துன்பம் என்றால் என்னவென்றே தெரியாவண்ணம், அவரது தகப்பனார் அமைத்துத் தந்திருந்த தனிமையான இன்பச் சூழல் நிறைந்திருந்த அரண்மனையில் தமது 28ஆம் வயது வரை வாழ்ந்திருந்தார். சுகபோகங்களில் திளைத்திருந்த அவர், வெளி உலக வாழ்க்கையில் நோய், முதுமை, மரணம் ஆகிய துன்பங்களைக் கண்ணுற்றபோது, அவரது மென்மை யான மனம் பெரிதும் பாதிக்கப்பட்டது. வாழ்க்கை எப்படி இன்பமயமானதாகத் தோற்றமளிக்கிறது? ஆனால், உண்மையில் அது எப்படியிருக்கிறது? தோற்றத்துக்கும் உண்மைக்கும்

இடையேயுள்ள வேற்றுமையை அவர் அப்போதுதான் உணர்ந்தார்.

உலகின் அனைத்துத் துயரங்களையும் தனதாகப் பாவித்து அவரது மென்மையான மனம் மிகவும் வேதனையுற்றது. உலகில் தாம் உட்பட எவரும் துன்பங்களுக்கு விதிவிலக்கு அல்ல என்றுணர்ந்தபோது, தமது இளமையிலும் வலிமை யிலும் ஆரோக்கியத்திலும் சுகபோக வாழ்க்கையிலும் அவர் கொண்டிருந்த பெருமிதம் மறைந்தது. வாழ்க்கையில் துயரம் எழுவதன் காரணம் என்ன, துயரத்தை ஒழிப்பதற்கான பாதை யாது என்பவற்றைக் கண்டறிய வேண்டும் என்னும் வேகம் அவரைத் தமது 29ஆம் வயதில் அரசபோக வாழ்க்கையைத் துறந்து, அரண்மனையைவிட்டு வெளியேறி, வீடற்ற நிலைக்கு வந்து, நாடோடியாக மெய்ஞ்ஞானத்தைத் தேடி அலைய வைத்தது. தலை முடியையும் தாடியையும் மழித்தார்; துவராடை பூண்டார்; வீட்டைத் துறந்து வீடற்ற நிலைக்கு வந்தார்.

மெய்ஞ்ஞானத்தைத் தேடிப் புறப்பட்ட அவர் ஆசிரமம் ஆசிரமமாகப் பல்வேறு ஆசிரியர்களிடம் சென்று அவர்களது போதனைகளைக் கற்றறிந்ததாக அவரது வாழ்க்கைக் குறிப்புகள் தெரிவிக்கின்றன. அந்தக் காலகட்டத்தில் பல்வேறு தத்துவங் களும் முக்திக்கான மார்க்கங்களும் தியான முறைகளும் பரிசோதிக்கப்பட்ட சோதனைக்களமாக இருந்திருக்கிறது இந்த இந்தியத் துணைக் கண்டம். தியான மார்க்கத்தின் உன்னத நிலைகளை அவர் அந்தக் காலத்தில் புகழ் பெற்றிருந்த ஆராதகாலம், உத்தக ராமபுத்திரர் போன்ற ஆசிரியர்களிட மிருந்து கற்றுத் தேர்ந்தார். ஆனால், அவையனைத்தும் அவர் தேடிய மெய்ஞ்ஞானத்தையும் துக்கத்தை அறுத்த நிர்வாண நிலையையும் காட்டுபவையாக அமையவில்லை.

உடல் வருத்திச் செய்யும் கடுந்தவமே மனத்தைத் தூய்மைப்படுத்தி மெய்ஞ்ஞானத்தையும் விடுதலையையும் தரும் என்னும் நம்பிக்கையில் அத்தகைய துறவு ஒழுக்கங் களைத் தீவிரமாக மேற்கொண்டு *அமானுஸ்யப்* பயிற்சிகளில் ஆழ்ந்தார். கடுந்தவத்தின் எல்லைக்கே சென்றார். தினமும் ஒரு சில பருக்கைகளையே அவர் உணவாக அருந்தினார். பலன் ஏதும் கிடைக்காமையால் மனம் நொந்து உண்ணா விரதமும் மேற்கொண்டார். மரணத்தின் விளிம்பிற்குச் சென்றதுதான் அவர் கண்ட பலன். உடல் வருத்திச் செய்யும் கடுந்தவத்தின் பயனற்ற தன்மையை உணர்ந்த அவர் நடு வழிக்கு வந்து தியான முறையை மேற்கொண்டு தவமியற்றினார்.

மற்ற ஆசிரியர்களிடமிருந்து கற்றறிந்த அமைதித் தியான முறையில் மனத்தை அமைதியிலும் ஒருமுனைப்பாட்டிலும்

நிலைநிறுத்தி, தம் உள்ளுணர்வால் உணர்ந்து தாமே வகுத்த உள்நோக்குத் தியானத்தில் ஈடுபட்டார். "இந்த உள்நோக்குத் தியானத்தாலேயே அறியாமை விலகியது, ஞானம் பிறந்தது, இருள் மறைந்தது, ஒளி எழுந்தது" என்று புத்தரே கூறியிருக்கிறார். அறியாமையையும் மனமாசுக்களையும் கர்மவினைப் பாதிப்புகளையும் சுட்டெரித்து எவ்வாறு சித்தார்த்த *கௌதமர்* ஞான ஒளிபெற்ற புத்தர் ஆனார் என்பதைப் புத்தமத மறை நூல்கள் விவரிக்கின்றன. வாழ்க்கையின் தன்மைகளையும் உலகின் உண்மைகளையும் உள்ளது உள்ளவாறு ஊடுருவிக் காண்பதும் மனமாசுக்களைச் சுட்டெரித்துத் தூய்மைப் படுத்துவதுமான இந்த உள்நோக்குத் தியானம் புத்தரின் அரிய கண்டுபிடிப்பாகும். பௌத்தத்தின் தனிச்சிறப்பான இந்தத் தியானம் பாலி மொழியில் *விபஸ்ஸனா* என்று அழைக்கப்படுகிறது. அமைதித் தியானம் பற்றியும் உள் நோக்குத் தியானம் பற்றியும் புத்தர் ஆற்றிய சொற்பொழிவுகளையும் போதனைகளையும் பௌத்த மறை நூல்களில் காணலாம். தியானம் பற்றிய அவரது போதனைகள் ஆழ் கடல்போல் பரந்து விரிந்திருக்கின்றன. மனிதகுல நல்வாழ்விற்காக அவர் வழங்கிய செல்வக் குவியல் அவை.

தமது 35ஆம் வயதில் மெய்ஞ்ஞானம் பெற்று நிப்பாண நிலையை அடைந்த கௌதம புத்தர், பின்னர் தாம் வாழ்ந்த 45 ஆண்டுகளையும் அனைத்து மக்களின் உய்விற்காகத் *தம்மத்தை* (தர்மத்தை)ப் போதிப்பதிலும் பரப்புவதிலும் அர்ப்பணித்திருந்தார். *தம்மமே* உருவாக வாழ்ந்திருந்த அவர் 80ஆம் வயதில் பூத உடலையும் துறந்து பரிநிப்பாணம் எய்தினார்.

பௌத்த தியானம்

இந்து மதப் பாரம்பரியத்தில் கடைப்பிடிக்கப்படும் தியான முறைகள் பொதுவாகப் பதஞ்சலி யோக சாத்திரத்தைத் தழுவியெழுந்தவையாகும். பதஞ்சலி முனிவரின் *யோக சாத்திரம்* சாங்கிய தத்துவத்தை அடிப்படையாகக் கொண்டது. சாங்கிய தத்துவத்தைத் தெளிவாக உள்ளுணர்ந்து ஞானம் பெறுவதற்கான பயிற்சி முறையே யோகமாகும். சாங்கியர்கள் தலைமுறை தலைமுறையாகப் பின்பற்றிவந்த தியான வழிமுறைகளே பதஞ்சலி முனிவரால் தொகுக்கப்பட்டு ஒரு சாத்திரமாக வழங்கப்பட்டுள்ளது. பதஞ்சலி முனிவர் வாழ்ந்த காலம் கி.மு. முதல் அல்லது இரண்டாம் நூற்றாண்டு என்று நிர்ணயிக்கப்பட்டுள்ளது; அதாவது கௌதம புத்தரது காலத்திற்குச் சுமார் 300 அல்லது 400 ஆண்டுகளுக்குப்

பின்னரே இந்த யோக சாத்திரம் இயற்றப்பட்டுள்ளது. புத்தரது போதனைகளின் தாக்கத்தை நாம் இந்தச் சாத்திரத்தில் காணலாம். அன்புறு நேயத்தையும் கருணையையும் வளர்த்து மனத்தைப் பண்படுத்த இந்தச் சாத்திரத்தில் குறிப்பிடப் பட்டுள்ள தியானமுறைகள் பௌத்த தியானத்தைச் சார்ந்து எழுந்தவையாகும் என்பதில் ஐயமில்லை.

சுருங்கச் சொன்னால், தியானம் என்பது வாழ்வின் உண்மை யாது என்று கண்டறிந்து, அதோடு/அதனுடன் ஐக்கியமாவதற்காக அல்லது அந்த உண்மையாகவே மாறுவதற்காக மேற்கொள்ளப்படும் ஒரு நடைமுறைப் பயிற்சி யாகும்; அது ஒரு வாழ்க்கைக் கலையாகும். யோகம் எனும் வடமொழிச்சொல் "ஐக்கியமாதல்", "ஒன்றுபடுதல்" என்னும் பொருள் கொண்டதாகும். இந்தியாவில் தோன்றிய ஒவ்வொரு சமயமும் ஒவ்வொரு தத்துவப் பரம்பரையும் யோகம் அல்லது தியானத்தைத் தனது நடைமுறை வாழ்க்கைப் பயிற்சியாக ஏற்றுக்கொண்டுள்ளது. இந்தத் தியான முறைகளில் காணப்படும் வேறுபாடுகளுக்கு மூலகாரணம் ஒவ்வொரு சமயமும் தத்துவமும் "வாழ்வில் உண்மை என்ன?" என்பதில் கொண் டுள்ள கொள்கை முரண்பாடுதான். பிராமணியக் கோட்பாடு களைத் தனது அடிப்படைக் கோட்பாடுகளாக ஏற்றுக்கொண்டு எழுந்த இந்துமதம், இவை பௌத்தம் கூறும் உண்மைகளுக்கு முற்றிலும் மாறாக அமைந்துள்ளதால், பௌத்தத்தை எதிர்த்துப் போராடும் ஓர் இயக்கமாகவே இருந்துவந்துள்ளது. இது இந்தியத் துணைக்கண்டத்தின் வரலாறு காட்டும் உண்மை. இங்குத் தலைமுறை தலைமுறையாகப் பௌத்தம் இழிக்கப் பட்டும் பழிக்கப்பட்டும், திரித்துக் கூறப்பட்டும் மறுக்கப்பட்டும் மறைக்கப்பட்டும் வந்துள்ளது. பௌத்தத்தை எதிர்க்க, இந்து மதம், மறுக்க இயலாத புத்தரின் அரிய போதனைகளில் பலவற்றைத் தனதாக ஏற்றுக்கொண்டு, "இவை ஒன்றும் புதிதல்ல, எமது வேதங்களிலும் மற்ற மறை நூற்களிலும் ஏற்கனவே கூறப்பட்டுள்ளவைதான்" என்னும் பொய்யான கூற்றுகளைப் பரப்பி, இந்தியாவில் பௌத்தத்தை அழிப்பதில் வெற்றி கண்டது. ஆனால், பௌத்தத்தின் மேன்மைகளையும் பெருமைகளையும் பற்றிய புதிய விழிப்புணர்வு இப்போது இந்தியாவில் எழுந்துள்ளது.

பௌத்த தியான முறைகளைப் பற்றித் தமிழ் கூறும் நல்லுலகம் அறிந்துகொள்ள வேண்டும் என்பதே இந்தச் சிறு நூலின் குறிக்கோள். பௌத்தப் பாரம்பரியத்தின் தியானத் திலும் தமிழ் மக்களின் ஆர்வத்தை இது தூண்டி எழுப்புமே யானால், இதன் நோக்கம் நிறைவேறியதாகும்.

அத்தியாயம் 1

குறிக்கோள்

தியான முறைகளைப் பற்றிக் கூறுவதன் முன் அதன் குறிக்கோள்கள் என்ன என்று பார்ப்போம்.

நாம் உடல் நோயால் அவதியுறுவது ஆண்டில் ஏதாவது சில முறைதான். ஆண்டுக்கணக்காகக்கூட நாம் உடல் பிணியின்றி இருக்கலாம். ஆனால் எப்போதும் நாம் மனநோய்களால் அவதியுற்றுக்கொண்டே யிருக்கிறோம். ஒரு கணங்கூட மன உளைச்சல்களின்றி, மனப்பிணியிலிருந்து விடுபட்டவர்களை இந்த உலகில் காண்பது அரிது. மனம் எப்போதும் அலைபாய்ந்து கொண்டேயிருக்கிறது. ஆற்று நீரிலிருந்து எடுத்துக் கரையில் வீசப்பட்ட மீனைப் போலத் துடிதுடித்துக் கொண்டேயிருக்கிறது. தியானம் என்பது இந்தத் துடிக்கும் மனத்தோடு நிகழ்த்தப்படும் ஒரு போராட்டம், மனத்திலுள்ள பகைவர்களோடு நிகழ்த்தப்படும் போராட்டம். மனத்தை அடக்கிக் கட்டியாள்வதற்கும் தெளிவு, அமைதி, சமநிலை நிறைந்த மனத்தை உருவாக்கிப் பூரண ஆரோக்கியத்தில் நிலைபெறு வதற்கும் தியானம் ஆற்றல் மிக்க ஓர் அரிய கருவியாக இருக்கிறது என்பதில் ஐயமில்லை.

சாதாரண மக்கள் தவறாகக் கருதுவதுபோல, தியானம் என்பது அன்றாடக் கடமைகளையும் வேலைகளையும் தவிர்த்து, அவற்றிலிருந்து தப்பியோடி, ஒளிந்துகொள்வதல்ல. மற்ற மத மரபினர் எண்ணுவது போல், மனம் ஒருமுகப்பட்ட சமாதி நிலையை வளர்த்து, இந்த உலகைப் பற்றிய உணர்வே இல்லாமல், ஒருவகையான மெய்மறந்த ஆனந்தப் பரவசத்தில்

இவ்வுலகனைத்தையும் கடந்து அதற்கு அப்பாற்பட்ட ஒரு மர்மமான பிரபஞ்சத்தில் உறைந்துபோவதுமல்ல தியானம். அப்படி மர்மமான ஒரு மறைபொருளோடு இணைந்து உறைவதே தியானத்தின் உன்னதம், தியானத்தின் குறிக்கோள் என்பதையும் பௌத்தம் ஏற்பதில்லை. பௌத்தம் போதிக்கும் தியானங்கள் வாழ்க்கையைத் தவிர்ப்பவையல்ல, வாழ்க்கையி லிருந்து வேறுபட்டவையல்ல; அவை வாழ்க்கையோடும் வாழ்க்கையின் அன்றாடச் செயல்களோடும் இணைந்தவை யாகும். நமது ஆசைகள், உணர்ச்சி வேகங்கள், எண்ணங்கள், விருப்புகள், வெறுப்புகள், பயங்கள், எதிர்பார்ப்புகள், நம்பிக்கை கள், மனநிலை, உடல் நிலை ஆகிய அனைத்தும் தியானப் பொருள்களாக எடுத்துக்கொள்ளப்பட்டுப் பௌத்தத்தில் தியானிக்கப்படுகின்றன. இங்கு அன்றாட வாழ்க்கையும் மனப்பண்பை வளர்க்கும் பயிற்சியும் வெவ்வேறாகக் கருதப் படுவதில்லை; அன்றாட வாழ்க்கையின் ஒவ்வொரு எண்ணமும் ஒவ்வொரு செயலும் இங்குத் தியானமாகி மனப் பண்பை வளர்க்கும் பயிற்சியுமாகிறது. அதனாலேயே பௌத்த *விபஸ்ஸனா* தியானமுறை தனிச்சிறப்புடையதாக அமைந்திருக்கிறது.

பௌத்தத்தில் தியானம் முதலில் *பாவனா* எனும் பாலி மொழிச் சொல் கொண்டு குறிப்பிடப்பட்டது. *பாவனா* என்பது "வளர்ச்சி", "பண்படுத்தல்" "வேளாண்மை" என்று பொருள்படும்; அதாவது "மனவேளாண்மை", "மனவளப் பண்பாடு" எனக் கொள்ளலாம். ஆகவே தியானம் "தன் மனத்தைத் தானே பண்படுத்துதல்", "தன் மனத்தைத் தானே வளர்த்தல்", "தன்னைத்தானே தூய்மைப்படுத்துதல்" என்பதாகும். ஆத்ம கலாச்சாரம் என்று வடமொழியிலும் கூறலாம். பௌத்த *பாவனா* நான்கு தளங்களை அல்லது நான்கு வளர்ச்சி நிலைகளைக் கொண்டதாகும். அதன் நான்கு குறிக்கோள்கள் கீழ்வருமாறு அமைந்துள்ளன.

முதலாவது: மனத்தை ஒருமுகப்படுத்திச் சலனமின்றி சமாதி நிலையில் நிறுத்துவதாகும். இதற்குப் பல்வேறு வழிமுறைகள் கற்பிக்கப்படுகின்றன. இதன் குறிக்கோள் மன உளைச்சல்களை அடக்கித் தெளிவும் அமைதியும் நிறைந்த ஒருமுகப்பட்ட சமநிலையில் மனத்தை நிறுத்துதல்; புலன் அறிவுகளைத் தாண்டி இவ்வுலகிற்கு அப்பாற்பட்டு மெய்ம்மறந்த ஒரு ஆனந்த நிலை அல்லது சமாதி எனப்படும் அரிய நிலையையடைதல். இது பௌத்தத்தில் அமைதித் தியானம் என்று அழைக்கப்படுகின்றது. அடிப்படையில் இந்தத் தியானம், புத்தர் மற்ற ஆசிரியர்களிடமிருந்து கற்ற தியானத்தோடு இணைந்ததேயாகும். ஆனால், இங்கு புத்தர் தம்முடைய சீடர்களுக்காக அவற்றை விரிவுபடுத்தித் தெளிவாக்கியிருக்கிறார். இந்தத் தியானத்தில் மனம் மகிழ்ச்சி

அல்லது அமைதித் தளங்களை அமைத்துக்கொண்டு அவற்றில் நிலைபெற்று உறைந்து பேரின்பத்தில் திளைக்கின்றது. இதில் தேர்ச்சியும் முதிர்ச்சியும் பெற்றவர்கள் இயற்கை நியதிகளுக்கு அப்பாற்பட்ட சில அதிசயச் *(சித்தி)* சக்திகளையும் அடைய இயலுமெனக் கூறப்படுகின்றது. பாலி பௌத்த மறை நூல்களிலும் பதஞ்சலியோக சாத்திரத்திலும் இந்தச் *சித்திகளைப்* பற்றிக் கூறப்பட்டுள்ளது. ஆனால், பௌத்தம் அதிசயச் சக்திகளுக்கு முக்கியத்துவம் தருவதில்லை. தம் சித்திகளைக் காட்டிப் பொது மக்களைக் கவர்வதிலும் சீடர்கள் கூட்டத்தைப் பெருக்குவதிலும் ஈடுபடும் துறவிகளைப் பௌத்தம் கண்டிக்கின்றது.

இரண்டாவது: மனத்தைத் தூய்மைப்படுத்துதல். அதாவது, காம இச்சைகள், புலனின்ப ஆசைகள், தீய எண்ணம், வெறுப்பு, சோம்பல், மந்தத்தனம், பரபரப்பு, மன உளைச்சல்கள், ஐயங்கள் ஆகிய களங்கங்களிலிருந்தும் குழப்பங்களிலிருந்தும் விலக்கி மனத்தைத் தூய்மைப்படுத்துதல்.

மூன்றாவது: மெய்ஞ்ஞானத்தின் அங்கங்களான நல்மன விழிப்புணர்வு, வாழ்வின் உண்மைகளையும் பொருள்களையும் நன்மை – தீமைகளையும் பற்றிய தெளிவான ஆராய்ச்சி, நன்முயற்சி, ஊக்கம், பரவசம், அமைதி, ஆனந்தம், சமநிலை ஆகியவற்றையும் அன்பு, கருணை, பொறுமை, சகிப்புத்தன்மை ஆகிய நல்மனப் பண்புகளையும் வளர்த்தல்.

நான்காவது: வாழ்வின் தன்மைகளையும் உண்மைகளையும் உள்ளது உள்ளவாறு அறிந்து, அந்த உண்மைகளை உள்ளுணர்வாக, அறிவுபூர்வமாக மட்டுமல்ல அனுபவபூர்வமாகவும் உணர்ந்து, அவைகளோடு இணைதல்; அதாவது, உண்மையின் உருவாகவே மாறுதல். மனமாசுக்கள் சுட்டெரிக்கப்பட்டு, துக்கத்திலிருந்து பூரணமாகவும் நிரந்தரமாகவும் விடுதலை பெறும் உன்னத நிலையாகும் இது. தியானம் இங்கு மெய்ஞ் ஞானத்தோடு இணைக்கப்படுகிறது.

இது *விபஸ்ஸனா* தியானத்தின் உச்சக்கட்டமாகும். உள்ளொளி ஞானமின்றி விடுதலை *(முக்தி)* இல்லை. உள்நோக்கு *விபஸ்ஸனா* தியானமின்றி உள்ளொளி ஞானமில்லை. ஆனால், ஞானம் அடைந்த பிறகு, அதுவே அமைதித் தியான நிலையான நற்சமாதியில் மனத்தைப் பதித்து நிறுத்துகின்றது. உள்ளொளி ஞானம் பெற்ற புத்தர் தாம் விரும்பியபோதெல்லாம் அமைதித் தியானத்தில் ஆழ்ந்து உறையும் திறமை படைத்தவராக இருந்தார். உடலை நீத்து, உயிர் துறந்தபோது புத்தர் அமைதித் தியானத்தின் வெவ்வேறு நிலைகளிலும் திளைத்திருந்து பரிநிப்பாணத்தில் கலந்தார் என வரலாற்றுக் குறிப்புகள் தெரிவிக்கின்றன.

அத்தியாயம் 2

தியான முன்னேற்பாடு

சதி (*Sati*) எனப்படும் நல்மன விழிப்புணர்வு அல்லது தெளிவான அறிவுணர்வு, *விபஸ்ஸனா* தியானத்தின் மையக் கருவும் உயிர் நாடியுமாகும். இந்த நல்மன விழிப்புணர்வைப் பயில்வதற்கும் வளர்ப்பதற்கும் வாழ்வின் ஒவ்வொரு நாளும் ஒவ்வொரு கணமும் வாய்ப்பை அளிக்கின்றது. ஒவ்வொரு கணமும் இப்பயிற்சி மேற்கொள்ளப்பட வேண்டும். ஆனால், இந்தக் காலத்தில் வாழ்க்கை அதிவிரைவாகத் தலைதெறிக்க ஓடும் இயந்திர வாழ்க்கையாக இருக்கின்றது. பல்வேறு வேலைகளும் பல்வேறு பொறுப்புகளும் நிறைந்த இந்த அதிவிரைவு வாழ்க்கையில் ஒவ்வொரு நாளும் குறிப்பிட்ட வேளைகளில் திட்டமிட்டுத் தியானப் பயிற்சி மேற்கொள்வது சாதகருக்கு எளிதானதாகவும் பயனுள்ளதாகவும் தோன்றலாம். ஒவ்வொரு நாள் செயல் அட்டவணையிலும் குறிப்பிட்ட நேரத்தைத் தியானத்திற்கென்று ஒதுக்கிவைக்க வேண்டும். தியானத்திற்கேற்ற சிறந்த வேளை ஒவ்வொரு காலையும் ஒவ்வொரு மாலை அல்லது இரவுப் பொழுதும் ஆகும். உறக்கத்திலிருந்து எழுந்து காலைக் கடன்களை முடித்த பின்னர் தியானத்தில் அமரலாம். அதேபோல மாலையிலும் அல்லது இரவு உறங்கச் செல்வதற்கு முன்னரும் தியானப் பயிற்சி மேற் கொள்ளலாம். மற்ற வேளைகளிலும் ஒழிந்தால் தியானம் செய்யலாம். ஒவ்வொரு நாளும் குறைந்தது இருவேளை கள் தியானத்திற்கென ஒதுக்கிவைக்க வேண்டும். ஒரு நாள், ஒரு வேளை மட்டும் தியானத்திற்கு ஒதுக்கப்படக்

கூடும் என்றால், உங்களுக்கான சிறந்த நேரத்தை மனம் இருக்கும் தன்மையையும் நிலையையும் சுறுசுறுப்பையும் கருத்தில் கொண்டு நீங்களே பரிசோதித்துத் தேர்வு செய்து கொள்ளலாம். சிறிது நேரமே ஒதுக்க முடியும் என்றாலும் அதைப் பயனுள்ளதாக ஆக்க முயலுங்கள். தியானத்தில் நேரத்தைவிடத் தரமே முக்கியமானதாகும்.

இந்தத் தியானத்தால் ஏதோ ஓர் அசாதாரணமான அரும்பெரும் ஆன்மீகப் பேற்றை அடையப்போகின்றோம் என்பது போன்ற எண்ணங்களுக்கு இடங்கொடுக்க வேண்டும். தொடக்கத்தில், இந்தப் பயிற்சி உடலுக்கும் மனத்துக்கும் ஓய்வைக் கொடுப்பதாகவும் உடலிலும் மனத்திலும் உள்ள இறுக்கங்களைத் தளர்த்துவதாகவும் முடிச்சுகளை அவிழ்ப்பதாகவும் உடலுக்கும் மனத்துக்கும் புத்துணர்ச்சி ஊட்டி ஊக்குவிப்பதாகவும் அமையட்டும். உங்கள் உடல்–மன நிலைகளை உள்ளது உள்ளவாறு அறிந்து, ஓய்வும் அமைதியும் புத்துணர்ச்சியும் பெற ஒதுக்கப்பட்டதாகவே அமையட்டும் இந்தத் தியான நேரம். ஏதோ ஒரு அரும்பெரும் சாதனையைப் பெற அதீதமான முயற்சி இந்தத் தியானம் என்று கருதி நீங்கள் உங்கள் மனத்தில் சுமையை ஏற்றிக்கொண்டு குழப்பிக்கொள்ள வேண்டாம். நீங்கள் ஏற்கனவே ஒரு புத்தர்; புத்தரின் இயற்கை இயல்பு அல்லது புத்த சித்தம் முன்னரே உங்களிடம் உள்ளது; இந்தத் தியானத்தில் நீங்கள் இந்த உண்மையை உணரப்போகிறீர்கள், உங்கள் புத்த சித்தத்தைக் கண்டு தரிசிக்கப்போகிறீர்கள், அவ்வளவுதான். இங்குச் சாதிக்க வேண்டிய பெரிய சாதனை எதுவுமில்லை. இதை முதலில் மனத்தில் கொள்ளுங்கள்.

தியானப் பயிற்சி தொடங்கும்போது முதலில் பத்து நிமிடங்கள் மட்டுமே தியானம் செய்யுங்கள். பின்னர் ஒவ்வொருமுறை செய்யும்போதும் ஒரு நிமிடத்தைக் கூட்டி உங்கள் தியான நேரத்தை 40 நிமிடங்களிலிருந்து ஒரு மணிவரை உயர்த்துங்கள். அதாவது ஒரே இருக்கையில் அவ்வளவு நேரம் தொடர்ச்சியாகத் தியானத்தில் ஈடுபடப் பழக்கப்படுத்திக்கொள்ளுங்கள்.

காலை உறக்கத்திலிருந்து விழித்தவுடன் படுக்கையிலிருந்து எழும் முன்னர் உங்கள் உள்ளங்கைகளை வயிற்றின்மேல் வைத்து அதன் மேற்பகுதியிலிருந்து கீழ்ப்பகுதிவரை அழுத்தமாகத் தடவிவிடுங்கள். எழுந்து பல் துலக்கச் செல்லும் முன்னர் இவ்வாறு பதினைந்து அல்லது இருபதுமுறை செய்யுங்கள். பல் துலக்கிய பின்னர் குறைந்தது அரை லிட்டர் தண்ணீர் அருந்த வேண்டும். காலைக் கடன்களை முடித்த பிறகு

திட்டமிட்ட நேரத்தில் தியானத்தில் அமரலாம். இதை என்றும் வழுவாத ஒரு பழக்கமாக்கிக்கொள்ள வேண்டும்.

தியானத்திற்கு அமரும் இடம் ஓசையற்று, அமைதியைக் குலைக்காத, தூய்மையான, நல்ல காற்றோட்டமான இடமாக இருக்க வேண்டும். வலுவான காற்று வீசும் குளிர்ந்த இடங்களைத் தவிர்க்க வேண்டும்.

உணவருந்திய உடனே தியானத்திற்கு அமரலாகாது. குறைந்தது ஒரு மணி அல்லது ஒன்றரை மணி நேரம் கழித்தே தியானப் பயிற்சியை மேற்கொள்ள வேண்டும். உணவருந்துவதிலும் தூக்கத்திலும் மற்ற பழக்க வழக்கங்களிலும் தேவைக்கு மீறி அளவுக்கு அதிகமாக ஈடுபடும் மிகுதிப் போக்கைத் தவிர்க்க வேண்டும். வயிறு முட்டச் சாப்பிடலாகாது; மிகுந்த பட்டினியாகவும் இருக்கக் கூடாது. அளவோடு, மிதமாக உண்ண வேண்டும். அதிகம் தூங்கிச் சோம்பலையும் வளர்த்துக்கொள்ளக் கூடாது, உறக்கமின்றியும் இருக்கலாகாது. எதிலும் புத்தர் காட்டியதுபோல நடுவழியைக் கடைப்பிடிப்பதே வாழ்க்கையைச் செம்மைப்படுத்தும். உடலின் தேவையை உணர்ந்து அதற்கு ஏற்பச் செயல்படுங்கள். எல்லா நேரங்களிலும் உங்கள் உடலைப் பற்றிய தெளிவான விழிப் புணர்வு இருக்க வேண்டும். உங்கள் உடலுக்கு உள்ளும் புறமும் என்னென்ன நிகழ்கின்றன என்பது மட்டுமல்ல, உங்கள் உடலுக்கு உகந்தது என்ன, நல்லது என்ன என்பதைப் பற்றிய தெளிந்த அறிவோடு எப்பொழுதும் கவனத்துடனும் எச்சரிக்கை யுடனும் செயல்படுங்கள்.

ஆசனம்

தியானத்திற்கு அமரும் ஆசனமும், ஆசன நிலையும் மனத்தை ஒருமுகப்படுத்துவதற்கு ஏற்றதாக, உகந்ததாக இருக்க வேண்டும். நீண்ட நேரங்களுக்கு ஒரே நிலையில் அமர்ந்திருக்க வேண்டியிருப்பதால், ஆசனம் சௌகரியமான தாகவும், நிம்மதியைக் கொடுக்கத் தக்கதாகவும் இருக்க வேண்டும். இதைக் கருத்தில் கொண்டு ஆசனத்தையும் ஆசன நிலையையும் தேர்வு செய்துகொள்ளலாம். ஆழ்நிலைப் பேறுகளான வெவ்வேறு சமாதி நிலைகளுக்கு இட்டுச்செல்லும் அமைதித் தியானத்திற்குப் பௌத்தத்தில் உள்மூச்சு – வெளிமூச்சு இரண்டையும் உற்று நோக்கி விழிப்புணர்வுடன் செய்யும் பயிற்சியே மிக எளிதானதாகவும் பலனுள்ளதானதாகவும் கருதப்படுகின்றது. இந்தப் பயிற்சிக்கு ஏற்ற ஆசனமாகக் கூறப்படுவது *பத்மாசனமாகும்.* அனைத்துத் தியான மரபுகளிலும் இந்த ஆசனமே பொதுவாகத் தியானப்

பயிற்சிக்கு உகந்த, உறுதியான நிலையாக ஏற்றுக்கொள்ளப் பட்டுள்ளது. பௌத்த *விபஸ்ஸனா* தியானத்தை எந்த நிலையிலும் – உட்கார்ந்துகொண்டோ நின்றுகொண்டோ நடந்துகொண்டோ படுத்துக்கொண்டோ – எந்த நிலையிலும் மேற்கொள்ளலாம். இதற்கெனத் தனியான ஆசன நிலை தேவையில்லை.

அமைதித் தியானத்திற்கான *பத்மாசனத்தில்* முதலில் இடது கால் மடித்து வலது தொடையின் மேல் அடிவயிற்றுக் கருகில் வைக்கப்படுகின்றது. பின்னர், வலது காலை மடித்து இடது தொடைக்கு மேல் கொணர்ந்து அடிவயிற்றுக்கு அருகில் பொருத்த வேண்டும். வலது உள்ளங்கால் மேல் நோக்கி யிருக்கும். இது முழுப் பத்மாசனம் எனப்படும். சிலரால் இந்த ஆசனத்தில் நீண்ட நேரம் அமர்ந்திருக்க இயலாமல் போகலாம். ஆனால், பழக்கப்படுத்திக்கொண்டால், மிகுந்த அமைதியையும் உறுதியையும் தரவல்ல ஆசனம் இது. இந்த ஆசனம் மிகக் கடினமாக இருப்பதாக உணர்பவர்கள், அரை *பத்மாசனத்தில்* அமரலாம்.

இந்த அரை *பத்மாசனத்தில்* ஒரு பாதம் தரையின் மேலும் மற்ற பாதம் எதிர்க்கால் தொடையின் மேலும் இருக்கும். ஒரு தியானத்தில் இடது பாதம் தரையின் மேலும் மற்ற பாதம் தொடையின் மேலும் இருந்தால், அடுத்தமுறை தியானத்தில் அமரும்போது பாதங்களின் நிலை மாற்றப்படும்; வலது பாதம் தரையின் மேலும் இடது பாதம் வலது தொடையின் மேலும் வைக்கப்படும். இதுவும் சிரமமாகத் தெரிந்தால், கவலைகொள்ள வேண்டாம்; உங்கள் சௌகரியம் போலச் சம்மணமிட்டு அமர்ந்துகொள்ளுங்கள்.

முகம், உடல், கால்கள், கைகள், முதுகு, தோள்கள் ஆகியவற்றில் உணரப்படும் இறுக்கங்களைத் தளர்த்தி, அமைதி யாக, ஓய்வாக அமருங்கள். உடல் நேராக நிமிர்ந்த நிலையில் இருக்கட்டும். தலை உச்சி மேலே ஒரு கொக்கியில் மாட்டி இணைக்கப்பட்டிருப்பது போலப் பாவித்துக்கொள்ளுங்கள். மார்பு சிறிது முன்தள்ளிய மாதிரி இருக்கலாம். காதுகள் தோள்பட்டைகளுக்கு நேர் மேலே இருக்க வேண்டும். தலை சிறிது தாழ்த்தியிருக்கலாம். உள்ளங்கைகளைத் தியான முத்திரையில் வைத்துக்கொள்ள வேண்டும். அதாவது வலது உள்ளங்கையை மேல்நோக்கி இடது உள்ளங்கையின் மேல் இரண்டு கட்டை விரல் நுனிகளும் மெதுவாகத் தொட்டுக்கொண் டிருக்குமாறு வைத்துக்கொள்ள வேண்டும். முழுப் பத்மாசனத் தில் இரண்டு கால்களும் குறுக்கிட்டிருக்கும் இடத்துக்கும் நேர் மேலே முத்திரையில் பதித்த கைகளை வைத்துக்கொள்ள

வேண்டும். அதாவது, இடது கையின் கீழ்ப்புறம் வலது காலின் மேல் பதிந்திருக்கும். அரை பத்மாசனத்தில், முத்திரையில் பதிந்த கைகள் அடிவயிற்றுக்கு எதிரே, இடது கையின் கீழ்ப்புறம் மேலிருக்கும் காலைத் தொட்டவாறு வைக்கப்படும்.

மேற்பற்களும் கீழ்ப்பற்களும் மெதுவாகத் தொட்டுக்கொண் டிருக்க வாய் மூடியிருக்க வேண்டும். நாக்கு முன்பற்களுக்குப் பின்புறம் மேலண்ணத்தைத் தொட்டவாறு இருக்கட்டும். மனம் அலைபாயாதிருப்பதற்காகக் கண்களை மெதுவாக மூடிவைத்துக்கொள்ளலாம். ஆனால் தூங்கிவிடக் கூடாது. கண்கள் முழுதும் மூடியிருப்பது அல்லது பாதி மூடியிருப்பது தியானத்திற்கு ஏற்றது. புத்தரின் மெல்லிய புன்னகையை நினைவில் வைத்துக்கொள்ளுங்கள். அந்த மெல்லிய புன்னகை உங்கள் முகத்திலும் மலரட்டும்.

இவ்வாறு அமர்ந்திருக்கையில் வலி ஏதாவது எழுந்தால் அந்த வலியை மனத்தில் வெறுப்போ எரிச்சலோ கவலையோ கொள்ளாமல் வெறுமனே உற்றுப் பாருங்கள். அசையாதீர்கள், கவனித்துப் பாருங்கள். “வலி இப்போது தெரிகிறது” என்று மனத்தில் குறித்துக்கொள்ளுங்கள். அவ்வளவுதான். வலியிலிருந்து விடுபட எந்தவிதமான எதிர்வினையையும் செய்ய நினைக்க வேண்டாம். வலி இயற்கையாக அதன் போக்கில் மறைந்து விடும். வலி இருக்கிறது என்பதை மட்டும் மனத்தில் குறித்துக் கொண்டு அதைப் பற்றிக் கவலையுறாமல் ஒதுக்கி உதாசீனம் செய்வோமேயானால், அது தானாகவே அழையாத விருந்தாளி போலப் போய்விடும். எது நிகழ்ந்தாலும் அது நிகழட்டும் என்று அதன் போக்கில் விடுங்கள். வெறுத்து உதறினால் சுவரின்மேல் வீசப்பட்ட பந்துபோல அது மீண்டும் எகிறிவரும். உடலில் உட்கார்ந்த ஈயை உதறி விலக்கினாலும் அது திரும்பத் திரும்ப வந்து மொய்க்காமல் இருக்காது. அதைப் பொருட்படுத் தாமல் விட்டுவிட்டால், அது தானாகவே பறந்துபோய்விடும்.

வலி தாங்க முடியாததாகத் தோன்றினால், விவேகத்தோடு கூடிய உள்ளுணர்வே உங்களுக்கு வழிகாட்டியாக இருக்கட்டும். அமர்ந்திருக்கும் ஆசன நிலையில் மாற்றம் செய்தேயாக வேண்டும் எனத் தோன்றினால், விழிப்புணர்வோடு மிக மெதுவாக நிலையை மாற்றுங்கள். திடீரென்று அவசரமாகச் செயல்பட வேண்டாம். உடம்பின் ஒவ்வொரு அசைவையும் உற்றுநோக்கி விழிப்புணர்வோடு மெதுவாகச் செயல்படுங்கள். உடலை வருத்திக்கொள்வதன்று தியானம். ஆகையால் தேவை யின்றி வலியைப் பொருத்துக்கொண்டேயாக வேண்டும் என்பதில்லை. உடல் நிலையில் செய்யும் மாற்றம் ஒரு அன்புணர்வோடு கருணை உள்ளத்தோடு செய்யப்பட்டதாக

இருக்கட்டும். அப்படி மாற்றம் செய்கிறோம் என்னும் விழிப்புணர்வில் குறைவு கூடாது. வேண்டுமானால், கால்களை நீட்டி உட்கார்ந்து அழுத்தித் தேய்த்து இறுக்கங்களையும் வலியையும் தளர்த்திய பின்னர் மீண்டும் தியானத்தைத் தொடரலாம். சரியான ஆசன நிலையில் அமர்ந்திருக்கிறோமா இல்லையா என்னும் கவலையுணர்வு சிறிதும் வேண்டாம். முன்னரே கூறியதுபோல, சாதனை தவறிவிடுமோ என்னும் கவலையையும் மனத்தில் கொள்ளாதீர்கள்.

மூச்சைச் சீராக்குதல்

தியானத்தில் ஆழ்வதற்கு இணைந்ததாக, மூச்சு தடையின்றி, ஓசை எழுப்பாமல், மெதுவாக, இயல்பாக இயங்க வேண்டும். தியானத்தைத் தொடங்கும்போது மூன்றுமுறை மெதுவாக நீளமான ஆழ்ந்த மூச்சு வாங்க வேண்டும். எவ்வளவு மெதுவாகச் செய்ய முடியுமோ அவ்வளவு மெதுவாக மூச்சை உள்வாங்கி வெளிவிடுங்கள். உள்வாங்கும்போது மூச்சை மூக்கின் வழியாக உள் இழுத்து, வெளிவிடும்போது திறந்த வாயின் மூலமாக வெளியேற்ற வேண்டும். உள்ளிருந்து எல்லாக் காற்றும் வெளியேறும்வரை மூச்சைத் தள்ள வேண்டும். நுரையீரலில் தங்கியுள்ள மோசமான காற்றை முழுவதும் வெளியேற்ற மூன்றுமுறை இவ்வாறு செய்த பின்னர் தியானத்தைத் தொடங்கலாம். வாய் மூலம் மூச்சுவிடுவது இந்த மூன்று முறைதான். பின்னர் மூச்சு வெளிவிடுவது உள்ளிழுப்பது எல்லாம் மூக்கின் வழியாகவே நிகழ வேண்டும். வாய் மூலம் சுவாசிப்பது உடல் நலனுக்கு ஊறு விளைவிக்கும்.

இந்தத் தியானம் உங்களுக்கு ஒரு சுக அனுபவமாக இருக்கட்டும்; உங்களுக்கு இன்பம் ஊட்டுவதாகவும் நீங்கள் மிக விரும்பிச் செய்வதாகவும் இருக்கட்டும். தியானம் ஆரம்பிக்கும்போது முதலில் உங்கள் உடல் – மனத் தொகுப்பை உற்றுநோக்குங்கள். ஏதாவதொரு இறுக்கத்தையோ சுமையையோ முடிச்சையோ சோர்வையோ உணர்ந்தால் அதைத் தளர்த்துங்கள். மனோதத்துவ நிபுணர் நோயாளியைச் செயற்கை உறக்க நிலைக்கு இட்டுச்செல்வதுபோல, நீங்களே, ‘தளர்ந்து ஓய்வான நிலைக்கு வா! தளர்ந்து ஓய்வான நிலைக்கு வா!’ என்று திரும்பத் திரும்பத் சொல்லி உங்கள் உடலையும் மனத்தையும் தளர்த்திப் புத்துணர்ச்சியை ஊக்கி வளர்த்துங்கள்.

இப்போது தியானத்திற்கு வருவோம்.

அத்தியாயம் 3

தியானப் பொருள்கள்

புத்தகோஷர் இயற்றிய *தூய்மைப் பாதை (விசுத்தி மார்க்கம்)* போன்ற நூல்கள் தியானத்தில் மனத்தை ஒருமுகப்படுத்த உறுதுணையாக 40 பொருள்களைக் குறிப்பிட்டுள்ளன. சாதகர் தமது இயல்பான மனோ பாவத்திற்கு ஏற்ப, தியானப் பொருளைத் தேர்வு செய்து கொள்ளலாம்.

தியானப் பொருள்	அது பொருந்தும் மனோபாவம்
பத்து கஸிணாக்கள் (சின்னங்கள் / உபகரணங்கள்):	
மண்	எல்லா மனோபாவங்களுக்கும் பொருந்தும்
நீர்	,,
நெருப்பு	,,
காற்று	,,
நீலநிறம்	,,
மஞ்சள் நிறம்	,,
வெள்ளை நிறம்	,,
சிவப்பு நிறம்	,,
ஒளி	,,
ஆகாயம்	,,
பத்துப் பிணங்கள்	**வெறுப்பு / புலனின்ப ஆசை**
உப்பிக்கிடக்கும் பிணம்	,,
நீலம் பூரித்து நிறம் மாறிக் கிடக்கும் பிணம்	,,
அழுகிய பிணம்	,,
வெட்டிக் கூறுபட்ட பிணம்	,,
அரித்துக் கூறுபட்ட பிணம்	,,
சிதறிக் கூறுகூறாய்க் கிடக்கும் பிணம்	,,

சிதைந்து உருக்குலைந்த பிணம்	,,
இரத்தம் தோய்ந்த பிணம்	,,
புழுக்கள் அரித்த பிணம்	,,
எலும்புக்கூடாய்க் கிடக்கும் பிணம்	,,

பத்து ஆழ்ந்த சிந்தனைகள்

புத்தர்/புத்தரின் மேன்மைகள்	நம்பிக்கை
தம்மம்	,,
சங்கம்	,,
நன்னெறி	,,
கொடை/ஈகை	,,
தேவர்கள்	,,
அமைதி/சாந்தம்	புத்திக்கூர்மை
இறப்பு/சாவு	,,
உடலை உற்றுநோக்கும் விழிப்புணர்வு	காம இச்சை
மூச்சை உற்றுநோக்கும் விழிப்புணர்வு	குழப்பம் மற்றும் கற்பனை மனோபாவம்

நான்கு அளவற்றவைகள் அல்லது தெய்வீக உறைவிடங்கள் *(பிரம்ம விஹாரங்கள்):*

அனைத்தையும் தழுவிய அன்பு நேயம் *(மெத்தா)*	பகை / வெறுப்பு
அனைத்தையும் தழுவிய கருணை *(கருணா)*	,,
அனைத்தையும் தழுவிய பிறர் நலத்தில் மகிழ்ச்சி *(முதிதா)*	,,
அனைத்தையும் தழுவிய சமநிலை *(உபெக்கா)*	,,

ஓர் உணர்ச்சி

ஆகாரத்துக்குப் பிச்சையெடுக்கும்போது வரும் தாழ்மையுணர்ச்சி (பிக்குகளுக்கான தியானம்)
புத்திக் கூர்மை

ஓர் ஆய்வு:

உடல் உறுப்புகள், அதன் மூலப் பொருட்கள் ஆய்வு
புத்தி – கூர்மை

நான்கு அரூப நிலைகள்

எல்லையற்ற வெளி	அனைத்துக்கும்
எல்லையற்ற உணர்வு	,,
சூன்யம் (ஒன்றும் இன்மை)	,,
உணர்வும் இல்லாத – உணர்வற்றது என்றும் சொல்ல முடியாத நிலை	,,

மனிதர்களின் தன்மைகளும் குணாதிசயங்களும் வேறுபடுவதால் அவற்றிற்கேற்பப் பல்வேறு பொருள்கள் தியானத்துக்காகப் பரிந்துரைக்கப்பட்டிருக்கின்றன. சமாதிப் பயிற்சியில் ஈடுபடும் முன்னர், ஒவ்வொரு சாதகரும் தத்தம் மனோபாவத்திற்கும் மன இயல்புக்கும் ஏற்பத் தியானப் பொருளைத் தேர்வு செய்துகொள்ள வேண்டும். அல்லது ஆசிரியர் அவருக்குத் தகுந்த பொருளை அறிவுறுத்துவார்.

சாந்தத்திற்கும் சலனமற்ற மனநிலைக்கும் மனத்தைக் கொண்டுவர மூச்சைத் தியானிக்கும் பயிற்சியே தலைசிறந்த வழி. பொதுவாக இந்த முறை எல்லா மன இயல்பினருக்கும் பொருந்தும். ஆனால், குழப்பம் மற்றும் அறிவுக்கெட்டாதவற்றைப் பற்றிக் கற்பனையில் ஈடுபடும் இயல்புடையோருக்கு, மூச்சு தனிச் சிறப்பு வாய்ந்த தியானப் பொருளாகக் கருதப்படுகிறது. தியானத்தில் ஆழ்ந்து மனத்தை ஒருமுகப்படுத்திச் சமநிலைக்குக் கொண்டுவர, மூச்சை உற்றுநோக்குதலே மிக எளிமையானதும் விரைவில் பலன் அளிக்கக்கூடியதுமாகும்.

காம இச்சைகள் மனத்தை அலைக்கழிக்கும்போது, பல்வேறு நிலைகளில் அழுகிக்கிடக்கும் அல்லது உருக்குலைந்து கிடக்கும் பிணங்களையோ சதையேதுமற்ற வெறும் எலும்புக்கூடுகளையோ மனத்தில் கொண்டுவந்து தியானம் செய்வது மிகப் பலனளிக்கக் கூடியதாகச் சொல்லப்படுகிறது. உடல் அசுத்தங்களைத் தியானிப்பதாலும் காம இச்சைகள் குறையும்.

கோபம், வெறுப்பு, பகையுணர்ச்சி ஆகிய மன இயல்புடையோருக்கு நான்கு "அளவற்றவைகள்" அல்லது "தெய்வீக உறைவிடங்கள்" மிகப் பொருந்தும் தியானப் பொருள்களாகும்.

கீழ்க்காணும் தியானப் பொருள்கள் சாதகரை ஆழ்நிலைச் சமாதி *(அப்பனா சமாதி)*க்கு முற்பட்ட நிலையான அணுகும் சமாதி *(உபகார சமாதி – Upacara Samadhi)* நிலைவரையே கொண்டுசெல்லும். அவற்றால் ஆழ்நிலைச் சமாதி கைகூடாது.

1. உடலை உற்றுநோக்கும் விழிப்புணர்வு, மூச்சை உற்றுநோக்கும் விழிப்புணர்வு என்னும் இந்த இரண்டைத் தவிர மற்று எட்டு ஆழ்ந்த சிந்தனைகள்.
2. ஆகாரத்துக்குப் பிச்சையெடுக்கும்போது வரும் தாழ்மையுணர்ச்சி.
3. உடல் – மற்றும் அதன் உறுப்புகள் பற்றிய ஆய்வு

இந்தப் பத்துத் தியானப் பொருள்களைத் தவிர மற்ற முப்பதும் சாதகரை ஆழ்நிலைச் சமாதிக்கு இட்டுச் செல்லும்.

மனம் தேர்ந்தெடுக்கப்பட்ட தியானப் பொருள் ஒன்றையே உற்று நோக்கிக்கொண்டிருக்கும்போது, மனத்தில் அதன் பிரதிபிம்பம் உருவாகிறது. மனம் தியானப் பொருளை உள்

வாங்கிக்கொண்டு உருவாக்கிய பிரதிபிம்பம் இது. மண், நீர், சுவரில் விழும் ஏதாவது ஒரு ஒளிவட்டம், காற்று, அல்லது குறிப்பிட்ட ஏதாவதொரு வண்ணம் தீட்டப்பட்ட ஓர் உபகரணம் *(உதாரணமாக ஒரு வட்ட வடிவமான அட்டை, சுமார் ஆறு அங்குலம் விட்ட அளவு கொண்டது)* – இவ்வாறான உபகரணத்தை உற்று நோக்கித் தியானித்தாலும் தியானப் பொருளின் பிரதிபிம்பம் மனக்கண்முன் எழும். உற்று நோக்கியிருக்கும் கண்களை மூடிய பின்னரும் அந்தப் பிரதிபிம்பம் மனக்கண்முன் அப்படியே நிற்கும். கண்கள் திறந்திருக்கும்போது எவ்வளவு தெளிவாகத் தெரிந்ததோ அவ்வளவு தெளிவாகக் கண்களை மூடிய பிறகும் பிரதிபிம்பம் தெரியும். அசையாமல் இருக்கும் இந்தப் பிரதிபிம்பம் "ஆரம்ப தியானச் சின்ன அறிகுறி" அல்லது "கற்கும் அறிகுறி" *(பரிகம்ம நிமித்தம்)* என்று அழைக்கப்படுகின்றது. இந்தக் "கற்கும் அறிகுறி"யில் மனம் நிலைத்து நிற்பது, ஆரம்ப சமாதியாகும். தீவிரமான பயிற்சியில், "கற்கும் குறியானது" படிப்படியாகப் பண்பட்டு மனத்தில் பிரதிபலிக்கும் ஒரு "பிரகாசச் சின்னம் அல்லது அறிகுறி" ஆகிறது. இது "*பதிபாக நிமித்தம்*" என் றழைக்கப்படுகின்றது. மனம் இதனையே தியானித்திருக்கும் போது, "*உபகார சமாதி*" அல்லது "அணுகும் சமாதி" நிலையை அடைகிறது. இது ஆழ்நிலைச் சமாதியின் நுழைவாயிலை அணுகிய நிலையாகும். இப்படி மனம் "*உபகார சமாதி*" நிலையை அடையும்போது, தியானத்திற்கு இடையூறுகளான ஆசைகளும் தீய எண்ணங்களும் அடக்கப்பட்டுவிடுகின்றன. மனம் பிரகாசச் சின்னத்தில் மேலும் மேலும் இலயிக்க ஆழ்நிலைச் சமாதி *(அப்பனா சமாதி)* உருவாகிறது. இவ் வண்ணம், சமாதிநிலை கீழ்க்காணும் மூன்று படிகளாக உள்ளது:

- ஆரம்ப சமாதி *(பரிகம்ம சமாதி)*
- அணுகும் சமாதி *(உபகார சமாதி)*
- ஆழ்நிலைச் சமாதி *(அப்பனா சமாதி)*.

முன்னரே குறிப்பிட்டுள்ளதுபோல, ஆழ்நிலைச் சமாதிக்கு இட்டுச் செல்வதற்கு மிக எளிதான, அனைவரும் பின்பற்றக் கூடிய பயிற்சி, மூச்சுக் காற்றைத் தியானப் பொருளாக எடுத்துக்கொண்டு செய்யப்படும் *ஆனாபானாசதி* எனும் பயிற்சியாகும். இந்தப் பயிற்சியே இந்நூலில் விரிவாக எடுத் துரைக்கப்படுகிறது; பரிந்துரைக்கப்படுகிறது. அதற்கு முன் தியானத்திற்கு இன்றியமையாத, முதல் தேவையும் ஆதாரமு மான ஒழுக்கத் தூய்மையைப் பற்றிப் பார்ப்போம். ஒழுக்கத் தூய்மையின்றித் தியானமில்லை; அதுவே தியானத்தின் முதல்படி.

பகுதி 1

அமைதித் தியானம் *(சமதா)*

அத்தியாயம் 4

ஒழுக்கத் தூய்மை *(சீல விசுத்தி)*

இவ்வுலகில் உயிரற்றவை உயிருள்ளவை ஆகிய அனைத்துக்கும் எவ்வாறு நிலம் அடித்தளமாக, ஆதரவாக இருக்கிறதோ, அவ்வாறே மனிதரின் உடல் – மன வளர்ச்சிக்கு நல்லொழுக்க நெறி அடித்தளமாகவும் ஆதரவாகவும் உள்ளது. மனிதரின் அனைத்து நற்பண்புகளுக்கும் மேன்மைகளுக்கும் சாதனைகளுக்கும் அடித்தளமாக இருப்பது ஒழுக்க நெறியே.

ஒழுக்கத் தூய்மை *(சீல விசுத்தி)* மனத்தூய்மை *(சித்த விசுத்தி)*யான நற்சமாதிக்கு வழிவகுக்கிறது. மனத்தூய்மை மெய்ஞ்ஞானத்திற்கு வழிவகுக்கிறது. மெய்ஞ்ஞானம் தளைகளிலிருந்து விடுபடும் விடுதலை நிலைக்கு, முக்திக்கு வழிவகுக்கிறது. மெய்ஞ்ஞானமின்றி முக்தி இல்லை; நற்சமாதியின்றி மெய்ஞ்ஞானம் இல்லை; ஒழுக்கத் தூய்மையின்றி நற்சமாதி இல்லை. இவ்வாறு ஒன்றுக்கொன்று காரணமாகவும் ஆதாரவாகவும் அமைந்து தொடர்ச்சியாகப் பரிணமிக்கும் இந்தத் தூய்மைகளின் உச்சக்கட்ட வளர்ச்சியே இறுதி விடுதலை நிலை, முக்தியாகும்.

ஒழுக்க நெறியிலிருந்து தவறிய ஒருவரது மனம் எப்போதும் அலைபாய்ந்து, சலனமடைந்து, நிம்மதியற்றதாகவே அல்லல்படும்; அவர் மனம் என்றும் அமைதியுறுவதில்லை. அத்தகைய அமைதியற்ற மனத்தில் நற்சமாதியும் மெய்ஞ்ஞானமும் எழுவதற்கான சாத்தியக்கூறே இல்லை. மறை நூல் கூறுகின்றது: "சீரிய பண்பை வளர்ப்பது நல்ல வாழ்க்கை நெறி அமைவதற்காக. நல்ல வாழ்க்கை நெறியை வளர்ப்பது மனத்தைத் தீயவற்றி

லிருந்து தடுத்துநிறுத்துவதற்காக. தீயவற்றிலிருந்து மனத்தைத் தடுத்துநிறுத்துவது மனம் கழிவிரக்கத்தில் அல்லல்படாம லிருப்பதற்காக. மனம் கழிவிரக்கத்தில் அல்லல்படாமல் இருப்பது மகிழ்ச்சியில் திளைப்பதற்காக. மனம் மகிழ்ச்சியில் திளைப்பது அமைதியுறுவதற்காக. அமைதியுறுவது பேரா னந்தத்திற்காக. பேரானந்தம் நற்சமாதியில் நிலைபெறுவதற்காக. நற்சமாதியில் நிலைப்பது உண்மை அறிவைப் பெறுவதற்காக, உள்ளொளி பெறுவதற்காக, உள்நோக்கி உள்ளதை உள்ளவாறு கண்டு மெய்ஞ்ஞானம் பெறுவதற்காக. மெய்ஞ்ஞானம் பெறுவது பேராசைத் தளைகளிலிருந்து விடுபடுவதற்காக, துக்கத்தை ஒழிப்பதற்காக." *(விநய.V.161).*

இவ்வாறு, ஒழுக்கத்தூய்மையும் மனத்தூய்மையும் புனித வாழ்க்கையின் ஆணிவேர்களாக உள்ளன. இவற்றிலிருந்தே மெய்ஞ்ஞானம் எனும் மரம் வளர்ந்து விடுதலைக் கனியைத் தருகின்றது. இந்த ஆணிவேர்களைப் பராமரிக்காமல் விடுதலை என்கிற நற்கனியைப் பெற இயலாது.

ஒழுக்கத் தூய்மை நல்ல வாழ்க்கை நெறிமுறைகளைப் போற்றி வளர்த்துப் பெருக்கும் பயிற்சியில் அடங்கியுள்ளது. அடிப்படையில் கீழ்க்காணும் நான்குவகையான மன அடக் கங்களும் பண்புகளும் இங்கு ஊக்கி வளர்க்கப்படுகின்றன:

1. நற்சொல், நற்செயல் ஆகிய வாழ்க்கை நெறிமுறைகள் உயிரினும் மேலானதாகப் போற்றிக் காப்பாற்றப்படு கின்றன.
2. மனத்தில் களங்கங்கள் எழும் வாய்ப்பைக் கொடா வண்ணம் ஆறு புலன் வாயில்களையும் விழிப்புணர் வுடன் காத்தல்.
3. நற்தொழிலில் ஈடுபடுதல். உயிர்களுக்கு ஊறுவிளை விக்கும் தொழில்களான இறைச்சி வணிகம் (அல்லது உயிர்களை இறைச்சிக்காக வளர்த்துக் கொல்லல்), அடிமை வணிகம், ஆயுத வணிகம், போதைப் பொருள் வணிகம், நச்சு வணிகம் ஆகியவற்றைத் தவிர்த்து விலக்குதல்.
4. நன்றாக விவேகத்துடன் ஆராய்ந்து சிந்தித்து வாழ்க்கைக் குத் தேவையானவற்றைத் தேர்ந்தெடுத்தல். தேவையான வற்றை மட்டும் அளவோடு உபயோகித்து சிக்கனமாகப் போதுமென்ற திருப்தி கொண்ட மனத்தோடு எளிமை யான வாழ்க்கை வாழ்தல்.

ஆண் துறவிகளும் பெண் துறவிகளும் புத்தர் பிரான் அவர்களுக்கென வகுத்து வழங்கியுள்ள *பாதிமொக்க* விதிகளில் கூறப்பட்டுள்ள வாழ்க்கை நெறிமுறைகளையும் கட்டுத்திட்டங் களையும் தவறாது அனுசரிக்க விரதம் மேற்கொண்டவர்க ளாவர். புதிதாகப் பௌத்த சங்கத்தில் சேர்ந்த இளம் துறவிகள் பத்து விரதங்களை ஏற்கிறார்கள். தம்ம நெறியில் செல்ல

விரும்பும் ஒவ்வொரு சாதாரண மனிதரும் குறைந்தது ஐந்து விரதங்களை ஏற்க வேண்டும். அந்த விரதங்களாவன:

1. உயிர்களுக்கு ஊறு செய்யாமை. எல்லா உயிரும் தன் உயிர் என மதித்து அனைத்து உயிர்களையும் போற்றி அன்புடன் நேசித்தல். ஒவ்வொரு உயிரின் உரிமையையும் போற்றி மதிப்பதாகும் இது.

2. பிறர் பொருள் நாடாமை. மற்றவர்களுக்குச் சொந்தமானவற்றை அவர்களது உடன்பாடு இல்லாமல் தீண்டாமை. ஒவ்வொருவருக்கும் அவர்தம் சொத்தின்மேல் உள்ள உரிமையைப் போற்றி மதிப்பதாகும் இது. இல்லாமல் மற்றவர் அவதியுறும்போது நம்மிடம் உள்ளவற்றை உளமார அவர்களுடன் பகிர்ந்துகொள்ளுதலும் (அதாவது ஈகையும்) இதில் அடங்கும்.

3. தவறான காம நடத்தையைத் தவிர்த்தல். சமூக ஒழுங்கைக் காக்கும் வரைமுறைகளின் எல்லைகளைத் தாண்டிக் காம இன்பங்களை நாடாமை. இது உறவுகளின் புனிதத்தைப் போற்றி மதிப்பதாகும். இவையனைத்தும் புலனின்பங்களைக் கட்டுப்படுத்துவதில் அடங்கும்.

4. உண்மையைப் போற்றி மதிப்பது. அதாவது, உண்மையையே பேசுவது (வாய்மை), ஏமாற்று வார்த்தை பேசாமை, மற்றும் அவதூறு பேசுதல், புறங்கூறுதல், கடுஞ்சொல் அல்லது பிறரைப் புண்படுத்தும் சொல், பிறருக்குத் தீங்கு விளைவிக்கும் சொல் ஆகியவற்றைத் தவிர்த்தல் யாவும் இதில் அடங்கும்.

5. மதியை மயக்கிப் பிழை செய்யத் தூண்டும் மது மற்றும் போதைப் பொருள்களையும் மருந்துகளையும் தவிர்த்து விலக்குதல். மனநலத்தையும் மனத்தெளிவையும் போற்றி வளர்ப்பதாகும் இது.

தம்ம நெறியில் மிக்க ஈடுபாடுகொண்டவர்கள் மேலும் மூன்று விரதங்களை ஏற்றுக் கடைப்பிடிக்க உறுதிகொள்கின்றார்கள்:

6. உடல் அலங்காரங்களையும் வாசனைத் திரவியங்களையும் தவிர்த்தல்.

7. பஞ்சு மெத்தைகளில் உறங்குவதைத் தவிர்த்தல்.

8. இரவு உணவு கொள்வதைத் தவிர்த்தல்.

ஒவ்வொருமுறை தியானம் தொடங்கும்போதும், முதலில் இந்த விரதங்கள் நினைவுகூரப்பட்டு அவற்றைக் கடைப்பிடிக்கும் உறுதி வலுப்படுத்தப்படுகிறது. இது பௌத்த தியானத்தில் முதற்கண் மேற்கொள்ள வேண்டிய முக்கிய அம்சமாகும்.

அடுத்து மனத்தூய்மையைப் பண்படுத்தும் நற்சமாதி அல்லது அமைதித் தியானத்தைப் பற்றிப் பார்ப்போம்.

அத்தியாயம் 5

மனத் தூய்மை [*சித்த விசுத்தி*] – அமைதித் தியானம்

ஒழுக்கத் தூய்மையில் வளர்க்கப்படுகின்ற, உடல் மற்றும் வாக்கால் செய்யப்படும் செயல்களின் தூய்மை மன அடக்கத்திற்கு வழிவகுக்கிறது. மனத் தூய்மை, தூய்மைப் பாதையில் இரண்டாம் நிலை அல்லது இரண்டாம் மைல் கல் ஆகும். மனத்தை அலைக்கழிக்கும் ஆசைகள் மற்றும் தீய எண்ணங்கள் இங்கு அடக்கி ஒடுக்கப்பட்டு, ஒரு மகிழ்ச்சி அல்லது அமைதித் தளத்தில் மனம் உயர்த்தி நிலைநிறுத்தப்படுகிறது. இதன் உச்சக் கட்டமே ஆழ்நிலைச் சமாதியாகும். இது பௌத்தத்தில், நாம் முன்னரே குறிப்பிட்டபடி, அமைதித் தியானம் என்றழைக்கப்படுகிறது. புத்தர் காட்டிய உன்னத எட்டு அங்கப் பாதைகளில் இது ஆறாம் அங்கமாக *நற்சமாதி (சம்மா சமாதி)* என்று குறிப்பிடப்படுகின்றது.

வடமொழியிலிருந்து வந்த *தியானம்* என்பது பாலிமொழியில் *ஜானம்* எனப்படுகின்றது. சொல் இலக்கணப்படி *ஜானம்* எனும் சொல் *ஜாயதி* என்னும் வினைச்சொல்லின் திரிபு ஆகும். *ஜாயதி* என்றால் “ஆழ்ந்து சிந்திப்பது அல்லது யோசனை செய்வது” என்று பொருள்படும். ஆகவே, *ஜானத்தின்* குறி, அடையாளம் “ஆழ்ந்த எண்ணம், ஆழ்ந்த சிந்தனை.” ஆழ்ந்த சிந்தனை இருவகையாகும்: (1) ஒரு பொருளைப் பற்றிய சிந்தனை அல்லது அந்தப் பொருளில் ஆழ்தல், பொருளோடு ஐக்கியமாதல். (2) நிகழ்வுகளின் அல்லது வாழ்க்கை அனுபவங்களின் உண்மைத் தன்மைகளைப் பற்றிய ஆழ்ந்த சிந்தனை. *நற்சமாதி*, அமைதித் தியானம்,

முதல் வகையைச் சேர்ந்ததாகும்; *விபஸ்ஸனா* தியானம் இரண்டாவது வகையாகும்.

ஒரு பொருளைப் பற்றிய ஆழ்ந்த சிந்தனை *சமாதிக்குக்* கொண்டுசெல்கிறது. *சமாதி* என்பது *சம் – ஆ – தா* என்னும் வினைச்சொல்லிலிருந்து வந்ததாகும். *சம் – ஆ – தா* என்றால் *குவித்தல், ஒன்று சேர்த்தல்* என்று பொருள்படும். ஒரு பொருளைப் பற்றிய ஆழ்ந்த சிந்தனை மனத்தைக் குவிக்கிறது, அத்தோடு மனத்தை இணைக்கிறது, சேர்க்கிறது; மனம் ஒருமுனைப்பட்டுச் சமாதிக்குச் செல்கிறது. ஆகவே, சமாதி என்பது மனம் ஒருமுனைப்பட்டுக் குவிதலையும் அத்தோடு அது பெறும் அமைதியையும் குறிக்கின்றது. சிதறி ஓடும் மனத்தைக் கட்டுப்படுத்தி, ஒருமுனைப்பட்ட, எண்ண அலைகள் எதுவுமற்ற, பூரண அமைதியான சமநிலைக்குக் கொண்டுவருவதே சமாதிப் பயிற்சியாகும்.

ஜானத்தில் (அதாவது தியானத்தில்) மனம் ஒரு பொருளில் பதியும்போது, அதையே ஆழ்ந்து சிந்திக்கும்போது, நிகழ்பவை இரண்டு:

1. மனத்தைக் கலக்கும் ஆசைகளும் களங்கங்களும் புறக்கணிக்கப்பட்டு ஒதுக்கப்படுகின்றன, படிப்படியாக அடக்கி வைக்கப்பட்டு மறைகின்றன. பௌத்தத்தில் இவை ஐந்து தடைகளாக, இடையூறுகளாக, *நீவரணங்கள்* என்று பாலி மொழியில் குறிப்பிடப்பட்டுள்ளன. அந்த ஐந்து இடையூறுகளாவன:

- காமம் மற்றும் புலனின்ப ஆசைகள் *(காமச்சந்த)*
- வெறுப்பு, தீய எண்ணம் *(வ்யாபாத)*
- சோம்பேறித்தனம், மந்தத்தனம் *(தீனமித்த)*
- கவலைகள், பரபரப்பு, பதற்றம் *(உத்தச்சகுக்குச்ச)*
- குழப்பம் ஐயங்கள் *(விசிகிச்சா)*

பஞ்ச நீவரணங்கள் எனப்படும் இவை அடக்கி வைக்கப் படுகின்றன.

2. *ஜானத்தின்* அங்கங்கள் எனப்படும் ஐந்து மேம்பட்ட குணங்கள் (தன்மைகள்) எழுப்பப்பட்டு வளர்கின்றன. *ஜானத்தின்* இந்த ஐந்து அங்கங்களாவன:

- முதல் நிலை எண்ணம் *(விதக்கம்)*. அலைபாய்ந்து கலங்கும் மனத்தை இழுத்துத் தியானப் பொருளுக்கு இட்டுச்செல்லும் எண்ணம் *விதக்கம்* எனப்படுகிறது. இதுவே *ஜானத்தின்* முதல் அங்கம்.

- தொடர்ந்து பதியவைக்கும் எண்ணம் *(விசாரம்)*. தியானப் பொருளில் மனத்தை அழுத்திப் பதியவைத்து அதை உற்று நோக்கும் முயற்சி *விசாரம்* என்றழைக்கப்படுகிறது.
- உடல் பரவசம் / சுகம் *(பீதி)*
- மனத்தில் மகிழ்ச்சி, அமைதி, சாந்தம் *(பஸ்ஸத்தி)*
- மனம் ஒருமுனைப்படுதல் *(ஆழ்நிலைச் சமாதி)*.

ஜானத்தில் எழும் இந்த ஐந்து அங்கங்களும் *பஞ்ச நீவரணங்களை* அடக்கிவிடுகின்றன அல்லது விலக்குகின்றன.

விதக்கம் சோம்பேறித்தனம் / மந்தத்தனத்தை விலக்குகின்றது.

விசாரம் குழப்பம் (ஐயங்களை) விலக்குகின்றது.

பீதி (உடல் பரவசம்) வெறுப்பு மற்றும் தீய எண்ணத்தை விலக்குகின்றது.

பஸ்ஸத்தி (மகிழ்ச்சி / அமைதி) கவலைகளை, பதற்றத்தை விலக்குகிறது.

சமாதி காமம் மற்றும் புலனின்ப ஆசைகளை விலக்குகிறது.

சுருங்கச் சொன்னால், சமாதிக்கு இட்டுச்செல்லும் தியானம் என்பதே மேற்சொன்ன ஐந்து குணங்களையும் (அதாவது அங்கங்களையும்) வளர்த்துப் பெருக்கித் தீவிர மாக்குவதுதான். இந்தக் குணங்களின் எழுச்சியையும் சேர்க்கையையும் பொருத்து தியானத்தின் வெவ்வேறு படி நிலைகள் அமைகின்றன.

தியானப் பயிற்சியின் தொடக்கம், ஆமை தன் அங்கங் களை உள்ளிழுத்து மேல்கூட்டில் அடக்கிக்கொள்வதுபோல, ஐம்புலன்களையும் மனத்தையும் வெளிப் பொருள்களிலிருந்தும் இன்பநுகர்வுகளிலிருந்தும் தீய எண்ணங்களிலிருந்தும், இடையூறான மன நிலைகளிலிருந்தும் விலக்கித் தியானப் பொருளில் பதிப்பதில்தான் ஆரம்பமாகிறது.

நாம் இங்குத் தியானப் பொருளாக எடுத்துக்கொள்வது நமது மூச்சுக் காற்றையே.

(அ) மூச்சை உற்றுநோக்கும் பயிற்சி *(ஆனாபானாசதி)*

ஆனா என்றால் உள்வாங்கும் மூச்சு, *பானா* என்றால் வெளிவிடும் மூச்சு. *சதி* என்பது விழிப்புணர்வுடன் கவனமாக உற்றுப் பார்த்தல். ஆகவே *ஆனாபானாசதி* என்பது உள் மூச்சையும் வெளி மூச்சையும் கவனமாக உற்றுப் பார்ப்பதாகும்.

இந்த மூச்சுக்காற்று எப்பொழுதும் எக்கணமும் நம் உயிர் உள்ளவரை நம்மோடு இருக்கிறது. இந்த மூச்சுக்காற்றில்லாமல் எந்த உயிரும் வாழ இயலாது. இந்தப் பிரபஞ்சத்தையும் அனைத்துப் பொருள்களையும் ஆக்கும் மூலப்பொருள்களில் (மண், நீர், நெருப்பு, காற்று ஆகியவற்றில்) இதுவே மிக நுண்ணியமானது. உடலையும் உயிரோடுகூடிய மனத்தையும் இணைக்கும் பாலமாக இருக்கிறது இந்த மூச்சுக்காற்று. உடலுள் நிகழ்ந்துகொண்டேயிருக்கும் உயிரோட்டத்திற்கு ஆதாரமான உணவுச் செரிமானம், இரத்த ஓட்டம் போன்ற மற்ற இயற்கைச் செயல்பாடுகளைப் போலவே மூச்சும் பொதுவாக நம் வெளிமனத்தின் உணர்வுக்கு வராமல், உள்மனத்தின் ஆட்சிக்கு அடங்கியிருக்கிறது. ஆனால், இது ஒன்றுதான் சில சமயம் வெளிமனத்தின் உணர்வுக்கும் மேற்பார்வைக்கும் கட்டுப்பாட்டிற்கும் வரக்கூடியது. அதாவது இது ஒன்றுதான் வெளிமனம், உள்மனம் இரண்டையும் இணைக்கின்றது. இதன் மூலமே நாம் உள்மனத்திற்கு ஊடுருவிச் சென்று அதை அடையாளம் காண இயலும்.

எப்போதும் நம்முடனேயே இருக்கும், ஆனால் சாதாரணமாக நாம் கவனிக்கத் தவறும், மூச்சுக் காற்றையே தியானப் பொருளாக எடுத்துக்கொண்டு உற்று நோக்குவோமாக!

மனத்தின் முழுக்கவனத்தையும், பூரண விழிப்புணர்வோடு உள்வாங்கும் மூச்சு – வெளிவிடும் மூச்சு இவற்றிலேயே நிலைநாட்டுங்கள். மனத்தின் கவனத்துக்கும் உணர்வுக்கும் வராமல் ஒரு மூச்சுக்கூட உள்ளே போகக் கூடாது, வெளியேறக் கூடாது. அரண்மனைச்சேவகன் உள்ளே செல்வோர், வெளியேறுபவர் ஒவ்வொருவரையும் கண்காணித்துக்கொண்டேயிருப்பதுபோல, நீங்களும் உள்வாங்கும் மூச்சு – வெளிவிடும் மூச்சு ஒவ்வொன்றையும் உற்றுப் பார்த்திருங்கள். ஒவ்வொரு முறை மனம் புறப்பொருள்களை நாடிச்செல்ல முயல்கின்றபோது அல்லது மற்ற எண்ணங்களோ மனக்கிளர்ச்சிகளோ எழுகின்றபோது, மனத்தில் அதைக் குறித்துக்கொண்டு, உடனே மனதைத் திரும்ப இழுத்து மூச்சின் மேல் பதியவையுங்கள். மனத்துள் எது நிகழ்ந்தாலும் அதைப் பற்றிய தெளிவான விழிப்புணர்வு எப்போதும் இருக்க வேண்டும், அதை மனத்தில் குறித்துக்கொள்ள வேண்டும்.

முதலில் உங்கள் மூச்சு விரைவாகவும் ஆழமில்லாததாகவும் இருக்கலாம். மூச்சு எப்படியிருந்தாலும் விருப்போ அல்லது வெறுப்போ கொள்ளாமல் அதை உற்று நோக்கியிருங்கள். இங்குப் பயிற்சி *பிராணாயாமத்தில்* செய்வதுபோல மூச்சை எந்தவிதத்திலும் அடக்குவதோ கட்டுப்படுத்துவதோ

நிறுத்துவதோ அல்ல. மூச்சை இயற்கையாக அதன் இயல்பில் செயல்படுமாறு விட்டு, "இங்கு நான் அல்லது செய்பவர் என்று யாரும் இல்லை" என்று மனம் தனித்து நின்று பார்த்துக் கொண்டேயிருக்க வேண்டும். நீங்கள் செய்ய வேண்டிய தெல்லாம் "வெறும் கவனமாகப் பார்ப்பது" மட்டுமே. உடல் மற்றும் மன இறுக்கங்களும் கட்டுகளும் தளர்ந்த உணர்வு உருவாக உருவாக, மூச்சு சீர்படும், மனம் அமைதி பெறும்.

பயிற்சியின்போது நீங்கள் காணும் மூச்சு நான்கு வகை களில் இயங்கக்கூடும்:

1. ஓசையுடன் கூடியதாக இருக்கும் மூச்சு.
2. பெருமூச்சு அல்லது திணறும் மூச்சு. இது ஓசையற்றதாக இருக்கும், ஆனால், கொஞ்சம் தடைப்பட்டு இயங்குவதாக இருக்கும். தேவையான அளவு மூச்சு உள்வாங்காதது போன்ற உணர்வு தோன்றும்.
3. முற்றிலும் பண்படாத மூச்சு. இது ஓசையற்றதாகவும் தடையேதும் அற்றதாகவும் இருக்கும். ஆனால், இது முழுதும் அமைதியில் ஆழாத மூச்சு.
4. அமைதி மூச்சு. இது ஓசையோ தடையோ ஏதுமின்றிச் சுலபமானதாகவும் மென்மையானதாகவும் இருக்கும். சுகமான அமைதியான உணர்வில் உங்களை நிலை நிறுத்தும். மூச்சுவிடும் உணர்வுகூட மறைந்த நிலையாகும் இது.

இந்த நான்காம் வகை மூச்சுத்தான் எண்ண அலைகளைத் தணித்து மனத்தை அமைதியான சமநிலையில் உறுதியாக நிறுத்துகிறது. தொடர்ந்து பயிற்சியில் பழகப்பழக, மூச்சையும் மனத்தையும் இந்நிலைக்குக் கொண்டுவர ஒரு சில நிமிடங் களேயாகும்.

ஆரம்பப் பயிற்சி: செயல்முறை மந்திரம்

➢ உள்வாங்கும் மூச்சு – வெளிவிடும் மூச்சு ஒவ்வொன்றை யும் தெளிவான விழிப்புணர்வோடு உற்று நோக்குங்கள்.

முதற்படி நிலை : மூச்சின் தன்மையை உற்றுநோக்கி உணர்தல்

➢ உள்வாங்கும் மூச்சு நீண்டதாக இருந்தால், அதைத் தெளிவாக அறிந்து உணருங்கள்: "நான் இப்போது உள் வாங்கும் மூச்சு நீண்டதாக இருக்கிறது."

அல்லது

உள்வாங்கும் மூச்சு குறுகியதாக இருந்தால், அதைத் தெளிவாக அறிந்து உணருங்கள்: "நான் இப்போது உள்வாங்கும் மூச்சு குறுகியதாக இருக்கிறது."

- வெளிவிடும் மூச்சு நீண்டதாக இருந்தால், அதைத் தெளிவாக அறிந்து உணருங்கள்: "நான் இப்போது வெளிவிடும் மூச்சு நீண்டதாக இருக்கிறது."

  அல்லது

  வெளிவிடும் மூச்சு குறுகியதாக இருந்தால், அதைத் தெளிவாக அறிந்து உணருங்கள்: "நான் இப்போது வெளிவிடும் மூச்சு குறுகியதாக இருக்கிறது."

- உள்வாங்கும் மூச்சு சூடாக இருந்தால், அதை அறிந்து உணருங்கள்: "நான் இப்போது உள்வாங்கும் மூச்சு சூடாக இருக்கிறது."

  அல்லது

  உள்வாங்கும மூச்சு குளிர்ச்சியாக இருந்தால், அதை அறிந்து உணருங்கள்: "நான் இப்போது உள்வாங்கும் மூச்சு குளிர்ச்சியாக இருக்கிறது."

- வெளிவிடும் மூச்சு சூடாக இருந்தால், அறிந்து உணருங்கள்: "நான் இப்போது வெளிவிடும் மூச்சு சூடாக இருக்கிறது."

  அல்லது

  வெளிவிடும் மூச்சு குளிர்ச்சியாக இருந்தால், அதை அறிந்து உணருங்கள்: "நான் இப்போது வெளிவிடும் மூச்சு குளிர்ச்சியாக இருக்கிறது."

இவ்வாறு, ஒவ்வொரு உள்மூச்சு – ஒவ்வொரு வெளிமூச்சு ஒவ்வொன்றின் தன்மையையும் அதன் வேறுபாட்டையும் உணர்ந்து அறியுங்கள்.

இரண்டாம் படிநிலை: மூச்சோடு முழு உடம்பையும் உணர்தல்

இப்போது, ஒவ்வொரு உள்வாங்கும் மூச்சோடும், வெளிவிடும் மூச்சோடும் உடல் முழுதும் உணர்ந்து அறியப்படுகிறது. அதாவது, மூச்சோடு இங்கு உடலின் உணர்வும் இணைந்து அறியப்படுகிறது.

"உடல் முழுவதையும் மனத்தால் உணர்ந்தவனாய், நான் இப்போது மூச்சை உள்வாங்குகின்றேன்."

"உடல் முழுவதையும் மனத்தால் உணர்ந்தவனாய், நான் இப்போது மூச்சை வெளிவிடுகின்றேன்."

மூன்றாம் படிநிலை : மூச்சோடு உடல் தளர்ந்து அமைதி யுறுவதை உணர்தல்

மேற்சொன்னபடி உடல் முழுவதையும் மனத்தால் உணர்ந்து, ஒவ்வொரு உள்மூச்சையும் வெளிமூச்சையும் உற்று நோக்கி இருக்கும்போது, உடலில் உணரப்படும் முடிச்சுகளும் கட்டுகளும் அவிழ்ந்து இறுக்கங்கள் தளர்ந்துகொண்டே வரும், உடல் அமைதியுறும். உடல் மேலும் மேலும் தளர்வதை யும் மேலும் மேலும் அமைதியுறுவதையும் உணர்ந்து அனுபவி யுங்கள்.

"உடல் முழுதும் தளர்ந்து அமைதியுறுவதை உணர்ந்தவ னாய், நான் இப்போது மூச்சு உள்வாங்குகின்றேன்."

"உடல் முழுதும் தளர்ந்து அமைதியுறுவதை உணர்ந்தவனாய், நான் இப்போது மூச்சு வெளிவிடுகின்றேன்."

இதைத் திரும்பத் திரும்ப மனத்தில் சொல்லிக்கொண்டே உணர்வை அனுபவித்தவராய் அமைதியில் திளைக்கலாம்.

நான்காம் படிநிலை: மூச்சோடு உடலில் ஊடுருவி ஓடும் நுண்சக்தியையும் உணர்தல்

மூச்சை உள்வாங்கும்போதும் அதை வெளிவிடும்போதும் மென்மையான நுண்சக்தியின் அலைவீச்சு உடலின் உள்ளே யும் வெளிப்புறமும் உணரப்படும். இந்த உணர்ச்சியையும் அனுபவித்து உணர்ந்தவராய் மூச்சோடு இணைத்து உற்றுப் பாருங்கள்.

➤ "நுண்சக்தியின் மென்மையான அலைவீச்சும் அமைதி யான சுகமான உணர்வும் உடலின் உள்ளே ஊடுருவிப் பாய்வதை உணர்ந்தவனாய், நான் இப்போது உள்மூச்சு வாங்கு கின்றேன் (வெளிமூச்சு விடுகின்றேன்)."

அல்லது

➤ "நுண்சக்தியின் மென்மையான அலைவீச்சும் அமைதி யான சுகமான உணர்வும் உடலின் வெளிப்புறத்தில் பாய்வதை உணர்ந்தவனாய், நான் இப்போது உள்மூச்சு வாங்குகின்றேன் (வெளிமூச்சு விடுகின்றேன்)."

அல்லது

➤ "நுண்சக்தியின் மென்மையான அலைவீச்சும் அமைதி யான சுகமான உணர்வும் உடலின் உட்புறத்திலும் வெளிப் புறத்திலும் (இரண்டு புறங்களிலும்) பாய்வதை உணர்ந்தவனாய், நான் இப்போது உள்மூச்சு வாங்குகின்றேன் (வெளிமூச்சு விடுகின்றேன்)."

இவ்வாறு, உடல் மேலும் மேலும் தளர்ந்து ஓய்வை அனுபவிக்க, மனம் மேலும் மேலும் அமைதியுறுகிறது. மூச்சு மேலும் மேலும் மெல்லியதாகவும் மிருதுவானதாகவும் மென்மையானதாகவும் ஆகிறது. மூச்சுக்காற்று உடல் முழுதும் பரவி உடல் முழுதும் சுவாசிப்பது போன்ற அனுபவம் உண்டாகும். உடல் பஞ்சுப்பொதிபோல இலேசானதாக ஆகும்.

இப்பயிற்சியை வழக்கமான ஒன்றாக மேற்கொள்ளாதவர்களும் அவ்வப்போது சிறிது நேரம் செய்தாலுங்கூட, இது உடலுக்கும் மனத்துக்கும் உற்சாகத்தையும் நல்ல சுக உணர்வையும் மகிழ்ச்சியையும் அமைதியையும் கொடுத்துப் பண்பட்ட வாழ்க்கைக்கு அடிகோலுவதாக அமையும். இதை வழக்கமான ஒரு பயிற்சியாக ஏற்றுச் செய்துவந்தால், கவனச் சக்தியும் மகிழ்ச்சிகரமான உணர்வுகளும் மனத்தில் பெருகி வளர்ந்து வாழ்வே புதிதாக மாறும். மகிழ்ச்சி நிறைந்து மனம் அமைதியில் உறைவதால், பேச்சிலும் செயலிலும் நிதானம் பெருகும். உணர்ச்சிவசப்பட்டு முன்யோசனையின்றி முரட்டுத்தனமாகவும் அவசரகதியாகவும் செய்யப்படும் காரியங்கள் குறையும். நீண்ட கடினமான வேலையைத் தொடங்குவது, முக்கியத் தீர்மானங்களை முடிவுசெய்ய வேண்டியது, பொதுக்கூட்டங்கள் அல்லது தொழில் சம்பந்தமான கூட்டங்களில் பேச வேண்டியது, திருப்தி செய்ய முடியாத வாடிக்கையாளர்களைச் சமாளிக்க வேண்டியிருப்பது ஆகிய இப்படி எந்தவொரு முக்கியமான செயலையும் மேற்கொள்ளத் தொடங்கும் முன்னர், ஒரு சில நிமிடங்கள் மூச்சுக்காற்றை உற்றுப் பார்த்திருந்து, புத்துணர்ச்சியையும் மனத்தெளிவையும் பெருக்கிக்கொள்வது மிகுந்த பலனையும் நன்மையையும் தரும்.

இவ்வாறு, மூச்சை உற்று நோக்கும் பயிற்சியானது உடல் மற்றும் மன நலங்களை வளர்ப்பது மட்டுமல்லாமல், தொழில் துறையிலும் சமூகத்தோடு கொண்ட உறவுகளிலும் வெற்றிக்கு அடித்தளமாகவும் அமையும்.

தியானத்திலிருந்து வெளிவருதல்

தியானத்திலிருந்து வெளிவர விரும்பினால், திடீரெனக் கண்களை விழித்துத் தியானத்தை முடிக்கலாகாது. அப்படித் திடீரெனக் கண்களை விழித்து எழுவது சிலருக்குத் தலைச் சுற்றையும் ஒருவகை மயக்கத்தையும் தலைவலியையும் உண்டாக்கக்கூடும். ஆகவே இதைத் தவிர்க்க வேண்டும்.

வெளிவரும் முன்னர், "நான் இப்போது தியானத்தை முடித்து வெளிவரப்போகிறேன்", "வெளிவரப்போகிறேன்" என்று ஐந்து முறை மனத்தில் கூறிக்கொண்டு, மெதுவாகக்

கண்களைத் திறக்க வேண்டும். கண்களைத் திறந்து சுமார் இரண்டு நிமிடங்கள் கீழே தெரியும் வலது உள்ளங்கையைப் பார்த்திருக்க வேண்டும். மீண்டும் கண்களை மூடிச் சற்று நேரமிருந்து ஆழ்ந்த கவனத்தோடு பின்னர் திறக்க வேண்டும். தியானத்திலிருந்து மெதுவாக நிதானமாக வெளிவாருங்கள்.

தியானத்திலிருந்து வெளிவந்த பின்னர், வாயைத் திறந்து வயிற்றை அழுத்தி உள்ளிருக்கும் காற்றை வெளியேற்றுங்கள். அப்படிச் செய்யும்போது உள்ளிருந்து எல்லா மோசமான காற்றும் சக்திகளும் வெளியேறுவதை மனக்கண்ணால் நினைத்துப் பார்த்துக்கொள்ளுங்கள். தலை, கழுத்து, தோள் பட்டைகள், கைகள், விரல்கள், முதுகு ஆகியவற்றை இரண்டு மூன்றுமுறை அப்படியும் இப்படியும் வளைத்துச் சுற்றி முறித்துக் கொள்ளுங்கள். கால் பாதங்களை அழுத்தி விரல்களைச் சொடுக்கிவிட்டுக்கொள்ளுங்கள். உடல் மேல்பாகத்தை முன்னும் பின்னும் இரண்டுமுறை மெதுவாக வளையுங்கள். வாயைத் திறந்து காற்றை வெளியேற்றியும் நாசி வழியாகக் காற்றை உள்ளிழுத்தும் மூன்றுமுறை சுவாசித்துக்கொண்டே தொடைகளையும் கால்களையும் பாதங்களையும் அழுத்திப் பிடித்து இறுக்கங்களைத் தளர்த்துங்கள்.

மேற்கண்டவாறு செய்த பின்னர், கைகளால் மேலுடம் பைத் தேய்த்துவிடுங்கள். அடுத்து இரண்டு உள்ளங்கைகளையும் தேய்த்து ராசி, அவற்றைக் கண்களின்மேல் சிறிதுநேரம் குவித்துவையுங்கள். பிறகு ஆசனத்திலிருந்து எழுந்து சிறிது நடைபயிலலாம்.

(ஆ) பயிற்சியை மேலும் பண்படுத்தல்: செயல்முறை மந்திரங்கள்

நாம் முன்னரே குறிப்பிட்டுள்ளதுபோல, தியானம் என்பது *விதக்கம்* (முதல்நிலை எண்ணம்), *விசாரம்* (தொடர்ந்து பதியவைக்கும் எண்ணம்), உடல் பரவசம், மனமகிழ்ச்சி அல்லது அமைதி, ஒருமுனைப்பாடு ஆகிய ஐந்து குணங்களை வளர்த்துப் பெருக்கி மனத்தை உயர்நிலைகளுக்குக் கொண்டு செல்வதுதான். தியானமே இவற்றை வளர்த்துப் பெருக்குவதில் தான் அடங்கியுள்ளது. இந்த ஐந்து குணங்களும் தியானத்தைக் காட்டுவதால் தியானத்தின் அங்கங்கள் என்று கூறப்படுகின்றன. அவற்றுள் முதல் இரண்டும் – *விதக்கம், விசாரம்* – தியானத்தில் நாம் மேற்கொள்ள வேண்டிய முயற்சிகளைக் காட்டுகின்றன. மற்ற மூன்றும் தியானத்தின் பலன்களாக எழுகின்றன. இவை பலன்களாக உருவாகும் அங்கங்களாகும்.

உள்மூச்சு – வெளிமூச்சு ஒவ்வொன்றையும் உற்றுநோக்கும் பயிற்சியைத் தொடர்ந்து செய்வதனால் உடல் ஓய்வும்

அமைதியும் பெறுகிறது. உடல் ஓய்வு, உடல் அமைதியிலிருந்து உடல் பரவசம் பிறக்கிறது. உடல் பரவசத்திலிருந்து மன மகிழ்ச்சி பிறக்கிறது. மன மகிழ்ச்சி பேரானந்தமும் சாந்தமுமாகப் பரிணமிக்கிறது. பேரானந்தத்திலிருந்து மன ஒருமுனைப்பாடு உதிக்கின்றது, மனம் சமாதியில் நுழைகின்றது. இயற்கையின் விதிப்படி ஒவ்வொன்றும் முந்தியதைச் சார்ந்து எழுகின்றது. அனைவருக்கும் இந்தப் பரிணாம வளர்ச்சி அவ்வளவு சாதாரணமாக எளிதாக அமையாது. சிலருக்கு உடல் – மூச்சு – மனம் மூன்றையும் ஒழுங்குபடுத்துவதில் சிரமங்கள் தோன்றலாம். ஆகவே, அவர்களுக்கு மனம் எளிதில் ஒருமுனைப்பட உறுதுணையாக உதவும் வகையில் ஐந்து செய்முறை நுணுக்கங்கள் இங்குக் காட்டப்படுகின்றன. சாதகர் ஒவ்வொரு செயல்முறையையும் ஒன்றன்பின் ஒன்றாகப் பயிற்சிசெய்து சோதித்து, தமக்கு மிக உதவுவதைத் தேர்ந்துகொள்ளலாம்.

(1) மூச்சை எண்ணுதல் (கணக்கிடுதல்)

சாதாரணமாக, இயற்கையாகச் சுவாசியுங்கள். மனத்தை ஒடுக்கி அமைதிப்படுத்த, விடும் மூச்சு இப்போது எண்ணப் படுகிறது:

'மூச்சு உள்வாங்குகிறது – மூச்சு வெளியேறுகிறது: ஒன்று' *(1)*

'மூச்சு உள்வாங்குகிறது – மூச்சு வெளியேறுகிறது: இரண்டு' *(2)*

'மூச்சு உள்வாங்குகிறது – மூச்சு வெளியேறுகிறது: மூன்று' *(3)*

இப்படியாகப் பத்து *(10)* வரை எண்ணுங்கள்.

அல்லது, உள்மூச்சுகளை மட்டும் எண்ணலாம்; அல்லது வெளிமூச்சுகளை மட்டும் பத்துவரை எண்ணலாம். பத்து எண்ணி முடிந்தால் மீண்டும் ஒன்றிலிருந்து தொடங்க வேண்டும். இப்படிக் கணக்கிட்டு எண்ணுவது மனம் அலை பாய்ந்து ஓடுவதைத் தடுத்து, மனத்தை ஒருமுனைப்படுத்த மிக உதவியாயிருக்கும். ஒவ்வொரு எண்ணும் மிகத் தெளிவாகவும் பூரண உணர்வோடும் எண்ணப்பட வேண்டும். வேண்டாது எழும் எண்ணங்களை விரட்டியடிப்பது பந்தைச் சுவரில் அடிப்பதற்கு ஒப்பாகும். எவ்வளவு பலமாகவும் வேகமாகவும் அடிக்கிறோமோ அவ்வளவு பலமாகவும் வேகமாகவும் அது திரும்பி வரும். ஆகவே, வேண்டாத எண்ணங்களைக் கவனிக்காமல் உதாசீனம் செய்து, மூச்சைக் கணக்கிடுவதிலேயே

கவனத்தைப் பதியுங்கள். கணக்கிடும்போது வேண்டாத எண்ணம் தலையிட்டால் மீண்டும் ஒன்றிலிருந்து கணக்கிடுங்கள். மனம் பல்வேறு எண்ணங்களால் குலைக்கப்படுவது அதிகமாக இருப்பின் கணக்கிடுவது பின்னோக்கி இருக்கலாம், அதாவது பத்திலிருந்து ஒன்றுவரை.

படிப்படியாக, உங்கள் திறமை வளர வளர, மனம் அலைபாயாமலும், அதேசமயம் உறக்கத்தில் ஆழ்ந்துபோகாமலும், நீங்கள் நூறு மூச்சுகள்வரை கணக்கிட்டு எண்ண முடியும். அதாவது பத்துமுறை பத்துப் பத்தாக.

ஒவ்வொருமுறை மனம் கணக்கிடுவதில் தவறும்போதும், வேண்டாத எண்ணம் மனத்தைக் குலைக்கும்போதும், கணக்கிடுவதைத் திரும்ப ஒன்றிலிருந்து ஆரம்பியுங்கள்.

கணக்கிடும் அதேசமயம் மனம் உடல் முழுவதையும் உற்றுப்பார்த்து உணர்ந்திருக்கட்டும். தியானத்தில் கனியும் பழங்களான உடல் பரவசம், மகிழ்ச்சி, மன ஒருமுனைப்பாடு மூன்றும் ஒன்றன்பின் ஒன்றாக உதிக்கும். இவை எழும்போது கணக்கிடுவதை நிறுத்திவிட்டு, கவனம் முழுவதையும் அந்த உணர்வுகளின் மேலே பதித்து அவற்றோடு இணையுங்கள்.

(2) மூச்சைத் தொடர்தல் (மூச்சின் ஒவ்வொரு கணத்தையும் உற்று நோக்கிப் பார்த்திருத்தல்)

கவனம் மூச்சோட்டத்தோடேயே ஒட்டி இணைந்திருக்க வேண்டும். மூச்சின் ஒவ்வொரு கணமும் மனத்திற்குத் தெளிவாகத் தெரிந்ததாய் இருக்க வேண்டும் – மூச்சின் ஆரம்பம், இடை, முடிவு மட்டுமல்லாமல் ஒவ்வொரு கணத்தையும் மனம் மூச்சோடு ஒன்றித் தொடர்ந்து காண வேண்டும். மனம் மூச்சையே உற்றுப்பார்த்துத் தெளிந்த அறிவோடு உணர்கிறது; உணர்ந்து அதில் ஒன்றுகிறது:

- உள்வாங்கும் மூச்சை உள்வாங்கும் மூச்சு என்று உணர்கின்றது.
- வெளியேறும் மூச்சை வெளியேறும் மூச்சு என்று உணர்கின்றது.
- நீளமான மூச்சை நீளமான மூச்சு என்று உணர்கின்றது.
- குறுகிய மூச்சைக் குறுகிய மூச்சு என்று உணர்கின்றது.
- சூடான மூச்சைச் சூடான மூச்சு என்று உணர்கின்றது.
- குளிர்ச்சியான மூச்சைக் குளிர்ச்சியான மூச்சு என்று உணர்கின்றது.

- எந்த உடல் அசைவு நிகழ்ந்தாலும் அதை உணர்கின்றது.
- இறுக்கங்கள் தளர்ந்து சுகமான உணர்வும் நுண்சக்தியின் மென்மையான அலைவீச்சும் பாய்வதை உணர்ந்து அனுபவிக்கிறது:
  - உடல் முழுவதும் உட்புறம் ஊடுருவிப் பாய்வதை அனுபவிக்கிறது.
  - உடல் முழுவதும் வெளிப்புறம் பாய்வதை பரவுவதை அனுபவிக்கிறது.
  - உடல் முழுவதும் உட்புறம் வெளிப்புறம் இரண்டு புறமும் பாய்வதை/பரவுவதை அனுபவிக்கிறது.
- உடல் பரவசத்தை உணர்ந்து அனுபவிக்கிறது.
- மனம் மகிழ்ச்சிகொள்வதை உணர்ந்து அனுபவிக்கிறது.
- பேரானந்தமும் அமைதியும் பரவுவதை உணர்ந்து அனுபவிக்கிறது.
- மனம் ஒருமுனைப்பட்டுச் சமநிலையில் அடங்குவதை உணர்ந்து அனுபவிக்கிறது.

மனம் அமைதியிலும் ஒருமுனைப்பாட்டிலும் ஆழ்ந்து திளைக்கும்போது, உடல் முழுவதும் மூச்சுக் காற்றே நிரம்பி வழிந்து எல்லா வியர்வைக் கண்கள் வழியாகவும் வெளியேறு வதைப் போன்றும் உள் இழுக்கப்படுவது போன்றும் உணரப் படும். இவ்வாறு பயிற்சியில் தொடரும்போது, உடல் மேகம் போலவும் மூடுபனி போலவும் பஞ்சுப்பொதி போலவும் இலகுவாகி எல்லையற்ற வெளியில் சஞ்சரிப்பது போன்று உணர்வீர்கள். உடல் – காற்று என்னும் வேறுபாடே இல்லாமல் மறைந்துவிடும்.

பயிற்சியில் தேறத் தேற, மனக்கண்ணில் ஒரு பிரகாசச் சின்னம் தோன்றும். சாதகருக்குச் சாதகர் இந்தப் பிரகாசச் சின்னம் மாறுபடும். சிலருக்கு இது ஒரு ஒளிவட்டமாகத் தோன்றலாம். சிலருக்கு ஜொலிக்கும் நட்சத்திரமாகவோ அல்லது நட்சத்திரக் கூட்டங்களாகவோ தோன்றலாம். மற்றும் சிலருக்குக் குறிப்பிட்ட வண்ணமயமாகவோ அல்லது மேகக் கூட்டமாகவோ தோன்றலாம். இந்தப் பிரகாசச் சின்னத்தையே பற்றிக்கொண்டு தியானித்திருக்கும்போது, மனம் *அணுகும் சமாதி* நிலையை அடைகிறது. பிரகாசச் சின்னம் எழா விட்டாலும் சாதகர் அதைப் பற்றிக் கவலைப்படாமல் மூச்சுக் காற்றையும் உடலில் தோன்றும் உணர்ச்சிகளையும் உற்றுப் பார்த்திருப்பதிலேயே முழுக்கவனத்தையும் செலுத்த வேண்டும்.

(3) நாசி / நாசித் துவாரங்களின் நுனியில் மனத்தைப் பிணைத்துவைத்தல்

அங்கும் இங்கும் அலைந்து ஓடும் குரங்கைக் குரங்காட்டி ஒரு மரத்தில் அல்லது தூணில் கட்டிப் பிணைப்பதுபோல, நீங்களும் உங்கள் மனத்தை நாசியின் நுனியில் கட்டிவையுங்கள். கவனம் முழுவதும் நாசியின் நுனி மேலேயே இருக்க வேண்டும்.

மனத்தின் முழுக்கவனத்தையும் நாசி நுனியில் கட்டி வைத்து, நாசித் துவாரங்களையும் மேலுதட்டு மீசைப் பகுதியையும் மூச்சுக் காற்று தொட்டு உராய்ந்து செல்லும் அந்தத் தொடும் உணர்ச்சியையே உற்று நோக்குங்கள்; அந்தத் தொடும் உணர்ச்சியையே உணர்ந்து அனுபவித்திருங்கள். இரம்பத்தின் முன் – பின் வீச்சால் அறுபடும் மரம் அறுபடும் உணர்ச்சியையே உணர்வது போல, நீங்களும் உள்மூச்சு – வெளிமூச்சு தொட்டுச் செல்லும் அந்தத் தொடும் உணர்ச்சி யிலேயே மனத்தைப் பதித்துவைத்து அதில் ஒன்றி இணை யுங்கள். சுற்றியுள்ள எல்லாவற்றையும் மறந்து அந்த உணர்ச்சி யிலேயே ஆழ்ந்திருங்கள்.

அந்தத் தொடும் உணர்ச்சியையே அனுபவித்திருக்கும் போது, உணர்ச்சி மேலுதட்டுப் பகுதியிலிருந்து உடலின் மற்ற பகுதிகளுக்கும் மெதுவாகப் பரவிச் செல்கின்றது. நுண்ணிய இனிமையான உணர்ச்சி இப்படி உடல் முழுவதும் பரவுவதால் பரவசம் உண்டாகின்றது. பயிற்சி, தேர்ச்சிபெறத் தேர்ச்சி பெற உடல் பரவசத்திலிருந்து மனமகிழ்ச்சி, மனமகிழ்ச்சியி லிருந்து பேரானந்தம், பேரானந்தத்திலிருந்து சமநிலைகொண்ட ஒருமுனைப்பாடு என்று தியானத்தின் அங்கங்கள் வளர்கின்றன.

(4) மார்போடு மனத்தைப் பிணைத்துவைத்தல்

உள்மூச்சு வாங்கும்போதும் வெளிமூச்சு விடும்போதும் மார்பு இலேசாக விரிவதையும் சுருங்குவதையுமே உற்றுப்பார்த் திருப்பதில் மனத்தைப் பிணைத்துவைத்தல் இன்னுமொரு வழியாகும்.

மூச்சுக் காற்றோடு சேர்ந்து மார்பின் உள்ளே நுண்மை யான சக்தி அலைகள் பாய்வதையும் வீழ்வதையும் உணர்ந்து பார்த்து அவற்றிலேயே இலயித்திருக்க வேண்டும். அவ்வாறு இலயித்திருக்கும்போது பரவச உணர்ச்சியை அனுபவிப்பீர்கள்.

மார்பின் மற்றும் உடலின் திடத்தன்மை கரைந்து மறைந்து உடல் முழுதும் காற்றே உணரப்படும், பரவச உணர்ச்சி மேலோங்கும். இவ்வாறே தொடர்ந்து பயிற்சியில் ஈடுபடும் போது மனமகிழ்ச்சி, பேரானந்தம், அமைதி

ஆகியவை எழும்; மனம் ஒருமுகப்பட்டுக் குவிந்து சமாதி நிலைக்குச் செல்லும்.

(5) நாபிக் கமலத்தில் மனத்தைப் பிணைத்துவைத்தல்

மனக்குரங்கை, நாசி நுனிக்குப் பதிலாக, நாபிக் கமலத்திலும் கட்டிவைக்கலாம். மூச்சு உள்வாங்கும்போதும் வெளிவிடும்போதும் மனத்தின் முழுக்கவனமும் நாபிக் கமலத்தின் மேல் பதிந்திருக்க வேண்டும்.

மூச்சு உள்வாங்கும்போது, நாபிக்கமலம் முன்னுக்கு வருகிறது: அப்படி முன்வருகிறபோது அதை விழிப்புணர்வோடு கவனியுங்கள்.

மூச்சு வெளியேறும்போது, நாபிக் கமலம் பின்செல்கிறது: அப்படிப் பின்செல்வதை இப்போது விழிப்புணர்வோடு பாருங்கள்.

இவ்வாறு மூச்சோடு இணைந்து நாபிக் கமலம் முன்வருவதையும் பின்செல்வதையுமே உற்றுநோக்கிப் பார்த்திருங்கள். மெதுவாக நாபிக் கமலம் பின்வந்து வயிறு தாழ்வுறும்போது, நாபிக் கமலத்தை மையமாகக் கொண்டு வயிற்றுள் உணர்ச்சி வட்டம் உருவாகும். அதே மாதிரி முன்வரும்போதும் உணர்ச்சி வட்டம் உருவாவது தெரியும். அந்த உணர்ச்சியையே அனுபவித்து உணர்ந்து அதில் இலயிக்கும்போது, அந்த வட்டம் பரந்து விரியும். நாபிக் கமலத்திலிருந்து வயிற்றுக்கு மேற்புறம், மார்பு, கைகள், தலை மற்றும் வயிற்றுக்குக் கீழ்ப்புறம், தொடைகள், கால்கள், பாதங்கள் என்று உணர்ச்சி பரவுவதை உணரலாம். நாபிக் கமலத்தையே உற்றுப்பார்த்துக்கொண்டு அப்படிப் பரவும் உணர்ச்சியை அனுபவித்து உணர்ந்து அதில் திளையுங்கள்.

பயிற்சி தொடரத் தொடர, இந்த உடல் பரவச உணர்ச்சியிலிருந்து மனமகிழ்ச்சி அல்லது அமைதி, மனமகிழ்ச்சி (அமைதி)யிலிருந்து பேரானந்தம், பேரானந்தத்திலிருந்து சமநிலைகண்ட ஒருமுனைப்பாடு என்று தியானத்தின் அங்கங்கள் வளர்கின்றன. அவை வளர்ந்து அவற்றின் சக்தி அதிகரிக்கும்போது, தீய எண்ணங்களும் தியானத்திற்கு இடையூறுகளான ஐந்து நீவரணங்களும் எழாவண்ணம் அடக்கப்படுகின்றன. மனம் அமைதியுற்று "அணுகும் சமாதி" நிலையையடைகிறது. அடுத்து, "இந்த அணுகும் சமாதி"யிலிருந்து மனம் "ஆழ்நிலைச் சமாதி"யில் அடியெடுத்துவைக்கிறது.

ஆழ்நிலைச் சமாதியில் நுழையும் யோகி மேலும் மேலும் தியானப் பயிற்சியில் தேர்ச்சி பெற்று படிப்படியாக வெவ்வேறு

உயர் நிலைகளை அல்லது தியானத் தளங்களை அடைகிறார். ஒவ்வொரு தியானத் தளமும் யோகி அடையும் ஒரு பேரின்ப நிலையாக, ஒரு சுவர்க்க உலகமாகக் கருதப்படுகின்றது.

பௌத்த தியானத்தில் ஆழ்நிலைச் சமாதி ஒன்பது தளங்களைக் கொண்டதாகக் காட்டப்படுகின்றது. அந்த ஒன்பது தளங்களாவன:

- நான்கு *ரூப ஜானங்கள்* (உருவத் தியானத் தளங்கள்)
- நான்கு *அரூப ஜானங்கள்* (அருவத் தியானத் தளங்கள்)
- *நிரோத சமாபத்தி* (அனைத்தையும் ஒடுக்கிய அருநிலைச் சமாதித்தளம்).

இவற்றில் முதல் நான்கு நிலைகளிலும், உருவமுள்ள ஒரு பொருளே தியானத்திற்கு எடுத்துக்கொள்ளப்படுவதால், அவை *ரூப ஜானங்கள்* என்று கூறப்படுகின்றன.

(இ) நான்கு ரூப ஜானங்கள் (உருவத் தியானத்தளங்கள்)

நாம் இதுவரை எடுத்துக்கொண்ட மூச்சுக் காற்றே தியானப் பொருளாக இங்கும் தொடர்கின்றது.

முதல் ரூப ஜானம் (முதல் உருவத் தியானத்தளம்)

இந்த முதல் ஆழ்நிலைச் சமாதியில், தியானத்தின் அங்கங்களாகக் கூறப்பட்ட ஐந்தும் இருக்கும். தியானத்தில் கனியும் பழங்களான உடல் பரவசம், மன மகிழ்ச்சி அல்லது அமைதி, மன ஒருமுனைப்பாடு இவற்றோடு "*விதக்கம்*", "*விசாரம்*" என்று நாம் கண்ட இரண்டு முயற்சி அம்சங்களும் இருக்கும். ஏனெனில் முற்றிலும் முதிராத இந்தத் தியான நிலையில் மனம் கலைந்து அலைபாயக்கூடும். அப்போதெல்லாம் மனத்தைத் திரும்பக் கொணர்ந்து தியானப் பொருளின் மேல் பதியவைக்க *விதக்கம், விசாரம்* தேவைப்படும்.

சாதகர் முதலில் இந்தத் தியான நிலையில் ஆழ்ந்து நின்று பயிற்சியில் முதிர்ச்சியடையப் பழகப் பயிற்சி பெற வேண்டும். திரும்பத் திரும்பத் தியானத்தில் பயிற்சியை வளர்த்துச் சாதகர் ஐந்து வகைகளில் தேர்ச்சி பெற வேண்டும்:

1. தியானத்தை நினைவுகூர்வதில் தேர்ச்சி: அதாவது, எந்தச் சமயத்திலும் எவ்வளவு நேரத்துக்கு வேண்டுமானாலும் இந்தத் தியானத்தை உள்ளது உள்ளவாறு நினைவுகூர்ந்து பார்க்கத் தேர்ச்சி பெற வேண்டும்.

2. தியானத்தில் நுழைவதில் தேர்ச்சி: அதாவது, எந்தச் சமயத்திலும் இந்தத் தியானத்தில் நுழைந்து ஆழ்ந்து நிலைக்கக்கூடிய தேர்ச்சி பெற வேண்டும்.

3. தியானத்தில் எவ்வளவு நேரம் ஆழ்ந்து நிலைத்திருப்பது என்று உறுதிகொள்வதில் தேர்ச்சி.

4. உறுதி பூண்ட நேரத்துக்குத் தியானத்தில் நிலைத்திருந்து பின் வெளிவருவதில் தேர்ச்சி.

5. தியானத்தில் இருந்ததைத் திரும்ப ஆராய்ந்து பார்ப்பதில் தேர்ச்சி: அதாவது எந்தச் சமயத்திலும் எவ்வளவு நேரத்துக்கு வேண்டுமானாலும் தியான அனுபவத்தைத் திரும்ப ஆராய்ந்து பார்ப்பதில் தேர்ச்சி.

இவ்வாறு இந்தத் தியானத்தில் முற்றிலும் தேர்ச்சி பெற்ற பின்னரே சாதகர் அடுத்த நிலையான இரண்டாம் ரூப ஜானத்திற்குச் செல்கிறார்.

இரண்டாம் ரூப ஜானம் (இரண்டாம் உருவத் தியானத்தளம்)

முதல் உருவத் தியானப்பேற்றில்; தேர்ச்சி பெற்று அவர் முதிர முதிர மனம் அலைவது குறைந்து நின்றுவிடும். ஆகவே, இந்த இரண்டாம் நிலையில், *விதக்கம், விசாரம்* இரண்டிற்கும் இடம் இல்லை. உடல் பரவசம், மனமகிழ்ச்சி அல்லது அமைதி, மன ஒருமுனைப்பாடு ஆகிய மூன்றுந்தான் இருக்கும். இவற்றில் உடல் பரவசம் ஓங்கியிருக்கலாம்.

இவ்வாறு யோகி உடல் பரவசம், மனமகிழ்ச்சி அல்லது அமைதி, மன ஒருமுனைப்பாடு இவற்றை மட்டும் கொண்ட இரண்டாம் உருவத் தியானத் தளத்தில் அந்த உணர்வுகளையே பற்றிக்கொண்டு அவற்றில் திளைத்தவராய் உறைந்திருக்கிறார். அவரது உணர்வுகளில் உடல் பரவசம், இன்பகரமான உணர்ச்சிகள் அதிகமாக இருக்கும். இந்தத் தியானத்திலும் பயிற்சியை வளர்த்துச் சாதகர் மேலே கூறப்பட்ட ஐந்து வகைகளிலும் தேர்ச்சியைப் பெறுகிறார்.

மூன்றாம் ரூப ஜானம் (மூன்றாம் உருவத் தியானத்தளம்)

இரண்டாம் உருவத் தியானப்பேற்றில் தேர்ச்சி பெற்ற யோகி அதில் அடங்கியுள்ள உடல் பரவசம், இன்பகரமான உணர்ச்சிகள் தியானத்தின் நுண்மைக்கும் மேன்மைக்கும் இடையூறுகளாக இருப்பதை உணர்கிறார். ஏனெனில் அங்கு மனம் உடல் பரவசத்தையும் உடலையும் விடாமல் பற்றிக் கொண்டிருக்கிறது. அந்தப் பற்று தாழ்வானது. ஆகையால் அவற்றில் மனம் ஈடுபடுவதைத் தவிர்த்து, கவனத்தையும்

விழிப்புணர்வையும் மனமகிழ்ச்சி, மன ஒருமைப்பாடு ஆகிய இரண்டில் மட்டும் இப்போது பதிக்கிறார். இதுவே மூன்றாம் உருவத் தியான நிலை ஆகும். இதில் மனமகிழ்ச்சி, ஆனந்தம் மேலோங்கியிருக்கலாம்.

அவர் ஆனந்தத்தை அனுபவித்து அதில் திளைக்கிறார்; ஆனந்தத்திலும் மன ஒருமைப்பாட்டிலும் ஒன்றிவிடுகிறார். தான் எனும் தன்னுணர்வு மறைந்து, சாதகர் ஆனந்தமய மாகிறார்; ஆனந்த உணர்வு மட்டுந்தான் இங்கு இருக்கிறது.

இந்தத் தியானத்திலும் ஐந்து வகைகளிலும் தேர்ச்சி பெற்ற பின்னரே சாதகர் அடுத்த நிலைக்குச் செல்கின்றார்.

நான்காம் ரூப ஜானம் (நான்காம் உருவத் தியானத்தளம்)

அடுத்து, தியானத்தை மேலும் பண்படுத்தி மேலும் நுண்மை யானதாகச் செய்ய, சாதகர் மூன்றாம் உருவத் தியானப்பேற்றில் பற்றிக்கொண்டிருந்த ஆனந்த உணர்வையும் கைவிடுத்து, மன ஒருமைப்பாட்டில் மட்டும் திளைக்கிறார். இது நான்காம் ரூப ஜானம். இதுவே மேம்பட்ட சமநிலை.

இங்கு வேதனை – சுகம், மகிழ்ச்சி – துக்கம், விருப்பு – வெறுப்பு என்று எந்த உணர்ச்சிக்கும் இடமில்லை; மன ஒருமைப்பாடும் சமநிலையுமே இங்கு ஆட்சிபுரிகின்றன. மனம் எந்த உணர்வும் இல்லாத வெறும் மனத்தையே பார்த்து அதிலேயே இலயித்திருக்கிறது.

தன்னையே மறந்து, மூச்சோடு ஒன்றி மூச்சாகவே மாறிவிட்ட ஒரு அரிய நிலையாகும் இது. இயற்கையாகத் தானாகவே இயங்கிக்கொண்டிருக்கும் மூச்சுக்கு விருப்பில்லை, வெறுப்பில்லை. அத்தகைய விருப்பு – வெறுப்பு அற்ற மூச்சாகவே இங்கு மாறிவிடுகிறார் யோகி.

இந்தச் சமநிலையிலிருந்துதான் கௌதம சித்தார்த்தர் உள்நோக்குத் தியானத்தை மேற்கொண்டு உள்ளொளி ஞானம் கண்டு, எல்லா மாசுக்களையும் வேரறுத்த புத்தராக மாறினார் என்று வரலாறு கூறுகின்றது.

இடைவிடாது மேற்கொள்ளப்படும் அமைதித் தியானத் தில், பயிற்சி முதிர முதிர, மூச்சை உற்றுநோக்கி அதிலேயே ஒன்றியிருக்கும்போது, இயல்பாகவே ஒவ்வொரு உள்மூச்சுக்கும் வெளிமூச்சுக்கும் பின் மூச்சு சிறிது நேரம் நின்றுவிடும். மூச்சுவிடும் உணர்வே இருக்காது. இது *பிராணாயாமத்தில்* செய்யப்படுவது போன்று மூச்சை அடக்கிவைப்பதல்ல. மூச்சு இந்தப் பயிற்சியில் இயற்கையாகத் தானாகவே நின்றுவிடுகிறது.

மூச்சு வெளியேறும்போது, நாபிக் கமலம் பின்வருகிறது, மூச்சின் முடிவில் அப்படியே சிறிது நேரம் நின்றுவிடுகிறது. சிறிது நேரம் கழித்துத்தான் மறுபடி உள்மூச்சு வாங்கப்படுகிறது. அதே மாதிரி உள்மூச்சு வாங்கி முடிந்தவுடன் நாபிக் கமலம் சிறிது நேரம் அசைவின்றி நின்றுவிடுகிறது.

நாபிக் கமலம் இவ்வாறு அசைவின்றி நிற்பது (அதாவது மூச்சு நின்றுபோவது) சிலருக்கு வெளிமூச்சின் முடிவில் மட்டும் நிகழும், சிலருக்கு உள்மூச்சின் முடிவில் மட்டும் நிகழும், சிலருக்கு இரண்டு சமயமும் நிகழும். பயிற்சி முதிர முதிர, மூச்சின் முடிவு – அடுத்த மூச்சின் ஆரம்பம் இரண் டிற்கும் இடையேயான இடைவெளி (நாபிக் கமலம் அசை வின்றி அப்படியே நின்றுவிடும் நேரம்) அதிகமாகும். இந்த இடைவெளி அதிகரிக்க அதிகரிக்க சமாதியில் ஆழ்ந்த அனுபவம் அதிகரிக்கும். இந்த இடைவெளியையே, நாபிக் கமலம் அப்படியே நிற்பதை, உற்று நோக்கி அதில் ஆழ்ந்திருங்கள். ஒவ்வொருமுறை மூச்சு உள்வாங்கும்போதும் (புருவங்களுக்கு மத்தியிலிலுள்ள) நெற்றிப்பொட்டை அது இடிக்கும். அசையாம லிருக்கும் நாபிக் கமலத்தையும் நெற்றிப்பொட்டையும் இணைத்து உற்றுப் பாருங்கள். நெற்றிப்பொட்டில் தெளிந்த வெளிச்சம், பிரகாசம் உருவாகும்.

மனத்தை இந்தப் பிரகாசத்திலேயே பிணைத்து நிறுத் துங்கள். நெற்றிப்பொட்டில் ஏதாவது குறுகுறுப்பையோ சிரமத்தையோ உணர்ந்தால், நெற்றிப்பொட்டில் தோன்றும் உணர்ச்சிகளையே அனுபவித்து உணர்ந்து உற்றுப் பாருங்கள். நெற்றிப்பொட்டில் படபடப்பும் ஒளிக்கதிர்கள் மின்னிப் பாய்வதும் அதிகமாகும். மூச்சு நிற்பதை இதோடு இணைப்பதில் மாறாமல் நிலையாக இருங்கள். சிறிது நேரத்திற்குப் பின்னர் நெற்றிப்பொட்டின் படபடப்பும் ஒளிக்கதிர்கள் மின்னிப்பாய்வ தும் நின்று அசைவற்ற பிரகாசம் தோன்றும். அந்தப் பிரகா சத்தில் இணைந்து ஒன்றாகி அந்தப் பிரகாசத்திலேயே உறைந் திருங்கள், அந்தப் பிரகாசமாகவே மாறிவிடுங்கள்.

(ஈ) நான்கு *அரூப ஜானங்கள்* (நான்கு அருவத் தியானத் தளங்கள்)

காற்றையே தியானித்து, காற்றாகவே மாறி, ஒளிவெள்ளத் தில் கரையும் நான்காம் உருவத் தியானப்பேறுதான் எல்லா வற்றிலும் மிக உயர்ந்த பேறு என்று புத்தர் கருதவில்லை. புத்தர் போதித்த தியானப் பயிற்சிகளில் இதற்கு மேலும் நான்கு அல்லது ஐந்து உயர்நிலைகள் உள்ளன. இந்த நிலை களில் உருவப் பொருள்களை விடுத்துத் தியானம் அருவமான பொருள்களில் இணைகிறது.

பிரபஞ்சத்தை ஆக்கும் மூலப்பொருள்களான மண், நீர், நெருப்பு, காற்று ஆகியவற்றுள் காற்றுதான் மிக நுண்மை யானது. இருந்தாலும் அதுவும் ஒரு திடப்பொருளே. மேற்கண்ட நான்கு தியான நிலைகளிலும் மனம் ஒரு திடப்பொருளைப் பற்றிக்கொண்டிருப்பதால், அவை தாழ்வானவையாகும். தியானத்தை மேலும் நுண்மையானதாகவும் மென்மையான தாகவும், மேன்மையானதாகவும் பண்படுத்த வேண்டும். அதற்காக, உருவப்பொருளான காற்றைப் பற்றிக்கொண்டு காற்றோடு இணைவதற்குப் பதிலாக, தியானம் அருவப் பொருளுக்கு மாற வேண்டும். அருவத் தியானத்தில் புத்தர் ஐந்து நிலைகளைக் காட்டுகிறார்.

நான்காம் உருவத் தியானப்பேற்றில் தாம் பார்த்திருந்த பிரகாசமான சின்னத்தை யோகி எல்லாத் திசைகளிலும் விரித்துப் பரப்பிப் பெரிதாக்கிப் பின்னர் உருவச் சின்னம் என்னும் உணர்வையே மனத்திலிருந்து நீக்குகிறார். இப்போது அவர் பார்ப்பது உருவம் எதுவுமற்ற திறந்த வெட்ட வெளி தான், ஆகாயந்தான். அவரது மனம் இப்போது ஆகாசத்தைப் பற்றிக்கொண்டு அதையே தியானித்து ஆகாயமாக மாறிச் சமநிலையில் அசைவின்றி நிலைபெறுகின்றது.

இவ்வாறு, யோகி புலனுணர்வு, உருவ உணர்வு எல்லா வற்றையும் நீக்கிக் தியானத்தில் மேன்மேலும் உயர்கிறார். அவர் மனத்தில் இப்போது நிறைந்திருப்பதெல்லாம் *அனந்த ஆகாசம்* என்ற உணர்வுதான். அனந்த ஆகாசத்தில் நுழைந்து அதிலேயே ஐக்கியமாகிவிடுகிறார். இதுவே முதல் அருவத் தியானப்பேறு. ஆனால், இதைவிடவும் உயர்வான பரிசுத்தமான, ஆழ்ந்த நிலைகள் உள்ளன.

இரண்டாம் அரூப ஜானம் (இரண்டாம் அருவத் தியானத்தளம்)

அடுத்து, யோகி *அனந்த ஆகாசத்தைப்* பற்றிக்கொண் டிருக்கும் உணர்வை உற்றுப் பார்க்கிறார். அந்த உணர்வில் தாம் நிலைத்திருப்பதை உணர்ந்து அந்த உணர்வை உற்று நோக்குகிறார். *அனந்த ஆகாசம்* என்னும் உணர்வில் *அனந்த ஆகாசத்தை* விலக்கி அந்த அனந்த உணர்வை மட்டும் தியானிக்கிறார். அவர் இப்போது பற்றிக்கொள்வது *அனந்த உணர்வு* என்னும் உணர்வை மட்டுந்தான். *அனந்த ஆகாசம்* என்னும் நிலையைத்தாண்டி, *அனந்த உணர்வு* என்னும் உணர்வில் ஐக்கியமாகிறார். இதுவே இரண்டாம் அருவத் தியானத்தளமாகும். உடல் உணர்வு மறைந்து "அனந்த உணர்வு" என்னும் உணர்வை மட்டும் மனம் பற்றிக்கொண்டு அதில் நிலைக்கிறது. இது "அனந்த உணர்வாக" மாறி அதில் உறைவதாகும்.

இதைவிட உயர்ந்த நிலையும் உள்ளது.

மூன்றாம் அரூப ஜானம் (மூன்றாம் அருவத் தியானத்தளம்)

அடுத்து, யோகி "அனந்த உணர்வு" என்ற உணர்வையும் விலக்கிச் சூன்யம் (வெறுமை), எதுவுமின்மை, மனமும் இன்மை என்னும் நிலைக்கு வந்து அதிலேயே திளைக்கிறார். இதுவே மூன்றாம் அருவத் தியானத்தளம். இங்கு மனம் "சூன்யம்" என்னும் எண்ணத்தைத் தியானித்திருந்து சூன்யமாக மாறிவிடுகிறது. சூன்யம் என்னும் எண்ண உணர்வே இங்கு வியாபித்திருக்கிறது.

இதுதான் உயர்ந்தது என்றில்லாமல், இதைவிடவும் உயர்ந்த உன்னத நிலையும் உள்ளது.

நான்காம் அரூப ஜானம் (நான்காம் அருவத் தியானத்தளம்)

சூன்யம் என்னும் உணர்வும் விலக்கப்பட்டுத் தியானம் மேலும் உயர்நிலையை அடைகிறது.

உணர்வு இல்லாது – உணர்வற்றது என்றும் சொல்ல முடியாத அரிய நிலையே நான்காம் அருவத் தியானத்தளம் ஆகும். உணர்வு இருக்கிறது என்று சொல்ல முடியாத, அதே சமயம் உணர்வு இல்லை என்றும் சொல்ல முடியாத அரைகுறை அந்திக்கருக்கல் போன்ற நிலையில் யோகி இங்கு உறைகிறார்.

நான்காம் உருவத் தியானப்பேற்றில் உள்ளது போலவே, எல்லா அருவத் தியானப்பேறுகளிலும் மன ஒருமுனைப்பாடும் சமநிலையும் பொதுவாக உள்ளன. அருவத் தியானங்களில் மாறுவதெல்லாம் தியானத்திற்கு எடுத்துக்கொண்ட பொருள் தான். எடுத்துக்கொண்ட பொருள் மேலும் மேலும் நுண்ணிய மாக ஆக ஆகத் தியானமும் மேன்மேலும் தூய்மையாகவும் ஆழ்ந்ததாகவும் உயர்ந்துகொண்டே செல்கிறது. தீய எண்ணங் களும் களங்கங்களும் மறைந்து மனம் தூய்மைப் பொலிவு பெறுகிறது.

ஒவ்வொரு தியானத்திலும் சாதகர் முன்னர் குறிப்பிட்ட படி ஐந்து வகைகளிலும் தேர்ச்சி பெற்ற பின்னரே அடுத்த நிலைக்குச் செல்கிறார்.

(உ) *நிரோத சமாபத்தி* (அனைத்தையும் கடந்த சமாதி நிலை)

புத்தர் கூறுகிறார்: "எல்லாவற்றையும்விட உயர்வானதும் தூய்மையானதும் நுண்ணியமானதும் ஆழ்ந்ததுமான உன்னத

நிலை ஒன்று உள்ளது. அதுவே *நிரோத சமாபத்தி*. இது உடல் உணர்ச்சியோ மன உணர்வோ எதுவுமின்றி முழுச் சமாதியில் யோகி ஆழ்ந்திருக்கும் நிலை."

சாரிபுத்திரர் வியந்து சொல்வது போல: "ஓ நண்பரே, இதுவே உண்மையான ஆனந்தம். ஏனெனில் உணர்வு எதுவும் இல்லை இங்கே! இதுவே ஒப்புயர்வற்ற ஆனந்தம், பெரும் மகிழ்ச்சி."

இந்த நிலை யோகிகள் பெறும் ஒப்பற்ற தனிப்பெரும் பேறாகக் கருதப்படுகிறது. அனைத்து உணர்வையும் அறுத்த முழுச்சமாதி நிலையாகும் இது. உயிர் இருக்கிறதா இல்லையா என்று சொல்ல இயலாதவாறு மூச்சுக் காற்று இங்கு மிக நுண்ணியதாக மாறிவிடுகிறது. உடல் சூடு மட்டும் உயிர்த் தீ இன்னும் கனிந்துகொண்டிருப்பதைக் காட்டும்.

அத்தியாயம் 6

அமைதித் தியானமும் மெய்ஞ்ஞானமும்

அமைதித் தியானத்தில் பெறும் பேறுகள் குறித்து இங்கு ஆராயலாம்.

மனிதர்களின் மனம் எப்பொழுதும் மகிழ்ச்சியை நாடுகிறது, மகிழ்ச்சியில் திளைத்திருக்க வேண்டும் என விழைகின்றது. ஆனால், உண்மையான மகிழ்ச்சி எது என்பதுதான் கேள்வி. மகிழ்ச்சியின் தன்மையும் சிறப்பும் எதிலிருந்து பிறக்கின்றன என்பதைப் பொருத்திருக்கிறது. புலனின்பங்களைச் சார்ந்து எழும் மகிழ்ச்சியையும் சேர்த்து பௌத்தம் மகிழ்ச்சியில் பத்துப் படிநிலைகளைக் காட்டுகிறது. இவற்றில் புலனின்பங்களைத் துய்த்துப் பெறும் மகிழ்ச்சி அனைத்துக்கும் கீழாக அடித்தளத்தில் உள்ளது. புலனின்ப மகிழ்ச்சி இழிவானது, தாழ்வானது, பயனற்றது என்கிறார் புத்தர். கண நேரமேயிருந்து இம்மகிழ்ச்சி மறைவதால், மனம் பல்வேறு புலனின்பப் பொருள்களை நாடி ஓடிக்கொண்டேயிருக்கின்றது. எந்த மகிழ்ச்சியும் நிலைத்திருப்பதில்லை. இந்தப் புலனின்ப மகிழ்ச்சியானது, தன் அரிக்கும் புண்களைச் சொறிந்து கொடுத்தும் வெப்பமான சூட்டில் ஒத்தடம் கொடுத்தும் குஷ்டரோகி ஒருவர் பெறும் இன்பத்திற்கு ஒப்பானதாகும் என்கிறார் புத்தர். அவர் காட்டும் இன்னுமொரு உவமை: மாமிசமே இல்லாமல் வறண்டு கிடக்கும் எலும்புத் துண்டைக் கடித்துக் குதறி ஒரு நாய் பெறும் இன்பம். இறுதியில் நாய் அடைவதெல்லாம் வலியையே. அதைப் போன்றே மனிதர் புலனின்பங்களில் பெறும் மகிழ்ச்சியும் துக்கத்திலேயே முடிகிறது.

புலனின்ப மகிழ்ச்சியை இழிவானது, தாழ்வானது, பயனற்றது என்று ஒதுக்கித் தள்ளி அமைதித் தியானத்தில் ஈடுபடும் சாதகர் நான்கு ரூப ஜானங்கள், நான்கு அரூப ஜானங்கள், *நிரோத சமாபத்தி* என ஒன்றிற்கொன்று மேம் பட்ட சமாதி நிலைகளை அடைவதை மேலே கண்டோம். இந்த அரிய சமாதி நிலைகள் சாதகர் பெறும் பெரும்பேறுகள் என்பதில் ஐயமில்லை. ஆனால், இவையும் மனத்தால் உருவாக்கப்பட்டவை, மனத்தால் உண்டாக்கப்பட்டவை, மனத்தால் படைக்கப்பட்டவை என்கிறார் புத்தர். மனம் ஏதாவது ஒரு பொருளையோ உணர்வையோ எண்ணத்தையோ பற்றிக்கொண்டு அதாகவே மாறி வெவ்வேறு மகிழ்ச்சி அல்லது அமைதித் தளங்களை அமைத்துக்கொண்டு அதில் உறைகின்றது. *மஜ்ஜிஹிம நிகாயம் (I. 8) சல்லேக சுத்தத்தில்* புத்தர் கூறுகிறார்: “இவையனைத்தும் இவ்வாழ்வில் இங்கு இப்போது ஒரு இன்பகரமான உறைதலே ஆகும், ஒரு அமைதியான உறைதலே ஆகும்.” வேறு சிறப்புடையவை அல்ல இவை. இந்தச் சமாதி நிலைகள் உலக வாழ்வின் உண்மைகளை உள்ளது உள்ளவாறு அறிந்த மெய்ஞ்ஞானத்தோடு இணைந்தவை அல்ல என்கிறார் புத்தர். புத்தர் இந்தச் சமாதிப் பயிற்சிகளில் தேர்ச்சி பெற்றவரா யிருந்தாலும், அவர் தேடியலைந்த மெய்ஞ்ஞானத்தையும் துக்கத்திலிருந்து பரிபூரணமாகவும் நிரந்தரமாகவும் விடுபடும் விடுதலை நிலையையும் அவை அவருக்குத் தரவில்லை. இவற்றில் மனம் வெவ்வேறு முறைகளில் மகிழ்ச்சி அல்லது அமைதித் தளங்களை அமைத்து அவற்றைப் பற்றிக்கொண்டு அவற்றில் உறைகின்றது. அவ்வளவுதான். வாழ்வின் அடிப்படை உண்மை, இறுதி உண்மை இங்கு அறியப்படுவதில்லை.

ஊடுருவி ஆராய்ந்து பார்த்தால், இந்தச் சமாதி நிலைகளுங் கூட வாழ்வின் உண்மைத் தன்மைகளான நிலையாமையையும் தனித்தன்மை இன்மையையும் *(அநத்தா)* எடுத்துக்காட்டும் சான்றுகளாக உள்ளன என்பது தெளிவாகத் தெரியும். தியானத்திலிருந்து விழித்தவுடன் சமாதிநிலை மாறிவிடுகிறது; மனம் அடைந்திருந்த மகிழ்ச்சி அல்லது அமைதி மறைந்து விடுகிறது; மனம் வேறு நிலைகளுக்குச் செல்கிறது. இந்த நிலையாமையாலும் எழுந்து மறையும் தன்மையாலும் சமாதி நிலைகளும் மீண்டும் மனத்தில் ஒருவகைத் திருப்தியின்மையை, அடைந்திருந்த மகிழ்ச்சியை இழந்த ஒரு திருப்தியின்மையை விளைவிக்கின்றன.

இந்தச் சமாதிநிலைகளில் புத்தர் ஐந்து குறைகளைக் காண்கிறார்:

1. எழுந்து மறையும் தன்மை, நிலையாமை, ஊடுருவிக் காணும் உண்மை இன்மை.

2. இங்கு மனம் மகிழ்ச்சி தரும் ஒரு பொருள், உணர்வு அல்லது எண்ணத்தைப் பற்றிக்கொண்டே உறைகின்றது. இந்த மகிழ்ச்சி நிலைகளுக்கு மனம் பேராவலும் பற்றுத லும் கொள்கின்றது. மனம் பற்றுதலிலிருந்து விடுபடுவ தில்லை.

3. மனிதர்கள் சாதாரணமாக அடைய முடியாத அதீத மான சமாதி நிலைகளையும் தலைசிறந்த ஆன்மீகப் பலத்தையும் பெற்றதாக எண்ணி அகந்தையும் தற் பெருமையும் எழ இவை காரணங்களாக அமைகின்றன. தியானத்தில் அடையக்கூடிய சித்திகளையும் ஆன்மீகப் பலத்தையும் *பிரமனையும் பிரமனின்* சக்தியையும் நாடும் யோகி வாழ்வின் உன்னதக் குறிக்கோளை மறந்தவ ராகிறார். *அஹம் பிரமன்*, "பிரமனின் சக்தியைப் பெற்றவனாய் இருக்கிறேன்" என்பது போன்ற அகந்தையே இங்கு மிஞ்சுகிறது.

4. இந்த அமைதித் தியானத்திலும் சமாதி நிலைகளிலும் தீய எண்ணங்களும் மன மாசுக்களும் அடக்கி மறைத்து வைக்கப்படுகின்றனவேயன்றி வேரோடு களைந்து எறியப் படுவதில்லை. அவை அடங்கி மறைவது தற்காலிகமாகவே. மனமாசுக்களின் நச்சு வேர்களாகவும் ஊற்றுக்கண்க ளாகவும் உள்ள அடிப்படைத் தீயகுணங்களும் மனோசக்தி களும் உள்ளத்தின் அடி ஆழத்தில் உறைந்திருக்கின்றன. அவை அழிக்கப்படுவதில்லை. எந்தச் சமயத்திலும் எதிர் பாராமல் மீண்டும் வெடித்துச் சீறக்கூடிய சக்திகளாக அவை உள்ளன.

5. இந்த அமைதித் தியானத்தில் பெரும் அரிய பேறுகளான பேரானந்தம் அல்லது மற்ற ஏதாவது ஒரு உயரிய நிலை பற்றிக்கொள்ளப்பட்டு அதுவே வாழ்வின் அடிப்படை உண்மை, இறுதி உண்மை, இந்தப் பூதவுலகைத் தாண்டி அப்பாலிருக்கும் ஒரு பழம்பெரும் பொருள், *ஆத்மன்*, *பிரமன்* என்றெல்லாம் தவறாகக் கருதப்படுகிறது. இதி லிருந்து உண்மைக்குப் புறம்பான கொள்கைகளும் கோட் பாடுகளும் உருவாகின்றன. சமாதிநிலை ஒன்றையடையும் யோகி தாம் ஆத்மனைத் தரிசித்துவிட்டதாக அல்லது பழம்பெரும் பொருளோடு ஐக்கியமாகிவிட்டதாகத் தவறாக எண்ணிக் கற்பனை உலகொன்றில் வாழ்கிறார்.

தமது தியானப் பலத்தால் முன்பிறவிகளைக் காணும் அதீத சித்தியைப் பெற்ற பெரும் துறவிகளுங்கூடத் தமது பின்னோக்கிக் காணும் அறிவில் 80,000 கல்ப காலங்களுக்கு மேல் காண முடிந்ததில்லை என்கிறார் புத்தர். இதற்கும் முன்னர் கடந்து போனவைகளை அவர்களால் நினைவுகூர

முடிவதில்லை. ஆகவே, அதற்கு முன் அனைத்துக்கும் காரண மாக ஒரு பழம் பொருள் இருந்திருக்க வேண்டும் என்று எண்ணி, அதுவே என்றும் அழியாத, மாற்றம் என்பதை அறியாத, தனிப்பெரும் பொருள் என்று தவறாகக் கருதுகிறார்கள் என்கிறார் புத்தர்.

இத்தகைய தவறான மனக் கற்பனைகளுக்கு இடங் கொடாமல் புத்தர், இவ்வுலக வாழ்வின் உண்மையை உள்ளது உள்ளவாறு அறிய, பிறிதொரு தியான முறையான *விபஸ்ஸனா* எனும் உள்நோக்குத் தியானத்தைக் கண்டுபிடித்தார். முன்னரே குறிப்பிட்டபடி, இந்தச் சிறப்புத் தியான முறையை மேற்கொண்டு தான் புத்தர் உள்ளொளி ஞானம் எய்தித் தமது இறுதி இலக்கான நிப்பாணத்தை அடைந்தார். *மஜ்ஜிஹிம நிகாயத்தில் (1.10)* இணைக்கப்பட்டுள்ள புத்தரின் சொற்பொழிவான *சதிபட்டான சுத்தம்* இந்த அரிய தியான முறையை விளக்கும் பௌத்த மறை நூல்களில் மிகவும் முக்கியமானதாகும். கீழ்க்காணும் பெரும் பேறுகளை அடைவதற்கான ஒரே வழி மனவிழிப்புணர்வோடு இணைந்த இந்த உள்நோக்குத் தியானந்தான் என்று இந்த உரையில் கூறியிருக்கிறார் புத்தர்:

- மனமாசுக்களை வேரறத்துப் பூரணத் தூய்மை பெறுவது.
- கவலையிலிருந்தும் புலம்பலிலிருந்தும் மீள்வது.
- துக்கத்தையும் வருத்தத்தையும் அழிப்பது.
- சீரான வாழ்க்கை நெறியில் நிலைப்பது.
- நிப்பாணம் அடைவது.

உள்நோக்குத் தியானமே மன ஆழத்தில் மறைந்து உறைந்திருக்கும் நச்சு வேர்களான தீய குணங்களையும் சக்தி களையும் மனோபாவங்களையும் தெளிந்து இனம் கண்டு வெளிக்கொணர்ந்து அவற்றை வேரறுத்து ஒழிப்பதற்கான தனித் திறனைத் தரும் கருவியாகும். அதுவே வாழ்வின் இறுதி உண்மையை உள்ளது உள்ளவாறு ஒளியிட்டுக்காட்டி அந்த உண்மையாகவே நாம் மாறுவதற்கான வழியையும் காட்டி, நம்மை நிப்பாண நிலைக்கு உயர்த்துகின்றது.

இறுதி உண்மை

எல்லாச் சமய நெறிகளும் தத்துவங்களும் உலகின் உன்னத உண்மை அல்லது இறுதி உண்மையைப் பற்றியும் அந்த உண்மை நிலையை அடைவதைப் பற்றியும் பேசுகின்றன.

சாங்கியத் தத்துவம் உலகை இரண்டு தனிப்பெரும் பொருள்களாகக் காட்டுகின்றது. உணரும் பொருளான

புருஷரும் ஜடப்பொருளான *பிரகிருதியுந்தான்* அத்தனிப் பெரும் பொருள்கள். *பிரகிருதி* ஒன்று, *புருஷர்கள்* அநேகம் என்கிறது சாங்கியம். *புருஷர்* அறியாமையால் தன்னைப் *பிரகிருதியாலான* உடலோடு இணைத்துக்கொண்டு உடல் செய்யும் செயல்களைத் தான் செய்வதாக எண்ணி, அந்தச் செயல்களால் பிறவிச் சூழற்சியில் சிக்கி மீள இயலாமல் அல்லலுறுகிறது. சாங்கியத் தத்துவத்தில் மெய்ஞ்ஞானம் என்று கருதப்படுவது: *புருஷர்* "தான் வேறு, பிரகிருதியாலான உடல் வேறு" என்னும் உண்மையை உணர்வதாகும். சாங்கியத்தின் குறிக்கோள்: *புருஷர் பிரகிருதியிலிருந்து* தன்னை வேறுபடுத்திக்கொண்டு தனிமையில் உறைவது, தனித்திருப்பதாகும். இதுவே *கைவல்யம்* எனப்படுகின்றது. "யோகம்" என்றால் பொதுவாக "ஒன்றிணைதல்" அல்லது "ஐக்கியமாதல்" என்று பொருள்படும். ஆனால், சாங்கியத்தில் "யோகம்" என்பது *புருஷர்* தன்னைப் பிரகிருதியிலிருந்து பிரித்துத் தனிமையில் *(கைவல்யத்தில்)* உறைவதைக் குறிக்கின்றது. *இக்கைவல்யமே* சாங்கியத்தில் இறுதி உன்னத இலக்காகக் கருதப்படுகின்றது.

உபநிஷத்துகளும் பகவத்கீதையும் மற்ற இந்துமத மறை நூல்களும் பொதுவாகச் சாங்கியத் தத்துவத்தைத் தமது அறிவுக் கோட்பாடாக ஏற்றுக்கொள்கின்றன. ஆனால், தமது வேதப் பாரம்பரியத்திலிருந்து முரண்படாதிருக்க, சாங்கியம் கூறும் உண்மைப் பொருள்களான *புருஷர், பிரகிருதி* இரண்டிற்கும் மேல் அவற்றை ஆளும் தனிப்பெரும் பொருளாக வேதங்கள் காட்டும் *பிரமன்* அல்லது *ஆத்மனையும்* இணைக்கின்றன. *ஆத்மன்* அல்லது *பிரமனையே* இந்து மத மறைநூல்கள் என்றும் அழியாத, மாறாத, அமரத்துவமாய் நிலைத்திருக்கும் தனிப்பெரும் பொருளாகக் காட்டுகின்றன. அவைகளின் கூற்றுப்படி, இதுவே உலகின் தலையாய உண்மை; அனைத்துக்கும் அடிப்படையாகவும் ஆதாரமாகவும் உள்ளிருந்து இயக்கும் மர்ம சக்தியாகவும் உள்ள பழம்பொருள், ஆதி அந்தமில்லாத பொருள். இந்தப் பழம்பெரும் பொருளுடன் *புருஷர் (ஜீவா)* இணைவதே *யோகம்* என்கின்றன உபநிஷத்துகள்.

இந்தப் பழம் பொருளையே *பகவத்கீதை* மூன்று கோணங்களில் காட்டுகின்றது. அவை:

- தன்னுணர்வாக உயிர்களில் உறையும் ஆத்மன்
- உலகனைத்தையும் ஊடுருவித் தாங்கியிருக்கும் பிரமன்
- மனிதர் தங்கள் சொந்தத் தெய்வமாகக் கருதும் கிருஷ்ண பிரான்

ஆகவே, பகவத்கீதையில் யோகம் எனப்படுவது, தியானத்தில்:

➢ உள்ளுணர்வாக இருக்கும் ஆத்மனில் நிலைத்திருப்பது

➢ பிரமனின் நிலையை அடைவது

➢ பிரமனாகவே மாறுவது, அல்லது

➢ கிருஷ்ணபிரானின் பொற்பாதங்களை அடைவது, அவருள் ஐக்கியமாவது, அவருள் உறைவது.

அமைதித் தியானத்தில் அடையும் சமாதிநிலைகளில் ஒன்றைப் பற்றிக்கொண்டு அதுவே "ஆத்மனைக் கண்டது, பிரமனை அடைவது" என்று கூறப்படுவதைப் பௌத்தம் உண்மையெனக் கருதுவதில்லை. இதை நாம் முன்னரே கண்டோம். "என்றும் அழியாத, மாறாத, அமரத்துவமாய் நிலைத்திருக்கும் தனிப்பெரும் பொருள் உண்டு; அதுவே உண்மை" என்னும் உபநிஷத்துகளின் கூற்றைப் புத்தர் ஏற்க வில்லை. இவையனைத்தும் மனம் தானே உருவாக்கிக்கொண்ட கற்பனைகள், உண்மைக்குப் புறம்பானவை என்கிறார் புத்தர்.

உள்நோக்குத் தியானத்திற்குச் செல்வதற்கு முன், "உண்மை என்றால் என்ன?" என்பதில் நாம் தெளிவுபெற வேண்டும்.

உண்மை என்பது *சத்தியம்*. "சத்" என்றால் "உள்ளது" என்று பொருளாகும். ஆகவே *சத்தியம்* என்பது "உள்ளது, என்றும் உள்ளது" ஆகும். "என்றும் உள்ளதே" *சத்தியம்* என்ப தால், "அது அதாகவே இருந்தது, இன்றும் இருக்கிறது, இனியும் இருக்கப்போகிறது." "அது மாறாதது, அழியாதது, அமரத்துவமாய் இருப்பது." ஆகவே, "அது பிறப்பற்றது, இறப்பற்றது, தானாகவே இருப்பது, மற்ற எதனாலும் உண்டாக்கப்படாதது." மேலும் *சந்தோக்ய உபநிஷத்து* வர்ணிப்பதுபோல, "அது எல்லாத் தீமையிலிருந்தும் விடுபட்டது; துக்கம், பசி, தாகம், ஆசை ஆகியவற்றிலிருந்து விடுபட்டது; எல்லாப் பிணிகளிலிருந்தும் விடுபட்டது." இவை மெய்ப்பொருளை வர்ணிக்கும் விளக்கங் கள் ஆகும், இறுதி உண்மையைக் காட்டும் பிரமாணங்களாகும்.

ஆனால், புத்தர் கேட்கிறார்: இந்தப் பிரமாணங்கள் அனைத்தையும் கொண்ட, இந்த வர்ணனை கொண்ட, எந்தப் பொருளையாவது நாம் இவ்வுலகில் காண்கிறோமா? இல்லை, அப்பேர்ப்பட்ட ஒரு பொருளை நாம் காண்பது இல்லை. அறிவுக்கும் உணர்வுக்கும் எட்டாத பொருள் என்றால், நாம் அதனை எவ்வாறு தியானிப்பது, எவ்வாறு அதனுடன் ஐக்கிய மாவது? இது, காணாததும் கண்டுகொள்ள இயலாததுமான ஒரு உயரத்திலுள்ள இடத்திற்கு, ஏணி வைத்து ஏற அல்லது

படிக்கட்டு கட்ட முயல்வதுபோல இருக்கிறது. புத்தர் இன்னொரு உவமையைக் காட்டியும் இதனை விளக்கியிருக் கிறார். இது, கண்டேயிராத, கண்டுணர முடியாத, ஒரு பெண்ணைக் காதலித்துத் திருமணம் செய்வதுகொள்வதுபோல உள்ளது. உண்மைக்குப் புறம்பான ஒரு மனக் கற்பனையைப் பற்றிக்கொண்டு எழும் கூற்றுகளாக உள்ளன இவை. சமாதி நிலையில் காணும் பேரானந்தமே அந்தப் பொருள் என்றால், அது நிலைத்திருப்பதில்லையே; சமாதியிலிருந்து எழுந்தவுடனே அது மாறிவிடுகிறதே. ஆனால், அந்தப் பொருள் மாறுவதில்லை, தியானத்தில் மனம் தொட்டுவிட்டு வந்த அந்த ஆனந்தமயமான பொருள் வேறு என்றால், அதற்கும் நமக்கும் நம் மனத்திற்கும் என்ன தொடர்பு? இல்லாத, தெரியாத அந்தப் பொருளுக்கு மற்ற மரபினர் தரும் விளக்கங்கள் எல்லாம் கற்பனையாக விரிந்துகொண்டே போகின்றன. ஆனால், உண்மையைக் கண்டவையாக இல்லை அவை.

நிலையாமை, மாறிக்கொண்டேயிருக்கும் தன்மையே உலகின் நியதி, மாறாத உண்மை. இந்த உலகில் நாம் காணும் ஒவ்வொரு பொருளும் மாறிக்கொண்டேயிருக்கின்றது; மாறுதல் மட்டுமே மாறாத உண்மை என்பதற்குச் சான்றாக இருக்கின்றது. மேலும், எந்தவொரு பொருளும் தானாகவே உண்டாவதில்லை, தானாகவே தனித்திருப்பதில்லை; மற்ற பொருள்களிலிருந்து தோன்றுகின்றது, மற்றவற்றைச் சார்ந்தே இருக்கின்றது. மற்ற பொருள்களிலிருந்து இது உதிக்கின்றது, இதிலிருந்து வேறு பல பொருள்கள் உதிக்கின்றன. மற்ற பொருள்கள் இது தோன்றுவதற்குக் காரணங்களாகவும் சார்பு களாகவும் உள்ளன என்றால், இது வேறு பல தோன்றுவதற்குக் காரணமாகவும் சார்பாகவும் அமைகின்றது. இவ்வாறு ஒவ்வொரு பிறப்பும் தோற்றமும் சார்பு வழித் தோற்றமாகும். நாம் கண்கூடாகக் காணும் இந்த உண்மையையே புத்தர் "ஒன்றுக்கொன்று சார்புடைமை *(Interdependecy)*" என்னும் உண்மைத்தத்துவமாக விளக்குகின்றார். இந்த உலகில் அனைத் தும் ஒன்றையொன்று சார்ந்திருக்கின்றன. ஒன்றோடு ஒன்று பின்னிப் பிணைக்கப்பட்டிருக்கின்றன.

அனைத்தும் ஒன்றையொன்று சார்ந்திருப்பதால், தானாகவே தனியாகப் பிறந்து, தனியாகத் தன்னையே ஆண்டுகொண்டிருக்கும், என்றும் நிலைத்திருக்கும் பொருள் எதையும் நாம் காண்பதில்லை. இதுவே உபநிஷத்துகளின் ஆன்மாத் தத்துவத்தை மறுக்கும் புத்தரின் அநத்தா கொள்கை யாகும். ஆன்மா இன்மை, தான் எனும் தனித்துவம் இன்மை *(selflessness)* – இதுவே உலகின் தலையாய உண்மை, தம்மம்

என்று காட்டுகிறார் புத்தர். இந்த உலகில் அனைத்துப் பொருள்களும் அனைத்து நிகழ்வுகளும் ஒன்றையொன்று சார்ந்து எழுந்தவை, ஒன்றோடு ஒன்று சார்ந்து இருப்பவை, ஒன்றோடு ஒன்று பின்னிப் பிணைக்கப்பட்டவை. பரப்பிரம்மமாக, ஒன்றையும் சாராது, தானாகவே தனித்து, சாசுவதமாய் என்றும் மாறாது இருக்கும் தனிப்பெரும் பொருள் என்று ஏதும் இல்லை என்பதே புத்தர் காட்டும் உண்மையாகும். மாறாத பொருளே நிறைந்திருந்தால், மாறும் இந்த உலகம் எப்படி உண்டாக முடியும்?

ஆனந்தமயமான பரம்பொருள் ஒன்று அனைத்து உலகையும் உயிர்களையும் ஊடுருவித் தாங்கி நின்று அவற்றை உள்ளிருந்து ஆளுமை செய்கிறதென்றால், உலகில் ஏன் இவ்வளவு துன்பங்கள், துயரங்கள், கொலைகள், கொள்ளைகள், கொடூரங்கள்? ஆனந்தமயமானதாகக் கருதப்படும் அந்தப் பரம்பொருள் ஏன் அவற்றைத் துக்கமற்றதாகவும் ஆனந்தமயமானதாகவும் இயக்கி ஆளுமை செய்யவில்லை? மற்ற காரணங்களால் அவை துக்கமயமாகிறது என்றால், அந்தப் பரம்பொருளின் தனித்துவமும் ஆளுமையும் எங்கே? ஆளுமை செய்யும் ஆத்மன் உள்ளிருக்கிறது என்பது முன்னுக்குப் பின் முரணான கூற்றாக உள்ளது.

புத்தர் கூறுவதெல்லாம், உண்மை என்பது எந்தப் பொருளிலுமில்லை என்பதாகும். ஏனெனில், எந்தவொரு பொருளும் தனித்தில்லை, நிரந்தரமாய் இருப்பதில்லை. உண்மை என்பது உலகில் எவ்வாறு பொருள்கள் தோன்றுகின்றன, ஒன்றையொன்று சார்ந்து இருக்கின்றன என்பதில்தான் உள்ளது. உண்மை "எது இருக்கிறது?" என்பதில் இல்லை; "எவ்வாறு இருக்கிறது?" என்பதில்தான் உள்ளது. உலகம் எவ்வாறு இருக்கிறது என்னும் உண்மையையே, புத்தர் தமது "சார்பு வழித்தோற்றம் – ஆன்மா இன்மை – தான் எனும் தனித்துவம் இன்மை *(selflessness)*" என்னும் தத்துவத்தின் மூலம் விளக்குகிறார். ஒன்றுக்கொன்று காரணமாகி, ஒன்றையொன்று சார்ந்து ஓடும் இந்த வாழ்க்கை ஓட்டத்தில், "காரணம் – பலன்" இரண்டிற்கும் உள்ள நிரந்தரமான தொடர்பை விளக்கும் இயற்கை விதிகளும் நியதிகளுந்தான் உண்மை, என்றும் உள்ளவை. இவையே வாழ்வின் அடிப்படைகளாகவும் ஆதாரங்களாகவும் உள்ளன. "வினையைச் சார்ந்து அதற்கேற்ற பலன்" என்னும் கர்மவினை விதியும் இந்த உண்மையில் அடங்கும்.

இந்தச் சார்புவழித் தோற்றம் (புறச்சார்புடைமை), தான் எனும் தனித்துவம் இன்மை, ஆன்மா – இன்மை என்னும்

உண்மையே “என்றும் உள்ளது, என்றும் மாறாதது, யாராலும் உண்டாக்கப்படாதது, யாராலும் தோற்றுவிக்கப்படாதது.” உண்மையின் விளக்கம், வரைமுறை என்று நாம் மேலே கண்ட அனைத்துப் பிரமாணங்களுக்கும் பொருந்துவது இந்தச் சார்புடைமைத் தத்துவமே. தான் எனத் தனியாக எதுவுமில்லை என்று இந்தத் தத்துவம் காட்டும் உண்மையை உணராத அறியாமையினாலேயே, “தான்”, “தனித்துவம்”, “எனது” என்பன போன்ற தவறான கருத்துகள் தோன்றுகின்றன. இந்தத் தவறான கருத்துகளை விடாப்பிடியாகப் பற்றிக்கொண்டு மனிதர்கள், “தாம்–பிறர்” என வேறுபாடு செய்து பிரிவினைச் சுவர்களை எழுப்பிக்கொண்டு, போராட்டமும் சண்டையுமே வாழ்க்கை என்று அல்லலிலும் துக்கத்திலும் உழல்கின்றனர். “தான் எப்படியும் வாழ வேண்டும், தான் இன்பங்களைத் துய்க்க வேண்டும், தான் எண்ணியதைச் சாதிக்க வேண்டும்” என்ற பேரவாக்களே அவர்களை உந்தும் சக்திகளாக இருக்கின்றன. இந்தப் பேரவாக்களின் ஒரு தொகுப்பே “ஆன்மா”, “தான்” எனப் பற்றிக்கொள்ளப்படுகின்றது. ஒவ்வொருவர் வாழ்வதும் தனக்காகவும் தன் குடும்பத்தினருக்காகவும் தன் இனத்திற் காகவும் தன் தேசத்திற்காகவும் தன் மதத்திற்காகவும் எனத் “தான்” என்பதையே மையமாகக் கொண்டு சுழல்கின்றது. “தான்” என்னும் உணர்வின் அடிமையாகி, மனிதர் மற்றவர் களின் வாழ்விற்கும் நலத்திற்கும் ஊறுவிளைக்கத் தயங்குவ தில்லை. “நான்”, “எனது”, “எனது கருத்து”, “எனது நம்பிக்கை”, “எனது மதம்” என்பதே பிரதானமாகிவிடுகிறது. “எனது கருத்தே உண்மை”, “எனது நம்பிக்கையே உண்மை”, “எனது போராட் டமே தர்மயுத்தம், புனித யுத்தம், ஜீஹாத்” – இப்படியாக நான் சொல்வதே உண்மை, “நான் செய்வதே நீதி (தர்மம்)” என்று பற்றிக்கொள்ளப்படுகிறது. நாம் இவ்வாழ்வில் காணும் துயரங்கள், போராட்டங்கள், தீமைகள் யாவற்றிற்கும் “தான்”, “தனது” என்று இவ்வாறு பற்றிக்கொள்ளும் பொய்யான கருத்தே மூலமாக, ஆணிவேராக உள்ளது.

உலக மதங்களில் புத்தர் போதித்த தம்மம் மட்டுமே “தான்”, “தனித்துவம்”, “ஆன்மா” என்பவை பொய்யான கருத்துகள் என்று அவற்றை அறவே மறுக்கின்றது. ஒன்றோடு ஒன்றிணைந்து பின்னிப் பிணைக்கப்பட்ட, ஒன்றையொன்று சார்ந்த சார்புடைமையே வாழ்வின் அடிப்படை உண்மை (இறுதி உண்மை) என்பதால், இந்தச் சார்புடைமையைப் பேணி வளர்க்கும் அன்பும் இன்னாசெய்யாமையும் வாழ்வின் இரு விதிகளாகின்றன. ஆகவே, உண்மையாக வாழ்வது என்பது இந்த இரு விதிகளைப் போற்றித் தவறாது கடைப்பிடிப்பது தான். சார்புடைமைக்கு எதிரிகளான வெறுப்பு, பகை, கோபம்

ஆகியவையோடு வாழ்வது பொய்யான வாழ்க்கையாகும். பௌத்தம் வாழ்வின் இறுதி இலக்காக, உன்னத இலக்காகக் கருதுவது: "தான்" எனும் தனித்துவம் இல்லாத உண்மையாகவே மாறி, அன்பும் கருணையும் மெய்யறிவும் ஒருங்கிணைந்து உருவான உண்மை வாழ்க்கை வாழ்வதாகும்.

"தான்", "தனித்துவம்", "ஆன்மா" போன்ற தவறான பொய்க் கருத்துகளை உயிர் பிறவி பிறவியாகக் கணக்கிட இயலாத முன்பிறவிகளில் விடாப்பிடியாக இறுகப் பற்றிக் கொண்டே வந்திருப்பதாலும் இக்கருத்துகள் உள்ளத்தில் ஆணி அடித்தாற்போன்று ஆழமாகப் பதிந்துகிடப்பதாலும் சாதாரண மக்களுக்குப் பௌத்தத்தின் உன்னத இலக்கான, "தனித்துவம் என்னும் உணர்வே இல்லாத உண்மையாக மாறுவது" என்பது எண்ணிப் பார்ப்பதற்குங்கூட இயலாத தாகும். இந்த இலக்கு அவர்களைப் பெரும் பயத்தில் ஆழ்த்தும், மரணவேதனையைக் கொடுக்கும் என்பதில் ஐயமில்லை. இந்த இலக்கு புத்தர், யேசுநாதர், காந்தியடிகள் போன்ற மகான்களுக்கேயன்றி நமக்கல்ல என்று அவர்கள் கருதுவார் கள். ஆனால், பௌத்தம் போதிப்பது நடுவழியை என்பதைக் கருத்தில் கொண்டால் இங்கே பயத்திற்கு இடமில்லை.

உங்கள் ஆர்வமும் முயற்சியும் உங்களது நலத்திற்காகவும் மகிழ்ச்சிக்காகவும் இருப்பதுபோலவே, மற்றவர் நலத்திற்காகவும் மகிழ்ச்சிக்காகவும் இருக்க வேண்டும். உங்களை நீங்களே மற்றவர் நிலையிலும் மற்றவர்களை உங்கள் நிலையிலும் வைத்துப் பார்க்க வேண்டும்; செயல்பட வேண்டும். உங்கள் நலத்திற்காகவும் மகிழ்ச்சிக்காகவும் நீங்கள் கொள்ளும் அதே அக்கறையும் ஆர்வமும் முயற்சியும் மற்றவர் நலத்திற்காகவும் மகிழ்ச்சிக்காகவும் இருக்க வேண்டும். "மற்றவர்கள் உங்களுக்கு என்ன செய்ய வேண்டும் என்று நீங்கள் விரும்புகிறீர்களோ, அவற்றையே நீங்களும் மற்றவர்களுக்குச் செய்ய வேண்டும்; மற்றவர்கள் உங்களுக்கு என்ன செய்யக் கூடாது என்று நீங்கள் விரும்புகிறீர்களோ அதை நீங்கள் மற்றவர்களுக்குச் செய்யக் கூடாது."

இந்தச் சமத்துவ நோக்கும் சமத்துவச் செயல்பாடும் அறநெறியின் அடிக்கற்களாகும். இதுவே பௌத்தத்தில் மெய்ஞ் ஞானம் காட்டும் நடுவழியாகும்.

அறிவுக்கும் உணர்வுக்கும் அப்பாற்பட்ட ஒரு பொருளைத் தியானிப்பது அறிய முடியாத ஒரு மர்மமான மாய சக்தியைத் தேடுவதாக அமைவதால், அது நம்முள் என்ன மாற்றத்தை விளைவித்து எந்த மேல்நிலைப் பரிணாமத்துக்கு நம்மை இட்டுச்செல்லும் என்பது ஒரு பெரிய கேள்விக்குறி. ஆனால்,

“அன்பும் கருணையும் ஒருங்கிணைந்த புத்தருடைய சித்தம் பெற வேண்டும், உள்ளிருந்து உந்தும் சக்தி (சித்தம்) அன்பாகவும் கருணையாகவும் மாற வேண்டும்” என்று தியானிப்பதே பலனுள்ளதாகும். அதுவே உன்னதக் குறிக்கோள் ஆகும். வாழ்வின் இறுதி உண்மை, உன்னத உண்மையைக் காண்பது என்பது “தான்” எனும் தனியுணர்வு இல்லாது அன்பும் கருணையுமாக மாறுவதுதான். அந்த உன்னத உண்மையே தம்மம். அந்த உன்னத உண்மையாக மாறுவது தம்மம். அந்த உன்னத உண்மையாக மாறுவதற்கான வழியைக் காட்டுவது உள்நோக்குத் தியானம்.

அந்த உள்நோக்குத் தியானத்தை நாம் இப்போது காண்போம்.

பகுதி 2

உள்நோக்குத் தியானம் *(விபஸ்ஸனா)*

அத்தியாயம் 7

உள்நோக்குத் தியானம் (விபஸ்ஸனா)

புத்தர் போதித்த உன்னத எட்டு அங்கப் பாதையின் சமாதிப் பிரிவில் நன்முயற்சி, நல்மனவிழிப்புணர்வு, நல்மன ஒருமைப்பாடு ஆகிய பயிற்சிகள் அடங்கியுள்ளன. நன்முயற்சி, நல்மனவிழிப்புணர்வு ஆகிய இரண்டு; பயிற்சிமுறைகளும் பௌத்தத்தின் தனிப்பெரும் சிறப்பான *விபஸ்ஸனா* என்று பாலி மொழியில் அழைக்கப்படும் உள்நோக்குத் தியானத்திற்கு அடிப்படைகளாக அமைந்துள்ளன. மூன்றாவதான நல்மன ஒருமைப்பாடு அல்லது சம்மா சமாதியில் விவரிக்கப்பட்டுள்ள தியானப் பயிற்சி முறைகள் அமைதித் தியானத்தைச் சேர்ந்தவையாகும்.

பௌத்தத்தில் *சமதபாவனா* என்றழைக்கப்படுகிற அமைதித் தியானம் புத்தர் காலத்திற்கு முன்பிருந்தே தொன்றுதொட்டு வழக்கத்தில் இருந்துவருவதாகும். பல ஆசிரியர்களை அணுகி இந்தத் தியானத்தின் பலவகைகளையும் புத்தர் கற்றதாக அவரது வரலாறு கூறுகின்றது. ஆனால், இந்த அமைதித் தியானம் அவர் தேடியலைந்த ஞான ஒளியையும் உள்ளதை உள்ளவாறே கண்டறியும் ஆற்றலையும் விமோசனத்தையும் நிப்பாணத்தையும் அவருக்குத் தரவில்லை என்பதையும் அதன் ஐந்து குறைபாடுகளையும் நாம் ஏற்கனவே கண்டோம். அதில் அடைந்த ஆழ்நிலைப் பேறுகள் (ஜானங்கள் – தியானப் பேறுகள்) மனத்தைச் சார்ந்தவை, மனத்தால் உருவாக்கப்பட்டவை, மனத்தால் உண்டாக்கப்பட்டவை என்று கண்டார் புத்தர். இந்தத் தியானத்தில் மனம் சாந்தி அல்லது அமைதித் தளங்களை அமைத்துக்

கொண்டு அவற்றில் உறைந்து பேரின்பம் காண்கின்றது. இந்த ஆழ்நிலைத் தியானப் பேறுகள் இவ்வாழ்வில் நாம் காணக்கூடிய மகிழ்வு நிலைகள்தானேயொழிய, வேறு சிறப்புடையன அல்ல என்று உணர்ந்தார் அவர். தியானத்திலிருந்து வெளிவரும்போது, இந்தப் பேறுகளும் மறைந்து விடுகின்றன. அவற்றின் நிலையாமையையும் சார்புடைமையையும் தனித்தன்மை எதுவும் இன்மையையும் புத்தர் கண்டார். மேலும், இந்தத் தியானத்தில் தியானத்திற்குத் தடைகளாக விளங்கும் ஐந்து களங்கங்களும் அடக்கி வைக்கப்பட்டிருக்கின்றனவேயன்றி வேரோடு அழிக்கப்படுவதில்லை. தியானத்தில் அவை வெளியே வராமலிருந்தாலும் உந்தும் சக்திகளான அவை உள்மறைந்து உறைந்திருக்கின்றன.

இவ்வாறு மறைந்திருக்கும் மனமாசுக்களை வேரோடு களைந்தெறியவும் உயிர் வாழ்வின் உண்மையை உள்ளது உள்ளவாறே கண்டறியவும் புத்தர் கடைப்பிடித்த *விபஸ்ஸனா* தியானம் அவரே கண்டுபிடித்த புதிய தியான முறையாகும். வேறெந்தத் தியானப் பாரம்பரியத்திலும் காணப்படாத இந்த விபஸ்ஸனா தியான (உள்நோக்குத் தியான) முறை பௌத்தத்தின் தனிச்சிறப்பாகும். வேறெந்தத் தியானப் பாரம்பரியத்திலும் காணப்படாத இந்த முறையைக் கடைப்பிடித்துத்தான் புத்தர் உள்ளொளி ஞானம் பெற்று உயர்நிலையான நிப்பாணத்தை அடைந்ததாக அவரது வரலாறு கூறுகின்றது. நிப்பாணத்தை அடைய ஒரே வழி இதுதான் என்று *மஹாசதிபட்டான சுத்தத்தில்* புத்தர் கூறியுள்ளார்.

பாலி மொழிச் சொல்லான *விபஸ்ஸனா* என்பது இரு கூறுகளைக் கொண்டதாகும்: *வி + பஸ்ஸனா*. *வி* என்பது "பல்வேறுவகைகளில்" எனப் பொருள்படும். "*பஸ்ஸனா*" என்றால் "கவனமாகப் பார்ப்பது, நோக்குவது, ஆய்வது." ஆகவே, *விபஸ்ஸனா* என்பதற்குப் "பல்வேறு வகைகளில் உற்றுக் கவனமாகப் பார்ப்பது, பூரணமாக நோக்குவது, ஊடுருவித் தெளிவுபட ஆய்வது" எனப் பொருள்கொள்ளலாம். இங்கு அனைத்துப் பொருள்களின் உண்மையான தன்மையும் உள்ளது உள்ளவாறே கண்டறியப்படுகிறது. இது ஒரு மேல் நோக்கான பார்வையோ உணர்வோ அல்ல. வெளித் தோற்றத்தினால் ஏமாந்துவிடாத உள்ளார்ந்த தெளிவான ஆய்ந்து அறிதலும் உணர்தலும் ஆகும். இந்த உள்நோக்குத் தியானத்தில் ரூபம் (உடல்), புலன் உணர்வுகள், மன உணர்ச்சிகள், மன நிலைகள், மனத்தை ஆக்கும் பொருள்கள் அல்லது தம்மங்கள் ஆகியவை ஆழ்ந்து அறியப்படுகின்றன. இதன் குறிக்கோளாவது: "தான் என்பது யார்?", "தான் என்பது எங்ஙனம் உருவானது?" என்று உற்று நோக்கித் தெளிந்து, நிலையாமையையும் ஆன்மா

அல்லது "தான்" எனும் தனித்தன்மை கொண்ட எதுவும் இன்மையையும் அறிவுபூர்வமாக மட்டுமல்லாது அனுபவ பூர்வமாகவும் உணர்வதாகும். "தான்", "நான்" என்று நாம் கருதும் இந்த உடல்–மனத்தொகுப்பு *(நாம–ரூபம்)* காரண காரிய விதிகளின்படி ஒருங்கிணைந்து உண்டாக்கப்பட்டு ஆற்றுநீர்போல் இடையறாது மாறிமாறி ஓடிக்கொண்டே யிருக்கும் ஐந்து கூட்டுப்பொருள்களின் சேர்க்கை என்பதும் அனைத்தும் அடிப்படையில் *கலாபாக்கள்* எனும் தொடர்ந்து அதிர்ந்தும் துடித்துக்கொண்டிருக்கும் நுண் துகள்களின் சக்தி அலைவீச்சுக்கள் என்பதும் அனுபவரீதியாக இந்தத் தியானத்தில் உணர்ந்தறியப்படுகிறது. இது உள்ளதை உள்ளவாறு அறியும் ஞானக் கண்நோக்கு என்று கொள்ளலாம். மனமாசுக்களை அறவே வேரோடு அழிப்பதற்கும் துயரங்களிலிருந்து விடுபட்டு உயர்நிலையான நிப்பாணத்தை அடைவதற்கும் விபஸ்ஸனா தியானமே வழி என்கிறார் புத்தர்.

இந்தத் தியானத்தைப் பயில்வதற்குப் பௌத்த மறைநூல் களில் இரண்டு முறைகள் குறிக்கப்பட்டுள்ளன:

1. *சமதா* தியானத்தில் மன அமைதியையும் சாந்தத்தை யும் முதலில் பெருக்கி அதன் அடிப்படையில் மேற் கொள்ளப்படும் *விபஸ்ஸனா* தியானம் *(சமத விபஸ்ஸனா)*.
2. சமதாத் தொடர்பில்லாமல் நேராக மேற்கொள்ளப்படும் *விபஸ்ஸனா* தியானம் *(சுக்க விபஸ்ஸனா முறை)*.

புத்தர் முதல் முறையைப் பின்பற்றி உள்ளொளி ஞானம் எய்தியதாகவும் நிப்பாண நிலையை அடைந்ததாகவும் அவரது வரலாற்றிலிருந்து அறிகிறோம். *சமதா*வில் கூறப்பட்டுள்ள நான்கு உருவ ஆழ்நிலைத் தியானப் பேறுகளைப் பெற்றுத் தேர்ச்சியடைந்த பின்னர் *விபஸ்ஸனா* தியானம் மேற்கொள்வது புத்தர் போதித்த முறை என்று சிலர் கருதுகிறார்கள். ஆனால், *அங்குத்தர நிகாயத்தில்* அவர் இரண்டாம் முறையையும் குறிப்பிட்டிருக்கிறார்.

'ஓ பிக்குமார்களே, இங்கு நான்கு வகையான மக்கள் இருக்கிறார்கள். ஒருவர் தியானத்தில் மன அமைதியையும் சாந்தத்தையும் பெற்றவராய் இருக்கிறார். ஆனால் உலக ஓட்டத்தைப் பற்றி உள்நோக்கி அறியும் உயர் ஞானம் இல்லை. (இது முதல் வகை). இன்னுமொருவர் உள்நோக்கியறிந்து உலக ஓட்டத்தைப் பற்றிய உயர் ஞானம் எய்தியவராக இருக்கிறார். ஆனால், மன அமைதியையும் சாந்தத்தையும் பெற்றவராய் இல்லை. (இது இரண்டாவது வகை). பிறி தொருவர் மேற்சொன்ன இரண்டையும் பெறாதவராய்

இருக்கிறார். (இது மூன்றாவது வகை). இரண்டையும் பெற்றவர் (நான்காவது வகை).’ *(அங்குத்தர நிகாயம் 2:92–93)*

மன அமைதியையும் சாந்தத்தையும் பெற்றிருக்கும் முதலாமவரை உள்நோக்குத் தியானத்தில் ஈடுபட்டு உயர்நிலை ஞானம் எய்துமாறும், இரண்டாமவரைச் சமதாத் தியானத்தில் ஈடுபட்டு மன அமைதியையும் சாந்தத்தையும் பெற்று அதில் நிலைக்குமாறும் புத்தர் வற்புறுத்துகிறார்.

சமதாத் தியானத்தில் பெற்ற ஆழ்நிலைப்பேறுகள் *விபஸ்ஸனா*வில் ஆய்வுப் பொருள்களாக எடுத்துக்கொள்ளப் படுகின்றன. இந்த ஆழ்நிலைப்பேறுகளுங்கூட நிலையாமைக்கும் தனித்துவம் இன்மைக்கும் ஆட்பட்டுள்ளன என்பது *விபஸ்ஸனா* உள்நோக்கில் தெளிவாகும். உள்நோக்குத் தியானத்தில் நாம் முதலில் எடுத்துக்கொள்வது உறவுகளைத் தியானிப்பதாகும்.

அத்தியாயம் 8

உறவுகளை உற்றுநோக்கி ஆய்வது

ஒன்றோடு ஒன்றாகப் பின்னிப் பிணைந்திருக்கும் இந்த உலகத்தில், உறவுகளின்றி நம் வாழ்க்கை இல்லை. பல உறவுகள், சார்புடைமைகள், நம் வாழ்க்கையின் போக்கை நிர்ணயிக்கின்றன. பௌத்தத்தைப் பொருத்த வரை இந்த உறவுகளே கடவுள்கள். இந்த உறவுகளைத் தியானிப்பது நாம் உன்னத உண்மையாக மாறுவதில் எவ்வளவு முன்னேற்றம் அடைந்திருக்கிறோம், நமது பரிணாமநிலை என்ன என்பதைத் தெளிவாக உற்றுணர்ந்து அறிவதற்கு இன்றியமையாததாகும்.

சிகாலோவாத சுத்தம்

ஒரு நாள் அதிகாலை, இல்லறத்தார் ஒருவருடைய மகனான சிகாலா என்னும் இளைஞர் நதியில் குளித்து எழுந்து, கிழக்கு, தெற்கு, மேற்கு, வடக்கு, வானுச்சி, தரையின் கீழ்ப் பாதாளம் என்று ஆறு திக்குகளையும் நோக்கிக் கைகூப்பி, திக்குப் பாலகர்களாக நின்று இந்த உலகத்தைக் காக்கும் கடவுள்களை வணங்குவதைப் புத்தர் காண்கிறார். இப்படித் தொழுவதன் நோக்கம் என்ன என்று சிகாலாவைப் புத்தர் வினவுகிறார். இது தன் தகப்பனார் இறக்கும் முன்னர் தனக்குப் போதித்த சமய வழிபாடு என்றும், தான் இதை நாள்தோறும் தவறாது கடைப்பிடித்து வருவதாகவும் இளைஞர் சிகாலா கூறுகிறார்.

உட்கருத்தோ உண்மையோ இல்லாத இத்தகைய குருட்டு வழிபாடு ஓர் இல்லறத்தாருக்கு ஏற்ற உண்மை

யான மதபோதனையாக இருக்க முடியாது என்று கூறும் புத்தர், உண்மையில் திக்குப் பாலகர்களாக நின்று உலகைக் காக்கும் கடவுளர்கள் யார், எவரைத் தினமும் போற்றி வணங்க வேண்டும் என்று சிகாலாவுக்கு அறிவுரை வழங்கினார். *சிகாலோவாத சுத்தம்* என்றழைக்கப்படும் இந்தப் பேருரையில் புத்தர் கீழ்க்காணும் உறவுப் பிணைப்புகளையே உலகைத் தாங்கும் திக்குப் பாலகர்களாகக் காட்டுகிறார்.

கிழக்கு : பெற்றோர்கள் – குழந்தைகள்

தெற்கு : ஆசிரியர்கள் – மாணவர்கள்

மேற்கு : கணவன் – மனைவி

வடக்கு : இல்லறத்தார் – உற்றாரும் மற்றும் நண்பர்களும்

வானுச்சி: இல்லறத்தார் – அறவோர் மற்றும் துறவிகள்

கீழே : இல்லறத்தார் – வேலைக்காரர் மற்றும் தொழிலாளர்கள் (வாழ்க்கைத் தேவைகளைப் பூர்த்தி செய்யும் அனைவரும் இங்கு அடக்கம்).

இந்த உறவுகளே நமது வாழ்க்கையின் திக்குப் பாலகர்களாக நின்று காக்கும் தெய்வங்கள்; இந்த உறவுகள் புனிதமானவை, போற்றப்பட வேண்டியவை, வணங்கப்பட வேண்டியவை என்கிறார் புத்தர். அவைகளை வணங்குவது எவ்வாறு? ஒவ்வொரு உறவிலும் நமக்குக் கடமைகள் உள்ளன. அந்தக் கடமைகளைச் செவ்வனே நிறைவேற்றுவதே நாம் இந்த உறவுகளைப் போற்றி வணங்குவதாகும் என்று கூறும் புத்தர், ஒவ்வொருவரின் கடமைகளையும் தமது உரையில் பட்டியலிட்டு விளக்கியிருக்கிறார்.

இந்த உறவுகளில் நமது பரிணாமத்தின் நிலையை ஆராயும் உள்நோக்குத் தியானம் ஒவ்வொருவரும் தமக்கும் தாமே வகுத்துக்கொள்ள வேண்டியதாகும். உதாரணத்துக்கு, ஒரு தியானமுறை கீழே தரப்படுகின்றது.

தியானமுறை மந்திரம்

உள்நோக்கு என்னும் கண்ணாடியில் உங்கள் மனம் பிரதிபலிப்பதை உற்று நோக்குங்கள். உங்கள் உறவுகளின் நிலையே தியானப் பொருளாக இருக்கட்டும்.

(1) உறவுகளில் உன்னதமானது தாய் – சேய் உறவாகும். புத்தரின் அன்புக்கு இணையானதாக நாம் இவ்வுலகில் காட்டக்கூடியது தாய் தன் ஒரே மகவின்பால் கொண்டுள்ள அன்பைத்தான். உடலும் உயிரும் மகவின் நலனுக்கே என்று

கனிந்துருகும் தன்னலம் கருதாத அன்பு தாயன்பு. அந்தத் தன்னலம் கருதாத அன்பு ஏன் ஒவ்வொரு உறவிலும் இல்லை, ஏன் இருக்க முடியாது, எவ்வாறு அதை வளர்ப்பது ஆகிய கேள்விகளை மையமாகக் கொண்டு தியானம் மேற்கொள்ளப் பட வேண்டும்.

(2) ஒவ்வொரு உறவிலும் தாயன்புக்கு இணையான தன்னலம் கருதாத அன்பு இல்லையென்றாலும், குறைந்தது தனது நலம் போலவே பிறர் நலனையும் பேணும் நடுநிலை அன்பாவது இருக்கிறதா என்று பாருங்கள். உங்கள் கடமைகள் செவ்வனே நிறைவேற்றப்பட்டுள்ளனவா? உங்களுடைய எந்த ஆசைகள், எந்த உணர்ச்சிகள் நீங்கள் நடுநிலையிலிருந்து கடமைகளை ஆற்றுவதற்கு இடையூறுகளாக இருக்கின்றன, ஏன் இருக்கின்றன, அவற்றின் காரணங்கள் என்ன, ஏன் அவற்றைக் குறைத்து நடுவழியில் முன்னேறக் கூடாது என்று யோசித்துப் பாருங்கள். உங்கள் ஆசைகளையும் உங்களை உள்ளிருந்து ஆட்டுவிக்கும் மனோபாவங்களையும் வெளிக் கொணர்ந்து அவற்றை உற்றுப் பாருங்கள்.

(3) நடுவழி என்பது, தன் கோணத்தில் மட்டுமின்றிப் பிறர் நிலையில் நின்று பிறர் கோணத்திலும் ஒவ்வொன்றையும் பார்ப்பதாகும். உங்கள் ஆசைகளை ஒருபுறம் ஒதுக்கி விட்டு, மற்றவரின் ஆசைகளையும் எண்ணிப்பாருங்கள். உங்களை அவர்கள் நிலையில் நிறுத்தி அவர்கள் கோணத்தில் எல்லாவற்றையும் மறுபரிசீலனை செய்யுங்கள்.

(4) ஒவ்வொரு உறவிலும் கீழ்வரும் கேள்விகளுக்குப் பதில் தேடுங்கள்:

❖ இந்த உறவில் நான் அடைந்த நன்மைகள் என்ன?

❖ இந்த உறவில் நான் மற்றவருக்குத் தந்தது என்ன?

❖ இந்த உறவில் எவ்வளவு தன்னலத்தோடு நான் நடந்துள்ளேன்?

❖ இந்த உறவில் மற்றவர் நலனுக்கு எவ்வளவு மதிப்புக் கொடுத்துள்ளேன்?

❖ இந்த உறவில் பிரிவுகளுக்கும் பிணக்குகளுக்கும் துன்பங்களுக்கும் எந்த அளவு நான் காரணமாக உள்ளேன்?

❖ நான் செய்த நன்மைகள் என்ன, தீமைகள் என்ன?

❖ நான் அவருக்குக் கிலேசத்தையும் மனவருத்தத்தையும் கொடுத்துள்ளேனா?

- ❖ நடுவழிக்கு வர எந்த ஆசைகள் மனோபாவங்கள் விலக்கப்பட வேண்டும்?
- ❖ நான் ஏன் அவற்றை விலக்க முடியாமல் இருக்கின்றேன்?

(5) ஒவ்வொரு உறவிலும் நடுவழியிலிருந்து, உன்னத இலக்கான தன்னலம் கருதாத தாயன்பு அல்லது புத்தருடைய அன்புக்கு முன்னேறுவதே குறிக்கோளாக இருக்க வேண்டும். நடுவழியில் முதிர்ந்த பின்னர் நடுவழிக்கும் உன்னதக் குறிக்கோளுக்கும் மத்தியில் நீங்கள் இப்போது ஒரு புது நடுவழியைக் கண்டுபிடியுங்கள். இந்தப் புது நடுவழியில் உங்களது சில ஆசைகளும் மனோபாவங்களும் நீக்கப்பட்டுத் தன்னலம் கருதுவது மேலும் குறைக்கப்படும். இதில் முதிர்ந்தபின், இந்தப் புது நடுவழிக்கும் உன்னதக் குறிக்கோளுக்கும் மத்தியில் இன்னொரு புது நடுவழியைக் கண்டுபிடித்துக் கடைப்பிடியுங்கள். இவ்வாறு உன்னதக் குறிக்கோளை நோக்கிப் படிப்படியாக முன்னேறிச் செல்லுங்கள். "தான் – பிறர்" என்னும் பாகுபாடு இன்றி ஒன்றிணைத்துப் பார்ப்பதும் பின்னிப் பிணைந்திருக்கும் ஒன்றேயான இந்த உலகத்தோடு ஐக்கியமாவதுமே இறுதி இலக்காகும்.

(6) குடும்ப உறவுகள், தொழில்முறை உறவுகள், சமூக உறவுகள் – ஒவ்வொன்றிலும் இவ்வாறு ஐக்கியமாவதில் உங்கள் முன்னேற்றத்தைத் தினந்தோறும் அல்லது குறைந்தது வாரந்தோறும் பரிசீலியுங்கள்.

அத்தியாயம் 9

நான்கு 'அளவற்றவைக'ளைத் தியானித்தல்

[தெய்வீகத் தளங்களில் *(பிரம்ம விஹாரங்களில்)* உறைதல்]

இங்குக் கீழ்வரும் நான்கு அளவற்றவைகள் தியானப் பொருள்களாக எடுத்துக்கொள்ளப்படுகின்றன.

1. அனைத்தையும் தழுவிய அன்புறுநேயம் *(மெத்தா)*
2. அனைத்தையும் தழுவிய கருணை *(கருணா)*
3. அனைத்தையும் தழுவிய பிறர் நலத்தில் மகிழ்ச்சி *(முதிதா)*
4. அனைத்தையும் தழுவிய சமநிலை *(உபெக்கா).*

இந்தத் தியானம் எல்லை வரையறையின்றி எண்ணற்ற உயிர்கள் அனைத்தையும் தழுவியிருப்பதால், இந்தத் தியானப் பொருள்கள் "அளவற்றவைகள்" என்று வர்ணிக்கப்படுகின்றன. இவை *பிரம்மவிஹாரங்கள்* அதாவது "தெய்வீகத்தளங்கள்" என்றும் கூறப்படுகின்றன. இங்குத் தியானமே இந்தத் தெய்வீகத்தளங்களில் உறைந்திருத்தல் அல்லது நிலைபெற்று மகிழ்தல் ஆகும். புத்த கோஷரின் *தூய்மைப் பாதை (விசுத்தி மக்கம்)* என்னும் நூலில் பரிந்துரைக்கப்பட்டுள்ள 40 தியானப் பொருள்களில், உயிர் மூச்சைப் போலவே இந்த நான்கு அளவற்றவைகளும் அடங்கியுள்ளன. இந்த நான்கும் கோபம், வெறுப்பு, பகையுணர்ச்சி கொண்ட மன

இயல்புடையோருக்கு, அவர் தம் மன இயல்பை மாற்றிச் செம்மைப்படுத்த மிக உதவும் தியானப் பொருள்கள் ஆகும்.

இந்தத் தியானம், கோபம் வெறுப்பு போன்ற பகை யுணர்ச்சிகளை வேரறுப்பது மட்டுமல்ல, சாதகரை ஆழ்நிலைச் சமாதிக்கும் இட்டுச்செல்லும். *உபெக்கா* தியானம் என்பது அமைதித் தியானத்தில் நாம் முன்னரே கண்ட நான்காவது *ரூபஜான* ஆழ்நிலைக்குக் கொண்டுசெல்வதாகும். இன்ப உணர்ச்சி – துன்ப உணர்ச்சி, சுகம் – துக்கம், விருப்பு – வெறுப்பு ஆகிய அனைத்து இரட்டை எதிர்மறைகளையும் தாண்டிய ஒரு அரிய சமநிலை உணர்வாகும் இது. இந்தச் சமநிலையையே தியானப் பொருளாகக்கொண்டு ஆழ்நிலைச் சமாதியில் ஆழலாம், நான்காவது *ரூபஜானம்*வரை செல்லலாம். ஆனால், மற்ற மூன்று அளவற்றவைகளும் மகிழ்ச்சியுடன் கூடியதாக இருப்பதால், அவற்றைத் தியானிப்பது மூன்றாம் *ரூபஜானம்* வரை மட்டும் இட்டுச்செல்லும்.

விபஸ்ஸனா தியானத்தில் மனநிலைகள் உற்றுநோக்கி ஆராயப்படுகின்றன. இனிய மெல்லுணர்வுகளான அன்பு, கருணை, பிறர் நலத்தில் மகிழ்ச்சி ஆகியவை போற்றி வளர்க்கப் படுகின்றன. இவற்றைத் தியானிக்கும் சாதகர் இந்த உணர்வுக ளாகவே மாறிவிடுகிறார், இந்த உணர்வுகளே உருவானவ ராகிறார்.

(அ) ஆரம்ப தியானம்:

வெறுப்பை, பகையை ஆய்தல்

சாதகர் முதலில் பகை, வெறுப்பு போன்ற உணர்ச்சிகளால் விளையும் தீமைகளையும் அபாயங்களையும் மாறாகப் பொறுமை அல்லது சகிப்புத் தன்மையால் விளையக்கூடிய நலன்களையும் சிந்தித்துப் பார்க்கிறார்.

(1) ஒருவர் உங்களுக்குத் தீமைசெய்துவிட்டதாக எண்ணி நீங்கள் கோபம் கொள்கிறீர்கள். கோபத்தில் நீங்களும் ஏன் அதே மாதிரியான தீய செயலை மேற்கொண்டு, அவரைப் போலவே தாழ்வானதும் இழிவானதுமான நிலைக்குச் செல்ல விரும்புகிறீர்கள்? ஏன் உங்கள் மனத்தை நீங்களே மாசுபடுத்திக் கொள்கின்றீர்கள்? கோபத்திற்கு எதிராகக் கோபம், தீமைக்கு எதிராகத் தீமை என்று நீங்கள் செயல்பட்டால், எதிராளி வீசிய வலையில் வீழ்ந்தவர்களாகிறீர்கள். கோபத்திலும் வெறுப்பிலும் செயல்பட்டால், அது நீங்களே உங்களை வருத்திக்கொள்வதாகும். எதிராளிக்குத் துன்பம் விளைகிறதோ இல்லையோ, உங்களை நீங்களே கோபத்தால் விளையும் மனப்பிணியால் துன்புறுத்திக்கொள்கிறீர்கள் என்பது உறுதி.

கோபம் மேலிடும்போது நிதானித்து உங்கள் மனநிலையை உற்றுப் பாருங்கள். புத்தரின் எச்சரிக்கையை நினைவுகூருங்கள்:

"எதிராளியின் சினத்திற்கு எதிராகச் சினம்கொண்டு நீங்களும் தீய செயலில் ஈடுபட்டால், அது உங்களை நீங்களே வருத்திக்கொண்டு எதிராளிக்கு மகிழ்ச்சி கொடுப்பதாக அமையும். எதிராளியின் நிலையைவிட உங்கள் நிலை மோசமானதாகும். சினத்திற்கு எதிர் சினம் என்று நிகழும் போராட்டத்தில் வெற்றி என்பது எவருக்கும் இல்லை."

(2) நெருப்பை நெருப்பால் அணைக்க முடியாது; தண்ணீராலேயே அணைக்க முடியும். கோபத்தீயைக் கோபத்தீ கொண்டு அணைக்க இயலாது, அன்பு எனும் தண்ணீராலேயே அணைக்க இயலும். புத்தரின் பொன்மொழிகளைச் சிந்தித்துப் பாருங்கள்:

"பகைமையைப் பகைமையினால் வெல்ல முடியாது, பகைமையை அன்பினாலேயே வெல்ல முடியும் இதுதான் தொன்றுதொட்டு வருகிற தர்மமாகும், மாறாத உண்மையாகும்" *(தம்ம பதம் 5).*

"கோபத்தை அன்பினால் வெல்க. தீமையை நன்மையினால் வெல்க. பேராசையைப் பெருந்தன்மையினால் *(தாராள குணத்தினால்)* வெல்க. பொய்யை மெய்யினால் வெல்க" *(தம்ம பதம் 223).*

"நம்மை வெறுப்பவரை வெறுக்காமல், அன்புள்ளத்துடன் மகிழ்ச்சியோடு வாழ்வோமாக. பகைவரிடையே பகையற்று, தளைகளால் பிணைபடாமல் வாழ்வோமாக!" *(தம்ம பதம் 19).*

(3) நம் வினைகளின் விளைபொருள்களே நாம் யாவரும். நம் வினைகளே நம்மை உருவாக்குகின்றன. நம் வினைகளின் உரிமையாளர்களும் நாமே, வாரிசுதார்களும் நாமே, உறவினர்களும் நாமே. நம் வினைகளே நமக்குப் புகலிடமுமாகும்.

விதைக்கும் வண்ணமே அறுவடை அமையும்,
எங்கோ – எப்போதோ இம்மையிலோ மறுமையிலோ
இன்று நாம் அறுப்பது என்றோ நாம் விதைத்தது.
இன்று நாம் விதைப்பது என்றோ நாம் அறுக்கப்போவது.

பகைமையால் இன்று நீ செய்யும் செயல் இறுதியில் உன் துக்கத்திலும் வீழ்ச்சியிலுமே முடியும். வெறுப்பாலும் கோபத்தாலும் தூண்டப்பட்டு நாம் செய்வது, எரியும் நிலக்கரித் தழலை அல்லது மலத்தை இரண்டு கைகளிலும் எடுத்து நாம் எதிரியின் மீது வீசுவதற்கு ஒப்பாகும். எதிரி காயப்படுகிறாரோ இல்லையோ, முதலில் நாம் புண்படுவதும் அசிங்கப்படுவதும் உறுதி.

(4) மேலும், நினைவில் இருத்துங்கள்: தீய செயல்களைச் சினத்துடன் செய்வது வீசும் காற்றுக்கு எதிராக மண்ணை வாரி இறைப்பதற்கு ஒப்பாகும்;. மண் நம் கண்களிலேயே, நம்மேலேயே வந்து விழும்.

(5) மேலும், நிலையாமையை நினைவில் கொள்ளுங்கள். எந்தச் செயல் செய்தாலும் அது நிலைப்பது கண நேரமே. பகைவர் செய்த காரியம் முடிந்துபோன ஒன்று. அது சென்று மறைந்துவிட்ட பிறகு இங்கு இப்போது நாம் சினங்கொள்வது எதன் மேல்? சென்று முடிந்தவற்றை நீங்கள் ஏன் விடாமல் பற்றிக்கொண்டு இன்னலுக்கு ஆளாக வேண்டும்?.

(6) ஒவ்வொன்றும் வாழ்க்கையில் மாறிக்கொண்டேயிருக்கின்றது. ஒவ்வொரு நாளும் நாம் ஒவ்வொருவரும் மாறிக் கொண்டேயிருக்கிறோம். நேற்று இருந்தமாதிரியே நான் இன்று இல்லை, இன்று இருக்கிறமாதிரி நாளை இருக்க மாட்டேன். நேற்றிருந்தவர் யாரோ, இன்று வேறு, நாளை வேறொருவர். தீமை செய்த பகைவரும் மாறிக்கொண்டே யிருக்கிறார். தீமை செய்த பகைவர் வேறொருவராக இருக்கும் போது, இன்று நாம் வெறுப்பது யாரை? பகைவரும் மாறு கிறார்; நீங்களும் மாறுகிறீர்கள். பகைவரையும் உங்கள் அன்பின் சக்தியினால் மாற்றுங்கள். நாமும் மாற வேண்டும், அவரையும் மாற்ற முடியும் என்னும் தெளிவு பெறுங்கள். பகைமை பகைமையையே வளர்க்கும்; அன்பே பகைமையை வெல்லும்.

(7) மேலும், வாழ்வு நிலையில்லாதது, கணத்துக்குக் கணம் அழிவது. நம் வாழ்வோ மறைந்து போகக் கூடியது. அப்படி யிருக்க, கோபத்தையும் பகைமையையும் வளர்ப்பதில் காணும் பயன் யாது? *தம்ம பதம்* (6) கூறுவதுபோல: “வாழ்வு நிலையாதது, எக்கணமும் மறையக் கூடியது என்னும் உண்மையை உணர்ந்தவர்களுக்கு, விரோதம் இல்லை, வெறுப்பு இல்லை, பகை இல்லை, கோபம் இல்லை.”

(8) நீங்கள் வெறுக்கும் பகைவரிடமும் நல்ல குணங்கள் இருக்கும். நல்ல காரியங்களைச் செய்தவராயும் இருப்பார். அந்த நல்ல குணங்களும் நற்காரியங்களும் போற்றப்பட வேண்டியவை; நாமும் கடைப்பிடிக்க வேண்டியவை. அவற்றையே எண்ணிப்பார்த்து, மனத்தில் வளரும் கோபத்தையும் பகைமையையும் நீக்குங்கள். தோழமையாலும் ஒருவருக் கொருவர் இணங்கிச் செயல்படுவதாலும் ஒத்துழைப்பாலும் நிகழக்கூடிய நன்மைகளைச் சிந்தித்துப்பாருங்கள்.

(9) திருவள்ளுவர் கூறியுள்ளதுபோல, “இன்னா செய்தாரை ஒறுத்தல் அவர் நாண நன்னயம் செய்துவிடல்”

பிறர் செய்த தீமை, நாம் திருப்பிச் செய்த நன்மை இரண்டையும் மறந்துவிடல் வேண்டும்.

(10) பகைமையைப் பகைமையினாலும் வெறுப்பை வெறுப்பினாலும் எதிர்கொள்வது பகைமையையும் வெறுப்பையும் அதிகரிக்குமேயொழிய குறைக்கமாட்டா என்பதும் மனங்கள் மாறி ஒன்றுபட வழிவகுக்கமாட்டா என்பதும் உலக அனுபவம் காட்டும் உண்மைகள். அன்பே பகைமையையும் வெறுப்பையும் அழிக்கும் மாற்று மருந்தாகும். அன்பு தருபவரை மட்டுமல்ல பெறுபவரையும் புனிதமாக்குகிறது. மன்னர்களாலும் அடக்க முடியாத கொடிய கொள்ளைக்காரனும் கொலைகாரனுமான அங்குலிமாலாவைத் திருத்தி, தம்மத்தின் பாதையில் வழி நடத்திப் பொறுமையின் உருவமாக அவனைப் புத்தர் மாற்றியது கருணையின் வலிமையைக் காட்டுகிறது.

“ஓ பிக்குகளே, எவரொருவர் கொள்ளைக்காரர்களால் அங்கம் அங்கமாகத் துண்டிக்கப்பட்டாலும் இருபுறமும் கூர்மையான இரம்பத்தால் அறுக்கப்பட்டாலும் மனத்தில் கோபம் கொள்ளாத தூய்மையானவராக இருக்கிறாரோ, அவரே எனது போதனைகளை உண்மையாகப் பின்பற்றுபவர் *(மஜ்ஜிம நிகாயம் I– 129).*

“உடல் துண்டு துண்டாக்கப்படும்போதும், அவர் பொறுமையில் நிலைபெற்றவராக இருக்கிறார்; தம்மைத் துண்டிப்பவர்களும் பாவம் நீங்கி விமோசனம் பெற வேண்டும் என்று விரும்புகிறார். மனத்தாலும் அவர்களுக்கு ஊறு நினைக்காதவராய் இருக்கிறார். இதுவே பொறுமையின் உச்சமும் நிறைவும் ஆகும்” *(சிக்சாசமுச்சய 187; சாகரமதி சூத்திரம்.)*

(11) பகையுணர்வை மனத்திலிருந்து விலக்கி, அன்பு நேயத்தை வளர்க்க, புத்தர் இன்னுமொரு தியானமுறையைக் கூறியிருக்கிறார். இது, இந்த உலகிலுள்ள ஒவ்வொரு உயிரும் நம்முடைய எண்ணற்ற முந்தைய பிறவிகளில் நம் தாயாராகவோ தந்தையாராகவோ சகோதரராகவோ நண்பராகவோ ஆசிரியராகவோ இருந்திருக்க வேண்டும் என்னும் உண்மையை அடிப்படையாகக் கொண்டதாகும். இவ்வாறு யோசித்துப் பாருங்கள்.

“இந்தப் பகைவரும் ஏதாவது ஒரு பிறவியில் என்னை ஈன்றெடுத்த தாயாராகவோ தந்தையாராகவோ சகோதரராகவோ நண்பராகவோ ஆசிரியராகவோ இருந்திருக்க வேண்டும். முந்தைய பிறவிகளில் எண்ணற்ற வகைகளில் அவருக்கு நான் கடன்பட்டிருக்க வேண்டும். அவரிடம் நான் பெற்ற நன்றிக்

கடன்களுக்குக் கைம்மாறு செய்தாக வேண்டும். பத்து மாதங்கள் தன் வயிற்றில் சுமந்து என்னை ஈன்றெடுத்துப் பாலூட்டித் தாலாட்டி வளர்த்த அன்னை அவர். என்னுடைய சிறுநீர், மலம், மூக்குச் சளி, எச்சில் ஆகிய எல்லாக் கழிவுகளையும் நறுமணம் கொண்ட சந்தனச்சாறு போலவே கருதி, சிறிதும் முகம் கோணாது, மனம் சிணுங்காது, வழித்தெடுத்துத் துடைத்துக் குளிப்பாட்டித் தோளிலும் மார்பிலும் அணைத்துச் சீராட்டிப் பாராட்டி என்னை வளர்த்து ஆளாக்கிய அன்னை அவர். நோயுற்றுக் கிடக்கும்போது கண்ணுறங்காது எனக்குப் பணிவிடை செய்து காப்பாற்றியவர் ஆவார். தன்னலம் கருதாது என் நலத்திற்காகவே வாழ்ந்த அன்னை ஆவார் அவர்.

"அல்லது அவர் என் தந்தையாயிருந்த முன்பிறவிகளில், எனது நல்வாழ்வுக்காக எவ்வளவு உழைத்திருப்பார் அவர்? எவ்வளவு சுகதுக்கங்களை ஏற்றிருப்பார் அவர்? என்னை வளர்ப்பதற்கும் கல்வியறிவூட்டுவதற்கும் எனக்கு நல்ல வாழ்க்கைத்துணை தேடித் திருமணம் செய்து வைப்பதற்கும் நான் நல்ல தொழிலில் அமர்வதற்கும் எவ்வளவு சிரமப்பட்டிருப்பார் அவர்? முன்பிறவிகளில் அவர் என் சகோதரராகவோ சகோதரியாகவோ நண்பராகவோ இருந்திருப்பாரானால் எண்ணற்றவகைகளில் நான் அவருக்குக் கடன் பட்டிருக்க வேண்டும். அவ்வாறு அநேக பிறவிகளில் வெவ்வேறு வகைகளில் அவருக்கு நன்றிக்கடன்பட்டுள்ள நான், இப்போது அவர்பால் பகைமை பாராட்டுவது இழிவானதாகும்.

"அவர் என் தாயாரே! அவரிடம் நான் பட்ட நன்றிக் கடனை எப்படித் தீர்ப்பேன்? என்ன கைம்மாறு செய்வேன்?" என்று நன்றிக் கடனைத் தீர்க்க வேண்டும் என்னும் ஆர்வம் எழட்டும். வெறுப்பும் பகையுணர்வும் நீங்கி அன்புணர்வு வளரட்டும். அன்புள்ளமாக மாறித் தியானியுங்கள்.

அப்பகைவரும் என்னை ஈன்றெடுத்த தாயாரே!
அவர் துக்கம் அனைத்தும் நீங்கி மகிழ்வுடன் வாழ்க!
அவரது நலம் பெருகி மகிழ்வுடன் வாழ்க!
அவர் வளம் பெருகி வளமுடன் வாழ்க!

(12) இந்த உலகில் ஒவ்வொன்றும் மற்றவற்றைச் சார்ந்துள்ளது. மற்றவற்றோடு பின்னிப்பிணைக்கப்பட்டு ஒன்றுபட்டதாக உள்ளது. இந்தச் சார்புடைமை (பிணைப்பு) இல்லாமல் வாழ்க்கை இல்லை. புத்தர் தம்மம் எனக் காட்டிய தத்துவமான சார்புடைமையே உலகின் தலையாய உண்மை, உலகின் நியதி. சார்புடைமையை (பிணைப்பை) மறுத்து வாழ்வது உண்மையை மறுப்பதாகும், உண்மையை எதிர்ப்ப

தாகும். பிணைப்பு, சார்புடைமையே உலக நியதியாக இருக்கும் போது, அன்பும் ஊறு செய்யாமையும் வாழ்க்கை முறையை நிர்ணயிக்கும் விதிகளாகின்றன. வெறுப்பு, கோபம், பகைமை ஆகிய எதிர்மறைகள் வாழ்க்கையைச் சிதைப்பவையாகும், துக்கத்தையே தருபவையாகும்; அன்புணர்வோடும், கருணை நோக்கோடும் "உண்மை – வாழ்வு" வாழ்வோம். வெறுப்பு, கோபம், பகைமை ஆகிய "பொய்மை–வாழ்வு" வேண்டாம்.

(13) அனைத்து உயிர்களையும் உங்கள் "தாயாராகவே" கருதி அனைத்துடனும் ஒன்றியவராய், அனைவரது நலத்திற்கும் வளத்திற்கும் மகிழ்ச்சிக்கும் தியானம் செய்யுங்கள்.

(14) புத்தர் கூறியிருக்கிறார்: "மனமுடிச்சுகளை அறுக்கும் அன்புநேயம் ஒருவர் வாழ்வின் அடித்தளமாக அமைக்கப் பட்டால், வளர்க்கப்பட்டால், பண்படுத்தி நிறைவுக்குக் கொண்டுவரப்படுமானால், பதினொரு நன்மைகள் உண்டாகும். அவை யாவை? *(1)* அவர் அமைதியாகவும் சுகமாகவும் உறங்குகிறார்; *(2)* சூரியனைக் கண்ட தாமரை காலையில் மலர்ந்து விரிவது போல அவர் விழிப்புறுகிறார்; *(3)* கெட்ட கனவுகள் அவர் உறக்கத்தைக் கலைப்பதில்லை; *(4)* மனிதர்கள் அவரை நேசிக்கின்றனர்; *(5)* மற்ற உயிரினங்களும் நேசிக்கின்றன; *(6)* தேவர்கள் அவரைக் காப்பாற்றுகிறார்கள்; *(7)* தீ, நஞ்சு, வாள் ஆகியவற்றால் அவருக்கு எந்தத் தீங்கும் நேராது; *(8)* விரைவில் அவர் மனம் குவிந்து ஒருமுனைப்படுகிறது; *(9)* அமைதியே உருவானவராகிறார் அவர்; *(10)* மரணம் அவரைத் தழுவும்போது பயம், குழப்பம் எதுவுமின்றி அதை எதிர்கொள்கிறார்; *(11)* உள்நோக்குத் தியானத்தில் அவர் நிறைவு பெறாமலிருந்தாலும், நேரே அவர் தேவர்கள் வாழும் உலகம் அடைந்து அங்கு உறைந்திருத்தல் உறுதி" *(அங்குத்தர* V – *342).*

(ஆ) அளவற்ற அன்புறு நேயத்தைத் தியானித்தல்

(1) புத்தர் கூறியிருக்கிறார்: "எல்லாத் திக்குகளிலும் சென்று தேடிப்பார்த்தேன்; என் உயிரினும் மேலான விலைமதிப்பற்ற எந்தப் பொருளும் உள்ளதாக என் மனத்துக்குத் தோன்றவில்லை. அவ்வாறே ஒவ்வொருவருக்கும் அவரது உயிர் மேலானதாகவும் விலைமதிப்பற்றதாகவும் இருப்பதை நான் உணர்ந்தேன். தன் உயிரை நேசிக்கும் ஒருவர் வேறு எந்த உயிருக்கும் தீங்கிழைக்க மாட்டார்." அவ்வாறே சாதகரும் தன் உயிரைத் தான் நேசிப்பதையும் அனைத்து உயிர்களும் சமம் என்பதையும் தமது தியானத்தில் உணர்ந்து அறிய வேண்டும்.

(2) அடுத்து, அவர் தமது ஆசிரியரை நினைவுகூர்ந்து அவர்பால் தம் அன்பு வெள்ளத்தைப் பாய்ச்சி வேண்டுகிறார்: "இந்த என் ஆசிரியர் நலத்துடனும், வளத்துடனும் வாழ்க! துக்கம் நீங்கி மகிழ்வுடன் வாழ்க!"

(3) பிறகு, தன்பால் தான் செலுத்தும் அன்புணர்வின் சக்தியை உணரும் அவர், அதே அன்புணர்வைப் பிறர்பாலும் வளர்த்துத் தன் அன்பு வட்டத்தைப் பெருக்கத் தியானம் மேற்கொள்கிறார். கீழ்க்கண்ட மூன்று நபர்களைத் தம் நினைவிற்குக் கொண்டுவந்து சிந்திக்கிறார்:

- தம்மால் ஆழமாக நேசிக்கப்படும் ஒருவர் (காமத்திற்கு இடம் கொடாமலிருக்க ஆண் தன்னையொத்த பெண்ணையோ அல்லது பெண் தன் வயதுக்கேற்ற ஆணையோ தியானத்திற்கு எடுத்துக்கொள்ளாமலிருப்பது நல்லது).
- நேசிக்கப்படாத ஆனால் அதேசமயம் வெறுக்கவும் படாது நடுநிலையில் இருக்கும் ஒருவர்.
- தம்மால் வெறுக்கப்படும் ஒருவர்.

தியானம் கீழ்க்காணுமாறு அமையலாம்:

(4) முதலில் உங்களுக்குப் பிரியமானவர்பால் உள்ள அன்பை உணருங்கள், உற்று நோக்குங்கள். நீங்கள் உங்களை நேசிக்கும் அளவுக்கு அவரையும் நேசிக்கிறீர்களா என்று எண்ணிப்பாருங்கள். உங்கள்பால் நீங்கள் கொண்டுள்ள அன்பிற்கு நிகராக அவர்பால் உள்ள அன்பையும் வளர்த்திப் பெருக்குங்கள். தாய் வேண்டுவதெல்லாம் தன் சேயின் நலமும் மகிழ்ச்சியுமே! ஒரு தாய் தன் ஒரே மகவின்பால் கொண்டுள்ள அன்புபோல உங்கள் அன்பு எதையும் எதிர் பாராத அன்பா என்று உற்றுப் பாருங்கள். எதிர்பார்த்தல் இருக்கிறதா இல்லையா என்று ஆராய்ந்து பாருங்கள். தாயன்பு போல எந்த எதிர்பார்ப்பும் இல்லாத தூய அன்பாக உங்கள் அன்பை மாற்றுங்கள். அன்பை உணருங்கள், அதை அனுபவி யுங்கள். அவர் நலமே உங்கள் நலம், அவர் மகிழ்ச்சியே உங்கள் மகிழ்ச்சி என்று எண்ணுவது மட்டுமல்ல, அந்த உணர்வை வளருங்கள். தியானியுங்கள்.

அவர் நலம் பெருகி மகிழ்வுடன் வாழ்க!
அவர் வளம் பெருகி வளமுடன் வாழ்க!
அவர் துக்கம் ஏதுமின்றி மகிழ்வுடன் வாழ்க!

(5) அடுத்து, உங்களால் நேசிக்கப்படாத வெறுக்கவும்படாத நடுநிலையாளரைத் தியானத்திற்கு எடுத்துக்கொள்ளுங்கள். உங்களையும் உங்களுக்குப் பிரியமானவரையும் நீங்கள் நேசிக்கும்

அளவுக்கு, ஏன், என்ன காரணங்களால் நீங்கள் இந்த நடுநிலையாளரை நேசிக்க முடியவில்லை என்று யோசித்துப் பாருங்கள். உங்கள் அன்பு வட்டத்தை விரிவாக்குவதற்கு என்ன தடை, ஏன் மனத்தின் இந்தச் சுருக்கம் என்று ஆராய்ந்து பாருங்கள். இறுகியிருக்கும் மனமுடிச்சுளைத் தளர்த்துங்கள், அன்பு வட்டத்தை விஸ்தரியுங்கள். எந்த எதிர்பார்ப்பும் இல்லாத தூய அன்பை வளருங்கள். உங்கள் அன்பு வட்டம் நடுநிலை யாளரையும் தழுவட்டும். அன்பு வளர்வதை உணருங்கள். "இவரும் நலமுடனும் மகிழ்வுடனும் வாழ்க! வளம் பெருகி வளமுடன் வாழ்க! துக்கம் ஏதுமின்றி மகிழ்வுடன் வாழ்க!" என்று தியானியுங்கள்.

(6) அடுத்து, நீங்கள் வெறுக்கும் அல்லது பகைமை பாராட்டும் ஒருவரை மனத்திரையில் கொண்டுவந்து சிந்தி யுங்கள். இவர்பால் உங்கள் வெறுப்பு எழக் காரணங்கள் என்ன என்று மன ஆழத்திலிருந்து வெளிக்கொணர்ந்து உற்று நோக்குங்கள். அவர் உங்களுக்கு என்ன தீமை செய்தார்? அவர் பேசிய எந்தப் பேச்சு, அவர் செய்த எந்தச் செயல் உங்கள் வெறுப்பையும் கோபத்தையும் பகையையும் தூண்டியது? அவர் பேச்சும் செயலும் எப்படி எந்தச் சூழ்நிலையில் என்று ஆழ்ந்து யோசியுங்கள். அவர் பேசிய பேச்சுக்கும் செய்த செயலுக்கும் ஏதாவது உட்காரணங்களும் வெளிக்காரணங்களும் இருந்திருக்க வேண்டும். எல்லாக் காரணங்களையும் அறிய முயலுங்கள். விருப்பு – வெறுப்பின்றி மூன்றாம் நபர் ஒருவர் பார்ப்பதைப் போல எல்லாக் காரணங்களையும் சந்தர்ப்பச் சூழ்நிலைகளையும் ஆராய்ந்து பாருங்கள். அவர் முக்கியக் காரணமா உபகாரணமா சந்தர்ப்பச் சூழ்நிலையால் காரண மானவரா? எல்லாக் காரணங்களையும் ஒவ்வொன்றாக ஆராயுங்கள். உங்கள் வெறுப்பும் பகையும் எல்லாக் காரணங்கள் மேலும் இருக்க வேண்டும். ஏன் காரணங்களை வெறுக்காமல் அவரை மட்டும் வெறுக்கிறீர்கள்? இவ்வாறு பல்வேறு காரணங்கள்மீது உங்கள் கவனம் திருப்பப்படும்போது அவர் மீதுள்ள கோபம் மறையாவிட்டாலும் குறைவது உறுதி.

அவர் பேசிய பேச்சுக்கும் அவர் செய்த செயலுக்கும் அவர் மட்டுந்தான் காரணமா? ஏன், நீங்களும் காரணமாக இருந்திருக்கலாம் அல்லவா? நீங்கள் நிச்சயமாகக் காரணமாக இல்லை என்று சொல்ல முடியுமா? உங்கள் அணுகுமுறையும் பேச்சும் செயலுங்கூடக் காரணமாக இருந்திருக்கக்கூடும் அல்லவா? நிகழ்ந்தது அனைத்தையும் விருப்பு – வெறுப்பின்றி மூன்றாம் நபர் ஒருவர் பார்ப்பதுபோல நினைவுகூர்ந்து பாருங்கள்.

வெறுப்பினாலும் கோபத்தினாலும் பகைமையாலும் எழுந்த விளைவுகளையும் எண்ணிப்பாருங்கள். பொறுமையால் நேரக்கூடிய நன்மைகளையும் மேன்மைகளையும் யோசித்துப் பாருங்கள். புத்தர், யேசு கிறிஸ்து, காந்தி போன்ற மகான்கள் கடைப்பிடித்த பொறுமையையும் சகிப்புத்தன்மையையும் மனத்தாலும் ஊறு நினைக்காத பெருந்தகைமையையும் நினைவில் கொணர்ந்து ஆழ்ந்து சிந்திக்க வேண்டும்.

(7) இவ்வாறு தியானித்து உங்களுக்குத் தீங்குசெய்தவர்மீதும் அன்புணர்வை வளர்க்க வேண்டும். இங்ஙனம் பகையானவர் மீது கொண்ட வெறுப்பும் கோபமும் தணிக்கப்பட்ட பின்னர், தான் – பிறர் என மனத்தில் எழும் பிரிவினை உணர்வைச் சிந்திக்க வேண்டும். இந்தப் பிரிவுணர்வு, உண்மைக்கு முற்றிலும் மாறான ஒன்றாகும் என்று உணர்ந்து, சாதகர் தமக்கும் மற்ற மூவருக்கும் (அதாவது தம்மால் ஆழமாக நேசிக்கப்படுபவர், நடுநிலையாளர், பகைவராய் இருந்தவர் ஆகிய மூவருக்கும்) இடையேயுள்ள மனத்தடைகளை முறிக்கிறார். மனத்தடைகள் நீங்கி, வேற்றுமை மறைந்த சமநிலையான உணர்வு பரவுகின்றது. இப்போது சாதகர் மனத்தில் நிலைத்திருப்பது எல்லாம், "அனைத்துயிர்களும் விலைமதிப்பற்றவை, சமமே, ஒன்றுக் கொன்று இணையானவை" என்னும் உணர்வே.

(8) மனத்தடைகளும் வேற்றுமையும் நீக்கப்பட்ட மனம் அந்தச் சமநிலை உணர்வையே தியானித்து அதில் உறை கின்றது. தொடர்ந்து விடாமல் பயிற்சி மேற்கொள்ளும்போது, மனம் ஒருமுகப்படுகிறது; படிப்படியாக ஆழ்நிலைச் சமாதியில் நான்கு ரூபஜானங்களையும் அடைகிறது.

(9) "அன்பு நேயம் படிந்த நுண்ணிய உணர்வலைகளைச் சாதகர் இப்போது கிழக்கு, தெற்கு, மேற்கு, வடக்கு, வானுச்சி, கீழே என்று எல்லாத் திக்குகளிலும் பாய்ச்சி நிரப்புகிறார்; அந்தப் பாய்ச்சுதலில் தான் உறைகிறார். எல்லா உயிர்களையும் தன் உயிராகக் காணும் அவர் இப்போது அன்பு நேயத்தால் நிரம்பிய தன் மனத்தை, தொலைநோக்கிச் செல்லும், பெருந் தகைமை கொண்ட, எல்லையற்ற, அளவற்ற, அன்பே உருவான தன் மனத்தை, பகைமையிலிருந்தும் தீய நோக்கத்திலிருந்தும் விடுபட்ட தன் மனத்தை, உலகனைத்தோடும் ஒன்றிணைத்து அன்புணர்வை ஊடுருவிப் பாய்ச்சுகிறார். தாழ்வானவரோ மேலானவரோ நடுநிலையில் உள்ளவரோ நண்பர்களோ பகைவர்களோ நட்பு – பகை இரண்டும் இல்லாதவர்களோ – யாராயிருந்தாலும், அவர்களோடு, அனைத்து உயிர்களோடு ஒன்றி ஐக்கியமாகிறார். "இவை வேறு உயிர்கள்" என்று எந்தவிதமான வேறுபாடும் இல்லாமல், அனைத்து உயிர்

களையும் தன்னுயிராகவே உணர்கின்றார் (*மஜ்ஜிம நிகாயம் I, 349–52*).

(10) "தான் – பிறர்" எனும் வேற்றுமை காணாத அன்பு நேயம் ஊடுருவிய மனம் தியானிக்கிறது:

"அனைத்துயிர்களும் பகைமையிலிருந்தும் தீமையிலிருந்தும் துக்கத்திலிருந்தும் விடுதலைபெற்று, அமைதியான சுகமான வாழ்வில் நிறைவுபெற்று நிலைத்திருக்க வேண்டுகிறேன்!

"உயிர்மூச்சு கொண்ட அனைத்தும் அனைத்துப் பிராணி களும் அனைத்து இனங்களைச் சேர்ந்த மனிதர்களும் தனித் தனியாய் எண்ணப்படும் எல்லா உயிர்களும் பகைமையி லிருந்தும் தீமையிலிருந்தும் துக்கத்திலிருந்தும் விடுதலைபெற்று, அமைதியான சுகமான வாழ்வில் நிறைவுபெற்று நிலைத்திருக்க வேண்டுகின்றேன்!"

இது அவரது உளமார்ந்த தியானமாக அமைகின்றது.

(இ) அளவற்ற கருணையைத் தியானித்தல்

(1) பரிதாபப்படத்தக்க நிலையில் உள்ள, ஊனமான, கால் கைகள் சிதைக்கப்பட்ட, இழிநிலையில் அல்லலுற்றிருக்கும் ஒருவரைத் தியானப் பொருளாக எடுத்துக்கொண்டு சாதகர் தியானிக்கிறார். ஏழைகளுக்கான சத்திரத்தில், தெருவில் அல்லது கோயில் வாயில்களில் பிச்சையோடு ஏந்தி அலையும் ஒருவர், புழுக்கள் நெளிந்து சீழ் வழிந்தோடும் அங்கங்களுடன் வேதனையில் வாடும் ஒரு தொழுநோயாளி – இத்தகைய இரக்கத்திற்குரிய ஒருவரை நினைவுகூர்ந்து அவர்களுக்கு என்ன செய்து துக்கத்திலிருந்து எப்படி மீட்பது என்று சிந்திக்க வேண்டும். அவர்களுக்கு எப்படியாவது உதவும் உணர்வை வளர்க்க வேண்டும். உள்ளம் உருகி அவர்கள் நலத்திற்காகத் தியானிக்க வேண்டும்: "இவர் துக்கத்திலிருந்து விடுபட வேண்டுகின்றேன். அவருக்கு அமைதி கிடைக்கட்டும், நோய் நீங்கி நலம் பெருகுக!"

(2) தீமையில் செயல்படும் ஒருவரையும் இவ்வாறு நினைவுகூர்ந்து தியானிக்கலாம்: "ஐயகோ, துக்கத்திற்கு இட்டுச்செல்லும் தீயசெயலில் ஈடுபடுகிறாரே இவர். நல்வழியைக் கண்டு மனந்திருந்தி இவர் நன்மையே செய்து அமைதியில் வாழவேண்டும்," என்று உளமார வேண்டி சாதகர் தம் கருணை யுணர்வலைகளைப் பாய்ச்சுகிறார்.

(3) போற்றத்தக்க நற்குணத்தவராயிருந்தும், ஊழ்வினையால் தற்போது தாழ்நிலையில் துக்கத்தில் அல்லலுறும் ஒருவரையும்

மனத்தில் கொணர்ந்து கருணையுள்ளத்தைப் பெருக்கி அவர்தம் துயரங்கள் நீங்கத் தியானிக்கலாம்.

(4) அடுத்து, சாதகர், தம்மால் நேசிக்கப்படும் ஒருவர், நடுநிலையாளர், பகைமை பாராட்டும் ஒருவர் ஆகிய மூவரையும் தியானத்திற்கு எடுத்துக்கொண்டு, அவர்கள்பால் தம் கருணை யுணர்வலைகளைப் பாய்ச்ச வேண்டும். பகை பாராட்டுபவர் பால் வெறுப்போ கோபமோ எழுமானால், முன்னர் விவரித்தது போல, அன்பைத் தியானித்து அன்புணர்வை வளர்க்க வேண்டும். வேற்றுமை உணர்வையும் மனத்தடைகளையும் விலக்கி, அந்த மூவரும், ஏன் அனைத்துயிர்களும், தம்முயிருக்கு இணையானவையே என்னும் சமநிலையை வளர்த்து அந்தத் தியானத்தில் உறைய வேண்டும்.

(4) சமநிலை உணர்வில் மனத்தை ஒருமுனைப்படுத்தித் தியானிக்கும் சாதகர் படிப்படியாக ஆழ்நிலை ஜானங்களில் நுழைகிறார்.

(ஈ) பிறர்நலத்தில் மகிழ்ச்சியைத் தியானித்தல்

(1) இந்தத் தியானம் பிறர்நலம் கண்டு மகிழ்ச்சிகொள்ளும் மனத்தை வளர்ப்பதாகும். இது பொறாமை போன்ற எதிர் மறை உணர்ச்சிகளை முறிக்கும் மாற்று மருந்தாக இருக்கிறது. இந்தத் தியானத்தில், முதலில் அன்புக்குரிய ஒரு தோழர் தியானப் பொருளாக எடுத்துக்கொள்ளப்படுகிறார். அவர் நலமுடனும் வளம் பெருகியும் வாழ்வதைக் காணும் சாதகர் எண்ணுகிறார். "அவர் நல்ல நிலையை அடைந்திருப்பது, அதிர்ஷ்டசாலியாக இருப்பது, எவ்வளவு மகிழ்ச்சியாக இருக்கிறது! எவ்வளவு நன்று! எவ்வளவு அற்புதம்! அவர் மேலும் மேலும் புகழும் பொருளும் ஈட்டுவாராக! மேலும் மேலும் வளம் பெருகி வாழ்வாராக! எடுத்த வினைகள் எல்லாவற்றிலும் அவர் வெற்றி பெறுவாராக! அமைதியும் ஆனந்தமும் நிறைந்த குறைவற்ற வாழ்வு வாழ்வாராக!" என்று வாழ்த்த வேண்டும்; அவர் மகிழ்ச்சி தம் மகிழ்ச்சி என்று தமது ஆழ்ந்த விழைதல்களை வெளிக்கொணர வேண்டும்.

(2) பின்னர் அதேவகையான ஆழ்ந்த விழைதல்களை நடுநிலையாளர் பாலும் பகையாராட்டுபவர் பாலும் வளர்த்துத் தமது மகிழ்வு உணர்வலைகளைப் பாய்ச்ச வேண்டும்.

(3) அவர்களுடைய நலம் விழைதலுக்கு எதிராக விளங்கும் வேற்றுமை உணர்வுகளையும் மனத்தடைகளையும் வெட்டி யெறிந்து, அனைத்து உயிர்களும் தன் உயிருக்கு இணையான வையே என்று சமநிலையில் நிலைபெறும் சாதகர் ஆழ்நிலைத் தியானப்பேறு அடைந்தவராகிறார்.

(உ) வேறுபாடு உணராத சமநிலையைத் தியானித்தல்

(1) அன்புறு நேயம், கருணை, பிறர்நலத்தில் மகிழ்ச்சி ஆகியவற்றைத் தியானிக்கும் மேற்கண்ட பயிற்சிகளில் மகிழ் வுணர்வு மேலோங்கியதாக இருக்கிறது. ஆகையால் இந்தத் தியானங்களில் சாதகர் மூன்றாம் *ரூபஜானம்* என்கிற சமாதி நிலைவரையே செல்ல முடிகிறது. சமநிலை உணர்வு வளர்க்கப் பட்டுத் தியானிக்கப்படும்போதுதான் சாதகர் நான்காம் ரூபஜானம் என்கிற சமாதியில் நுழைகிறார்.

(2) "அன்புநேயம், அடுத்து கருணை, அடுத்து பிறர் நலம் கண்டு மகிழ்ச்சி, அடுத்து சமநிலை ஆகியவை படிந்த நுண்ணிய உணர்வலைகளைச் சாதகர் இப்போது கிழக்கு, தெற்கு, மேற்கு, வடக்கு, வானுச்சி, கீழே என்று எல்லாத் திக்குகளிலும் பாய்ச்சி நிரப்புகிறார்; அந்தப் பாய்ச்சுதலில் உறைகிறார். எல்லா உயிர்களையும் தன் உயிராகக் காணும் அவர், அன்புநேயம், கருணை, பிறர்நலம் கண்டு மகிழ்ச்சி, சமநிலை ஆகியவற்றால் நிரம்பிய தன் மனத்தைத் தொலை நோக்கிச் செல்லும் பெருந்தகைமை கொண்ட எல்லையற்றதும் அளவற்றதுமான அந்த மனத்தை, பகைமையிலிருந்தும் தீய நோக்கத்திலிருந்தும் விடுபட்ட அந்த மனத்தை, அனைத்துயிர் களோடும் ஒன்றிணைத்து அவற்றின் நலத்தையும் மகிழ்ச்சியை யும் வேண்டித் தன் மென்மையான உணர்வுகளை ஊடுருவிப் பாய்ச்சுகிறார்..." *(மஜ்ஜிம நிகாயம் I, 349–52).*

(3) "அன்பு நேயத்தை வளர்த்துப் பெற்ற மனவிடுதலை, விமோசனம்: நண்பர்களே, அது சினம், பகைமை, தீய எண்ணம் ஆகியவற்றை அறுத்தெறிந்த விடுதலையாகும். கருணையை வளர்த்துப் பெற்ற மனவிடுதலை, விமோசனம்: நண்பர்களே, அது உயிருக்கு ஊறுவிளைக்கும் கொடூரக் குணத்தை அறுத் தெறிந்த விடுதலையாகும். பிறர்நலத்தில் மகிழ்ச்சிகொள்ளும் மன உணர்வை வளர்த்துப் பெற்ற மனவிடுதலை, விமோசனம்: நண்பர்களே, அது வெறுப்பு, பொறாமை ஆகிய உணர்ச்சிகளை அறுத்தெறிந்த விடுதலையாகும். சமநிலையை வளர்த்துப் பெற்ற மனவிடுதலை, விமோசனம்: நண்பர்களே, அது பேராசைத் தளைகளை அறுத்தெறிந்த விடுதலையாகும்" *(விசுத்தி மக்கம்).*

மேற்கண்ட தியானப் பயிற்சியோடுகூட, தேரவாதப் பிரிவின் மறை நூல்களில் அடங்கியுள்ள *மெத்த சுத்தத்தையும்* மஹாயானப் பிரிவில் காணப்படும் ஏழுவட்ட அன்பு – கருணை சூத்திரத்தையும் பாராயணம் செய்வதும் மிக்க நலம் பயப்ப தாகும்.

(ஊ) எல்லையற்ற அன்பு (*மெத்த சுத்தம்*)

மெத்த சுத்தம் இவ்வாறு போதிக்கின்றது:

“நற்செயல்களில் உறுதிபூண்டு, அமைதியே உருவான அந்தப் பூரண சாந்தி நிலையை அடைய விரும்பும் ஒருவர் இவ்வாறு செயல்பட வேண்டும்:

“அவர் செயல்திறன் படைத்தவராகவும் நேர்மையானவ ராகவும் குறையற்ற பூரண நேர்மை கொண்டவராகவும் இணக்கமுடையவராகவும் அன்பும் பண்பும் கொண்ட இனியவ ராகவும் பணிவுள்ளவராகவும் இருக்க வேண்டும்.

“போதுமென்ற திருப்தி கொண்ட மனத்தினராய், சொற்பத் தேவைகளையே கொண்டு எளிதில் ஆதரிக்கப்படக்கூடியவ ராய், நலிந்தோருக்குப் பணிசெய்வதையே தம் கடமையாகக் கொண்டவராய், எளிய வாழ்க்கை வாழ்பவராய், புலனடக்கம் உடையவராய், பகுத்தறியும் திறன் கொண்டவராய், ஒழுக்கம் வழுவுவதில் அச்சம் கொண்டவராய், பெரும் பற்றுதல்கள் இல்லாதவராய் இருக்க வேண்டும் அவர்.

“மேலும், உயர்ந்த அறிவாளிகளான மேலோர் பழிசொல் லும் வகையில் அவர் எந்தவொரு தவறும் துளியும் செய்யாமல் நல்லொழுக்கம் காப்பார்.

“அவர் கீழ்க்காணுமாறு நல்லெண்ணங்களை வளர்த்துப் பெருக்கி என்றும் மனத்தைப் பண்படுத்துபவராய் இருக்க வேண்டும்:

“உயிர்களெல்லாம் பயமின்றிப் பாதுகாப்புடையனவாய் மகிழ்வுடன் வாழ்க! தேவைகளையெல்லாம் பெற்றுத் திருப்தி கொண்ட மனத்தினராய் அனைவரும் வாழ்க!

“இந்த உலகில் வாழும் உயிர்கள் எவையாயிருந்தாலும் – பலமற்றவை, பலமுள்ளவை, உயர்ந்தவை, தாழ்ந்தவை, பருத் தவை, நடுத்தரமானவை, மெலிந்தவை, சிறியவை, பெரியவை, கண்ணுக்குத் தெரிபவை, கண்ணுக்குத் தெரியாதவை, அருகில் உள்ளவை, தொலைவில் உள்ளவை, பிறந்தவை, இனிப் பிறக்க இருப்பவை என எதுவாயிருந்தாலும் எல்லா உயிர்களும் ஒன்றுவிடாமல் மகிழ்வுடன் வாழ்க!

“எவரும் எவரையும் ஏமாற்ற வேண்டாம், வஞ்சிக்க வேண்டாம். எவரும் எவரையும் எந்த இடத்திலும் எந்தச் சூழ்நிலையிலும் வெறுக்க வேண்டாம். சினத்தாலோ மனக் கசப்பினாலோ எவரும் எவருக்கும் தீங்கு நினைக்க வேண்டாம்.

“எவ்வாறு ஒரு தாய் தன் உயிரைக் கொடுத்தேனும் தன் ஒரே மகவைக் காப்பாற்றுவாளோ, அவ்வாறே ஒவ்வொருவரும் அந்தத் தாயின் எல்லையற்ற அன்புள்ளத்தை எல்லா உயிர்கள் மேலும் வளர்த்துப் பெருக்குவாராக!

“எல்லையற்ற அன்போடு இணைந்த எண்ணங்களை அவர் வளர்த்துப் பெருக்கி உலகம் முழுவதும் – மேலே, கீழே, திசையெங்கும் – தடையேதுமின்றி, வெறுப்பின்றி, பகைமையின்றி, உலகம் முழுவதும் ஊடுருவிப் பாய்ச்சுவாராக, பரப்புவாராக!

“நிற்கும்போதும் நடக்கும்போதும் உட்கார்ந்திருக்கும் போதும் படுத்திருக்கும்போதும் – உறங்காமல் விழிப்பாய் இருக்கும் ஒவ்வொரு கணமும் – அவர் எல்லையற்ற அன்போடுகூடிய மன விழிப்புணர்வைக் காக்க வேண்டும். இந்த விழிப்புணர்வில் நிலைத்திருத்தலே *பிரம்ம விஹாரத்தில்* (அதாவது தெய்வீகத் தளத்தில்) உறைவதாகும்; தூய்மை நிலையின் உச்சமாகும்.

“தவறான கருத்துகளாகிய வலையில் சிக்கி வீழாதவராய், நற்குணத்தினராய், உள்ளதை உள்ளவாறு காணும் ஞானக் காட்சி கொண்டவராய், புலனின்ப வேட்கைகளைப் பற்றாதவராய் அவர் வாழ்வாராக!

“அத்தகைய ஒருவருக்கு உண்மையில் மீண்டும் கருப்பையில் உதிப்பது என்பது இல்லை, பிறவித்தளை என்பது இல்லை.”

(எ) மஹாயான பௌத்தத்தில் அன்பு - கருணைத் தியானம் (ஏழுவட்ட தியானம்)

மஹாயான பௌத்தத்தில், குறிப்பாக சீனத் தேசத்தில் பின்பற்றப்படும் *சான் (ஜப்பானிய ட்ஸென் பிரிவின் முன்னோடி)* பௌத்தத்தில், கோபம், சினம் கொண்ட மனத்தைப் பண்படுத்தும் மருந்தாக அன்புக் கருணைத் தியானம் ஒன்று போதிக்கப்படுகிறது.

இந்தத் தியானத்தில் சாதகர் தாம் இதுவரை புத்தரின் போதனைகளைக் கடைப்பிடித்ததன் மூலமும் பஞ்ச சீலங்களில் வழுவாது நிலைத்து நின்றதன் மூலமும் மற்றும் தியானம், ஈகை, பொறுமை, நன்முயற்சி, பெற்றோர், பெரியோர்பால் காட்டும் பக்தி போன்ற நற்செயல்களின் மூலமும் இம்மையிலும் முந்தைய பல பிறவிகளிலும் குவித்த புண்ணியங்களையும் மேன்மைகளையும் மூன்று வகைகளாகப் பிரிக்கிறார்:

உயர்ந்தது, நடுநிலையானது, தாழ்ந்தது. முதல் வகை மேன்மைகள் மூன்றாம் *ரூபஜானத்தில்* யோகி பெறும் பேரானந்தத்திற்கும், இரண்டாம் வகை இரண்டாம் *ரூப ஜானத்தில்* யோகி பெறும் இடைநிலை மகிழ்ச்சிக்கும் மூன்றாம் வகை முதல் *ரூபஜானத்தில்* யோகி பெறும் உடல் பரவசத் திற்கும் இணையாகக் கருதப்படுகிறது. இந்த மேன்மைகளையும் புண்ணியங்களையும் அர்ப்பணித்துச் சாதகர் தியானிக்கிறார்:

நான் அர்ப்பணிக்க விரும்புகின்றேன்.

1. மூன்றாம் தியானப் பேற்றுக்கு இணையான எனது முதல் வகைப் புண்ணியங்களை:

(1) இவ்வாழ்வில் எனது அன்புக்கும் வணக்கத்துக்கும் உரியவர்களாக உள்ள பெரியோர்களுக்கு அர்ப்பணித்து வேண்டுகின்றேன். எனது பெற்றோர்கள், ஆசிரியர்கள், மூத்தோர்கள் உட்பட என்னுடைய அன்புக்கும் வணக்கத் துக்கும் உரிய பெரியோர்கள் அனைவருக்கும் அர்ப்பணித்து வேண்டுகிறேன்:

கா்ம வினைகளின் தீய பலன்கள் அவா்களைத்
தீண்டாதிருக்கட்டும்!
நல்அருள்களும் ஞானமும் அவா்களை மேலும் உயா்த்துக!
துக்கம் நீங்கி அவா்கள் மகிழ்வுடன் வாழ்க!
நலமுடனும் வளமுடனும் அவா்கள் பொலிவு பெற்று வாழ்க!

புத்த சித்தம் பெற்று புத்தா் தன்மையைப் பெற உறுதிகொள்ளும் போதி உள்ளம் மலா்க!

(2) எனது கடந்தகாலப் பிறவிகள் அனைத்திலும் எனது அன்புக்கும் வணக்கத்துக்கும் உரியவர்களாயிருந்த பெரியோர் கள் அனைவருக்கும் அர்ப்பணித்து வேண்டுகின்றேன்; எனது கடந்தகாலப் பெற்றோர்கள், ஆசிரியர்கள், மூத்தோர்கள் உட்பட எனது அன்புக்கும் வணக்கத்துக்கும் உரியவர்களாக இருந்த பெரியோர்கள் அனைவருக்கும் அர்ப்பணித்து வேண்டுகின்றேன்:

கா்ம வினைகளின் தீய பலன்கள் அவா்களைத்
தீண்டாதிருக்கட்டும்!
நல்அருள்களும் ஞானமும் அவா்களை மேலும் உயா்த்துக!
துக்கம் நீங்கி அவா்கள் மகிழ்வுடன் வாழ்க!
நலமுடனும் வளமுடனும் அவா்கள் பொலிவு பெற்று வாழ்க!

புத்த சித்தம் பெற்று புத்தா் தன்மையைப் பெற உறுதிகொள்ளும் போதி உள்ளம் மலா்க!

2. இரண்டாம் தியானப் பேற்றுக்கு இணையான எனது இரண்டாம் வகைப் புண்ணியங்களை:

(1) இவ்வாழ்வில் எனது அன்புக்குரியவர்களாக உள்ள என் தலைமுறையினருக்கு அர்ப்பணித்து வேண்டுகிறேன். என் உடன் பிறந்த சகோதர சகோதரிகள், வாழ்க்கைத்துணை, உற்றார்கள், உறவினர்கள், நண்பர்கள் உட்பட எனது அன்புக் குரியவர்களாக உள்ள என் தலைமுறையினர் அனைவருக்கும் அர்ப்பணித்து வேண்டுகிறேன்:

கா்ம வினைகளின் தீய பலன்கள் அவா்களைத்
தீண்டாதிருக்கட்டும்!
நல்அருள்களும் ஞானமும் அவா்களை மேலும் உயா்த்துக!
துக்கம் நீங்கி அவா்கள் மகிழ்வுடன் வாழ்க!
நலமுடனும் வளமுடனும் அவா்கள் பொலிவு பெற்று வாழ்க!

புத்த சித்தம் பெற்று புத்தா் தன்மையைப் பெற உறுதிகொள்ளும்
போதி உள்ளம் மலா்க!

(2) எனது கடந்தகாலப் பிறவிகள் அனைத்திலும் எனது அன்புக்குரியவர்களாயிருந்த என் தலைமுறையினருக்கு அர்ப் பணித்து வேண்டுகிறேன். எனது கடந்தகால உடன் பிறந்த சகோதர சகோதரிகள், வாழ்க்கைத்துணை, உற்றார்கள், உறவினர்கள், நண்பர்கள் உட்பட, என்னுடைய அன்புக்குரியவர் களாக இருந்த என் தலைமுறையினர் அனைவருக்கும் அர்ப்பணித்து வேண்டுகிறேன்:

கா்ம வினைகளின் தீய பலன்கள் அவா்களைத்
தீண்டாதிருக்கட்டும்!
நல்அருள்களும் ஞானமும் அவா்களை மேலும் உயா்த்துக!
துக்கம் நீங்கி அவா்கள் மகிழ்வுடன் வாழ்க!
நலமுடனும் வளமுடனும் அவா்கள் பொலிவு பெற்று வாழ்க!

புத்த சித்தம் பெற்று புத்தா் தன்மையைப் பெற உறுதிகொள்ளும்
போதி உள்ளம் மலா்க!

3. முதல் தியானப் பேற்றுக்கு இணையான எனது மூன்றாம் வகைப் புண்ணியங்களை:

(1) இவ்வாழ்வில் என்னுடைய அன்புக்குரியவர்களாக உள்ள இளம் தலைமுறையினருக்கு அர்ப்பணித்து வேண்டு கிறேன்; என்னுடைய மக்கள், சகோதர சகோதரிகளின் மக்கள், உற்றார் உறவினர் நண்பர்களின் மக்கள் உட்பட எனது அன்புக்குரியவர்களாக உள்ள இளம் தலைமுறையினருக்கு அர்ப்பணித்து வேண்டுகிறேன்:

கர்ம வினைகளின் தீய பலன்கள் அவர்களைத்
தீண்டாதிருக்கட்டும்!
நல்அருள்களும் ஞானமும் அவர்களை மேலும் உயர்த்துக!
துக்கம் நீங்கி அவர்கள் மகிழ்வுடன் வாழ்க!
நலமுடனும் வளமுடனும் அவர்கள் பொலிவு பெற்று வாழ்க!

புத்த சித்தம் பெற்று புத்தர் தன்மையைப் பெற உறுதிகொள்ளும் போதி உள்ளம் மலர்க!

(2) எனது கடந்தகாலப் பிறவிகள் அனைத்திலும் எனது அன்புக்குரியவர்களாயிருந்த இளம் தலைமுறையினருக்கு அர்ப்பணித்து வேண்டுகிறேன். எனது கடந்தகால மக்கள், சகோதர சகோதரிகளின் மக்கள், உற்றார் உறவினர் நண்பர்களின் மக்கள் உட்பட என்னுடைய அன்புக்குரியவர்களாயிருந்த இளம் தலைமுறையினருக்கு அர்ப்பணித்து வேண்டுகிறேன்:

கர்ம வினைகளின் தீய பலன்கள் அவர்களைத்
தீண்டாதிருக்கட்டும்!
நல்அருள்களும் ஞானமும் அவர்களை மேலும் உயர்த்துக!
துக்கம் நீங்கி அவர்கள் மகிழ்வுடன் வாழ்க!
நலமுடனும் வளமுடனும் அவர்கள் பொலிவு பெற்று வாழ்க!

புத்த சித்தம் பெற்று புத்தர் தன்மையைப் பெற உறுதிகொள்ளும் போதி உள்ளம் மலர்க!

4. மூன்றாம் தியானப் பேற்றுக்கு இணையான எனது முதல் வகைப் புண்ணியங்களை:

(1) இவ்வாழ்வில் எனது அன்புக்கும் வணக்கத்துக்கும் உரியவர்களாக உள்ள பெற்றோர்கள், ஆசிரியர்கள், மூத்தோர்கள் உட்பட எல்லாப் பெரியோர்களின் பகைவர்கள் மற்றும் பெரியோர்கள் யார் யாருக்குக் கடன்பட்டுள்ளார்களோ அவர்கள் அனைவருக்கும் அர்ப்பணித்து வேண்டுகிறேன்:

கர்ம வினைகளின் தீய பலன்கள் அவர்களைத்
தீண்டாதிருக்கட்டும்!
நல்அருள்களும் ஞானமும் அவர்களை மேலும் உயர்த்துக!
துக்கம் நீங்கி அவர்கள் மகிழ்வுடன் வாழ்க!
நலமுடனும் வளமுடனும் அவர்கள் பொலிவு பெற்று வாழ்க!

புத்த சித்தம் பெற்று புத்தர் தன்மையைப் பெற உறுதிகொள்ளும் போதி உள்ளம் மலர்க!

(2) எனது கடந்தகாலப் பிறவிகள் அனைத்திலும் எனது அன்புக்கும் வணக்கத்துக்கும் உரியவர்களாக இருந்த பெற்றோர்கள், ஆசிரியர்கள், மூத்தோர்கள் உட்பட எல்லாப் பெரியோர்களின் பகைவர்கள் மற்றும் பெரியோர்கள் யாருக்குக்

கடன்பட்டிருந்தார்களோ அவர்கள் அனைவருக்கும் அர்ப் பணித்து வேண்டுகிறேன்:

கர்ம வினைகளின் தீய பலன்கள் அவர்களைத்
தீண்டாதிருக்கட்டும்!
நல்அருள்களும் ஞானமும் அவர்களை மேலும் உயர்த்துக!
துக்கம் நீங்கி அவர்கள் மகிழ்வுடன் வாழ்க!
நலமுடனும் வளமுடனும் அவர்கள் பொலிவு பெற்று வாழ்க!

புத்த சித்தம் பெற்று புத்தர் தன்மையைப் பெற உறுதிகொள்ளும்
போதி உள்ளம் மலர்க!

5. இரண்டாம் தியானப் பேற்றுக்கு இணையான எனது இரண்டாம் வகைப் புண்ணியங்களை:

(1) இவ்வாழ்வில் எனது அன்புக்குரியவர்களாக உள்ள உடன்பிறந்த சகோதர சகோதரிகள், வாழ்க்கைத்துணை, உற்றார்கள், உறவினர்கள், நண்பர்கள் உட்பட என் எல்லாத் தலைமுறையினரின் பகைவர்கள் மற்றும் இந்த என் தலை முறையினர் யார் யாருக்குக் கடன்பட்டுள்ளார்களோ அவர்கள் அனைவருக்கும் அர்ப்பணித்து வேண்டுகிறேன்:

கர்ம வினைகளின் தீய பலன்கள் அவர்களைத்
தீண்டாதிருக்கட்டும்!
நல்அருள்களும், ஞானமும் அவர்களை மேலும் உயாததுக!
துக்கம் நீங்கி அவர்கள் மகிழ்வுடன் வாழ்க!
நலமுடனும், வளமுடனும் அவர்கள் பொலிவு பெற்று வாழ்க!

புத்த சித்தம் பெற்று புத்தர் தன்மையைப் பெற உறுதிகொள்ளும்
போதி உள்ளம் மலர்க!

(2) எனது கடந்த காலப் பிறவிகள் அனைத்திலும் எனது அன்புக்குரியவர்களாக இருந்த உடன்பிறந்த சகோதர சகோதரிகள், வாழ்க்கைத்துணை, உற்றார்கள், உறவினர்கள், நண்பர்கள் உட்பட என் தலைமுறையினரின் எல்லாப் பகைவர்கள் மற்றும் இந்த என் தலைமுறையினர் யார் யாருக்குக் கடன்பட்டிருந்தார்களோ அவர்கள் அனைவருக்கும் அர்ப்பணித்து வேண்டுகிறேன்:

கர்ம வினைகளின் தீய பலன்கள் அவர்களைத்
தீண்டாதிருக்கட்டும்!
நல்அருள்களும் ஞானமும் அவர்களை மேலும் உயர்த்துக!
துக்கம் நீங்கி அவர்கள் மகிழ்வுடன் வாழ்க!
நலமுடனும் வளமுடனும் அவர்கள் பொலிவு பெற்று வாழ்க!

புத்த சித்தம் பெற்று புத்தர் தன்மையைப் பெற உறுதிகொள்ளும்
போதி உள்ளம் மலர்க!

6. முதல் தியானப் பேற்றுக்கு இணையான எனது மூன்றாம் வகைப் புண்ணியங்களை:

(1) இவ்வாழ்வில் எனது அன்புக்குரியவர்களாக உள்ள என் மக்கள், சகோதர, சகோதரிகளின் மக்கள், உற்றார்கள் உறவினர்கள் நண்பர்களின் மக்கள் உட்பட எல்லா என் இளந்தலைமுறையினரின் பகைவர்கள் மற்றும் இந்த இளந் தலைமுறையினர் யார் யாருக்குக் கடன்பட்டுள்ளார்களோ அவர்கள் அனைவருக்கும் அர்ப்பணித்து வேண்டுகிறேன்:

கர்ம வினைகளின் தீய பலன்கள் அவர்களைத்
தீண்டாதிருக்கட்டும்!
நல்அருள்களும் ஞானமும் அவர்களை மேலும் உயர்த்துக!
துக்கம் நீங்கி அவர்கள் மகிழ்வுடன் வாழ்க!
நலமுடனும் வளமுடனும் அவர்கள் பொலிவு பெற்று வாழ்க!

புத்த சித்தம் பெற்று புத்தர் தன்மையைப் பெற உறுதிகொள்ளும் போதி உள்ளம் மலர்க!

(2) எனது கடந்தகாலப் பிறவிகள் அனைத்திலும் எனது அன்புக்குரியவர்களாக இருந்த எனது கடந்தகால மக்கள், கடந்தகாலச் சகோதர சகோதரிகளின் மக்கள், உற்றார் உறவினர் நண்பர்களின் மக்கள் உட்பட எனது அன்புக்குரியவர்களாக இருந்த எனது எல்லா இளம் தலைமுறையினரின் பகைவர்கள் மற்றும் இந்த இளம் தலைமுறையினர் யார் யாருக்குக் கடன் பட்டிருந்தார்களோ அவர்கள் அனைவருக்கும் அர்ப்பணித்து வேண்டுகிறேன்:

கர்ம வினைகளின் தீய பலன்கள் அவர்களைத்
தீண்டாதிருக்கட்டும்!
நல்அருள்களும் ஞானமும் அவர்களை மேலும் உயர்த்துக!
துக்கம் நீங்கி அவர்கள் மகிழ்வுடன் வாழ்க!
நலமுடனும் வளமுடனும் அவர்கள் பொலிவு பெற்று வாழ்க!

புத்த சித்தம் பெற்று புத்தர் தன்மையைப் பெற உறுதிகொள்ளும் போதி உள்ளம் மலர்க!

7. எனது மற்ற புண்ணியங்களை:

(1) இவ்வாழ்வில் எனக்கு நடுநிலையாளராக இருக்கும் அனைவருக்கும் அர்ப்பணித்து வேண்டுகிறேன்:

கர்ம வினைகளின் தீய பலன்கள் அவர்களைத்
தீண்டாதிருக்கட்டும்!
நல்அருள்களும் ஞானமும் அவர்களை மேலும் உயர்த்துக!
துக்கம் நீங்கி அவர்கள் மகிழ்வுடன் வாழ்க!
நலமுடனும் வளமுடனும் அவர்கள் பொலிவு பெற்று வாழ்க!

புத்த சித்தம் பெற்று புத்தர் தன்மையைப் பெற உறுதிகொள்ளும்
போதி உள்ளம் மலர்க!

(2) எனது கடந்தகாலப் பிறவிகள் அனைத்திலும் எனக்கு நடுநிலையாளராயிருந்த அனைவருக்கும் அர்ப்பணித்து வேண்டுகிறேன்:

கர்ம வினைகளின் தீய பலன்கள் அவர்களைத்
தீண்டாதிருக்கட்டும்!
நல்அருள்களும் ஞானமும் அவர்களை மேலும் உயர்த்துக!
துக்கம் நீங்கி அவர்கள் மகிழ்வுடன் வாழ்க!
நலமுடனும் வளமுடனும் அவர்கள் பொலிவு பெற்று வாழ்க!

புத்த சித்தம் பெற்று புத்தர் தன்மையைப் பெற உறுதிகொள்ளும்
போதி உள்ளம் மலர்க!

சீன சான் (ட்சென்) தியான மரபில் மேற்கண்ட ஏழு வேண்டுதல்களும் முதல் ஒன்றிலிருந்து ஏழுவரை பின் ஏழிலிருந்து ஒன்றுவரை – இப்படியாக ஏழுமுறை திரும்பத் திரும்பப் பாராயணம் செய்யப்படுகின்றன. ஏழு வட்ட அன்பு – கருணைத் தியானம் என்றழைக்கப்படும் இந்தத் தியானம் சினங்கொண்ட மன இயல்பினர் தம்மைத் திருத்திக்கொள்ள மிக்க ஏற்றதாகும். இது அனைவரையும் புது மனிதர்களாக மாற்றும் சக்தி படைத்ததாகும்.

அத்தியாயம் 10

மரணத்தைத் தியானிப்பது

சாதகர் மரணத்தைத் தியானப் பொருளாக எடுத்துக் கொண்டு சிந்திக்கிறார்: மரணம் நிகழ்ந்தே தீரும்; அது தவிர்க்க முடியாத ஒன்று. உயிர்ச் சக்தி சீக்கிரமோ அல்லது காலம் கழிந்தோ என்றாவது ஒரு நாள் ஓய்ந்து மடிந்துவிடும். மரணம், மரணம் என்று மரணத்தையே சிந்திக்கிறார்.

அடிப்படையில் இந்தத் தியானம் நிலையாமையைப் பற்றிய மெய்யுணர்வை உள்ளத்தில் ஆழப்பதிப்பதாகும். மரணத்தைப் பற்றி இயல்பாக உள்ள பயத்தையும் வெறுப்பையும் விலக்கி, மனத்தூய்மையையும் மனத் தெளிவையும் எந்நேரமும் மரணத்தைக் கலங்காது எதிர் கொள்ளும் மனத்திண்மையையும் வளர்ப்பதாகும் இது. இந்தத் தியானம் எந்நேரமும் எல்லோராலும் மேற் கொள்ளப்பட வேண்டியதாகும் என்கிறார் புத்தர். இது நோயுள்ள மனத்தை நோயற்றதாகச் செய்வதாகும். இதன் நோக்கம், வாழ்வின் நிலையாமையை வலுவாக மனத்தில் நினைவுறுத்தி, எஞ்சியுள்ள கொஞ்ச நாள்களில் தம்மப் பயிற்சியைத் தவறாது மேற்கொண்டு தம்மத்தைக் கடைப்பிடித்து வாழ்வைச் சீர்படுத்திக்கொள்ள வேண்டி யதன் அவசியத்தையும் அவசரத்தையும் உணரவைப்ப தாகும். நல்ல எதிர்கால வாழ்வை இம்மை மறுமை இரண்டிலும் அடையத் தம்மத்தின் பாதையில் செல்லத் தூண்டும் தூண்டுகோலாக அமைகிறது இந்தத் தியானம். இது, உயிர்வாழ்வின் விலைமதிப்பற்ற அருமையையும் பெருமையையும், தம்மப் பயிற்சியையும் தியானத்தையும் மேற்கொண்டு நம் எதிர்கால விதியின் போக்கை

நாமே நிர்ணயித்துக்கொள்ள இந்த மனித வாழ்வு நல்கும் அரிய வாய்ப்பையும் நினைவூட்டுவதாக இருக்கின்றது.

இந்தத் தியானத்தில் சிந்திக்க வேண்டியது நம் மரணத்தைப் பற்றியே தவிர, நாம் மிக அன்புடன் நேசிக்கும் ஒரு பிரிய மானவரின் மரணத்தைப் பற்றியோ அல்லது நாம் வெறுக்கும் ஒரு பகையாளியின் மரணத்தைப் பற்றியோ அல்ல. நமக்குப் பிரியமானவரின் மரணத்தைப் பற்றிச் சிந்திப்பது துக்கத்தைத் தரும்; நம் நிலையாமையைப் பற்றிய மெய்யுணர்வை அது தராது போகும். நம் எதிரியின் மரணத்தைப் பற்றிய சிந்தனையோ நமக்கு மகிழ்ச்சியைக் கொடுக்கும். இது தவறு. நமக்கு அதிக நெருக்கம் இல்லாத ஒரு நடுநிலையாளரின் மரணத்தைச் சிந்தித்தாலும், அது நமக்கு நமது நிலையாமையைப் பற்றிய உண்மையான உணர்வையும் தம்மத்தை மேற்கொள்ள வேண்டியதன் அவசியத்தையும் அவசரத்தையும் உணர்த்தாது. இந்த அவசியமும் அவசரமும் நாம் நம் மரணத்தைப் பற்றிச் சிந்திக்கும்போதுதான் எழும். மெல்லிழையால் கட்டித் தொங்கவிடப்பட்ட ஒரு கூரிய வாள் நம் தலைக்குமேல் எந்நேரமும் அறுந்து விழத் தயாராக இருப்பதுபோல, மரணமும் நம்மைக் கவர்ந்துசெல்ல எந்நேரமும் தயாராக இருக்கிறது என்னும் உடனடி அவசர உணர்வு வலுவாக எழ வேண்டும்.

இந்தத் தியானம் தம்மப் பயிற்சியை மேற்கொள்ளவும் தம்மப் பாதையில் உடனடியாக முன்னேறவும் உதவும் தூண்டுகோலாக மட்டுமல்ல, வாழ்வின் உண்மைகளை உள்ளது உள்ளவாறு உணர்த்தும் ஒளிவிளக்காகவும் அமைகின்றது.

எட்டு முறைகள்

சாதகர் மரணத்தைக் கீழ்க்கண்ட எட்டு வழிகளில் நினைவுகூர்ந்து சிந்திக்க வேண்டும் என்று கூறுகின்றன பௌத்த மறை நூல்கள்.

(1) பிறந்த ஒவ்வொரு உயிரும் மரணத்தை நோக்கி ஒவ்வொரு நாளும் முன்னேறிக்கொண்டேயிருக்கின்றது. இந்த மரணப்பாதையில் திரும்புவது என்பது இல்லை. மரணம் ஒரு நாள் இல்லையென்றால் இன்னொரு நாள் நிகழ்ந்தே தீரும்; மரணத்திலிருந்து தப்புவது என்பது இல்லை.

(2) "முளைவிடும் காளான்கள் உச்சியில் மண்ணைச் சுமந்துகொண்டு வெளிவருவதுபோல, உயிர்கள் முதுமையை யும் மரணத்தையும் சுமந்துகொண்டு பிறக்கின்றன."

"புற்களின் இலைகள்மேல் படிந்த பனித்துளிகள் சூரிய ஒளியில் மறைந்து போவதுபோல, மனித வாழ்வும் மறைகிறது."

"பழுத்த பழங்கள் காலையில் விழுந்துவிடும் என்னும் பயம் இருப்பதுபோல, பிறந்த மானிடர்கள் இறந்தே தீர்வார்கள் என்னும் பயம் என்றும் உள்ளது."

"எல்லா உடல் நலமும் நோயில் முடிவடைகிறது, எல்லா இளமையும் முதுமையில் முடிகிறது, எல்லா உயிரும் மரணத்தில் முடிவடைகிறது."

"இந்த உலகவாழ்வு பிறவியால் பெறப்படுகிறது, பிணியால் பீடிக்கப்படுகிறது, முதுமையால் தடுமாறுகிறது, மரணத்தால் வீழ்த்தப்படுகிறது."

முதுமையும் மரணமும் அனைவரின் மேலும்
உருண்டோடுகின்றன
வீரர்கள், அரசர்கள், மதகுருமார்கள், தொழிலாளிகள்,
செல்வத்தில் சிறந்தோர் வறுமையில் வாடுவோர்
எவரையும் விட்டுவிடாமல் அழுத்தி நசுக்குகின்றன
எந்த இரதப்படைகளும் எந்த யானைப்படைகளும்
எந்தக் குதிரைப் படைகளும் எந்தக் காலாட்படைகளும்
எந்த ஆயுதங்களும் எந்த மந்திர மாயாஜால வித்தைகளும்
எந்தச் செல்வ பலங்களும் அவற்றை வெல்ல இயலாது.
(சம்யுத்த நிகாயம் I, 102).

(3) ஒப்பிட்டுப்பார்த்துச் சிந்தியுங்கள்: "பெரும் புகழ் பெற்றவர்களும் பெரும் நற்குணம் கொண்டவர்களும் பெரும் பலம் படைத்தவர்களும் இயற்கைக்கு அப்பாற்பட்ட பெரும் அபூர்வசித்தி பெற்றவர்களும் பெரும் ஞானிகளும் ஏன் பிரத்தியேக புத்தர்களும், ஏன் ஈடு இணையற்ற பூரண விடுதலை நிலையையடைந்த புத்தர்களுங்கூட, மரண வெள்ளத்தில் அடித்துச் செல்லப்பட்டுள்ளார்கள். மரணத்தின் பிடியிலிருந்து தப்பியவர் யாருமில்லை. இவ்வாறிருக்க, நம்மைப் போன்ற சாதாரண மக்கள் எம்மாத்திரம்? அந்தப் பெரியோர்களையும் உயரியவர்களையும் இழுத்துச் சென்றதுபோல மரணம் என்னையும் இழுத்துச் செல்லும்."

(4) இந்த உடல் எனக்கு மட்டுந்தான் சொந்தமா? எண்பது வகைகளான புழுக்கள், நூற்றுக்கணக்கான வகைகளான கிருமிகள், பூச்சிகள், உயிர் அணுக்கள் இந்த உடலில் பங்கு கொண்டுள்ளன. அவைகள் பிறக்கின்றன, வளர்கின்றன, மடிகின்றன, நோய்களை உண்டாக்குகின்றன, மலம் கழிக்கின்றன. இந்த உடல் அவைகள் பிறக்கும் வீடு, அவற்றின் மருத்துவ நிலையம், அவற்றின் இடுகாடு. அவை ஒட்டியிருந்து

உறிஞ்சுபவையாக உள்ளன. அல்லது ஒன்றியிணைந்து உறவாடுபவையாக உள்ளன. அவை நோய்களை விளைவிக்கின்றன அல்லது உயிரோட்ட நிகழ்வுகளுக்கு உறுதுணையாக இருக்கின்றன.

வெளியேயுள்ள பிராணிகளுக்கும் இந்த உடல் ஆட்பட்டதாக உள்ளது. கொசுக்கள், தேள்கள், பாம்புகள், மற்றும் வனவிலங்குகள்கூட இந்த உடலைத் தாக்குகின்றன. அவைகளுங்கூட இந்த உடலுக்குப் பங்குதாரர்கள் ஆக நேர்கின்றது. இவ்வாறாக, இந்த உடல் எனக்கு மட்டும் முழுதும் சொந்தமானதாக இல்லை. மற்றும் அநேகருக்கு இது ஒரு பொதுவான சொத்தாக இருக்கிறது. இந்த உடலின் மரணம் மேலும் அநேக உயிர்களின் மரணத்திற்குக் காரணமாகிறது.

(5) உயிரின் பலமற்ற தன்மையை, மற்ற பலவற்றைச் சார்ந்திருக்கும் தன்மையை, எளிதில் கலைந்துபோகக்கூடிய மென்மையான தன்மையை, எண்ணிப்பாருங்கள். இவ்வளவு நாள், இவ்வளவு வருடங்கள் இருக்கக்கூடும் என்று வரையறுத்துத் திட்டவட்டமாகக் காட்டக்கூடிய காலக்கெடு இந்த உயிருக்கு இல்லை. மரணம் தாயின் கருவிலேயே எந்த நிலைகளிலும் நேரலாம். தாயின் கருவிலிருந்து வெளி வந்த பின்னரும் எந்தக் கணத்திலும் மரணம் நேரலாம். அதிகமாகச் சொன்னால், அது ஒரு நூற்றாண்டுக் காலம் வாழலாம். என்ன உறுதி? எந்தக் கணத்திலும் மூச்சோட்டம் நின்றுவிடக்கூடும்; உடலை ஆக்கும் மூலப் பொருள்களின் சீரான அளவுகள் மாறக்கூடும், மூலப் பொருள்களின் கூட்டு கலைந்துவிடக்கூடும். நோய்களாலும் பீடிக்கப்பட்டு மரணம் நிகழும்.

(6) எந்த அறிகுறியும் இல்லாமல் மரணம் திடீரென்று தாக்குவதை எண்ணிப் பாருங்கள். வாழ்நாளின் எல்லையையோ மரணத்துக்குக் காரணம் ஆகும் நோயையோ மரணம் நிகழப் போகும் நேரத்தையோ உடல் உயிரிழந்து விழப்போகும் இடத்தையோ முன்கூட்டியே தெரிவிக்கும் அறிகுறிகள் ஏதாவது உண்டா? இல்லை. மரணம் முன்னெச்சரிக்கை எதையும் தருவதில்லை; எதிர்பாராவண்ணம் நிகழ்கின்றது. உயிர்மேல் உள்ள ஆசை அளவற்றது ஆனால், மரணம் ஆசைகளின் இறைஞ்சல்களைக் கேளாத செவிடாகும்.

(7) உயிர் வாழும் வாழ்வு எவ்வளவு குறுகியதாக இருக்கிறது என்று எண்ணிப்பாருங்கள். உணவு நான்கு அல்லது ஐந்து கவளங்கள் மென்று விழுங்கும் நேரங்கூட உயிர் நிலைத்திருக்குமா என்னும் உறுதி இல்லை; தொண்டை அடைத்துத்

திடீரென்று உயிர் போகலாம். உயிரை நம்ப முடியாது. *அரக சுத்தம் (அங்குத்தர நிகாயம் IV, 136–8)* ஏழு உவமைகளைக் காட்டி இந்த உண்மையை விளக்குகிறது.

1. புற்களின் இலைகள்மேல் படிந்த பனித்துளிகள் சூரிய வெளிச்சம் எழுந்தவுடன் உலர்ந்து வறண்டு போவதுபோல
2. குளத்தின் நீர்மேல் மழைபெய்து உண்டாக்கிய நீர்க்குமிழிகள் சிதறி மறைவதுபோல
3. நீர்மேல் வரைந்த கோடு உடனே மறைவதுபோல
4. ஒரு கணமும் நிற்காமல் ஓடும் மலை அருவிபோல
5. எளிதில் காறித் துப்பியெறியப்பட்ட தொண்டைச் சளிபோல
6. எரியும் உலைத் தீயில் வீசப்பட்ட மாமிசத்துண்டு கருகி மறைவதைப் போல
7. பலியிடத்துக்கு இழுத்துச் செல்லப்படும் பலி ஆடு போல,

இந்த உயிர் அநித்தியமாக இருக்கிறது, துரிதமாய் ஓடி மறைகிறது.

8. புனிதரான புத்தர் கூறுகிறார்:

“இந்த மனித உயிர்வாழ்வு மிகவும் குறுகியது. செய்ய வேண்டிய நலன் பயக்கும் வேலைகளும் கடமைகளும் இங்கு மிகவும் உள்ளன. மரணத்தைப் பற்றிய விழிப்புணர்வு இவ்வாறு வளர்த்தப்பட வேண்டும்: ஓ! தம்ம போதனைகளைக் கற்றறிய ஒரு நாள் ஓர் இரவாவது நான் உயிர் வாழ வேண்டும்; நான் செய்ய வேண்டியது அநேகம் உள்ளன. ஓ தம்ம போதனைகளைக் கற்றறிய, உணவு சில கவளங்கள் உட்கொள்ள எவ்வளவு நேரம் ஆகுமோ அவ்வளவு நேரமாவது நான் உயிர் வாழ வேண்டும். நான் கற்க வேண்டியது அநேகம் உள்ளன. இவ்வாறு சிரத்தையுடனும் ஊக்கத்துடனும் மரணம் பற்றிய விழிப்புணர்வை வளர்த்துத் தம் புரையோடும் மன அழுக்குகளை நீக்கித் தூய்மையடைந்த பிக்குகள் இங்கு உள்ளார்கள். ஆகவே, மரணத்தைத் தியானிப்பது மிகப் பலனுள்ளதாகும், நலம் தருவதாகும். அனைவரும் விரும்பும் நலன்களை விளைவிக்கும் நல்ல செயல்களையே ஒருவர் செய்ய வேண்டும், தூய வாழ்வில் நிறைவு பெற வேண்டும்.”

மேற்கண்டபடி மரணத்தைத் தியானிப்பது குறிப்பிட்ட தியான நேரங்களில் மட்டும் என்றில்லாமல், நாள் முழுதும்

நேரம் கிடைக்கும் தருணம் எல்லாம் மேற்கொள்ளப்படுவதாக இருக்க வேண்டும். இரவில் உறங்குவதற்காகப் படுக்கையில் படுத்தவுடன், மரணத்தைச் சிந்தித்துப் பார்க்கலாம். மேலும், மறுபிறவியில் எவ்வாறு பரிணமிக்க விரும்புகிறீர்கள் என்றும் எண்ணிப்பார்த்துக்கொண்டே உறக்கத்தில் ஆழலாம்.

அடிக்கடி எவ்வளவு இயலுமோ அவ்வளவு இந்தத் தியானத்தை மேற்கொள்வது அல்லது மரணத்தின் சாத்தியக் கூறை எண்ணிப்பார்ப்பது மிக்க நலன் பயக்கும். ஏனெனில், இவ்வாறு மரணத்தைத் தியானிப்பதில் ஈடுபாடுகொள்ளும் ஒருவர் எப்பொழுதும் சிரத்தையும் தம்மத்தைப் பேணுவதில் ஊக்கமும் கொண்டவராய் இருப்பார். சாதாரண இன்பங்களை நாடாதவராய்த் தீயவற்றிலிருந்து விடுபட்டவராய் இருப்பார். தீய வழிகளில் பொருள் சேர்க்கும் பேராசை அவரைத் தீண்டாது. வாழ்க்கைக்கு அத்தியாவசியமான தேவைகளில்கூட அவர் திருப்தி கொண்ட மனத்தினராய் இருப்பார். மரணத்தைத் தியானிப்பதில் பயிற்சி பெறாதவர்கள், அதில் ஈடுபடாதவர்கள், மரணத்தறுவாயில் மீள இயலாத பயத்திற்கும் வேதனைக்கும் குழப்பத்திற்கும் ஆளாவார்கள்; கொடிய வனவிலங்குகளும் பாம்புகளும் கொள்ளையர்களும் கொலையாளிகளும் பேய்களும் பிசாசுகளும் தங்களைத் தாக்குவது போன்று பயங்கரமான பீதிகளுக்கும் மனவேதனைகளுக்கும் உள்ளா வார்கள். மாறாக, மரணத் தியானத்தில் பழக்கங்கொண்ட ஒருவர் பீதியோ குழப்பமோ இன்றி மரணத்தைத் தழுவுவார். பயமில்லாமல் குழப்பமில்லாமல் தாம் மறுபிறவியில் அடையப் போகும் நல்ல நிலையையே எண்ணியவராய் உயிர்நீக்கிறார்.

மரணத்தையே தியானப் பொருளாக எடுத்துக்கொண்டு, அமைதித் தியானத்திற்கும் செல்லலாம். மரணம், மரணம் என்று மரணத்தையே சிந்தித்திருக்கும்போது, மனம் குவிகிறது, ஞானத்தின் அங்கங்கள் வளர்ந்து மனம் அணுகும் சமாதி நிலையயடைகிறது. இங்குத் தியானப் பொருளின் தன்மை மன அலைகளைத் தோற்றுவிப்பதாக இருப்பதால், இந்தத் தியானத்தில் முழு ஆழ்நிலைச் சமாதி நிலையையடைய இயலாது; அணுகும் சமாதி நிலையிலேயே மனம் இருக்கும்.

அத்தியாயம் 11

உள்நோக்கி அறியும் அறிவுத் தூய்மை *(காட்சித் தூய்மை)*

ஏழு தூய்மைப்படுத்துதல்கள்

சமத, விபஸ்ஸனா இரண்டையும் இணைத்து ஏழுவகைத் தூய்மைப்படுத்துதல்களை உள்ளடக்கிய தியானமுறை புத்தகோஷர் இயற்றிய *விசுத்தி மக்கம் (தூய்மைப் பாதை)* என்னும் நூலில் விவரிக்கப்பட்டுள்ளது. இதற்கு ஆதாரமான மறைநூல்கள் *இரதவினீத சுத்தமும் (மஜ்ஜிம நிகாயம் 24), பதிசம்பித மக்கமும்* ஆகும். இந்த முறையின்படி சாதகர் ஏழுவகைத் தூய்மைப் படுத்துதல்களை மேற்கொள்கிறார். அவையாவன:

1. நல்லொழுக்க நெறியில் தூய்மை
2. மனத்தூய்மை
3. உள்நோக்கி அறியும் அறிவுத் தூய்மை (காட்சித் தூய்மை அல்லது கருத்துத் தூய்மை)
4. ஐயங்களை அறுத்த தூய்மை
5. சரியான தவறான மார்க்கங்களைப் பகுத்தறியும் ஞானதிருஷ்டியில் தூய்மை
6. நிப்பாணப் பாதையைத் தெளிவாக்கும் ஞான திருஷ்டியில் தூய்மை
7. நிப்பாணம் காணும் ஞான திருஷ்டியில் தூய்மை.

முதல் இரண்டு தூய்மைகளையும், அதாவது நல் லொழுக்க நெறியில் தூய்மை, மனத்தூய்மை இரண்டை யும், நாம் ஏற்கனவே அமைதித் தியானம் பற்றிய

பகுதியில் கண்டோம். உள்நோக்கி அறியும் அறிவுத் தூய்மையை இப்போது பார்ப்போம்.

(அ) உள்நோக்கி அறியும் அறிவுத் தூய்மை (காட்சித் தூய்மை)

ஆனாபானா சதி அல்லது அமைதித் தியானத்தில் அடைந்த மன ஒருமுனைப்பாட்டை (அணுகும் சமாதி நிலையை) அடிப்படையாகக் கொண்டு இந்தத் தியானம் மேற்கொள்ளப்படுகிறது. மருத்துவ அறுவைச் சிகிச்சையாளர் மேற்கொள்ளும் அறுவைச் சிகிச்சைபோல இந்தத் தியானம் "தான்" என்பது யார் என்று ஆழமாக உற்றுநோக்கி ஆராய்கிறது. தன்னை உள்ளது உள்ளவாறு காண்பது உலகத்தைப் பற்றிய உண்மை அறிவைப் பெறுவதாகும். ஏனெனில் இந்த உலகம் நம் உடல் – மனத் தொகுப்பின் மூலமே அறியப்படுகிறது. தன்னையறிவது உலகை அறிவதாகும். புத்தர் *அங்குத்தர நிகாயத்தில்* கூறுகிறார்: "உயிர் உணர்வுகொண்ட இந்த ஆறு அடி நீள உடலில்தான் நான் உலகத்தைப் பார்க்கிறேன், (துக்கமயமான) உலகம் தோன்றுவதற்கான காரணத்தைப் பார்க்கிறேன், (துக்கமயமான) உலகம் ஒழிவதைப் பார்க்கிறேன், (துக்கமயமான) உலகம் ஒழிவதற்கான பாதையைப் பார்க்கிறேன்."

உடல் - மனத்தொகுப்பு

"நான்" என்று நாம் கூறுவதை ஆக்கும் மூலப் பொருள்கள் படம் ஒன்றில் (*படம் – 1*) விரிவாகக் காட்டப்பட்டுள்ளன. இதுவே இந்தத் தியானத்திற்கு அடிப்படையாக அமைகிறது.

"நான்" என்று நாம் நினைப்பது பகுக்க முடியாத, சுய இயல்பும் சுய இருப்பும் கொண்டு என்றும் மாறாது நிலைத்திருக்கும் ஒரு ஒற்றைப் பொருளல்ல. அது பல பொருட்களின் கூட்டுச் சேர்க்கையால் காரணம் – விளைவு என்கிற இயற்கை விதிகளின்படி உண்டாகி மாறிக்கொண்டேயிருப்பதாகும். முதல் ஆய்விலேயே, அது உடல் – உள்ளம் என்னும் இரு பகுதிகளைக் கொண்டது என்பது தெளிவாகும். இந்த உடலும் உள்ளமும் செயல்களிலும் தன்மைகளிலும் வேறுபட்டவையாகும்.

இந்த உண்மை உள்நோக்குத் தியானத்தில் **மனம் – உடல் இரண்டின் எல்லைகளை நிர்ணயிக்கும் முதல் அறிவு** என்று கூறப்படுகிறது. செயல்களிலும் தன்மைகளிலும் வேறுபட்டவையாக இருப்பினும், இவை எப்பொழுதும் ஒன்றோடு ஒன்று இணைந்து செயல்படுபவையாக உள்ளன. மனம் விரும்பித் தீர்மானிக்கவில்லையென்றால், உடல்

ஒரு முடி அகலத்துக்கும் அசைய முடியாது. அதேபோல உடல் ஒத்துழைக்காவிட்டால், மனம் என்னதான் விரும்பினாலும், உடலை அது மட்டும் தனியாக ஒரு முடி அகலத்துக்கும் அசைக்க முடியாது. உடலானது ஒரு குருட்டு மனிதருக்கு ஒப்பானதாகும்: காண முடியாது, ஆகையால் நடக்க இயலாது. மனம் ஒரு நொண்டியான மனிதருக்கு ஒப்பானதாகும்: காண முடியும், ஆனால் நடக்க முடியாது. குருட்டு மனிதரின் தோள்கள்மேல் ஏறியமர்ந்து நொண்டி மனிதர் வழிகாட்ட இருவரும் நடமாட இயல்வது போல, உடலும் மனமும் ஒருங்கிணைந்து ஒத்துழைத்துச் செயல்படுகின்றன.

உடலைப் பகுத்தறியும் ஆய்வு

மேலும்; உடலோ மனமோ எதுவும் சுயதன்மை சுய இருப்புகொண்ட மேலும் பகுக்க முடியாத தனித்தனி ஒற்றைப் பொருளல்ல. உடல் மனம் ஒவ்வொன்றும் ஒவ்வொரு கலவை, சிலபல கூட்டுப் பொருள்களின் அல்லது மூலப்பொருள் களின் சேர்க்கை. உடல் பல அங்கங்களும் பகுதிகளும் கொண்டது. உடலைப் பகுப்பதற்கு இதுதான் ஒரு எல்லை, இதற்கு மேல் பகுக்க முடியாது என்று அப்படிப் பகுக்க முடியாத மூலப்பொருள் எதையும் காட்ட முடியாது. அடிப் படையில் உடல், மண் – நீர் – நெருப்பு – காற்று என்னும் நான்கு பௌதிக மூலங்களின் சேர்க்கையால் உருவானது. *பரமத்தாக்கள்* (இன்றியமையாத அடிப்படைகள்) என்று புத்தர் குறிப்பிட்ட இந்த நான்கு மூலப்பொருள்களும் திடப் பொருள்கள் அல்ல. எல்லாவற்றிற்கும் அடிப்படைகளாக அமைந்துள்ள மூலாதாரச் சக்திகளையும் அவற்றோடு ஒன் றிணைந்து அவற்றைக் காட்டும் இயல்புகளையுந்தான் புத்தர் *பரமத்தாக்கள்* என்கிறார். உடல் என்று நாம் அறிவது அடிப்படையில் புலன்களால் உணரப்படும் இந்த இயல்பு களைத்தான், குணங்களைத்தான்.

இந்த இயல்புகளும் குணங்களுமாகிய சக்திகள் வெவ்வேறு விதங்களிலும் வெவ்வேறு பரிமாணங்களிலும் ஒன்றுசேர்வதால் நுண்துகள்களாகிய *கலாபாக்கள்* உருவா கின்றன. இந்தக் குணங்களாகிய சக்திகளின் வெவ்வேறு கலவைகளே பாலிமொழியில் *கலாபாக்கள்* எனப்படுகின்றன. இவ்வாறு உருவாகி எப்பொழுதும் துடித்துக்கொண்டும் அதிர்ந்துகொண்டுமிருக்கும் *கலாபாக்களின்* கூட்டுச்சேர்க்கை களால் உண்டானவையே உலகிலுள்ள அனைத்தும் என்பது புத்தரின் தத்துவம். சுருக்கமாகச் சொன்னால், நாம் உணரும் சக்திகளாலும் அவற்றின் இயல்புகளாலும் (குணங்களாலும்) ஆக்கப்பட்டது இந்த உடல், அவற்றின் கூட்டுச் சேர்க்கையே

உடல். *பரமத்தாக்களான* சக்திகளும் இயல்புகளும் கீழ்க் கண்டவாறாகும்:

பாதவி (மண்) – திடத்தன்மையும் வண்ணமும் கலந்த அடிப்படைச் சக்தி.

அபோ (நீர்) – திரவத்தன்மையும் சுவையும் கலந்த அடிப்படைச் சக்தி.

தேஜோ (நெருப்பு) – வெப்பமும் ஊட்டச்சத்தும் கலந்த அடிப்படைச் சக்தி.

வாயு (காற்று) – அசைவும் வாசனையும் கலந்த அடிப்படைச் சக்தி.

இந்த அடிப்படைச் சக்திகளே பிரபஞ்சத்திலுள்ள எல்லாவற்றிற்கும் மூலாதாரங்களாக உள்ளன. இவைகளே வெவ்வேறு அளவுகளிலும் வெவ்வேறு வகைகளிலும் மாறி மாறி இணைந்து எல்லாக் *கலாபாக்களையும், கலாபாக்கள்* இணைந்து பொருள்களையும் உருவாக்குகின்றன. புத்தரின் இந்தத் தத்துவம் நவீன அறிவியல் ஆராய்ச்சிகள் காட்டும் உண்மைகளோடு எவ்வளவு ஒத்ததாக உள்ளது என்பது வியக்கத்தக்கதாகும். தற்போதய விஞ்ஞான ஆராய்ச்சிகள் பரமாணுக்களையும் பகுத்து அவை மின்சக்தித் துகள்களின் அசைவுகளால் ஏற்பட்டவை, அனைத்தும் சக்தி அலைகளின் வீச்சே என்று காட்டுகின்றன.

தியானத்திற்கு உதவும் வகையில் பௌத்த தத்துவத்தை நுண்மையாக விளக்கிக் காட்டும் அபிதம்மம், ரூபம் அல்லது உடல் என்பது கீழ்க்கண்ட 28 சக்திகளின் கூட்டு (கலவை) என்று ஆராய்ந்து காட்டுகிறது:

மூலாதார அடிப்படைச் சக்திகள்

(*பரமத்தாக்கள்* அல்லது *மஹாபூதங்கள்*) . . 4

முதல் நிலை உருவகங்கள்

(தனித்தனிக் குணங்கள் கொண்ட தோற்றங்கள்)

- உணரும் சக்திகள் (கண், காது, மூக்கு, நாக்கு, மெய்) . . 5
- உணர்த்தும் சக்திகள் (உருவம், ஒலி, வாசனை, சுவை) . . 4

(குறிப்பு: தொடும் உணர்வை உண்டாக்கும் அழுத்தம் மஹாபூதங்களில் ஏற்கனவே அடங்கியுள்ளது.)

- உயிர்ச்சக்தி . . 1
- ஆண் – பெண் பாகுபாட்டை விளைவிக்கும் சக்திகள் . . 2
- உடல் ஊட்டச்சக்தி . . 1
- தன்னுணர்வுச் சக்தி . . 1

அடுத்தநிலைச் சக்திகள் (மேற்கண்டவற்றைச் சார்ந்தவை)

- இடைவெளி (ஆகாசம்) .. 1
- எண்ணத்தை வெளிப்படுத்தும் சக்திகள் (உடற்சைகைகளால் + வார்த்தைகளால்;) .. 2
- முக்கியக் குணங்கள் (வளர்ச்சி, தொடர்ச்சி, முதுமை, இறப்பு) .. 4
- மற்ற குணங்கள் (இலேசான தன்மை, மிருதுத்தன்மை, பொருந்தும் தன்மை அல்லது இணையும் தன்மை) .. 3

மொத்த சக்திகள் .. 28

இந்த 28 சக்திகளின் தொகுப்பே இந்த உடல். இவற்றில் எதுவும் நிலையானதல்ல. ஒவ்வொன்றும் கணத்துக்குக் கணம் மாறிக்கொண்டேயிருக்கின்றது. இந்த உடல் வெளிப் பார்வைக்கு ஒரு திடமான பொருளாகத் தோன்றினாலும், அடிப்படையில் புத்தர் கூறுவதுபோல் *கலாபாக்கள்* எனும் நுண்துகள்களின் அதிர்வுகள் அல்லது நவீன விஞ்ஞானம் காட்டுவதுபோல மின்சக்தித் துகள்களின் அசைவுகளால் உண்டானவையேயாகும். இத்துகள்கள் கூடுவதும் மாறுவதும் கலைவதும் வெவ்வேறு காரணங்களாலும் சூழ்நிலைகளாலும் இயற்கையின் விதிகளின்படி நிகழ்ந்துகொண்டேயிருக்கின்றன.

ஒரு கரு அணுவாக முதலில் உதயமாகும் இந்த உடல், தாயின் கரு முட்டையாகிய அணுவிலிருந்தும் தந்தையின் தாதுவிலிருந்தும் கடன் பெற்று வந்ததாகும். கண்ணுக்குத் தெரியாத அளவு அற்பமான இது கருப்பையில் தாயின் இரத்தத்திலிருந்து ஊட்டச்சத்தை உறிஞ்சி அணுக்களை வளர்த்துப் பெருக்கி உடல் – மனத் தொகுப்பாகிறது. கருப் பையிலிருந்து வெளிவந்த பின்னரும் புறத்தே பெறும் ஆகாரம் இல்லையெனில் இது இல்லை. ஊட்டச்சத்தைக் கொடுக்கும் ஆகாரத்தை உட்கொள்ளுகிறது, வளர்கிறது, கழிவுப் பொருள் களை வெளித்தள்ளுகிறது. வேளாவேளைக்கு ஆகாரத்தை உட்கொண்டும் கழிவுப் பொருட்களை வெளித்தள்ளியும் இயங்கும் ஓர் இயந்திரமாகவே வாழ்நாள் முழுவதும் செயல் பட்டுவருகின்றது. எவ்வளவு புறப்பொருள்கள் உட்கொள்ளப் பட்டன, எவ்வளவு கழிவுப் பொருள்கள் வெளித்தள்ளப் பட்டன என்று அளவிட முடியாது. நாளடைவில், இந்த உடலாகிய இயந்திரத்தின் பாகங்கள் தேய்ந்துபோகின்றன. இயந்திரம் பழுதடைந்து நின்றுபோகிறது. மரணத்தில் உடல்

மறைகிறது. இதுவே உடலின் சரித்திரம். உள்நோக்குத் தியானத்தில் சாதகர் தன் உடலை ஆக்கும் சக்திகளையும் உடலின் பாகங்களையும், அதன் செயல்களையும் ஆராய்ந்து, மாறிக் கொண்டேயிருக்கும் இவற்றில் "நான்", "எனது" என்பது எது என்று பார்க்கிறார். "நான்" என்று பற்றிக்கொள்ளத் தக்க எதுவும் இங்கு இல்லை என்பது தியானத்தில் தெளிவாக உணரப்படும்.

மனத்தைப் பகுத்தறியும் ஆய்வு

அடுத்து, சாதகர் மனத்தை ஆராய்கிறார். மனமும் ஒற்றையான, ஒரே இயல்பு, ஒரே குணம் கொண்ட தனிப் பொருளல்ல. இதுவும் ஒரு கலவையே. மனத்தை ஆராயும் போது சாதகர் காண்பதெல்லாம் சில புலனுணர்வுகள் (*வேதனா*), சில அறிவுணர்வுகள் எண்ணங்கள் (*சஞ்ஞா*), சில மன எழுச்சிகள் உந்துதல்கள் (*சங்காரங்கள்*) மற்றும் இவற்றை யெல்லாம் தனதெனக்கொள்ளும் தன்னுணர்வுகள் (*விஞ்ஞானம்*) ஆகியவைகளின் கலவைகளையேயாகும். இவற்றைத் தவிர வேறெதையும் அவர் காண்பதில்லை. இந்த ஒவ்வொன்றும் கூட ஒற்றையான, ஒரே இயல்பு, ஒரே குணம் கொண்ட சுயமாக இருக்கும் பொருளல்ல. இவை ஒவ்வொன்றும் ஒவ்வொரு கலவையே. ஒவ்வொன்றும் மாறிக்கொண்டே யிருப்பதையும் காண்கிறார். நாம் *வேதனா* என்று கூறுவது சில உணர்வுகளின் ஒரு தொகுப்பைத்தான். உண்மையில், உணர்வு என்னும் எந்தப் பொருளிலிருந்தும் உணர்வு பிறக்கவில்லை அல்லது உணர்வு என்னும் எந்தப் பொருளும் உணர்வுக்கு ஆதாரமாக இல்லை. உடலிலுள்ள புலன்கள் வெளி உலகப் பொருள்களோடு தொடர்புகொள்ளும்போது எழும் நிகழ்வுகளின் தொகுப்பை அல்லது கூட்டுச்சேர்க்கையைத் தான் உணர்வு (*வேதனா*) என்று பெயரிட்டு அழைக்கிறோம்.

அதே மாதிரி *சஞ்ஞா, சங்காரம், விஞ்ஞானம்* யாவும் அந்தந்தத் தொகுப்புகளுக்கு நாம் கொடுக்கும் பெயர்கள்தான். ஆகவே *வேதனா* உட்பட இந்த நான்கும் நாமங்களே தவிர தனித்திருக்கும் பொருள்கள் அல்ல என்பது தெளிவாகும். இவை நான்கும் மனம் அல்லது *நாமம்* என்னும் பிரிவில் அடங்கும்.

விஞ்ஞானம் எனும் தன்னுணர்வு கீழ்வரும் உணர்வு களைத் தனதெனப் பற்றிக்கொண்டு எழும் உணர்வாகும்:

- ஐந்து அடிப்படைப் புலனுணர்வுகள்.

(ஐம்புலன்களையும் அவற்றைத் தாக்கும் பொருள்களையும் சார்ந்து எழும் உணர்வுகள்)

- ஒளி (காணும் உணர்வு)
- ஒலி (கேட்கும் உணர்வு)
- மணம் (நுகரும் உணர்வு)
- சுவை (நாக்கின் உணர்வு)
- தொடுதல் (தொடும் உணர்வு)

➢ மன உணர்வு (எண்ணங்களால் உருவானவை).

➢ ஐந்து அடிப்படைப் புலன் உணர்வுகளையும் சார்ந்து எழும் வெளி உலகப் பொருளைப் பற்றிய எண்ணம் அல்லது உணர்வு (அறியும் உணர்வு).

➢ ஆயும் உணர்வு (பொருளை முன்னர் கண்ட பொருள்களோடும் மற்ற அனுபவங்களோடும் ஒப்பிட்டு ஆராயும் உணர்வு).

➢ தீர்மானிக்கும் உணர்வு (மேற்கண்ட ஆய்வை ஒட்டிப் பொருளைப் பற்றித் தீர்மானிக்கும் உணர்வு).

➢ வினையில் ஊட்டும் உணர்வு (தீர்மானத்தை அடுத்துச் செய்ய வேண்டிய வினையைத் தூண்டும் உணர்வு).

அறியும் உணர்வு என்று மேலே குறிப்பிடப்பட்டது, பாலி மொழியில் *சஞ்ஞா* அல்லது ஆங்கிலத்தில் perception எனப்படும் பொருள்களைப் பற்றிய உணர்வும் முதல் நிலை அறிதலும் ஆகும். ஆயும் உணர்வு, தீர்மானிக்கும் உணர்வு, வினையில் ஊட்டும் உணர்வு ஆகியவை ஒட்டுமொத்தமாகச் சேர்க்கப்பட்டுப் பொதுவாகப் புத்தி அல்லது *Intelectual discriminating consciousness* என்று அழைக்கப்படுகிறது.

மேற்சொன்ன அனைத்து உணர்வுகளையும் தனதெனப் பற்றிக்கொண்டு எழுகிறது "நான்" எனும் உணர்வு. அந்த உணர்வுகளே "தான்" எனும் உணர்வுக்கு ஆதாரம். இவை யின்றித் "தான்" எனும் தனி உணர்வு இல்லை. "தான்" எனும் உணர்வு எழுவதே ஏதாவது ஒன்றைப் பற்றிக்கொண்டுதான்.

இந்த உணர்வுகளெல்லாம் அடங்கிய *விஞ்ஞானம்* எனும் ஐந்தாவது குழு மேலும் ஒரு பகுதியை அடித்தளத்தில் கொண்டிருப்பதாகப் பௌத்தம் காட்டுகிறது. இது தேரவாதப் பிரிவில் *பவங்க சோதா* (அடித்தளத்தில் ஓடும் உயிர்ச் சக்தியின் ஓட்டம்) என்றும் மஹாயானப் பிரிவில் *ஆலய விஞ்ஞானம்* என்றும் அழைக்கப்படுகின்றது. வெளி உணர்வுக்கு வராமல் உள் மன ஆழத்தில் உறைந்திருக்கும் (படம் 2இல் காண்க) உந்தும் சக்திகள் அல்லது குணாதிசயங்கள்,

கர்மவினைப் பலன்களைத் தக்க சமயத்தில் விளைவிக்கும் விதைகள் ஆகியவை அடங்கிய இந்த உள்ளோட்டம் உணர்வுக் கிடங்கு அல்லது உக்கிராண விஞ்ஞானம் என்றும் அழைக்கப் படுகின்றது. இதுவே ஆங்கிலத்தில் Store House Consciousness எனப்படுகிறது. அடிப்படையில் *விஞ்ஞானம்* என்பது "வாழ வேண்டும், இப்படி ஆக வேண்டும், அப்படி ஆக வேண்டும்" என்று உள்ளிருந்து உந்தும் உந்துதல் சக்திகள் அல்லது விழையும் சக்திகளின் கூட்டேயாகும். வாழ்க்கை என்பது இந்த விஞ்ஞானம் என்கின்ற கூட்டுச் சேர்க்கையின் பலவிதப் பரிணாமங்களே யாகும்.

சுருங்கச் சொன்னால், "தான் என்பது என்ன?" என்று விபஸ்ஸனா தியானத்தில் ஆராயும் சாதகர், "தான்" எனப் படுவது மேற்கண்ட ஐந்து கூட்டுப்பொருள்கள் அல்லது குழுக்களின் (கந்தங்களின்) சேர்க்கையே எனக் காண்கிறார்:

- உடல் *(ரூபம்)*
- புலனுணர்வுகள் *(வேதனா)*
- அறிவுணர்வுகள் / எண்ணங்கள் *(சஞ்ஞா)*
- மன எழுச்சிகள் / உந்துதல்கள் *(சங்காரம்)*
- தன்னுணர்வு *(விஞ்ஞானம்)*

தன்னுணர்வு *(விஞ்ஞானம்)* ஒன்றெனக் குறிப்பிடப்பட்டாலும் அது எண்பத்தொன்பது (89) வகைகளானது என்பதை ஆராய்ந்து காட்டுகிறது பௌத்தத்தின் அபிதம்ம தத்துவம். அதே மாதிரி *சங்காரம்* என்று நாம் கூறுவதும் அபிதம்ம தத்துவம் பகுத்துக்காட்டுவதுபோல நாற்பத்தியொன்பது (49) தம்மங்கள் அல்லது மனப்பொருள்களின் கூட்டுத் தொகுப்பையேயாகும்.

1.	தீயவை (காமம் அல்லது பேராசை, வெறுப்பு, தற்பெருமை, பொறாமை, குழப்பம் முதலியவை) *(அகுசல)*	.. 14
2.	நல்லவை (ஈகை அல்லது பேராசையின்மை, அன்பு, கருணை, வாய்மை, மெய்யறிவு முதலியன) (குசல)	.. 25
3.	மற்றவை	.. 10
	மொத்தம்	.. 49

இவ்வாறாக, மேற்சொன்ன ஐந்து குழுக்கள் *(கந்தங்கள்)* ஒவ்வொன்றும் சிலபல பொருட்களின் கூட்டுச் சேர்க்கையால் உண்டானதேயாகும். ஒவ்வொரு கூட்டுச்சேர்க்கையும், நீர் மாறிமாறி ஓடும் ஆறுபோல மாறிமாறி ஓடிக்கொண்டே யிருக்கின்றது. "தான்" என்பது இந்த ஐந்து ஆறுகளும் சங்கமித்து ஒன்றுசேர்ந்து ஓடும் பெரும் ஆறுதான் – என்னும் உண்மை களைச் சாதகர் ஆராய்ச்சியில் அறிந்து தெளிவுறுகிறார். குழுக்கள் *(கந்தங்கள்)* ஐந்து என்று பகுத்தறியப்பட்டாலும், ஒவ்வொன் றிலும் வெவ்வேறு பொருள்கள் அல்லது உணர்வுகள் எழு வதையும் மறைவதையும் அவர் பார்க்கிறார். எழுந்து மறையும் ஒவ்வொன்றும் ஒரு நிகழ்வாக இருப்பதையும் ஒரு அனுபவ மாக இருப்பதையும் காணும் அவர், எல்லாம் "நிகழ்வுகள்" அல்லது "அனுபவங்களே" என்றும் அறிகிறார். "அனுபவங்கள்" தான் உள்ளனவேயொழிய "அனுபவிப்பவர்" என்று ஒருவர் தனியாக இருப்பதாக எவ்வளவுதான் தேடினாலும் அவரால் காண முடிவதில்லை.

அடுத்து, *கந்தங்களின்* தன்மை ஆராய்ந்து அறியப்படு கின்றது.

கந்தங்களின் தன்மை

ரூப கந்தம் (உருவக்கலவை)

வெளித்தெரியும் இந்த உடல் *ரூப கந்தமாகும்*. இதைக் குமிழிகள் ஒன்றுசேர்ந்து உண்டான நுரைக்கு ஒப்பிடுகிறார் புத்தர். நுரை குமிழிகளின் கூட்டுச்சேர்க்கையாக இருப்பது போல், உடலும் எண்ணற்ற அணுக்களின் ஒரு கலவை, ஒரு கூட்டுச் சேர்க்கையாக உள்ளது. கலப்படமான தண்ணீர் அல்லது திரவம் குழாயிலிருந்து வாளியில் விழும்போது அல்லது பலமாகக் கலக்கப்படும்போது, தண்ணீரோடு சோப்பு தேய்க்கப்படும்போது, நுரை உண்டாகிறது. அதுபோலவே இந்த உடலும் எண்ணற்ற அணுக்கள் பல்வேறு காரணங் களாலும் சூழ்நிலைத் தாக்குதல்களாலும் இயற்கையின் விதிகளின்படி ஒன்றுசேர்வதால் உண்டாகிறது. நுரையைப் போலவே உடலும் மாறுகிறது, மறைகிறது; அதற்கென்று ஒரு தனித்தன்மை இல்லை, சுய இருப்பு இல்லை, அழியாத சாராம்சம் இல்லை.

வேதனா கந்தம் (புலனுணர்வுகளின் கலவை)

இன்பகரமான, துன்பகரமான அல்லது இரண்டுமற்ற நடுநிலையான அல்லது குழப்பமான உணர்வுகளின் ஒரு கலவையையே *வேதனா கந்தம்* என்கின்றோம். வெளியுலகப்

பொருள்களான உருவம், ஒலி, வாசனை, ருசி, தொடும் அழுத்தம், எண்ணம் ஆகியவை, நம் ஆறு புலன்களையும் (அதாவது முறையே கண்கள், காதுகள், மூக்கு, நாக்கு, உடல், உள்ளம் ஆகியவற்றைத்) தாக்கும்போது, இயற்கையின் விதிகளின்படி இந்த உணர்வுகள் எழுகின்றன. உணர்வுகளை நீர்க்குமிழிகளுக்கு ஒப்பிடுகிறார் புத்தர். நுரை ஒன்றுசேர்ந்து ஒரு பொருளாகத் தோன்றுகிறது. ஆனால், நீர்க்குமிழிகள் தனித் தனியாகத் தோன்றி மறைகின்றன. அவற்றைப் போலவே உணர்வுகளும் தனித் தனியாகத் தோன்றுகின்றன; மறைகின்றன.

சஞ்ஞா கந்தம் (அறிவுணர்வுகளின் கலவை)

சஞ்ஞா என்பது முதல்நிலை அறிவுணர்வாகும். புலனுணர்வுகளைச் சார்ந்து எழும் இது பொருள்களை அடையாளம் கண்டு அவை என்னவென்று முத்திரையிட்டுக் காட்டுகிறது, அறிந்துகொள்கிறது. ஆனால், ஆராய்ந்து பார்த்தால் வெளியுலகப் பொருள்கள் உள்ளவை உள்ளவாறே நேரடியாக மனத்துக்குள் வருவதில்லை. அவை புலன்களைத் தாக்கும்போது உண்டாகும் உடல் மாற்றங்களே மனத்தில் பிரதிபலிக்கின்றன, அறியப்படுகின்றன. பிரதிபலிக்கும் பிரதிபிம்பங்களையே மனம் காண்கிறது; அறிகிறது. மனம் காண்பது உடல் மாற்றங்களால் திரிந்து உண்டாகும் பொருள்களின் படங்களையே, சித்திரங்களையே தவிர, பொருள்களை அவை உள்ளவாறே அல்ல. நாம் யானை என்று காண்பது, அறிவது மனத்தில் உருவாகும் ஒரு படத்தையே. யானையே கண்களுள் வருவதில்லை, அதன் ஒரு படந்தான் உண்டாகிறது. ஆகவே, புத்தமத மறை நூல்களில் இந்த அறிவுணர்வு கானல் நீருக்கு ஒப்பிடப்படுகிறது; இது ஒரு உண்மையான தோற்றமல்ல, திரித்துக்காட்டப்படும் படம். பாலைவனத்தில் நீராகக் காணப்படுவது ஒரு பிரதிபலிப்புத் தான். ஆனால், அந்தப் பிரதிபலிப்பையே பிரயாணிகள் உண்மையான நீர் என்று நம்பி ஓடி ஏமாற்றம் அடைகிறார்கள்; ஏன், ஓடி ஓடித் தாகத்தால் வாடிவதங்கி உயிரையும் இழக்கிறார்கள்.

புலன்கள்வழி பெறும் அறிவு உண்மையை உள்ளது உள்ளவாறு காட்டுவதில்லை. இது ஒரு மேம்போக்கான அறிவு. காமாலைக் கண்களுக்குத் தெரிவதெல்லாம் மஞ்சள். அந்த மஞ்சள் பொருள்களில் இல்லை. ஒரு இலை பச்சையாகத் தெரிகிறது. ஆனால், அதையே பூதக்கண்ணாடி அல்லது அணு தரிசினியில் (மைக்ரோஸ்கோப்பில்) பார்க்கும்போது, அது நுண்ணிய அணுக்களின் குவியலாக இருக்கும்; எலக்ட்ரான் மைக்ரோஸ்கோப்பில் பார்க்கும்போது, எலெக்ட்ரான்களின் சுழற்சியாக இருக்கும். ஒரு வரையறைக்குள் அடங்கும்

நம் புலனறிவு நம்மை ஏமாற்றுவதாக உள்ளது. காமாலைக் கண் காணும் மஞ்சள் நிறத்தைப்போல, புலனறிவால் பெறும் எண்ணங்களும் திரித்து உண்டாக்கப்படுகின்றன; காட்டப்படு கின்றன. நம் எண்ணங்களும் உள்மறைந்திருக்கும் ஆசைகள், மனோபாவங்கள், தான் எனும் தனித்துவம் ("நான்") போன்ற தவறான கருத்துகள், பாரபட்சம், பழக்க வழக்கங்கள் ஆகிய வற்றால் திரித்து உருவாக்கப்படுகின்றன, மாற்றப்படுகின்றன. நிலையற்றதை நிலையானதென்றும் துக்கத்தில் முடிபவற்றை இன்பம் தருபவையென்றும் எண்ணி ஏமாறுகிறோம். ஆகவே தான், இந்த அறிவுணர்வுகளும் எண்ணங்களும் பாலைவனத்தில் காணப்படும் கானல் நீருக்கு ஒப்பிடப்படுகின்றன.

சங்கார கந்தம் (மன எழுச்சிகளின் கலவை)

சங்காரம் என்பது விருப்பு வெறுப்புகளினால், ஆசை களினால் எழும் மன எழுச்சிகளைக் குறிக்கும். இவையே வாக்காலும் உடலாலும் செய்யப்படும் வினைகளைத் தூண்டு கின்றன. செயலைத் தூண்டும் நோக்கம், அதன் பின்னுள்ள ஆசை ஆகியவையே தம்மத்தையும் அதனால் விளையும் பலனையும் நிர்ணயிக்கின்றன. *கம்மம்* என்பது பாலி மொழிச் சொல். வடமொழியில் *கர்மா* எனப்படுகிறது. மனத்தால், வாக்கால், உடலால் செய்யப்படும் எல்லாச் செயல்களையும் தூண்டும் மன எழுச்சிகள் இதில் அடங்கும். இவையே கர்ம வினைப் பலன்களாகப் பழுக்கின்றன.

பருவ காலம், வெப்பநிலை, கிடைக்கும் எரு, நீர் ஆகியவை ஏற்றவாறு பொருந்தி அமையும்போது, மரம் பழங்களைத் தருகிறது. அதுபோலவே, *கர்மா*வும் உரிய காலத்தில் பலன் களாகப் பரிணமிக்கிறது. பழம் மரத்தில் மறைந்திருந்து வெளிவருகிறது என்று நாம் எண்ணுவதில்லை. பழம் வெவ்வேறு காரணங்களையும் சூழ்நிலைகளையும் சார்ந்து உருவாகின்றது. கர்மவினைப் பலனும் அவ்வாறே. அது ஒரு மனிதருள் மறைத்து வைக்கப்பட்டிருக்கிறது என்று எண்ண முடியாது. அது ஒரு பொருளாக இல்லை. தாவர இனங்களில் பழம் தோன்றுவது போல, மனிதரில் கர்மவினைப் பலன்கள் தோன்றி, நோக்கத்தின் தன்மையைப் பொருத்து இன்பத்தையும் துன்பத்தையும் தருகின்றன.

பௌத்தத்தில் *சங்கார கந்தம்*, மிருதுவான திசுக்களாலான பட்டைகள் ஒன்றின் மேல் ஒன்றாகப் படிந்து உருவான வாழைமரத்தின் அடித்தண்டுக்கு ஒப்பிடப்படுகிறது. வாழை மரத்தை உரித்துப்பார்த்தால் பட்டை பட்டையாக அனைத்தும் ஒன்றன்பின் ஒன்றாக உரிந்துபோகுமே தவிர, அதனுள்

எந்தச் சாராம்சத்தையும் காண முடியாது. அதனுள் எந்தவொரு மையமான பொருளும் இல்லை. அதுபோலவே மனத்தை உரித்துப்பார்த்தால் பட்டை பட்டையாகப் படிந்துள்ள ஆசை களையும் எழுச்சிகளையுந்தான் காண முடியும்; மையமான சாராம்சம் என்று கூறக்கூடிய எந்தப் பொருளும் அங்கு இல்லை.

விஞ்ஞான கந்தம் (தன்னுணர்வுகளின் கலவை)

கண், காது, மூக்கு, நாக்கு, உடல் ஆகிய ஐம்புலன்களும் முதற்கலவையான *ரூப கந்தத்தைச்* சேர்ந்தவை. அவை வெளிப் புறப் பொருள்களால் தாக்கப்படும்போது அல்லது அவற்றோடு தொடர்பு கொள்ளும்போது, ஐந்து அடிப்படைப் புலன் உணர்வுகளும் எழுகின்றன. ஆறாம் புலனாகிய மனம், முதலில் புறத்திலிருந்து கேட்ட அல்லது படித்த எண்ணங்களின் தொடர்பால் அல்லது நினைவிலிருந்து எழும் எண்ணங்களால் பரிணமிக்கிறது. இந்த ஆறு புலனுணர்வுகளும் சேர்ந்து உண்டா கின்றது *வேதனா கந்தம்*. இந்த *வேதனா கந்தத்தைச்* சார்ந்து எழுகின்றது *சஞ்ஞா கந்தம்*; இவையும் உள்ளிருக்கும் ஆசை களும் தூண்டிவிட எழுகின்றது *சங்கார கந்தம்*. இவையனைத்தும் எண்ணங்களால் உருவானவை, எண்ணங்களேயாகும். புல னுணர்வுகள், இந்த எண்ணங்கள் எல்லாவற்றையும் உணர்ந்து அறிந்து, அனைத்தையும் தனதெனப் பற்றிக்கொண்டு எழு கின்றது தன்னுணர்வு. முதல் நான்கு கலவைகளும் *(கந்தங்களும்)* இந்த ஐந்தாம் *கந்தமான* தன்னுணர்வுக்கு *(விஞ்ஞானத்திற்கு)* ஆதாரங்களாகவும் தாங்கி நிற்கும் தளங்களாகவும் உள்ளன. அடிப்படையில் இந்த *விஞ்ஞானம்* எனும் தன்னுணர்வு ஆசைகளின் கூட்டேயாகும். "வாழ வேண்டும், வளர வேண்டும், இப்படியாக வேண்டும்" என்னும் ஆசை வேகங்களின் அல்லது உந்தும் சக்திகளின் ஒரு குறிப்பிட்ட கலவை அல்லது தொகுப்பே யாகும். இந்தக் கலவையின் பரிணாம வளர்ச்சியே வாழ்க்கை யாகும். இந்தக் கலவை மற்ற நான்கு கலவைகளையும் *(கந்தங்களையும்)* சார்ந்து வளர்கின்றது, பரிணமிக்கின்றது. அதேபோல இந்த மற்ற நான்கும் இதைச் சார்ந்திருக்கின்றன. இந்த விஞ்ஞானமே மற்ற நான்கிற்கும் உயிரூட்டிப் பற்ற வைக்கும் தீயாக உள்ளது. தொடர்ந்து அந்த நான்கும் *விஞ்ஞானத்* தீக்கு எரிபொருள்களாக அமைந்து, அதைத் தொடர்ந்து எரியவைக்கின்றன.

முதலில் "நான்" என்பதை உடல் – மனம் என்னும் இரு தொகுப்புகளாகக் கண்டோம். உடல் *ரூப கந்தமாகும்*. இரண்டாவதாகிய மனம் நான்கு கலவைகளாக மேலும் பகுக்கப்பட்டு விரிவாக ஆராயப்பட்டது. உருவமில்லாமையால்

இந்த நான்கு கலவைகளும் பெயர் கொண்டே குறிப்பிட்டுக் காட்டப்படக்கூடியவையாக உள்ளன. ஆகவே, இவை நாமம் எனப்படுகின்றன. நாமமும் ரூபமும் ஒரு நாணயத்தின் இரு பக்கங்கள்போல. நாமம் இன்றி ரூபம் இல்லை, ரூபம் இன்றி நாமம் இல்லை.

இவ்வாறு, நாமத்தில் அடங்கும் நான்கு *கந்தங்களும்* (கலவைகளும்) *ரூப கந்தமும்* ஒன்றையொன்று சார்ந்து, ஒன்றோடொன்று இணைந்து உடலும் – உணர்வும் கொண்ட ஒரு இயந்திரம்போல இயங்கும்போது, "நான்" என்னும் எண்ணம் உதிக்கிறது. இந்த ஐந்து கந்தங்களிலும் மாற்றங்கள் வேகமாகவும் விரைவாகவும் நிகழ்ந்துகொண்டேயிருக்கின்றன. ஒவ்வொரு உணர்வையும் எண்ணத்தையும் *விஞ்ஞானம்* தனதெனப் பற்றிக் கொண்டு "தான்", "தனது" என்று தவறாகக் கருதுகின்றது. எழுவதெல்லாம் வெவ்வேறு அனுபவங்கள், வெவ்வேறு தன் னுணர்வுகள். ஆனால் இவை அதிவிரைவாகவும் வேகமாகவும் நிகழ்வதால், நிலையான "தான்" என்னும் மயக்க உணர்வு எழுகின்றது. மின்சார விளக்கில் மின்துகள்களின் தொகுப்பு விநாடிக்கு நூறுமுறை மாறிக்கொண்டேயிருக்கின்றது ஆனால், நிலையான வெளிச்சத்தை நாம் உணர்கின்றோம். அந்த மின்சார வெளிச்சத்தை ஒத்ததே இந்த "நான்" என்னும் மயக்க உணர்வும்.

நிலையானதாக, மாறாததாக எதுவும் இல்லை. இருப்பினும் "நான்" என்னும் மாறாத உணர்வு எழுகிறது. "இது ஒரு தவறான எண்ணம், பிழையாக எழும் ஒரு மன உருவாக்கம்" என்கிறார் புத்தர். இது பாலி மொழியில் *சக்காய திட்டி*, அதாவது தவறான திருஷ்டி என்று கூறப்படுகிறது. இருளில் பாழ்மரத்தைப் பார்க்கும்போது பேய் என்னும் பயம் தோன்று கிறது. இருளில் தரையில் ஒரு கயிற்றைப் பார்த்ததும் பாம்பு என்னும் பயம் எழுகிறது. அவற்றைப் போலவே "நான்", "தான்" என்னும் மாறாத, நிலையான கருத்தும் தவறாக எழுகின்றது என்று காட்டுகிறார் புத்தர்.

தன்னுணர்வு (*விஞ்ஞானம்*) கூறுகிறது: "நான் காண்கிறேன்", "நான் கேட்கிறேன்", "நான் சுவைக்கிறேன்." எல்லா அனுபவங் களுடனும் "நான்" என்பதை அது இணைத்துக்கொள்கின்றது. உதாரணத்திற்கு, "பார்க்கும்" அனுபவத்தை, நிகழ்வை எடுத்துக் கொள்வோம். வெளி உருவம், சூரிய ஒளி அல்லது விளக்கின் ஒளி, கட்புலன் இவற்றில் எந்த ஒன்று இல்லாமல் போனாலும் "பார்ப்பது" என்பது இல்லை. இந்த மூன்றும் இணைந்துதான் "பார்ப்பது" என்பது உண்டாகிறது. "நான்" என்னும் எந்தத் தனிப்பொருளும் "பார்ப்பதற்கு"க் காரணமாக இல்லை, பார்க்கிறது இல்லை. "பார்க்கும்" அனுபவந்தான் அங்கு

உள்ளது. "நான் பார்க்கிறேன்" என்று அங்கு ஒரு "நான்" என்பதை இணைப்பது கற்பனைத் தோற்றமாகும். சில கருவி களை முறையாக அமைத்தும் இயக்கியும், ஒரு உயிருள்ள மனிதர் இரம்பத்தால் அறுக்கப்படுவதுபோலவும் அந்த அறுபட்ட மனிதரே மீண்டும் ஒரு உடலாகித் திரும்பி எழுவதுபோலவும் மந்திரவாதி மாயாஜால வித்தை காட்டுகிறார். அந்தக் கருவிகள் இல்லாவிட்டால் மாயாஜால வித்தைகளைக் காட்ட முடியாது. அதுபோலவே, "பார்ப்பது", "கேட்பது" என்று எல்லா அனுபவங் களும் காரணங்களையும் சூழ்நிலைகளையும் சார்ந்து இயற்கை விதிகளின்படி எழுகின்றன. சரியான காரணங்களும் சூழ்நிலை களும் அமையவில்லையென்றால் இந்த அனுபவங்கள் இல்லை. "நான்" என்னும் எதுவும் இவற்றில் காரணமாக அமைவதில்லை. ஆனால், தொடர்ந்து மாறிக்கொண்டேயிருக்கும் *விஞ்ஞானம்* இதில் "நான்" என்பதைக் கற்பித்து இணைத்துகொள்கிறது.

இவ்வாறு *விஞ்ஞானம்* "நான்", "எனது" போன்ற தவறான கருத்துகளை உருவாக்கிக்கொள்வதால், பௌத்த மறை நூல்கள் அதை மந்திரவாதி காட்டும் மாயாஜால வித்தைக்கு ஒப்பிடு கின்றன. *விஞ்ஞானம்* காட்டும் "நான்", "எனது" என்பவை பொய்த் தோற்றங்களாகும். இடைவிடாது மாறிக்கொண்டே யிருக்கும் நிகழ்வுகளில் "நான்", "தான்", "ஆன்மா" என்று மாறாத ஒன்றை இணைக்கும் கற்பனை, நிகழ்வுகளின் பின் உள்ள உண்மைக் காரணங்களை உள்ளது உள்ளவாறு அறிய இயலாவண்ணம் திரையிட்டு மறைக்கின்றது. இங்கு உண்மை உள்ளது உள்ளவாறு காணப்படுவதில்லை.

நான் யார்? தன்னையறிதல்

வெளியுலகப் பொருள்கள் புலன்களைத் தாக்கும்போது, எழும் உணர்வுகள் இன்பம் தருபவையாகவோ துன்பம் தருபவை யாகவோ அல்லது இன்பம் துன்பம் இரண்டுமற்ற நடுநிலை யாகவோ குழப்பமாகவோ இருக்கலாம். அந்த உணர்வுகளைத் தொடர்ந்து எழும் மன எழுச்சிகளை உற்றுநோக்கிப் பார்க்கும் சாதகர், அவை எழுவது தம் மன ஆழத்தில் உறைந்திருக்கும் ஆசைகளையும் உந்தும் சக்திகளையும் மனோபாவங்களையும் புலனுணர்வுகள் தூண்டிவிடுவதால் என்பதை அறிகிறார். சில பொருள்கள் இன்பகரமான உணர்ச்சிகளை விளைவிக் கின்றன என்றால் அவை மனத்தில் உள்ள ஆசைகளைத் திருப்தி செய்வதால்தான். ஆசைகளுக்குத் தடையாக, இடையூ றாக இருப்பவை துன்பத்தை அளிக்கின்றன. புலனுணர்வுகள் முதலில் மனிதனின் மன ஆழத்தில் மறைந்து உள்ளுறைந்து கிடக்கும் மனோபாவங்கள், ஆசைகள் அல்லது உந்தும் சக்திகளை(*latent inherent tendencies*)த் தூண்டிவிடுகின்றன.

இரண்டாவதாக, இந்த மனோபாவங்களையும் ஆசைகளையும் உந்தும் சக்திகளையும் மேலும் வலுவடையச் செய்து அவற்றை வழக்கமாகப் பீறிடும் பெரும் சக்திகளாக்கிவிடுகின்றன. மனிதனின் மன ஆழத்தில் மறைந்து உள்ளூறைந்து கிடக்கும் இந்த மனோபாவங்களை, உந்தும் சக்திகளைப் புத்தமத மறை நூல்கள் *அனுசயங்கள்* என்று அழைக்கின்றன. இவை ஏழு வகைகளாகப் பிரித்துக்காட்டப்பட்டுள்ளன:

1. *காமராக அனுசயம்* (உடலின்பங்களில் பேரவாவாக எழும் மனோபாவம் அல்லது சக்தி)
2. *படிக அனுசயம்* (வெறுப்பு / கோபம் ஆகியவையாக எழும் மனோபாவம் அல்லது சக்தி)
3. *மான அனுசயம்* (தற்பெருமை / மமதை)
4. *திட்டி அனுசயம்* (தான் / தனது / தனித்துவம் என்பது போன்ற தவறான எண்ணப்போக்குகள்)
5. *விசிகிச்ச அனுசயம்* (ஐயம், அவநம்பிக்கை)
6. *பவராக அனுசயம்* ("வாழ வேண்டும், பெருக வேண்டும், இப்படியாக வேண்டும், அப்படியாக வேண்டும்" என்று உந்தும் ஆசை வேகம், தற்காப்பு, தன்னை நிலைநாட்டுதல், தான் எண்ணியதைச் சாதிக்கப் போராடுதல் ஆகிய வற்றைத் தூண்டும் சக்தி)
7. *அவிஜ்ஜா அனுசயம்* (அறியாமை).

நமக்கும் பிறருக்கும் நன்மை பயக்கும் மன எழுச்சிகளையும் செயல்களையும் தூண்டும் நற்சக்திகளும் மன ஆழத்தில் வளர்க்கப்பட்டுள்ளன.

அனுசயங்கள் எனப்படும் இவை தோன்றி மறையும் மனநிலைகள் அல்ல. மனத்தில் ஆழ்ந்து உறைந்து பதுங்கி யிருக்கும் சக்திகள் அல்லது மனோவேகங்களே இவை. இவற்றின் ஒரு குறிப்பிட்ட கலவையே ஒரு தனி மனித மனமாகி அதன் தன்மையையும் குணத்தையும் ஒழுக்கத்தையும் நிர்ண யிக்கின்றது. இந்தக் கலவை முன்செய்த வினைச் செயல்களின் பழக்கங்களாலும் அவற்றால் விளையும் பலன்களாலும்– அதாவது இப்பிறவியில் கடந்த பல ஆண்டுகளில் மட்டுமல்ல, கணக்கிட முடியாத முன்பிறவிகளிலும் செய்த வினைச் செயல்களின் பலன்களாலும் – உருவாகிறது. இது பிறவி பிறவியாகக் குவித்து ஒருவர் வாரிசு முறையாகப் பெற்ற சொத்தாகும். இக்கலவை, உள்ளூறைந்திருக்கும் சக்திகளின் உந்துதல்களால் செயல்களில் ஈடுபட்டு, அந்தச் செயல்களின்

பலன்களாலே பாதிக்கப்பட்டு மாறிக்கொண்டேயிருக்கிறது. விஞ்ஞானம் என்று புத்தர் குறிப்பிடுவது இந்த மாறிக்கொண்டே யிருக்கும் ஆசைகளின் கலவையைத்தான்.

நம் ஒவ்வொருவருடைய ஆசைகளும் பற்றுதல்களும் பழக்கவழக்கங்களும் விருப்பு வெறுப்புகளும் பல்வேறு காரணங்களையும் சூழ்நிலைகளையும் ஆதரவுகளையும் சார்ந்து எழுந்து பரிணமித்துக்கொண்டேயிருக்கின்றன. நமது அனுபவங்களும் நினைவாற்றலும் ஒன்றோடு ஒன்று சம்பந்தப் பட்டு எழும் எண்ணங்களும் மனஎழுச்சிகளும் அவற்றின் பரிணாமத்தை நிர்ணயிக்கின்றன. பாவ்லோவ் என்ற இரஷ்ய விஞ்ஞானி பழக்கிய நாய் மணி ஓசை கேட்டவுடன் உமிழ்நீர் சுரந்து கொட்ட நாக்கைத் தொங்கவிட்டுக்கொண்டு பாய்ந்து ஓடி வரும். ஏனெனில், உணவு கொடுக்கும்போதெல்லாம் மணியை ஒலித்து ஓசையை எழுப்பியதால், அது மணியோசை யையும் உணவையும் சம்பந்தப்படுத்தி அவ்வாறு பழக்கப்பட்டு விட்டது. அவ்வாறே நாமும் வெவ்வேறு வகைகளிலும் வெவ்வேறு காரணத் தொடர்புகளாலும் இணைப்புகளாலும் சூழ்நிலைகளாலும் உருவாக்கப்பட்டுள்ளோம். எந்தச் சூழ் நிலையில் நாம் எவ்வாறு எதிர்வினை புரிந்து செயல்படுகிறோம் என்பது நாம் எவ்வாறு உருவாக்கப்பட்டுள்ளோம் என்பதைப் பொருத்துள்ளது. எந்தக் குடும்பத்தில், எந்த இனத்தில், எந்த மதத்தில், எந்தத் தேசத்தில் பிறந்தோம்? எவ்விதமாகக் கற்பிக்கப் பட்டோம், எவ்விதமாகப் போதிக்கப்பட்டோம், எவ்விதமாக வளர்க்கப்பட்டோம்? ஆணாகப் பிறந்தோமா பெண்ணாகப் பிறந்தோமா அழகாகப் பிறந்தோமா அல்லது குரூபியாகப் பிறந்தோமா செல்வத்தில் பிறந்தோமா அல்லது வறுமையிலா? இந்தியரா; பாகிஸ்தானியரா இஸ்ரேலியரா அல்லது அரேபியரா? – இவ்வாறு வெவ்வேறு வகைகளில் நம் உள் மனமும் வாழ்வும் செயல்பாடும் நிர்ணயிக்கப்படுகின்றன. அந்த நிர்ணயமும் மாறி மாறிப் பரிணமித்துக்கொண்டேயிருக் கின்றது.

“நான்” என்றழைக்கப்படும் கலவை இந்த நிர்ணயங்களாலும் பழக்கவழக்கங்களாலும் ஆசைகளாலும் உள்ளுறைந்த சக்தி களின் உந்துதல்களாலும் செயல்களில் ஈடுபட்டு, அந்தச் செயல்களின் பலன்களாலே பாதிக்கப்பட்டு, மாறிக்கொண்டே யிருக்கின்றது. விஞ்ஞானம் என்று புத்தர் குறிப்பிடுவது இந்த மாறிக்கொண்டேயிருக்கும் ஆசைகளின், மனோவேகங்களின் கலவையையும் அவற்றைச் சார்ந்த உணர்வுகளையுந்தான். அடிப்படையில் “நான் யார்?” என்று ஆராய்ந்து பார்த்தால், அது, “வாழ வேண்டும், இப்படி ஆக வேண்டும், அப்படி

ஆக வேண்டும்" என்று பரிணமித்துக்கொண்டிருக்கும் ஆசை, வேகங்களின் ஒரு கலவையாகிய விஞ்ஞானமே என்பது தெளிவாகும்.

அனுசயங்களின் சக்தியால் வெளிப்படும் பேரவாக்களைப் புத்தமத மறை நூல்கள் பொதுவாக மூன்று பெரும் பிரிவுகளில் அடக்குகின்றன. அந்தப் பிரிவுகளாவன:

1. *காமதண்ஹா* (ஆண் – பெண் உடலுறவு மற்றும் புலனின்பங்களை நாடும் பேரவாக்கள்)
2. *பவதண்ஹா* (தற்காப்பு, தன்னிலை நாட்டுதல் ஆகிய வற்றைச் சார்ந்த பேரவாக்கள்)
3. *விபவதண்ஹா* (வெறுப்பினால் விளைவது. தனக்குத் துன்பம் தருபவற்றை அழிக்க வேண்டும், தான் எண்ணியதைச் சாதிக்க வேண்டும், தன்னலமே பெரிது ஆகிய – இவற்றிக்காகப் பிற உயிர்களைக் கொல்லவும் வெறுப்பினால் தன்னுயிரையே மாய்த்துக்கொள்ளவும் தயங்காத பேரவாக்கள். அழித்துவிடவும் அழிந்து விடவும் தயங்காத பேரவாக்கள்).

தற்கால மனத்தத்துவ ஆராய்ச்சிகளும் இந்த உண்மை களையே உறுதிசெய்கின்றன. தான் வாழ வேண்டும், தான் இன்பங்களைத் துய்க்க வேண்டும், தனக்குத் துன்பம் தருபவற்றை அழிக்க வேண்டும், தான் எண்ணியதைச் சாதிக்க வேண்டும் என்னும் மனோவேகங்களே மனிதனின் அடிப்படைச் சக்திக ளாக, ஆசைவேகங்களாக உள்ளன என்று சிக்மண்ட் ப்ராய்டு போன்ற மனத்தத்துவ மேதைகள் விஞ்ஞானரீதியாக இப்போது காட்டும் உண்மைகளைப் புத்தர் 2600 ஆண்டுகளுக்கு முன்பே கூறியுள்ளார்.

"நான்" என வழங்கப்படுகிற விஞ்ஞானக் கலவையின் பரிணாம வளர்ச்சிக்கு ஆணிவேர்களாக இருப்பவை கீழ்க் காண்பவையாகும் என்று காட்டுகின்றன பௌத்த மறை நூல்கள்:

அதம்மம் (மறம்)

- காமம் மற்றும் உடலின்ப இச்சைகள் / பேரவாக்கள்
- குரோதம் / பகைமை / வெறுப்பு
- குழப்பம்

தம்மம் (அறம்)

- ஈகை / பெருந்தன்மை
- அன்பு / கருணை
- ஞானம்

உண்மையில் "தன்னையறிதல்" என்பது தன்னையாக்கும் ஆசை வேகங்களின் கலவையை உள்ளது உள்ளவாறு காண்ப தாகும். இல்லாத கற்பனைப் பொருளான ஆன்மாவைத் தேடியலையும் வீண்முயற்சி தன்னையறிதலாகாது.

படம் 1இலும் படம் 2லும் (பக். 310, 311) காட்டப்பட்டுள்ளது போல, "நான்" என்பதை ஆக்குபவை யாவை என்று சாதகர் தியானத்தில் தெளிவாக ஆராய்ந்து அறிகிறார். தம்மை ஆக்கும் உடல் சக்திகளும் உயிர்ச்சக்திகளும் மனச்சக்திகளும் ஒன்றோடு ஒன்று இணைந்துள்ளதையும் பல்வேறு காரணங்களாலும் சூழ்நிலைகளாலும் ஆதரவுகளாலும் நிர்ணயிக்கப்பட்டு ஒன்றை யொன்று சார்ந்து எழுந்து செயல்படுவதையும் காண்கிறார். இவையனைத்தும் அனுபவங்களாக உள்ளனவேயன்றி "அனு பவிப்பவர்" என்று மாறாது நிலைத்திருக்கும் ஒருவர் இல்லை யென்பதையும் உணர்கிறார். இவையனைத்துக்கும் காரண மாகவும் அடித்தளமாகவும் ஆதரவாகவும் மாறாது நிலைத் திருக்கும் தனிப்பெரும்பொருள் உண்டு, அதுவே ஆன்மா, தன்னுணர்வே "நான்" என்பன போன்ற எண்ணங்கள் மனத்தால் உருவாக்கப்பட்ட பொய்த் தோற்றங்கள் என்பதும் தெளிவாகிறது. இந்தத் தெளிந்த அறிவே உள்நோக்கிக்கண்ட அறிவுத்தூய்மை அல்லது காட்சித்தூய்மையாகும்.

(ஆ) தியான முறை

(1) உங்கள் மனத்தை மூச்சின்மேல் பதித்து, அதைக் கவனிப்பதிலேயே நிலைநாட்டுங்கள். இவ்வாறு மனத்தின் முழுக்கவனத்தையும் மூச்சின்மேல் பதித்து மூச்சை உற்று நோக்குவதிலேயே ஆழ்ந்திருக்கும்போது, மனம் அங்குமிங்கும் சிதறாமல் ஒருமுகப்படுகிறது. மனம் அணுகும் சமாதி நிலையை அடையும். அப்போது அடைந்த மன ஒருமுகப்பாட்டை மூச்சின் மேலேயே பதித்து, அது ஒன்றிலேயே குவிந்து ஆழ்நிலைச் சமாதியில் நுழைந்து ஆழ்ந்துவிடாமல், மனத்தை விரித்து உள்நோக்குங்கள், தியானத்தில் எழும் எண்ணங்களைப் பார்ப்பதில் செலுத்துங்கள். இங்கு ஒருமுகப்பாடு இருக்கும். ஆனால், அது ஒரு பொருளின்மேல் மட்டும் நிலைத்து இல்லாமல் வெவ்வேறு எண்ணங்களை ஒரு சீராக ஆராயும். வெளியுலக உணர்வில்லாமல், படிப்பதிலோ சங்கீதம் கேட் பதிலோ ஆழ்ந்திருக்கும்போது காணப்படும் ஒருமுகப்பாடு இப்போது இருக்கும். இதைக் "கண ஒருமுகப்பாடு" என்று வர்ணிக்கின்றன பௌத்த நூல்கள். அணுகும் சமாதி "கண சமாதியாக" மாறுகிறது இங்கு. இந்தச் சமாதி அந்தக் கணத்தில் மனத்தில் என்ன நிகழ்கிறதோ அதிலேயே ஆழ்கிறது. அது நிலைப்பது நிகழ்காலத்தில், அப்போது என்ன நிகழ்கிறதோ அந்த நிகழ்வில், அந்த எண்ணத்தில்தான்.

(2) மூச்சை உற்றுநோக்கும் மனம் இப்போது, ஒவ்வொரு கணமும் மூச்சு எப்படி இருக்கிறது என்று பார்க்கிறது. "மூச்சு" என்று மாறாத பெயர் கொடுக்கப்பட்ட நிகழ்வாகிய மூச்சு, எவ்வாறு கணத்துக்கு கணம் மாறுபட்டுக்கொண்டேயிருக்கின்றது என்பது உற்று நோக்கி அறியப்படுகிறது. இந்தக் கணம் இருக்கும் மூச்சு முந்தைய கணத்திலிருந்து மாறுபட்டுள்ளது; அடுத்த கணம் வேறுமாதிரி ஆகிறது. காற்றாகிய மூலப்பொருளின் அளவும் தன்மையும் மாறிக்கொண்டேயிருக்கின்றன. உள்வாங்கும் மூச்சு குறைவாகவும் குளிர்ச்சியாகவும் உள்ளது. வெளிவிடும் மூச்சு அதிகமாகவும் நீளமாகவும் குளிர்ச்சி குறைந்தும் அல்லது வெப்பம் அதிகரித்தும் உள்ளது. ஒரு உள்வாங்கும் மூச்சு அடுத்த உள்மூச்சிலிருந்து வேறுபட்டதாக உள்ளது. அதேமாதிரி ஒவ்வொரு வெளி மூச்சும் வெவ்வேறாக உள்ளது. "மூச்சு" என்று மாறாத பெயர் கொண்டு நாம் அழைப்பது உண்மையில் ஒரு மாறாத நிலையான பொருளல்ல, எவ்வாறு மாறும் தன்மைக்கு ஆட்பட்டிருக்கிறது என்பது தியானத்தில் அனுபவபூர்வமாகத் தெளிவாக அறியப்படுகின்றது. அதன் மூலப்பொருள் "காற்று" என்கிறோம். ஆனால் அதில் எவ்வாறு திரவம், வெப்பம், அழுத்தம் ஆகிய குணங்களைக் கொண்ட மற்ற மூலப் பொருள்களும் அடங்கியுள்ளன என்பதும் தெளிவாகும்.

(3) மேலும், சுவாசமானது தானே தனித்திருக்கும் பொருளுமல்ல. மூச்சு நிகழ்வது மூக்கு, சுவாசக்குழாய், நுரையீரல்கள் போன்ற சுவாச உறுப்புகளையும் அவற்றின் தேக நிலையையும் வேலைத்திறனையும் பொருத்துள்ளது. மூச்சு சில சமயம் தடைப்பட்டதாகவும் சில சமயம் சிரமத்துடன் செயல்படுவதாகவும் இருக்கும். சில சமயங்களில் பெருமூச்சாக இருக்கும், சில சமயங்களில் மிருதுவாகவும் மென்மையாகவும் இருக்கும். சுவாச உறுப்புகள் நோய்வாய்ப்பட்டாலோ பழுதுபட்டாலோ, சுவாசம் பெரிதும் பாதிக்கப்படுகின்றது. இவ்வாறு தேகநிலையைப் பொருத்து இயங்கும் மூச்சு, அதே சமயம் உடல் உயிர்வாழ்வதற்கு இன்றியமையாத ஒன்றாகவும் இருக்கின்றது. உடல் உயிர்மூச்சைச் சார்ந்திருக்கின்றது, உயிர்மூச்சு உடலின் நிலையைச் சார்ந்துள்ளது. உடலின் வேலைத்திறனை உயிர்மூச்சு நிர்ணயிக்கின்றது; உயிர்மூச்சின் வேலைத்திறனை உடல் நிர்ணயிக்கின்றது. புத்தரின் சார்புடைமைத் தத்துவம் இந்தத் தியானத்தில் தெளிவாக அறியப்படும்.

(4) தனி ஒரு பொருளால் அல்லது தனி ஒருவரால் இயக்கப்படுகிறது என்று குறிப்பிட்டுக்காட்ட இயலாதபடி,

இயற்கையாக நேர்ந்துகொண்டிருக்கும் ஒரு நிகழ்வாக இருக்கிறது மூச்சு. பல பொருள்கள் ஒருங்கிணைந்து இயற்கையின் விதிகளின்படி அது நிகழ்கிறது. தனித்து நிலையாக இருக்கும் ஒருவர், இதை இயக்கும் ஒருவர், "நான் இயக்குகிறேன் இந்த மூச்சை" எனக் கூறக்கூடிய ஒருவர் இந்த நிகழ்வில் எங்கு உள்ளார் என்று தியானத்தில் தேடப்படுகிறது. நீங்கள் விரும்பி ஒரு நோக்கத்தோடு சுவாசம் நிகழ்வதில்லை; உங்களால் இயக்கப்படுவதில்லை. சுவாசம் இயற்கையாக நிகழ்கின்றது, இங்கு இயக்குபவர் என்று தனியாக யாரும் இல்லை என்பது தியானத்தில் தெளிவாகும். நீங்கள் சுவாசத்தை இயக்குகிறீர்களா ஆள்கின்றீர்களா? எவ்வளவு நேரம் மூச்சை உங்களால் கட்டுப்படுத்த முடியும், ஆள முடியும், நிறுத்த முடியும்? உள்மூச்சு அல்லது வெளிமூச்சை எவ்வளவு நேரம் நீடிக்க முடியும்? "இயக்கும் ஒருவர்", "நான்" என அங்கு எவரும் இல்லை என்பது தியானத்தில் உணரப்படும்.

(5) மூச்சு எழுவதையும் வீழ்ந்து மறைவதையும் மீண்டும் எழுந்து மீண்டும் மறைவதையும் கணத்துக்குக் கணம் நிகழ்ந்துகொண்டேயிருக்கும் மாற்றங்களையும் உற்றுப்பாருங்கள். மாற்றத்தையும் நிலையாமையையும் அனுபவித்து உணருங்கள்.

(6) அவ்வாறே, இருதயத்துடிப்பு, நாடித்துடிப்பு, இரத்த ஓட்டம், சீரணம், கழிவு வெளியேற்றம் ஆகியவற்றையும் உற்றுப்பாருங்கள். அனைத்தும் இயற்கையாக நிகழ்ந்து கொண்டேயிருக்கின்றன. "நான்" என்பதன் ஆளுமை இங்கு எதிலும் இல்லை; "நான்", "ஆன்மா" என்பதற்கு இங்கு இடமே இல்லை. சுவாசத்தையும் சேர்த்து இவையனைத்தும் ஒன்றையொன்று சார்ந்து, சார்புடைமைத் தத்துவத்தின்படி இயற்கை விதிகளின்படி நிகழ்ந்துகொண்டிருப்பவையாகும். இந்தத் தத்துவத்தின் உண்மை தியானத்தில் உணரப்படும்.

(7) உடல் புறப்பொருள்களை உண்டு வளர்கின்றது, உயிர் வாழ்கின்றது. மனமும் அவ்வாறே வெளியிலிருந்து புலன் உணர்வுகளையும் (புத்தகங்களில் படித்தும் புறத்திலிருந்து கேட்டறிந்தும் பெற்ற) எண்ணங்களையும் ஞாபகத்திலிருந்து நினைவுகளையும் உண்டு வளர்கின்றது. உடலுக்குப் புறத்திலிருந்து ஆகாரம் வருவதைப் போல, இவை புறத்திலிருந்து மனத்துக்கு ஆகாரமாக இருக்கின்றன. இவ்வாறு ஆகாரமில்லாமல் உடலும் இல்லை, மனமும் இல்லை. உடல், மனம் இரண்டிலும் உண்ணுவதைப் போலவே கழிவும் கழிவு வெளியேற்றமும் நிகழ்ந்துகொண்டேயிருக்கின்றன. இந்த உண்மை ஒன்றே ஆளும் "ஆன்மா", "நான்" எனும் கோட்பாட்டை மறுத்து ஒதுக்குவதற்குப் போதுமானதாகும்; அந்தக்

கோட்பாட்டின் அடித்தளத்தைத் தகர்த்தெறியும் வெடிமருந் தாகும். "நான்" அல்லது "ஆளும் ஆன்மா" உள்ளேயிருந்தால் வெளியிலிருந்து ஏன் உடலுக்கும் மனத்திற்கும் ஆகாரம் தேவைப்படுகிறது? உடலுக்குத் திரும்பத் திரும்ப, வாழ்நாள் முழுவதும் புறத்திலிருந்து ஆகாரம் தேவைப்பட்டுக்கொண்டே யிருக்கின்றது. உணவை உட்கொள்ளாமலும் கழிவை வெளி யேற்றாமலும் இந்த இயந்திரம் இயங்காது. மனம் புறத்திலிருந்து கிடைக்கும் புலனின்பப் பொருள்களை நாடி ஓய்வின்றி அலைபாய்ந்துகொண்டேயிருக்கின்றது. ஏன் உடலும் மனமும் இவ்வாறு இருக்கின்றன?

(8) சாங்கியத் தத்துவத்திலும் உபநிஷத்துகளிலும் *புருஷா*, ஆன்மா என்கிறார்களே, அது என்னவாக இருக்கும் என்று தியானத்தில் ஆராயப்படுகின்றது. உடல் – மனத் தொகுப்பு ஒன்றாக இல்லாமல் மற்ற பல புறப்பொருள்களைச் சார்ந் துள்ளது என்னும் உண்மையும் இதற்கு நேரும் முதுமையும் நோய்களும் இன்னல்களும் துக்கங்களும் மரணமும் இதை ஆண்டுக் கட்டிக்காக்கும் ஆன்மா எதுவும் இதனுள் இல்லை என்பதைக் காட்டுகின்றன. உணர்வைத் தரும் உயிர்ச் சக்திதான் ஆன்மா என்று கருதப்பட்டால், உயிர் மாறாது நிலைத்திருக்கும் ஒரு தனிப்பொருள் அல்ல. உயிர் இருப்பது உடலையும் மூச்சுக் காற்றையும் சார்ந்துள்ளது. உடலும் மூச்சும் இல்லை யெனில் உயிரும் இல்லை. அனுபவத்தில் சாராம்சம் என்று அறிவுக்குப் புலப்பட்ட ஒரு அடிப்படைத் தன்மையை, பொதுத் தன்மையை அனுபவத்திலிருந்து பிரித்தெடுத்து, அதற்கு "உயிர்" அல்லது "தன்னுணர்வு" என்று ஒரு பெயர் கொடுத்து, அந்த "உயிரே" என்றும் மாறாது தனித்திருக்கும் தனிப்பெரும் பொருள்; "அதுவே அனைத்துக்கும் காரணம், ஆதாரம், அடிப்படை, உள்ளிருந்து ஆளும் பொருள்" என்று அவர்கள் கருதுகிறார்கள். இது மனத்தால் உருவாக்கப்பட்ட ஒரு கருத்தேயாகும். இந்த மன உருவாக்கத்திற்கு ஒரு பெயர் கொடுத்துத் தனிப்பெரும் பொருளாகக் காட்டப்படும்போது, உண்மை திரையிட்டு மறைக்கப்படுகிறது. அது அனுபவ உண்மையை உள்ளது உள்ளவாறு காண்பதில்லை. உலகில் எந்த உயிரும் "உயிர்" என்று தனித்திருக்கும் ஒரு பொருளி லிருந்து தோன்றுவதில்லை. பல்வேறு பொருள்களைச் சார்ந்து இயற்கை விதிகளின்படி உயிர் தோன்றுகின்றது. விதையில் உயிர் தோன்றும் சாத்தியக்கூறு உள்ளது. ஆனால், அது நிலத்தில் விதைக்கப்படாமல், நிலமின்றி, உரமின்றி, நீரின்றி, காற்றின்றி, சூரிய ஒளி இன்றி உயிர்பெறாது. புறச் சார்புடைமை வாழ்க்கையின் நியதி. ஆகவே, தனித்துவம், தனித்திருப்பது, மாறாதது, என்றும் நிலைத்திருப்பது என்பதும், அத்தகைய

தனிப்பெரும்பொருள் உள்ளது என்பதும் கற்பனையான கூற்றேயாகும். புறச் சார்புடைமையும் நிலையாமையும் மாற்றமும் ஆளும் ஆன்மா இல்லை என்பதும் தியானத்தில் அனுபவபூர்வமாக அறியப்படும்.

(9) அடுத்து, தியானத்தில் எந்தப் புலனுணர்வு எழுந்தாலும் அது தியானப் பொருளாக எடுத்துக்கொள்ளப்படுகிறது. கண்கள் மூடப்பட்டிருக்கின்றன. ஆகையால் கண்களால் காணும் காட்சி எதுவுமில்லை. ஆனால், ஒரு ஒலி, மணம், உமிழ் நீரின் சுவை அல்லது காற்று உடம்பைத் தொட்டுச் செல்லும் உணர்வு எழலாம். ஒலி கேட்கிறதா என்று உற்றுக் கேளுங்கள். ஏதாவது ஒலி – மோட்டார் வாகனம் விரைந்து செல்லும் ஓசை, மணி ஓசை, சிலர் பேசும் ஒலி – கேட்பதை உற்றுப்பாருங்கள். முதலில் மிகத் தொலைவிலிருந்து வரும் ஓசை, பிறகு சற்றுத் தொலைவிலிருந்து வரும் ஓசை, கடைசியில் மிக அருகிலிருந்து வரும் ஓசை இவற்றைப் பிரித்துப் பார்த்து இவற்றில் காணும் வேற்றுமையை எண்ணிப்பார்க்க வேண்டும். ஒலி என்று மாறாத ஒரு பெயர் கொடுத்திருப்பினும் அது எவ்வாறு வேறுபட்டுள்ளது, ஒவ்வொரு வகை ஒலியும் எவ்வாறு எழுகின்றது, மாறுகின்றது, தேய்கின்றது, மறைகின்றது என்பதை உணரலாம். இந்தப் புலனுணர்வுகள் அனைத்தும் தனித்தனி நீர்குமிழிகள்போலக் காரணங்களையும் சூழ்நிலைகளையும் ஆதரவுகளையும் சார்ந்து எழுந்து மறைவது தியானத்தில் தெளிவாகும்.

(10) அடுத்து, புலனுணர்வைப் போலவே, அறிவுணர்வு, மன எழுச்சி, தன்னுணர்வு என ஒவ்வொரு தொகுப்பும் தியானத்தில் ஆராயப்படுகின்றது. பௌத்த மறை நூல்கள் அறிவுணர்வைக் கானல் நீருக்கும் மன எழுச்சிகளை வாழை மரத்தின் அடிப்பாகத்தின் பட்டைகளுக்கும் தன்னுணர்வை மாயா ஜாலத தோற்றத்துக்கும் ஒப்பிட்டுக் கூறுவது இங்கு ஆராயப்பட்டு, அந்த உவமைகள் காட்டும் உண்மை உணர்ந்தறியப்படும்.

(11) தியானத்தில் வெளியிலிருந்து வரும் ஓசை, புலனாகிய காதுகளில் விழும்போது, மூன்றாவதாகிய கேட்கும் உணர்வு எழுகின்றது. சூழ்நிலைக் காரணங்களையும் ஆதரவுகளையும் சார்ந்து இயற்கையாக எழும் கேட்கும் உணர்வுதான் இங்கு இருக்கும்போது, "நான் கேட்கிறேன்" என்னும் உணர்வு எவ்வாறு உண்டாகின்றது என்று மேலும் ஆராயப்படுகிறது. வெளி ஓசை, புலன்கள் சரியாகச் செயல்படுதல் ஆகிய இந்த இரண்டில் எது இல்லையென்றாலும் மூன்றாவதாகிய கேட்கும் உணர்வு இல்லை. கேட்பதும் கேட்காததும் "நான்" என்று எந்த

வேறொரு தனிப்பொருளையும் சார்ந்தது அல்ல. ஒவ்வொரு உணர்வு, எண்ணம் அல்லது மன எழுச்சி எழும்போதும் தன்னுணர்வு அதைத் தனதெனப் பற்றிக்கொண்டு எழுகின்றது. மாறிக்கொண்டேயிருக்கும் உணர்வுகளையும் எண்ணங்களையும் மன எழுச்சிகளையும் பற்றிக்கொண்டு எழும் தன்னுணர்வு களின் எழுந்து – மறையும் விரைவான சுழற்சி அல்லது ஓட்டம் “தான்”, “நான்” எனும் ஒரு நிலையான பிரமையை உண்டாக்கு கிறது. இருளில் கயிற்றைப் பார்த்துப் பாம்பு என்னும் பயம் எழுவதைப் போல, இங்கு “தான்”, “நான்”, “தனியாக நிலைத்திருக்கும் தனிப்பொருள்” என்னும் தவறான பிரமை உருவாகிறது.

(12) விபஸ்ஸனா தியானத்தில் சாதகர், எப்படி வெளி உலகிலிருந்து வரும் ஓசை (சப்தம்), மணம் போன்றவை புலன் உணர்ச்சிகளைத் தூண்டுகின்றன, எப்படிப் புலன் உணர்ச்சிகளைத் தொடர்ந்து, அறியும் உணர்வு, ஆயும் உணர்வு ஆகியவை எழுகின்றன, எப்படி அவற்றைத் தொடர்ந்து என்ன எழுச்சிகள் தலைதூக்குகின்றன என்று ஒவ்வொரு தனி நிகழ்வையும் பகுத்தறிந்து உற்றுநோக்குகிறார். ஒவ்வொரு மன எழுச்சி அல்லது உணர்வு எழும்போதும், அந்த உணர்வு எழுவதை அவர் உற்றுப்பார்த்து உணர்கிறார். அதாவது உணர்வு எழுவதை அறியும் அவர் அந்த அறியும் உணர்வையும் ஒரு தனி உணர்வாகப் பார்க்கிறார். அதாவது சாட்சியாக நின்று ஒவ்வொன்றையும் பார்க்கிறார், எப்படி ஒவ்வொன்றும் தனித்தில்லாமல் மற்றவற்றைச் சார்ந்தே உருவாகின்றது, இயற்கையின் விதிப்படி எல்லாம் நிகழ்கின்றன என்பதை உணர்கிறார்.

(13) எல்லா உணர்வுகளையும் உற்றுப் பார்ப்பதுபோலவே, “தான்” எனும் உணர்வையும் பார்க்கிறார். “தான்” எனும் உணர்வு எப்பொழுதும் மற்ற சில உணர்வுகளையோ எண் ணங்களையோ மன எழுச்சிகளையோ பற்றிக்கொண்டே அவற்றுடன் இணைந்து இருப்பதைப் பார்க்கிறார். ஏதாவது ஒரு உணர்வோ எண்ணமோ மன எழுச்சியோ இல்லையெனில், “தான்” எனும் தனி உணர்வும் இல்லாமல்போகிறது. “தான்” எனும் உணர்வைத் தனியாக உணர முடிவதில்லை. சாட்சி யாக நின்றாலும் அந்தச் சாட்சியும் ஏதாவது ஒன்றைப் பற்றிக்கொண்டிருப்பதைக் காண்கிறார். எந்தத் தியானத் திற்குச் சென்றாலும் மனம் ஒன்றைப் பற்றிக்கொண்டுதான் உள்ளது. அதற்கெனத் தனித்துவம் ஒன்றும் இல்லை. மற்ற யோக முறைகளில், ஆனந்த உணர்வைப் பற்றிக்கொண்டு அதுவே “தான்” அல்லது “ஆன்மா” என்று தவறாகக் கருது கிறார்கள். சமாதியிலிருந்து வெளிவந்தபின் அதே ஆனந்தம்

அப்படியே நீடிப்பதில்லை. சித்தம் மாறிவிடுகிறது. ஆகவே, எங்கே அந்த ஆத்மன்? எவ்வளவுதான் உற்றுநோக்கினாலும், "தான்" எனும் உணர்வைத் தனித்துக்காண இயலாது; "தான்" எனும் உணர்வு ஏதாவது ஒன்றைவிடாமல் பற்றிக்கொண்டே யிருக்கிறது. பற்றிக்கொள்ள ஒரு உணர்வோ எண்ணமோ மன எழுச்சியோ இல்லையெனில், "தான்" எனும் தனி யுணர்வும் இல்லையென்பதற்கு, ஆழ்ந்த தூக்கமும் மயக்க நிலையும் சான்றுகளாகும். பற்றிக்கொண்டிருக்கும் உணர்வுகள், எண்ணங்கள், மன எழுச்சிகள் ஆகியவற்றின் தன்மைகளையும் குணங்களையும் பொருத்துத் தன்னுணர்வின் தன்மையும் மாறிக்கொண்டேயிருக்கிறது. மாறாத நிலையான யாதொன் றையும் தனித்திருக்கும் யாதொன்றையும் நாம் நம்முள் காண முடிவதில்லை. நம் வெளி உணர்வுக்கு வராமல் நடக்கும் மூச்சோட்டம், இருதய ஓட்டம், ஜீரணம் ஆகியவற்றை இயக்கும் அடித்தள *விஞ்ஞானமும்* மாறிக்கொண்டேயிருக் கிறது. இந்த மாற்றங்களால்தான் தேய்வும் முதுமையும் மரணமும் விளைகின்றன. இவற்றையெல்லாம் ஆளும் மாறாத ஆத்மன் என்று ஒன்றிருக்குமாயின் ஏன் இந்த மாற்றங்கள்?

(14) ஒன்றையும் பற்றாத "தான்" எனும் தனியிருப்பை எவ்வளவு முயன்றாலும் சாதகர் காண முடிவதில்லை. அவர் காண்பதெல்லாம் இடையறாது மாறிமாறி ஓடிக் கொண்டேயிருக்கும் ஐந்து குழுக்கள் *(கந்தங்கள்)* என்னும் ஐந்து சிற்றாறுகள் கலந்து ஒன்றுசேர்ந்து ஓடிக்கொண்டே யிருக்கும் ஒரு பெரிய ஆற்றோட்டத்தைத்தான். இந்த உள்நோக்கு, "தான்" என்று தனித்து எதுவுமில்லை என்னும் ஞானம் எழவும், "தான்" எனும் தனி உணர்வற்ற தூய்மையை யடையவும் வழிவகுக்கிறது. இதுவே விமோசனத்தின் நுழைவாயில்.

(15) உள்நோக்குத் தியானத்தில் புலனுணர்வுகள், அறி வுணர்வுகள், மன எழுச்சிகள், தன்னுணர்வுகள் ஆகியவை எழுவதையும் மறைவதையும் உற்றுக் கவனித்திருக்கும்போது, சில சமயங்களில் சாதகர் தமது முழு உடலும் விறைத்துப் பாரமாவதை உணர்வார். இது உடலை ஆக்கும் மூலப் பொருள்களில் ஒன்றான "மண்" தன் தன்மையை வெளிப் படுத்துவதாகும். வெவ்வேறு அனுபவங்களும் நேரலாம். சில சமயங்களில் வெப்பம் அல்லது எரியும் உணர்வு தெரியலாம். உடல் வியர்ப்பதையும் வியர்வை சொட்டுவதையும் உணர்வார். சில சமயங்களில் தமது உடல் முறுக்கிப் பிழியப்படுவதுபோல வும் உணர்வார். இது வாயுவாகிய மூலப்பொருளின் வேலை யாகும். இவ்வாறு, சாதகர் உடலை ஆக்கும் நான்கு மூலப்

பொருள்களின் உண்மையைத் தியானத்தில் தெரிந்து கொள்ளக்கூடும்.

பொதுவாகத் தியானத்தில் தாமாக எழும் உணர்வுகள் எட்டு வகைகளாகும்: அசைவு, குறுகுறுப்பு அல்லது தினவு, இலேசான உணர்வு, பாரம், தண்மை, வெப்பம், சொர சொரப்பான உணர்வு, மிருதுவான வழவழப்பான உணர்வு. தியானத்தில் இவ்வாறு உணர்வுகள் எழுவது இயல்பாகும். இவை உடலும் மனமும் தூய்மைப்படுவதையும் உயர்நிலைக்கு மாறுவதையும் குறிப்பதாகும். இந்த உணர்வுகள் எழா விட்டாலும் சரியே. சாதகர் இவற்றைப் பொருட்படுத்தாமல் பயிற்சியைத் தீவிரமாகத் தொடர வேண்டும்.

அத்தியாயம் 12

ஐயங்களை அறுத்த தூய்மை

அடுத்து, சாதகர் தன் தோற்றத்தை உருவாக்கிய ஐந்து *கந்தங்களும்* (கலவை அல்லது குழுக்களும்) எப்படி ஒருங்கிணைந்து இயங்குகின்றன என்பதையும் இந்த இயக்கத்தின் காரணங்களையும் ஆய்வதில் தன் உள் நோக்கைச் செலுத்துகிறார். அறிவுத் தூய்மையில் தம்மை ஆக்கும் மூலப் பொருள்களைப் பகுத்து ஆராய்ந்த சாதகர் இப்போது அவை எவ்வாறு ஒன்றிணைகின்றன எனப் பார்க்கிறார். இந்தக் கூட்டுப்பொருள்களின் சேர்க்கையைப் பற்றிய ஆய்வுக்குப் புத்தர் காட்டிய பன்னிரண்டு அங்கங்களைக் கொண்ட வாழ்க்கைச் சக்கரம் ஆதாரமாக அமைகிறது (படம் 3 – பக். 312 – பார்க்க). இந்த ஆய்வில் பெறும் அறிவு, **காரணங்களையும் சார்புவழித் தோற்றத்தையும் காணும் அறிவு** என்றழைக்கப்படுகிறது. காரணமின்றித் தோற்றமும் மறைவும் நிகழ்வது இல்லை.

(அ) சார்புவழித் தோற்றம்

சார்புவழித் தோற்றத்தைக் கீழ்க்கண்டவாறு விளக்குகிறது *மஹாநிதான சுத்தம்* (காரணங்களை விளக்கும் பேருரை).

முற்பிறவி

அறியாமையை (*அவிஜ்ஜாவை*)ச் சார்ந்து எழுகின்றன *சங்காரங்கள்* (மனஎழுச்சிகளும் கர்மவினைப் பலன்களும்).

சங்காரங்களைச் சார்ந்து எழுகிறது *விஞ்ஞானம்* (மறுபிறவி உயிர் ஊற்று அல்லது உந்தும் சக்தி).

தற்பிறவி

விஞ்ஞானத்தைச் சார்ந்து எழுகின்றது மனம் – உடல் தொகுப்பு (*நாம ரூபம்*).

மனம் – உடல் தொகுப்பைச் சார்ந்து எழுகின்றன ஆறு புலன்கள் (*சலாயதனம்*), அதாவது ஐம்புலன்களோடு மனமும் சேர்த்து.

ஆறு புலன்களைச் சார்ந்து எழுகின்றது பொருள்களை அல்லது விசயங்களைத் தொடுதல் (*பஸ்ஸ அல்லது ஸ்பர்சம்*).

தொடுதலைச் சார்ந்து எழுகின்றன உணர்வுகள் (*வேதனா*).

உணர்வுகளைச் சார்ந்து எழுகின்றன உள்மனத்திலிருந்து தீவிர ஆசைகள் (*தண்ஹா*).

தீவிர ஆசைகளைச் சார்ந்து எழுகின்றன விடாப்பிடியாகப் பிடிக்கும் பற்றுதல்கள் (*உபாதானம்*).

பற்றுதல்களைச் சார்ந்து எழுகின்றன கர்மவினைகள், விளைவுகள், *சங்காரங்கள்* மற்றும் இவற்றால் உண்டாகும் *விஞ்ஞானத்தின்* ஆக்கம் அல்லது பரிணாமம் (*பவ, becoming*).

மறுபிறவி

விஞ்ஞானத்தின் ஆக்கத்தைச் சார்ந்து எழுகின்றது மறு பிறவி (*ஜாதி*).

பிறவியைச் சார்ந்து எழுகின்றன முதுமை, நோய், துக்கம், வலி, வேதனை, உளைச்சல், மரணம் ஆகியவை (*ஜரா மரணம்*).

இதுவே புத்தர் விளக்கிய பன்னிரண்டு அங்கங்களைக் கொண்ட வாழ்க்கையின் காரணச் சக்கரம் அல்லது வாழ்க்கைச் சக்கரம் (*பவசக்கரம்*) ஆகும். ஆரம்பமும் முடிவும் இல்லாத சக்கரத்தின் சுழற்சியைப் போல, ஒரு உயிரின் வாழ்க்கை பிறவி பிறவியாகச் சுழன்றுகொண்டேயிருக்கிறது.

கீழ்க்காணும் அங்கங்களின் சார்புடைமைத் தொடர்பு களை நாம் முதலில் ஆராயலாம்: *விஞ்ஞானம்* – உடல் மனத் தொகுப்பு – ஆறு புலன்கள் – பொருள்களுடன் தொடர்பு அல்லது புலன்களின் தொடுதல் – உணர்வுகள் – தீவிர ஆசைகள்– பற்றுதல்கள் – *விஞ்ஞானத்தின்* ஆக்கம் அல்லது பரிணாமம்.

நாம் முன்னரே கண்டதுபோல, *விஞ்ஞானம்* என்று புத்தர் காட்டுவது "வாழ வேண்டும், வளர வேண்டும், இப்படியாக வேண்டும்" என்னும் ஆசை வேகங்களின் அல்லது உந்தும் சக்திகளின் ஒரு குறிப்பிட்ட கலவை அல்லது

தொகுப்பையேயாகும். ஒவ்வொரு மனிதனும் இவ்வகைச் சக்திகளின் ஒரு கலவை அல்லது தொகுப்பேயன்றி வேறல்ல. இந்தக் கலவை இடைவிடாமல் மாறிக்கொண்டேயிருக்கின்றது. மன எழுச்சிகளாலும் கர்மவினைப் பலன்களினாலும் மாறி மாறி வரும் இந்தக் கலவை, மனிதன் உடலை நீத்து இறக்கும் போது மறுபிறவி விஞ்ஞானமாக ஆசைவேகங்களினாலும் கர்மவினைப் பலன்களின் சக்திகளாலும் உந்தப்பட்டு, ஒரு தாயின் வயிற்றில் கருவினுள் இறங்கி உயிர் ஊற்று (அல்லது உந்தும் சக்தி) ஆகிறது. இதுவே தாயின் உடலிலிருந்து ஊட்டச் சத்தை உறிஞ்சிக் கருவின் அணுக்களைப் பெருக்கி வளர்த்து உடல் – மனத் தொகுப்பான உயிர் ஜீவன் ஆகிறது.

உள்ளுள்ள ஆசைவேகங்களின் உந்துதலால், உடல் – மனத் தொகுப்பு வளர்ந்து ஆறு புலன்கள் கொண்ட அறிவு ஜீவன் ஆகிறது. உடலின் ஐம்புலன்களும் – அதாவது கண், காது, மூக்கு, நாக்கு, மெய் ஆகியவையும் – மற்றும் மனமும் சேர்ந்துதான் அந்த ஆறு புலன்கள். வெளி உலகில் உள்ள பொருள்கள் புலன்களைத் தாக்கும்போது அல்லது தொடும் போது அவற்றைப் பற்றிய உணர்வுகள் தோன்றுகின்றன. உணர்வுகள் மூன்று வகைப்படும்: இன்பகரமானவை, துன்ப கரமானவை, இரண்டுமற்ற தெளிவில்லாதவை. இன்பகரமான உணர்வுகள் அப்படி இன்பம் தரும் பொருள்கள்மீது பேராசையைப் பெருக்கும். பேராசையினால் உந்தப்பட்டு அந்த இன்பங்கள்மீதும் இன்பங்களைத் தரும் பொருள்கள் மீதும் பற்றுதல் வளரும். இப்படியாக எழுகின்றன விடாப் பிடியாகப் பற்றிக்கொள்ளும் பற்றுதல்கள். இதற்கு மாறாக, உணர்வுகள் துன்பகரமானவையாக இருந்தால், அவற்றின் மீதும் அவ்வாறு துன்பம் தரும் பொருள்கள்மீதும் வெறுப்பு ஏற்படும். மன வேகத்தால் உந்தப்பட்டு அந்த வெறுப்பையே விடாப்பிடியாகப் பற்றிக்கொண்டு அழிக்கும் பேரவா எழு கின்றது. இன்பம் துன்பம் இரண்டுமற்ற தெளிவில்லாத உணர்ச்சிகளாக இருந்தால், உறுதியின்மையும் மனக்குழப்பமுமே உண்டாகும்.

புலனுணர்வுகளும் விருப்பு வெறுப்புகளும் உள்மன ஆழத்தில் உறைந்திருக்கும் ஆசைகளையும் உந்தும் சக்திகளை யும் மனோபாவங்களையும் தூண்டிவிடுவதால் பேரவாக் களும் பேரவாக்களைச் சார்ந்து பற்றுதல்களும் எழுகின்றன. பற்றுதல்களால் கர்மவினைகள் செய்யப்படுகின்றன.

மனோவேகங்கள், பேரவாக்கள், செயல்களைத் தூண்டும் மன எழுச்சிகள் ஆகியவை மட்டுமல்ல, அவற்றினால் விளையும் கர்மவினைப் பலன்களும் *சங்காரம்* என்று அழைக்கப்படும் குழுவில் அடங்கும்.

புத்தர் தமது *தம்ம பதம்* செய்யுள் ஒன்றில் கூறியுள்ளது போல, நாம் செய்யும் ஒவ்வொன்றும் உருவாக்கும் ஒவ்வொன்றும் மனத்திலிருந்து பிறக்கின்றது, மனத்தினால் ஆகின்றது. ஆகையால் எல்லாச் செயல்களுக்கும் மனத்தின் எண்ணங்களே, ஆசைகளே காரணம். எண்ணங்கள் (நோக்கங்கள்) செயல்களை விளைக்கும் விதைகள் ஆகும். *விஞ்ஞானத்தில்* (அதாவது மனத்தில்) உள்ள எண்ணங்கள் என்னும் விதைகளிலிருந்து ஒரு செயல் பிறக்கிறது. இந்தச் செயல் முதலில் எந்த மனோவேகங்கள் ஆசைகளிலிருந்து உதித்தனவோ அவற்றை வலுவாக்கி மேலும் பெருகும்; அவற்றின் வழக்கத்தை உறுதியாக்கும். இரண்டாவதாக, இந்தச் செயல் வெளி உலகில் சில பாதிப்புகளை உண்டாக்கும். இந்தப் பாதிப்புகளைத் தொடர்ந்து எழும் எதிர் விளைவுகள் *விஞ்ஞானத்தைத்* தாக்கி அதில் உரிய மாற்றங்களை ஏற்படுத்தும். அவை உடனேயும் நிகழலாம், காலம் தாழ்த்தியும் நிகழலாம். செயல்களைத் தூண்டிய நோக்கங்களின் தன்மையைப் பொருத்து, அதாவது நல்லது கெட்டதைப் பொருத்து, இவை அமையும். கர்ம வினைப்படி பலன்களை நிர்ணயிக்கும் விதிகளால் ஏற்படும் இந்த மாற்றங்கள் *விஞ்ஞானத்தில்* புது விதைகளாக அல்லது புது வாசனைகளாகப் பதிந்து பின்னர் உரிய காலத்தில் பரிணமிக்கலாம் (படம் 2இல் காண்க). இந்த விதைகள் அல்லது மாற்றங்கள் அடங்கிய உள்மனத்தை, "அடியில் ஓடும் வாழ்க்கை வேகங்களின் அருவி" என்றும் அல்லது அடியில் இருக்கும் "விஞ்ஞானக் கிடங்கு" (*ஆலய விஞ்ஞானம், Store Consciousness*) என்றும் புத்த மத மறைநூல்கள் குறிப்பிடுவதை நாம் ஏற்கனவே பார்த்தோம். இதேமாதிரி நம் செயல்களால் பாதிக்கப்பட்ட மற்றவர்களின் உள்மன ஆழத்திலும் மாற்றங்கள் நிகழ்கின்றன; அவர்களும் எதிர்வினை புரிகிறார்கள்.

மேலே விவரித்தவாறு செயல்பட்டு மாற்றமுற்ற *விஞ்ஞானம்* மறுபடியும் செயல்புரிகின்றது; மறுபடியும் எதிர் விளைவுகளால் பாதிக்கப்படுகிறது. இவ்வாறு செயல் – வெளி உலகில் இதனால் நிகழும் நிகழ்வு – மற்றவர்பால் செயலின் பாதிப்புகள் – எதிர்விளைவுகள் – கர்மவினைப் பலன்கள் – இவற்றால் உருவாகும் *சங்காரங்கள்* என்று *விஞ்ஞானம்* பரிணமித்துக்கொண்டேயிருக்கின்றது. *விஞ்ஞானத்தின்* இந்த ஆக்கம் அல்லது பரிணாமத்தைத்தான் புத்தர் வாழ்க்கைச் *சக்கரத்தின்* பத்தாம் அங்கமாக, அதாவது *பவ* (ஆகுதல்) என்று குறிப்பிடுகிறார். இந்த *பவ* என்னும் அங்கமே வாழ்க்கைச் சக்கரத்தில் புரிந்துகொள்ள வேண்டிய முக்கியமான ஒன்றாகும். புத்த மதக் கோட்பாடுகளின் மையமே இதுதான்.

பேரவாக்களால் பற்றுதல்கள் விளைகின்றன, பற்றுதல்களிலிருந்து செயல்கள், அவற்றிலிருந்து கர்மவினைப் பலன்கள் என்று *சங்காரங்கள்* வளர்ந்துகொண்டே போகின்றன. *சங்காரங்களால் விஞ்ஞானத்தின்* ஆக்கம் அல்லது ஆதல் (*பவ*) என்று வாழ்க்கைச் சக்கரம் உருண்டோடிக்கொண்டேயிருக்கின்றது. இது தனிமனிதனின் பரிணாமம். இதே தத்துவந்தான் அகில உலகின் பரிணாமத்தையும் நிர்ணயிக்கிறது. நாம் செய்யும் வினைகள் – அவற்றால் வெளி உலகில் நிகழும் நிகழ்வுகள் – எதிர்வினைகள் – விளைவுகள் இவற்றால் உலகம் மாறி மாறி உருவாகிக்கொண்டேயிருக்கிறது. எனவேதான் அகில உலகமும் *விஞ்ஞானங்களின்* பரிணாமங்களேயன்றி வேறல்ல என்கிறது பௌத்தம்.

> விதைத்த விதைக்கு ஏற்பவே, பலன்களை அறுவடை
> செய்வாய் நீ.
>
> நல்லதைச் செய்தோர், நல்லதை அடைகிறார்கள்
>
> தீயதைச் செய்தோர், தீமையையே அறுவடை செய்வார்கள்
>
> விதை விதைப்பவன் நீ, அதன் பலனை அருந்துபவனும் நீயே!

(*சம்யுத்த நிகாயம் மி,* ப. 227)

இந்தக் கர்மவினைப் பாதிப்புகளும் *சங்காரங்களை* மேலும் உருவாக்கும். *சங்காரங்கள்* மூன்று வகையாகக் குறிப்பிடப் படுகின்றன:

1. நம் உணர்வுக்கு எட்டும் உருவாக்கங்களும் வேகங்களும் (*சம்பஜன மனோ சங்காரங்கள்*).
2. நம் உணர்வுக்கு எட்டாத உருவாக்கங்களும் வேகங்களும் (*அசம்பஜன மனோ சங்காரங்கள்*).
3. நாம் உணராமல் நம் ஆழ்மனத்தின் அடியில் ஓடும் உருவாக்கங்களும் வேகங்களும் (*பொமினோ பவிகோ – பவ – சங்காரங்கள்*). பிற்கால வாழ்க்கையையும் மறுபிறவியையும் நிர்ணயிக்கும் *சங்காரங்கள்* இவையே.

சுருங்கச் சொன்னால், *சங்காரங்கள்*தாம் வாழ்க்கைச் சக்கரத்தைச் சுழற்றிக்கொண்டேயிருக்கும் சக்திகள். நம் வாழ்க்கை, அதாவது நம் விஞ்ஞானத்தின் வாழ்க்கை, *சங்காரங்களால்* விளையும் (*பவ*) ஆகுதலில் அடங்கியுள்ளது. வாழ்க்கைச் சக்கரத்தில் குறிப்பிடப்பட்ட மூன்றிலிருந்து ஒன்பது வரையிலான அங்கங்கள், *பவ* எப்படி இந்தத் தற்பிறவியில் நிகழ்கின்றது என்பதைக் காரண – காரியத் தொடர்பாக

விளக்குகின்றன. புத்தர் இந்த *பவ*, அதாவது *விஞ்ஞானத்தி* னுடைய ஆக்கத்தின் மூலகாரணங்களை ஆராய்ந்து, அவை அறியாமையும் (*அவிஜ்ஜா*, Ignorance), *சங்காரங்களு*மேயாகும் என்று குறிப்பிடுகின்றார். இந்த இரண்டு மூலகாரணங்களும் வாழ்க்கைச் சக்கரத்தின் முதலிரண்டு அங்கங்களாகச் சித்தரிக்கப் பட்டு முற்பிறவியைச் சுருக்கமாகக் குறிக்கின்றன. அறியாமை யாலும் *சங்காரங்க*ளாலும் மாற்றுவிக்கப்பட்ட முற்பிறவியின் இறுதி மரணநேர *விஞ்ஞான*மே மறுபிறவி *விஞ்ஞான*மாகிறது. இதுவே வாழ்க்கைச் சக்கரத்தின் மூன்றாம் அங்கமாகச் சித்தரிக்கப்படுகின்றது.

அறியாமை (*அவிஜ்ஜா*) என்று புத்தர் ஆராய்ந்து காட்டுவது ஆழ்ந்த பொருளுடையதாகும். இந்த அறியாமையை நான்கு வகையாகக் குறிக்கலாம்:

1. உள்ளதை – உள்ளவாறே அறியாத அறியாமை. அதாவது வாழ்க்கையின் நியதிகளான – நிலையாமை (*அனிச்சா*), துக்கம் (*அசுகம்*), ஆன்மா என்னும் தனித் தன்மை இன்மை (*அநத்தா*) ஆகிய நான்கு உண்மை களும் அறியாமை.
2. *அநத்தா* என்னும் வாழ்க்கையின் உண்மையை உண ராமல் "தான்", "தனது" என்ற தவறான கருத்துகளும் மமதையும் கொண்டு அலைவது அறியாமை.
3. புத்தர் காட்டிய நான்கு உன்னத உண்மைகளை (அதாவது துக்கம் உள்ளது, துக்கத்திற்குக் காரணம் உள்ளது, துக்கத்தை ஒழிக்க இயலும், துக்க ஒழிப்பிற் கான மார்க்கம் உள்ளது என்னும் நான்கு உன்னத உண்மைகளை) அறியாத அறியாமை.
4. இயற்கையின் விதிகளையும் சட்டங்களையும், குறிப்பாகக் கர்மவினை விதிகளையும் அறியாமை.

சுருங்கச் சொன்னால், இந்த அறியாமைதான் பேரவாக் களுக்கும் பற்றுதல்களுக்கும் தன்னலம் மட்டுமே நாடிப் பிறருக்குத் தீங்கிழைக்கும் செயல்களுக்கும் அவற்றால் விளையும் கர்மவினைப் பலன்களுக்கும் (*சங்காரங்களுக்கும்*) மூல காரணம். ஆகவே, அந்த அறியாமையே துக்கத்திற்கும் மனிதன் பிறவிச் சுழலில் சிக்கி அல்லல் உறுவதற்கும் மூலகாரணமாக அமை கின்றது. அறியாமை என்று புத்தர் குறிப்பிடுவது, இந்து மதத்தில் சொல்லப்பட்டிருப்பது போல, சம்சாரச் சுழலைத் தோற்றுவித்த முதற்காரணமான ஒரு நிலையான தனிப்பெரும் பொருளோ அல்லது ஈஸ்வர சக்தியோ அல்ல. அது துக்கத்திற்கும் சம்சாரத் தளைகளுக்கும் விளக்கமளிக்கும் தத்துவரீதியான ஒரு கூற்று, ஒரு எண்ணம் அல்லது மனித அறிவு சூட்டும் ஒரு பெயரே யாகும் (*நாமம்*).

எவ்வாறு வாழ்க்கைச் சக்கரத்தின் முதலிரண்டு அங்கங்களான அறியாமையும் கர்மவினைப் பலன்களும் (*சங்காரங்களும்*) முற்பிறவியைச் சுருக்கமாகச் சித்தரிக்கின்றனவோ, அதேமாதிரி கடைசி இரண்டு அங்கங்களான பிறப்பும் (*ஜாதி*), இறப்பும் (*ஜரா – மரணம்*) சுருக்கமாக அடுத்த பிறவியைக் குறிக்கின்றன. இப்படியாக, வாழ்க்கைச் சக்கரத்தின் சித்திரம் பூரணமாக்கப்பட்டுள்ளது. இச்சக்கரம் முற்பிறவி – இப்பிறவி – மறுபிறவி மூன்றையும் முழுமையாக இணைத்து, எவ்வாறு வாழ்க்கை ஆதி – அந்தமில்லாமல் உருண்டோடிக்கொண்டேயிருக்கின்றது என்பதைத் தெளிவாக்குகின்றது.

வாழ்க்கைச் சக்கரத்தில் புத்தர் காட்டிய பன்னிரண்டு அங்கங்களையும் மூன்று பகுதிகளாகப் பிரித்துக் கீழ்க்காணுமாறும் ஆராய்ந்து சார்புடைமைத் தத்துவத்தைப் புதிய கோணத்தில் காணலாம்.

மனப்பிணிகள்:	அறியாமை பேரவா (தீவிர ஆவல்) பற்றுதல்	இவை செயல்களில் ஊட்டும் காரணங்கள்
செயல்கள்:	மன எழுச்சிகள் பலவிதமாக ஆகுதல்	இவை துக்கங்களின் காரணங்கள் (பரிணமித்தல்)
துக்கங்கள்:	*விஞ்ஞானம்* நாம – ரூபம் ஆறுபுலன்கள் புலன்கள் தொடுதல் புலனுணர்வுகள் பிறப்பு (மறுபிறவி) முதுமை – மரணம்	மனப்பிணிகள், அவற்றால் பீடிக்கப்பட்டுச் செய்யும் செயல்கள்– இவைகளால் விளையும் விளைவுகள்

மனப்பிணிகள், செயல்கள் ஆகிய இரண்டு பிரிவுகளிலும் அடங்கியுள்ள ஐந்து அங்கங்களும் – அதாவது அறியாமை, பேரவா, பற்றுதல், மன எழுச்சிகள், ஆகுதல் ஆகிய ஐந்து அம்சங்களும் – மறுபிறவிக்கும் துக்கம் தொடர்வதற்கும் காரணங்களாக அமைந்துள்ளன. மற்ற ஏழு அங்கங்களும் மனப்பிணிகளால் பீடிக்கப்பட்டுச் செய்யும் வினைகளின் விளைவுகளாக அமைகின்றன. துக்கம் தானாகவே யதேச்சையாக நிகழ்வதில்லை, காரண – காரிய விதிகளின்படி துக்கம் எழுகின்றது என்று புத்தர் போதித்த இரண்டாம் உன்னத உண்மை இவ்வாறு இந்த ஆய்வில் சுருக்கமாக விளக்கப் படுகிறது.

மனப்பிணிகள் எல்லா உயிர்களுக்கும் பொதுவாக இருந்தாலும், செய்யும் செயல்கள் வேறுபடுகின்றன. ஆகவே, கர்மவினைப் பலன்களும் வெவ்வேறாக உள்ளன. உயிர்கள் ஆற்றும் வினைகளே அவ்வவற்றின் வாழ்க்கை நிலைகளை நிர்ணயிக்கின்றன. சில உயிர்கள் விலங்குகளாகப் பிறப்பதும் சில மனிதப்பிறவி கொள்வதும் மற்றும் சில தேவர்களாகப் பிறப்பதும் செய்யும் வினைகளைப் பொருத்தே அமைகிறது.

மனப் பிணிகளாகக் காட்டப்படும் காரணங்களில், அறியாமை மிக அடிப்படையானதும் முக்கியமானதும் மூலா தாரமானதுமாகும். மூன்று நச்சு வேர்களுக்கும் – அதாவது "இப்படியாக, அப்படியாக வேண்டும்" என்று வாழ்வில் கொள்ளும் பேரவா, காமம் மற்றும் புலனின்பங்களைத் துய்ப்பதில் கொள்ளும் பேரவா, துன்பம் தருபவற்றை அழிப் பதில் கொள்ளும் பேரவா (வெறி) ஆகிய இந்த மூன்று நச்சு வேர்களுக்கும் – மூல ஊற்று அறியாமையேயாகும். அறியாமை யாலேயே இவை எழுகின்றன. அறியாமையாலேயே நாம் புலனின்பங்களில் பற்றுக்கொண்டு அவற்றை நாடி அலைகி றோம்; "தான்", "நான்" எனும் அகந்தையையும் தன்னலத்தையும் பற்றிக்கொள்கிறோம்; தவறான கருத்துக்களை விடாப்பிடியாகப் பற்றிக்கொள்கிறோம்; வேள்விகளும் சடங்குகளும் விமோ சனத்தைத் தரும் என்பது போன்ற போலியான நம்பிக்கை களைப் பற்றிக்கொள்கிறோம். அறியாமையாலேயே பிறருக்கு ஊறுசெய்யும் பேரவாவிற்கு (வெறிக்கு) ஆட்படுகிறோம்.

இவ்வாறு, அறியாமையும் பேரவாக்களும் பற்றுதல்களும் தீய செயல்களுக்குக் காரணங்களாக அமைந்து வாழ்வில் துக்கத்தை விளைவிக்கின்றன. வாழ்க்கைச் சக்கரத்தைச் சுழற்றும் சக்திகளாக இவை இருக்கின்றன.

ஆ. ஐயங்களை அறுக்கும் தியானம்

(1) புத்தர் காட்டிய பன்னிரண்டு அங்கங்களைக் கொண்ட வாழ்க்கைச் சக்கரம் இங்குத் தியானப் பொருளாக எடுத்துக் கொள்ளப்படுகிறது. காரணம் – விளைவு என்று ஒன்றையொன்று தொடர்ந்து ஒன்றையொன்று சார்ந்து எழும் வாழ்க்கையை நிர்ணயிக்கும் பன்னிரண்டு அம்சங்களையும் சாதகர் சிந்தித்துப் பார்த்துப் புத்தரின் போதனைகளை மனத்தில் ஊன்றுகிறார்.

(2) அடுத்து, அந்தப் பன்னிரண்டு அம்சங்களும் மனப் பிணிகள் – வினைகள் – துக்கங்கள் என்று மூன்று பகுதிகளில் பிரிக்கப்பட்டு ஆராயப்படுகின்றன. துக்கத்தின் காரணங்களாக அமையும் அறியாமை, பேரவாக்கள், பற்றுதல்கள் சிந்திக்கப் படுகின்றன.

(3) அறியாமை யாது என்று தியானிக்கப்படுகிறது.

(4) சாதகர் தம்மை உந்தும் பேரவாக்கள் யாவை என்பதையும் தாம் அவற்றின் சக்திகளுக்கு எவ்வளவு ஆட்பட்டிருக்கிறோம் என்பதையும் சிந்தித்துப் பார்க்கிறார். தமது "நான்" என்னும் கருத்தையும் தமது நம்பிக்கைகளையும் தாம் அவற்றின் மேல் கொண்டுள்ள பற்றுதல்களையும் விருப்பு – வெறுப்பின்றி உள்ளது – உள்ளவாறு ஆராய்கின்றார்.

(5) புலன்கள் தொடுதலைச் சார்ந்து எழும் இன்பகரமான துன்பகரமான அல்லது இரண்டுமற்ற உணர்வு எவ்வாறு மன உள்ளாழத்தில் உறைந்திருக்கும் ஆசை வேகங்களையும் உந்தும் சக்திகளான மனோபாவங்களையும் தூண்டிவிடுகின்றன, எவ்வாறு பேரவாக்களும் பற்றுதல்களும் எழுகின்றன என்று சாதகர் தியானத்தில் பார்க்கிறார். உதாரணமாக, தியானத்தில் மல்லிகை மலரின் மணம் உணரப்பட்டால், என்ன வகையான அவாக்கள் தலையெடுக்கின்றன, என்ன வகையான எண்ணங்கள் தாமாகவே மனத்தில் தோன்றுகின்றன என்று சிந்தனையின் ஓட்டத்தைப் பார்த்து உள்ளுறைந்திருக்கும் ஆசைகளையும் குணங்களையும் இனம் கண்டு பார்க்கலாம். உள்ளுறைந்திருப்பது இருண்டதொரு பெட்டியாக இருக்கிறது. தியானத்தில் இருண்ட பெட்டியை வெளிச்சத்திற்குக் கொணர்ந்து திறந்து பார்க்க வேண்டும். தம்மை ஆக்கும் ஆசைகளையும் *அனுசயங்களையும்* குணாதிசயங்களையும் விருப்பு வெறுப்புகளையும் சாதகர் தியானத்தில் வெளிச்சமிட்டுப் பார்க்க வேண்டும்.

(6) தன்னுணர்வுகூடப் புலன்களையும் புலன்களைத் தாக்கும் பொருள்களையும் சார்ந்துதான் எழுகின்றது; அது தானாகத் தனித்திருக்கும் தனிப்பொருள் அல்ல என்பதையும் காண்கிறார். புலன்கள் தொடுதலைச் சார்ந்து புலனுணர்வு, புலனுணர்வைச் சார்ந்து அறிவுணர்வு, அறிவுணர்வைச் சார்ந்து மன எழுச்சி, இவை ஒவ்வொன்றையும் உணர்ந்து தனதெனப் பற்றிக்கொண்டு எழும் தன்னுணர்வு – இவற்றின் தொடர்புகளைச் சாதகர் உற்று நோக்கி அறிகிறார். இந்த அனைத்து உணர்வுகளின் தொகுப்பே மனம் என்பதைக் காண்கிறார். இந்தத் தொகுப்பைத் தவிர வேறு தனி "மனம்" என்பதோ, "தன்னுணர்வு" என்பதோ, "நான்" என்பதோ இல்லை என்பதும் தெளிவாகிறது. தாம் காண்பதெல்லாம் 1. மனத்தை ஆக்குபவை, 2. அவற்றின் காரணங்கள், 3. உருவத்தை ஆக்குபவை, 4. அவற்றின் காரணங்கள் ஆகிய நான்கு மட்டுமே, வேறு பொருளேதும் கிடையாது என்பதையும் உணர்கிறார். மனம், உடல் இரண்டும் ஒன்றுசேர்ந்தே செயல்படுகின்றன.

(7) மனம், உடல் ஆகிய இரண்டும் சரியான காரணங்களும் சூழ்நிலைகளும் ஆதரவுகளும் கூடி அமைவதால்

உண்டாகின்றன என்று காணும் சாதகர், நாம – ரூபமாகிய தாமும் தம் வாழ்க்கை நிலையும் தாம் முன்செய்த வினைச் செயல்களின் பலன்களாலே நிர்ணயிக்கப்பட்டுள்ளன என்பதை யும் உணர்ந்து அறிகிறார்.

(8) தமது தற்போதைய நாம – ரூபத் தோற்றம் தாம் இப்பிறவியில் முன்னரும் அதற்கு முந்தைய முன்பிறவிகளிலும் ஆற்றிய வினைச்செயல்களின் பலன்களாலே நிர்ணயிக்கப்பட் டிருக்கிறது என்று தெளிவாக அறியும் சாதகர், அதே வண்ணம் தாம் தற்போது செய்யும் வினைகள் எதிர்காலத்திலும் வரும் மறுபிறவிகளிலும் நிகழும் தம் தோற்றத்தை நிர்ணயிக்கும் என்பதில் உறுதியடைகிறார். இவ்வாறாக, காரணம் – விளைவு என்று வாழ்க்கைச் சக்கரத்தின் சுழற்சியை நிர்ணயிக்கும் கர்மவினை விதி முக்காலத்துக்கும் பொருந்தும் என்னும் இந்த உண்மை தியானத்தில் தெளிவாக அறிந்து உள்வாங்கப் படுகிறது.

(9) அவாக்கள் – பற்றுதல்கள் – அவற்றால் உந்தப்பட்டும் செய்யும் வினைகள் – வினைகளால் விளையும் எதிர்த்தாக்குதல் கள் – விளையும் பலன்கள் – அவற்றால் பாதிக்கப்பட்டு மீண்டும் எழும் அவாக்கள் – பற்றுதல்கள் – மீண்டும் செய்யப்படும் வினைகள் – வினைகளின் எதிர்த்தாக்குதல்கள் – வினைப் பலன்கள் – அவற்றால் பாதிக்கப்பட்டு அல்லது மாற்றப்பட்டு மீண்டும் எழும் அவாக்கள் என்று தொடர்ச்சியாக நிகழ்ந்து கொண்டிருக்கும் அவாக்கள் மற்றும் செயல்களின் ஓட்டமே வாழ்க்கை. மாறி மாறிச் செயல்படும் அவாக்களைத் தவிர, மாறாது நிலைத்திருக்கும் ஒரு தனிப்பொருளை இந்த வாழ்க்கை ஓட்டத்தில் நாம் கண்பதில்லை. அவாக்களையும் வினைகளை யும் தவிர "வினைபுரிபவர்" என்று யாரும் இல்லை. வினை களின் பலன்களால் பரிணமிக்கும் அவாக்கள் மீண்டும் செயல் படுகின்றனவேயொழிய, வினையின் பலன்களை "அனுபவிப் பவர்" என்று எந்தவொரு தனிப்பொருளோ புருஷரோ இல்லை. இந்த உண்மைகள் தியானத்தில் தெளிவாக அறியப்படுகின்றன.

(10) வாழ்க்கையை விளக்கும் பல்வேறு தத்துவங்கள் இந்த நாட்டில் போதிக்கப்படுகின்றன. இந்த உலகம் கடவுளால் படைக்கப்பட்டது என்பவர்கள் உள்ளார்கள். இல்லை, பிரமனே இந்த உலகம் – பிரமனே பரிணமிக்கிறார் என்று கூறுபவர் களும் பிரமன் வேறு – ஜீவனான ஆன்மா வேறு என்று வாதாடுபவர்களும் இங்கு உள்ளார்கள். காரணம் – விளைவு என்னும் விதிப்படி இந்த உலகம் இயங்குகிறது என்பதை மறுப்பவர்களும் உள்ளார்கள். இவ்வாறு நாம் வெவ்வேறு தத்துவங்களைக் கேட்கும்போது, குழப்பமடைவதும் ஐயங்கள் எழுவதும் இயற்கை. வாழ்க்கையின் உண்மைகளை உள்ளது –

உள்ளவாறு அறியாமல், கற்பனையையும் யூகத்தையும் அடிப் படையாகக் கொண்டு, பல்வேறு தத்துவங்கள் வாதாடுகின்றன. அனைத்தையும் படைத்த தனிப்பெரும் பொருள் என்று, புலன்களுக்கும் அறிவுக்கும் எட்டாத சோதித்துப் பார்க்க இயலாத ஒரு பொருளைப் பற்றி வெவ்வேறுவிதமாகக் கூறப்படுகின்றன, வெவ்வேறுவிதமாக வர்ணிக்கப்படுகின்றன. கற்பனைகள் விரிகின்றன, வேறுபடுகின்றன. கற்பனையான தத்துவங்கள் ஐயங்களை அதிகரிக்குமேயொழிய, நீக்க இயலாது. பௌத்தரல்லாத துறவிகள் தம் தியான நிலைகளில் அனுபவித்த பேரானந்தத்தைப் பற்றிக்கொண்டு, அதுவே என்றும் மாறாது நிலைத்திருக்கும் தனிப்பெரும் பொருள் என்று தவறாகக் கருதுகிறார்கள். இவற்றால் குழப்பங்களும் ஐயங்களும் அதிகரிக் கின்றன.

அனைத்துக் குழப்பங்களிலிருந்தும் ஐயங்களிலிருந்தும் விடுபடுவதற்கு, புத்தர் உலகத்திற்கு வெளிப்படுத்திய சார் புடைமைத் தத்துவத்தையும் காரணம் – விளைவு என்னும் விதிப்படி உலகம் இயங்குகிறது என்னும் உண்மையையும் புரிந்துகொள்ள வேண்டும். இந்த உண்மையை உணர்வதே **காரணங்களையும் சார்புவழித் தோற்றத்தையும் காணும் அறிவாகும்.** இந்த அறிவு தியானத்தில் பண்பட்டு முதிர்ச்சி யடையும்போது, ஐயங்களை அறுத்த தூய்மை பூரணநிறைவு பெறுகிறது.

(11) ஐயங்களை அறுத்த தூய்மை நிலையையடைந்த ஒருவர் வாழ்க்கைச் சுழற்சியின் மூன்று கட்டங்களையும் தெளிவாக அறிகிறார்:

i) மனப்பிணிகளும் களங்கங்களும்

அறியாமை, பேரவாக்கள், கற்பனையான யூகத்தை அடிப்படையாகக் கொண்ட கருத்துகள், பற்றுதல்கள் போன்ற மனத்தைக் களங்கப்படுத்தும் சக்திகள் இங்கு அறியப்படு கின்றன.

ii) மனப்பிணிகளாலும் களங்கங்களாலும் உந்தப்பட்டுச் செய்யப்படும் வினைகளின் தொகுப்பு

தமக்கும் பிறர்க்கும் நன்மை பயப்பது, தீமை பயப்பது யாவும் இதில் அடங்கும்.

iii) வினை விளைவுகளின் தொகுப்பு

செய்யப்படும் செயல்கள் நல்லவையா கெட்டவையா என்பதைப் பொருத்து, காரணம் – விளைவு என்னும் கர்மவினை விதிப்படி எழும் இன்பகரமான அல்லது துன்பகரமான பலன்கள் *(விபாக வட்டம்)*.

இந்த அறிவு யூகத்தையோ நம்பிக்கையையோ அடிப்படை யாகக் கொண்டதல்ல, காரணம் – விளைவு என்று நிர்ணயிக்கும் விதிகளின் உண்மையை அறிந்ததால் எழும் அறிவாகும்.

(12) இதற்கு முந்தைய **உள்நோக்கி அறியும் அறிவுத் தூய்மை (காட்சித் தூய்மை அல்லது கருத்துத் தூய்மை)**யில், மனம் கற்பனையான யூகங்களை அடிப்படையாகக்கொண்ட கருத்துகளிலிருந்து விடுபட்டுப் பொலிவு பெற்றது. இப்போது **ஐயங்களை அறுத்த தூய்மை**யில், மனம் குழப்பங்கள், அவநம்பிக்கைகள், சந்தேகங்கள் ஆகியவற்றிலிருந்து விடுபட்டுத் தூய்மை பெறுகிறது. உள்நோக்குத் தியானத்தில் உணரப்பட்ட உண்மைகள் தவறான கருத்துகளுக்கும் ஐயங்களுக்கும் மாற்று மருந்துகளாக அமைகின்றன. விளக்கில் பற்றவைத்த ஒளி இருளை விலக்குவதுபோல, இங்குத் தவறான கருத்துகளும் ஐயங்களும் விலகுகின்றன.

இவ்வாறாக, ஒருவரைச் சம்சாரச் சுழலில் பிணைக்கும் இரு தளைகள் அறுக்கப்படுகின்றன. இந்த இரு தளைகளும் அறுபட, சாதகர் *இளம் சோதாபஞ்ஞா* நிலையையடைந்தவ ராகிறார். *சோதாபஞ்ஞா* என்றால் தம்மம் என்னும் ஆற்றில் இறங்கி நிப்பாணத்தை நோக்கி நீச்சலிடுகிறவர் என்று பொருள் படும்; மறுபிறவிகளில் இவர் நான்கு கீழ்உலகங்களில் (அதாவது, நிரயம், விலங்குகள் உலகம், ஆவிகள் உலகம், அசுர உலகம் ஆகிய கீழ்உலகங்களில்) பிறவியெடுக்க நேரிடாது என்பது உறுதி என்கின்றன பௌத்த மறைநூல்கள்.

(13) “உள்நோக்கியறியும் அறிவுத் தூய்மையில்”, “நான்”, “தான்” என்றழைக்கப்படுவது சுய தன்மையைக் கொண்ட முழுமையாய் இருக்கும் ஒற்றைப் பொருள் என்னும் தவறான கருத்து நீக்கப்பட்டு, அது பல்வேறு மூலப்பொருள்கள் (அல்லது சக்திகள்) ஒன்றுசேர்ந்து உருவான ஒரு கலவை (கூட்டுப் பொருள்) என்னும் உண்மையும் மாறாது அழியாது என்றும் நிலைத்திருக்கும் தனிப்பெரும் பொருள் அல்லது ஆளுமை படைத்த ஆன்மா எதுவும் அதனுள் இல்லையென்பதும் தெளிவாக அறியப்பட்டது. இப்போது, “ஐயங்களை அறுத்த தூய்மை”யில் அறிவு மேலும் பண்படுத்தப்பட்டு விரிவடை கிறது. “நான்”, “தான்” என்பதை ஆக்கும் மூலப்பொருள்களான சக்திகளுங்கூடத் தனித்து நிலைத்திருக்கும் தனிப்பொருள்கள் அல்ல என்பது பண்பட்ட அறிவின் அடுத்த கட்டம். இந்த மூலப்பொருள்களும் தனித்தில்லாமல் மாறி மாறி ஒன்றோடு ஒன்று இணைந்து வெவ்வேறு பொருள்களையும் தோற்றங் களையும் உண்டாக்கிக்கொண்டேயிருக்கின்றன. அவற்றின் மாற்றங்களும் ஒன்றோடு ஒன்று மாறி மாறி இணைதலும்

தோற்றங்களும் மறைவுகளும் காரணம் – விளைவு என்னும் இயற்கை விதிகளின்படி நிகழ்ந்துகொண்டேயிருக்கின்றன. இந்த உண்மைகளும் வாழ்க்கைச் சக்கரத்தைச் சுழற்றும் *சங்காரங்களும்* இங்குத் தெளிவாக அறியப்படுகின்றன. இவ்வாறு, சுயத் தன்மையும் தனித்துவமும் இல்லாமல் அனைத்தும் மாறிக்கொண்டேயிருப்பதால், இந்த உலகம் சூன்யம் என்கிறது பௌத்தம்.

(14) எவ்வாறு ஒரு விவசாயி தமது நிலத்தைப் பண்படுத்துவதில் தனது முழுக்கவனத்தையும் அக்கறையையும் செலுத்தி ஊக்கத்தோடும் சுறுசுறுப்போடும் உறுதியோடும் இடைவிடாது முயன்று கடுமையாக உழைக்கிறாரோ, அவ்வாறே சாதகரும் சீலம் (ஒழுக்க நெறி), சமாதி, *பஞ்ஞா* (பேரறிவு) ஆகியவற்றைப் பண்படுத்தும் பயிற்சிகளில் முழுக்கவனத்தோடும் அக்கறையோடும் ஈடுபட வேண்டும். "காலந்தாழ்த்துவது காலத்தைத் திருடுவதாகும்." பிறகு செய்யலாம் என்று ஒதுக்கிவைத்தால், சென்ற காலம் திரும்பாது. தியானத்தில் இன்னல் கொடுப்பவை இரண்டாகும்: ஒன்று, இடையூறுகளாக எழும் எண்ணங்கள்; இரண்டாவது, ஒரே நிலையில் அமர்வதால் வரும் வலி. இடையூறாக எழும் எண்ணத்தைத் தவிர்க்கும் வழி, "மனம் அலைகிறது, மனம் அலைகிறது" என்று குறித்துவைத்துக் கொண்டு, மனத்தைத் திரும்பத் தியானப் பொருளுக்குக் கொணர்ந்து அதில் பதிப்பதாகும். மனம் அலைகிறது என்று வெறுப்புகொள்ளக் கூடாது. அந்த மன அலைதலை ஓரிரு முறை மனத்தில் குறித்துக்கொண்டு, தியானப் பொருளுக்குத் திரும்ப வேண்டும். அலைவதைக் கவனியாது புறக்கணிப்பதே சிறந்த வழி. ஆனால், உடல்வலி கொடுமையானதாகும். அது வெல்ல முடியாத எதிரியாக மாறக்கூடும். வெற்றியின் இரகசியம் மன உறுதியில்தான் அடங்கியுள்ளது. "எனது எலும்புகள் உடைந்தாலும் சரி, மூட்டுகள் முறிந்தாலும் சரி; நான் இந்த ஆசனத்திலிருந்து எழப்போவதில்லை" என்னும் உறுதியோடு தியானத்தில் நீடித்திருக்கப் பழக வேண்டும். "உன்னத மகிழ்வான நிப்பாணத்தை அடைவதற்காக நான் இந்தச் சிறிய வலியைப் பொறுத்துக்கொள்ளக் கூடாதா?" என்று கேட்டுக்கொண்டு மனத்தில் வீர்யத்தை வளர்த்துக்கொள்ள வேண்டும்.

அத்தியாயம் 13

சரியான தவறான மார்க்கங்களைப் பகுத்தறியும் ஞானதிருஷ்டியில் தூய்மை

சாதகர் இந்தத் தூய்மைப் பயிற்சியில் அடியெடுத்து வைக்கிறபோது, அவர் தவறான கருத்துகளிலிருந்தும் ஐயங்களிலிருந்தும் குழப்பங்களிலிருந்தும் விடுபட்டவராய் இருக்கிறார். மனம் ஒருமுகப்பட்டு உள்நோக்குத் தியானத்தில் ஈடுபடுவதில் அவரது திறமை பண்பட்டுக் கூர்மை ஓங்கியிருக்கிறது. எல்லாத் தோற்றங்களும் கீழ்க்காணும் நான்கு பகுதிகளில் அடங்குவதை அவர் தெளிவாக அறிந்திருக்கிறார்.

மனம்

மனத்தை உருவாக்கும் பொருள்கள்

அவற்றை விளைவிக்கும் காரணங்கள்.

உடலுருவம்

உடலுருவத்தை ஆக்கும் பொருள்கள்

அவற்றை விளைவிக்கும் காரணங்கள்.

மேலும், அவர் தியானத்தில் இரண்டு குறிப் பிடத்தக்க முன்னேற்றங்களை அடைந்திருக்கிறார். ஒன்று: இடையூறுகளாக எழும் எண்ணங்களிலிருந்து விடுதலை. "மனம் அலைகிறது" என்று உணர்ந்து குறிப்பிட்டு அறிந்தவுடன் அத்தகைய எண்ணங்கள் விலகிவிடுகின்

றன. இரண்டாவது: உடல் வலியும் வெற்றிகொள்ளப் பட்டுள்ளது. நீண்ட நேரம் தியானத்தில் அமர்ந்தாலும் உடல் வலிகள் அவ்வளவாகத் தெரிவதில்லை; அவை பெரும் அளவில் குறைந்துள்ளன. இவை சாதகர் ஐயங்களை அறுத்த தூய்மையில் நிறைவுபெற்றதைக் காட்டுகின்றன.

இப்பொழுது, சாதகர் "சரியான தவறான மார்க்கங் களைப் பகுத்தறியும் ஞானதிருஷ்டியில் தூய்மை" என்றழைக்கப் படுகிற அடுத்த நிலைக்கு வருகிறார். இந்தத் தூய்மை கீழ்க் காணும் இரண்டு அறிவுகளைப் பெறுவதில் அடங்கியுள்ளது:

- தொகுதிகளாகப் பிரித்துப் புரிந்துகொள்ளும் அறிவு
- தோற்றங்கள் எழுவதையும் மறைவதையும் கூர்ந்து அறியும் அறிவு (தொடக்க நிலை)

(அ) தொகுதிகளாகப் பிரித்துப் புரிந்துகொள்ளும் அறிவு

இந்த உள்நோக்குத் தியானத்தில் சாதகர் நிகழ்வுகளையும் அனுபவங்களையும் கீழ்க்காணுமாறு தொகுதிகளாகப் பிரித்து ஒவ்வொரு தொகுப்பையும் உற்றுநோக்கி ஆராய்கிறார்:

- ஆறு புலன் துவாரங்கள் (ஐம்புலன்களும் மனமும்)
- ஆறு புலன்களைத் தாக்கும் பொருள்கள்
- ஆறு உணர்வுகள் (ஐந்து புலன் உணர்ச்சிகளும் மன உணர்வும்)
- எண்ணங்கள் / அறியும் உணர்வு (*சஞ்ஞா*)
- மன எழுச்சிகள் / உந்துதல்கள் (*சங்காரம்*)
- தன்னுணர்வுகள் (*விஞ்ஞானம்*)
- நான்கு உருவ ஆழ்நிலைத் தியானப் பேறுகள் (*ரூப ஜானங்கள்*)
- நான்கு அருவ ஆழ்நிலைத் தியானப் பேறுகள் (*அரூப ஜானங்கள்*)
- நான்கு தெய்வீக உறைவிடங்களில் நிலைபெறுதல் (*பிரம்ம விஹாரங்கள்*)

இங்கு, சாதகர் ஒவ்வொரு தொகுதியையும் உற்றுப் பார்த்து உணர்ந்தறிவது:

முதலாவதாக ஒவ்வொன்றும் நிலையற்றது; ஏனெனில் ஒவ்வொன்றும் மாற்றத்துக்கும் அழிவுக்கும் ஆட்பட்டுள்ளது. தோன்றுவதெல்லாம் காலப்போக்கில் மறைவது தடுக்க முடியாத தாகும்.

இரண்டாவதாக மனம் ஒவ்வொரு கணமும் வெளியில் பாய்ந்து புறத்தோற்றங்களைத் தேடிப் பற்றிக்கொள்ளும் மனமாய் இருக்கின்றது. ஒவ்வொரு புறத்தோற்றமும் தோன்றும் போது, அதைப் பற்றிக்கொண்டு ஒரு மனம் தோன்றுகிறது, பிறக்கிறது. தனது இயல்புக்கு ஏற்றபடி அப்புறத்தோற்றம் மறைந்தே போக வேண்டியுள்ளது. அது மறையும்போது அதைப் பற்றிக்கொண்டிருந்த மனமும் மறைகின்றது, இறக்கின்றது. இவ்வாறு ஒவ்வொரு கணமும் மனம் பிறக்கிறது, அடுத்த கணம் இறக்கிறது. ஒவ்வொரு கணமும் பிறத்தல் – இறத்தல் நிகழ்ந்துகொண்டேயிருப்பதால், துக்கம் தொடர்கின்றது. அறியாமையினால், நாம் ஒவ்வொரு தோற்றத்திலிருந்தும் அதிகம் எதிர்பார்க்கிறோம்; அந்தத் தோற்றத்தை நம்பிக்கையுடன் பற்றிக்கொண்டு வெவ்வேறு திட்டங்கள் தீட்டுகிறோம், மனக் கோட்டைகள் கட்டுகிறோம். தோற்றம் மறைந்து இவையனைத்தும் பொய்க்கும் போது, நாம் ஏமாற்றம் அடைகிறோம், நம்பிக்கை இழக்கிறோம், மனம் பதைக்கிறோம், பயங்கொள்கிறோம். துக்கமும் வருத்தமுமே மிஞ்சுகின்றன.

மூன்றாவதாக வாழ்வில் நாம் அனுபவிக்கும் ஒவ்வொன்றும் எப்பொழுதும் மாறிக்கொண்டேயிருப்பதையும் நிலையாமைக்கு ஆட்பட்டிருப்பதையும் காணும்போது, அதன் குறைகளையும் திருப்தியற்ற நிலையையும் துக்கத்தை விளைவிக்கும் அதன் தன்மையையும் உணர்கின்றபோது, அது "நானல்ல", அது "என்னுடையதல்ல" என்னும் உண்மையான அறிவு உண்டா கின்றது; அதை இறுகப்பற்றிக்கொள்ளும் அவா நீங்குகிறது. பல்வேறு காரணங்களையும் ஆதரவுகளையும் சூழ்நிலைகளை யும் சார்ந்து இயற்கை விதிகளின்படி உண்டான அது, உள்ளிருந்து ஆளுமை செய்யும் "ஆன்மா" அற்றது, தனித் தன்மை எதுவு மற்றது என்பதும் தெளிவாக அறியப்படுகின்றன.

"ஒவ்வொன்றும் அழிவுக்கு உட்படுவதால், நிலையற்ற தாகிறது. நிலையற்றது திருப்தி தர இயலாது, துக்கத்திலே முடிகிறது; நிலையற்றதும் துக்கத்தில் முடிவதும் ஆன்மா அற்றது."

தொகுதி தொகுதியாகப் பிரித்து ஒவ்வொன்றையும் மேற் கண்டவாறு ஆராயும் சாதகர், ஒவ்வொன்றும் விதிவிலக்கின்றி "நிலையாமை (*அநிச்சா*), துக்கம், ஆன்மா – இன்மை (*அநத்தா*)" ஆகிய (பிரபஞ்சம் அனைத்துக்கும் பொதுவான) மூன்று

தன்மைகளுக்கு ஆட்பட்டிருக்கிறது என்பதைப் பூரணமாக உணர்ந்தறிகிறார். அப்போது அவர் பெறும் அறிவு **புரிந்து கொண்ட அறிவு** என்றழைக்கப்படுகிறது. இதுவே உள் நோக்குத் தியானம் மேற்கொண்டு விமோசனப் பாதையில் முன்னேறும் சாதகர் பெறும் பத்து நுண்ணிய ஆழ்ந்த அறிவுகளில் முதலாவதாகும்.

"புரிந்துகொள்ளும் அறிவு" நிறைவு பெறுவதைப் பௌத்த மறைநூல்கள் கீழ்வருமாறு குறிப்பிட்டுக்காட்டுகின்றன:

"உருவம் எதுவாக இருந்தாலும் புலனுணர்வு எதுவாக இருந்தாலும் . . . அறிவுணர்வு எதுவாக இருந்தாலும் . . . மன எழுச்சி எதுவாக இருந்தாலும் . . . தன்னுணர்வு எதுவாக இருந்தாலும் – இறந்த காலம், நிகழ்காலம், எதிர்காலம் எக் காலத்ததாக இருந்தாலும், – உட்புறம் அல்லது வெளிப்புறம் எதுவாக இருந்தாலும், – கொழுத்தது அல்லது நுண்மையானது, உயர்வானது அல்லது தாழ்வானது, தொலைவிலானது அல்லது அருகிலானது எதுவாக இருந்தாலும், – அனைத்தையும் அவர் இங்ஙனம் உண்மையான அறிவினால் உள்ளது உள்ளவாறு காண்கிறார்: "இது என்னுடையதல்ல", "இது நான் அல்ல", "இது என் ஆன்மா அல்ல" *(அங்குத்தர நிகாயம். II. 171)*.

ஒரு மனிதரை ஆக்கும் ஐந்து கலவைகளும் (குழுக்களும், கந்தங்களும்) இவ்வாறு பதினொரு வகைகளில் – அதாவது, (1) இறந்த காலத்தில் நிகழ்ந்தது, (2) தற்காலத்தில் நிகழ்வது, (3) எதிர்காலத்தில் நிகழப்போவது, (4) – (5) உட்புறத்தில் நிகழ்வது – வெளிப்புறத்தில் நிகழ்வது, (6) – (7) கொழுத்தது – நுண்மையானது, (8) – (9) உயர்வானது – தாழ்வானது, (10) – (11) தொலைவில் இருப்பது – அருகில் இருப்பது என்று இவ்வாறு பதினொரு வகைகளில் ஆய்வு செய்யப்பட்டு, பற்றுவதற்கு எங்கும் எதுவும் இல்லை என்பது தெளிவாக அறியப்படுகிறது. உள்நோக்குத் தியானத்தில் பெறும் இந்தத் தெளிந்த அறிவே ஒரு சாதகரது களங்கங்களை அறவே அழிக்கப்போதுமானதாகும்.

இந்த மெய்யறிவு பெறும் முன்னர், சாதகர் தன்னுணர்வை ஒரே தன்மைகொண்ட ஒரு ஒற்றைத் தனிப்பொருளாகக் கருதியிருந்தார். ஆனால் இப்போது அவர் தெளிந்த அறிவோடு காண்பது: "அது தனிப்பொருளல்ல, ஆயிரக்கணக்கான எண்ணங்கள் கூட்டுச்சேர்ந்ததனால் உண்டானது" என்பதாகும். எண்ணம் கணத்துக்குக் கணம் மாறிக்கொண்டேயிருக்கின்றது. முன்னர் எழுந்த எண்ணங்கள் ஓடி மறைந்துபோயின,

இப்போது வேறு எண்ணம், அடுத்த கணம் பிறிதொரு எண்ணம் – இவ்வாறு எண்ணங்கள் ஒன்றன்பின் ஒன்றாக எழுந்து மறைவது தியானத்தில் தெளிவாக உணரப்படும். அவ்வாறே, மற்ற கலவைகளும் *(கந்தங்களும்)* – அதாவது புலனுணர்வு, அறிவுணர்வு, மன எழுச்சிகள் ஆகிய கலவை களும் – ஒவ்வொன்றும் பல உணர்வுகளும் எண்ணங்களும் கூட்டுச் சேர்ந்து உருவானதே என்பதும் ஆற்றில் நீர் இடை விடாது மாறி மாறி ஓடிக்கொண்டிருப்பதுபோல எண்ணங்கள் மாறி மாறி ஓடிக்கொண்டேயிருக்கின்றன என்பதும் தெளிவாகப் புலனாகிறது. "இக்கணம் இந்தப் புலனுணர்வு எழுகிறது" என்று சாதகர் மனத்தில் அதைக் குறித்துவைக்கும்போது அந்த உணர்வு மறைந்துவிடுவது அவருக்குத் தெரிகின்றது. புலனுணர்வு என்னும் எண்ணமும் அதோடு மறைந்து போகின்றது. புலன்கள் தொடுதல் – அதைத் தொடர்ந்து எழும் புலனுணர்வு – அறிவுணர்வு – மன எழுச்சி – தன்னுணர்வு ஆகிய ஐந்தின் கூட்டே "நான்" அல்லது "என் மனம்" என்பதும் அவையனைத்தின் மாறும் தன்மையும் நிலையாமையும் தியானத்தில் வலுவாக உணரப்படுகின்றன.

சாதகர் முதலில் தம்மை ஆக்கும் ஐந்து கலவைகளையும் (கூட்டுப் பொருள்களையும்) சிந்தித்துத் தியானிக்கிறார். இன்னும் சரியாகக் கூறுமிடத்து, அவர் தியானம் அவரது உடல் – மனம் முழுவதையும் தழுவித் தம்முள்ளிருக்கும் ஒவ்வொன்றை யும் உள்ளது உள்ளவாறு உற்று நோக்கி ஆராய்கிறது. அவர் தமது உடல் – மனம் ஆகியவற்றின் உண்மைத் தன்மையைத் தெளிவாகப் பார்க்கிறார். பார்ப்பது ஒவ்வொன்றையும் மனத்தில் குறித்துக்கொண்டு தியானத்தை இடைவிடாது தொடர்கிறார். குறித்துவைப்பது புரிந்துகொண்ட தெளிவான அறிவாகிறது.

தமது உடல் – மனத்தை உற்று நோக்கி ஆராய்ந்தது போலவே, அடுத்து சாதகர் மற்றவர்களின் உடல் – மனத் தொகுப்புகளையும் பார்த்து, அனைத்தும் கூட்டுப்பொருள்களே, மாறாமல் நிலையாக இருக்கும் பொருள் எதுவுமில்லை என்று பிரபஞ்சத்தின் உண்மைத் தன்மையை உள்ளது உள்ளவாறு உணர்ந்தறிகிறார். இது பூரணமாகப் புரிந்துகொண்ட அறிவாகும்.

"அக்கிவேசனரே, உருவத் தோற்றம் கொண்ட இந்த உடல் நான்கு பெரும் பூதங்களின் (மூலப்பொருள்களின்) கூட்டுச் சேர்க்கையினால் உண்டானது, தாய் – தந்தையரிட மிருந்து தோன்றியது, அரிசி கஞ்சி போன்ற ஆகாரப் பொருள் களால் வளர்ந்தது, அவற்றின் குவியலாக இருக்கிறது, நிலை யற்ற தன்மையுடையதாக இருக்கிறது, தேய்த்துக் குளிப்பாட்டிக் கவனமாகப் பார்த்துக்கொள்ள வேண்டியதாக இருக்கிறது,

எளிதில் பழுதடையக்கூடியதாக இருக்கிறது, அழியக்கூடியதாக இருக்கிறது; இந்த உடல் நிலையற்றது, துக்கமயமானது என்று உள்ளது உள்ளவாறு அறியப்பட வேண்டும். அது ஒரு நோய், ஒரு வெக்கை, ஒரு கணை (குத்தீட்டி), ஒரு பேராபத்து, ஒரு பெரும் இடுக்கண், புறம்பான ஒன்று, கூட்டுச் சிதைந்து சிதறக்கூடியது, வெறுமையானது, ஆன்மா–அற்றது என்று கருதப்பட வேண்டும்" *(மஜ்ஜிம நிகாயம். I 500).*

மூச்சுக் காற்றைத் தியானப் பொருளாக எடுத்துக்கொண்டு முதலில் தியானத்தை ஆரம்பிக்கும் சாதகர், அடுத்துத் தன்னை ஆக்கும் ஐந்து கூட்டுப் பொருள்களின் தொகுப்புகளையும் பின்னர் புறத்தோற்றங்களையும் அமைதித் தியானத்தில் பெற்ற ஆழ்நிலைத் தியானப் பேறுகளையும் உள்நோக்கில் உற்றுப் பார்த்து ஆராய்கிறார். அமைதித் தியானத்தில் தாம் அனுபவித்த ஆழ்நிலைச் சமாதிகளின் தன்மைகளையும் குணங்களையும் உணர்வுகளையும் தியானப் பொருள்களையும் சிந்தித்துப் பார்க்கிறார். எவ்வாறு அவையும் கூட்டுப்பொருள்களாக உள்ளன, நிலையாமைக்கு ஆட்பட்டுள்ளன, எழுந்து மறையும் தன்மை கொண்டுள்ளன என்பதையும் புத்தர் காட்டியுள்ளபடி அவற்றின் ஐந்து குறைபாடுகளையும் தெளிந்தறிகிறார். புத்தரின் தம்ம போதனைகளில் பிரபஞ்சத்தின் இயற்கைத் தன்மைகளெனக் காட்டப்பட்ட மூன்று தன்மைகளையும் (நிலையாமை, துக்கம், ஆன்மா–இன்மை அல்லது தனித்துவம் இன்மை) ஆகிய மூன்று உண்மைகளும் எவ்வாறு அனைத்திலும் ஊடுருவியுள்ளன என்பதையும் தெளிவாக உணர்ந்து உள்ளத்தில் பதிக்கிறார். இவ்வுலகில் உயிருள்ள உயிரற்ற அனைத்தும் மூலப்பொருள்களின் பல்வேறு குறிப்பிட்ட கூட்டுகளாகவே (கலவைகளாகவே) உள்ளன என்றும் அவர் தெளிவாக அறிகிறார். அப்போது அவரது "புரிந்துகொண்ட அறிவு" நிறைவு பெறுகிறது.

சில சாதகர்களுக்கு இந்த அறிவு அதிவிரைவில் எழுந்து உள்வாங்கப்படுகிறது. சிலருக்குக் காலந்தாழ்ந்து எழலாம். தியானத்தில் அவர்களது ஈடுபாட்டைப் பொருத்தது இந்த அறிவின் முதிர்ச்சி.

(ஆ) தோற்றத்தையும் மறைவையும் சிந்திக்கும் அறிவு

நிலையாமை, துக்கம், தனித்துவம் இன்மை (ஆன்மா இன்மை) ஆகிய மூன்று பிரபஞ்சத் தன்மைகளைப் புரிந்து கொண்ட அறிவிலிருந்து, சாதகர் அடுத்துத் **தோற்றத்தையும் மறைவையும் சிந்திக்கும் அறிவு**க்குச் செல்கிறார். ஒவ்வொரு கலவையையும் எடுத்துக்கொண்டு, அதில் மூலப்பொருள்களாக உள்ள ஒவ்வொரு எண்ணமும் *தம்மமும்* – அதாவது ஒவ்வொரு

கலவையிலும் அனுபவிக்கப்படும் மூலப்பொருளாக இருப்பது *தம்மம்* என்றழைக்கப்படுகிறது), எவ்வாறு எந்தக் குறிப்பிட்ட காரணங்களையும் ஆதரவுகளையும் சூழ்நிலைகளையும் சார்ந்து தோன்றுகிறது, எவ்வாறு எந்தக் குறிப்பிட்ட காரணங்களையும் ஆதரவுகளையும் சூழ்நிலைகளையும் சார்ந்து மறைகின்றது என்று இங்கு உற்றுநோக்கிப் பார்க்கப்படுகின்றது. ஒவ்வொரு எண்ணம் அல்லது தம்மத்தின் தோற்றம் – பிறப்பு, எழுச்சி – மாற்றம், அழிவு – மறைவு இங்கு உணர்ந்தறியப்படுகிறது. ஒவ்வொரு கணமும் நிகழும் அனுபவத்திலே மனத்தை ஒருமுகப்படுத்தி, முந்தைய கணம் இல்லாமலிருந்த எண்ணம் அல்லது *தம்மம்* எப்படி இந்தக் கணம் எழுகின்றது, இந்தக் கணம் இருப்பது எப்படி அடுத்த கணம் மறைகின்றது என்பது உற்றுப்பார்த்து உணர்ந்தறியப்படுகிறது. தோற்றம் ஒவ்வொன்றும் கணநேரமே இருக்கின்றது, கணத்தில் மறைந்துபோகின்றது, இடைவிடாது கணத்துக்குக் கணம் மாறிக்கொண்டேயிருக் கின்றது, புதிது புதிதாகப் பிறக்கிறது, மறைகிறது. நினைத்துக் கூடப் பார்க்க முடியாத கற்பனைக்கெட்டாத வேகத்தில் தோற்றமும் – மறைவும், இறப்பும் – பிறப்பும், பழையன கழிதலும் – புதியன புகுதலும் நிகழ்ந்துகொண்டேயிருக்கின்றன.

எவ்வாறு ஒவ்வொரு தம்மமும் எழுகின்றது மறைகின்றது என்பதைச் சாதகர் தியானத்தில் உற்றுப் பார்த்திருக்கும்போது, ஒவ்வொன்றும் விளக்கின் தீச்சுடர் அல்லது சொட்டுச் சொட்டாக விழும் தண்ணீர் போன்று, குவியலான ஒரு கலவையாகவும் எண்ணற்ற நுண்துகள்களால் ஆனவையாகவும் தோன்றும். கலவைகளின் பகுதிகளும் அவைகளை ஆக்கும் நுண்துகள்களும் தனித்தனியாகவும் ஆனால் அதே சமயம் ஒன்றோடு ஒன்று இணைக்கப்பட்ட நிகழ்வுகளாகவும் அதி துரிதமான அதிர்வுகளாகவும் சாதகருக்குத் தெளிவாகத் தெரியும். நெளிந்துகொண்டிருக்கும் புழுக்களின் கூட்டம் அல்லது கும்பலாகவே அவை அவருக்குத் தோன்றும். அவரது உடலுங் கூட இடைவிடாது சுழன்றுகொண்டிருக்கும் நுண்ணிய தூசுக்களின் குவியல்களாகவும் அதிர்வுகளாகவும் தோன்றும்.

(இ) உள்நோக்கின் பத்துக் குறைபாடுகள்

நாம் மேலே கண்டது **தோற்றத்தையும் மறைவையும் சிந்திக்கும் அறிவின்** ஆரம்பநிலையாகும். தொகுதிகளின் தன்மைகளைப் புரிந்துகொண்ட அறிவிலிருந்து சாதகர் இந்த நிலைக்கு முன்னேறும்போது, சிரமமின்றித் தியானத்தில் ஆழ்ந்து நிலைக்கக்கூடிய தன்திறமை அதிகரித்திருப்பதை உணர்கிறார். தியானப் பொருளுக்குப் புறம்பான எண்ணங்கள் எழுவது

அடங்கிவிடுகிறது, மனம் களங்கமற்று அமைதியும் தெளிவும் பெறுகின்றது. களங்கங்கள் அடங்கிப்போயிருப்பதாலும் மனம் அமைதியும் தெளிவும் பெற்றிருப்பதாலும், சிந்தனையோட்டம் பெரிதும் தூய்மையடைகிறது; உடலும் அமைதியுற்றுப் பொலிவு பெறுகின்றது. அவர் சில அதீதமான சக்திகளை அடைந்த தாகவும் உணர்கின்றார். இதுவே சாதகர் மிகக் கவனமாய், எச்சரிக்கையாக இருக்க வேண்டிய நிலையாகும். தியானப் பயிற்சியில், இச்சமயத்தில்தான், எச்சரிக்கையில்லாமலிருக்கும் சாதகரைச் சரியான பாதையிலிருந்து திசைதிருப்பி இழுத்துச் செல்லும் பத்துக் குறைபாடுகள் தலைதூக்குகின்றன என்று புத்தகோஷரின் *தூய்மைப் பாதை (விசுத்தி மக்கம் XX, 100 – 125)* விவரிக்கின்றது. அந்தப் பத்துக் குறைபாடுகளாவன: *1) ஒளி, (2) அறிவு, 3) மகிழ்ச்சிப் பரவசம், 4) அமைதி, 5) பேரானந்தம், 6) நம்பிக்கை, 7) வீர்யம், 8) (தவறான பாதையில்) உறுதி, 9) சமநிலை, 10) (தவறான பாதையில்) பற்று.*

மனம் அமைதியும் தெளிவும் பெற்றிருப்பதால் இந்நிலையில் கண்களை மூடும்போதெல்லாம் அவருக்கு ஒரு பிரகாசமான ஒளி தோன்றும். முதலில் அவருக்குத் தெரிவது தொலைவில் எரியும் விளக்கின் ஒளிபோலச் சிறிதளவேயிருந்தாலும், பின்னர் தியானத்தின் பயனாக இந்த ஒளி பிரகாசமடையும். அவரது குடியிருப்பில் விளக்கில்லாமல் இருளாக இருந்தாலும், மனக்கண்ணின் இந்த ஒளியால் அவர் அனைத்தையும் பார்க்க இயலும். தம் உடலே ஒளிவீசுவதுபோல அவர் உணர்வார். தியானத்தில் காணும் அல்லது அனுபவிக்கும் ஒவ்வொன்றையும் மனத்தில் குறித்துக்கொண்டு, அதைப் பற்றிக்கொண்டு நில்லாமல் தியானத்தில் முன்னேறிச் செல்லுமாறு அவரது ஆசிரியர் அவருக்கு அறிவுறுத்தியிருந்தாலும், சாதகர் பிரகாசமான ஒளியைப் பெற்றதில் மகிழ்ந்து அதைப் பற்றிக்கொண்டு ஆசிரியரின் அறிவுரைகளைப் புறக்கணிக்கின்றார். தியானத்தில் பெறும் இந்தப் பேற்றை ஆசிரியர் அறிந்திருக்கவில்லை என்று அவர் எண்ணுகிறார். தியானத்தில் ஆசிரியரைவிடத் தான் அதிகத் திறமை பெற்றுவிட்டதாகவும் அதிகம் பண்பட்டு வளர்ந்துவிட்டதாகவுங்கூடப் பெருமையுடன் நினைத்துக் கொள்கிறார். ஆகவே, அவர் தியானத்தில் தான் கண்ணுற்ற பேரொளியைப் பற்றிக்கொண்டு அதிலேயே பெரும் மகிழ்ச்சியுடன் திளைத்திருக்கிறார். உள்நோக்குத் தியானத்தில் அவர் முன்னேற்றம் தடைபடுகிறது.

ஆனால், அறிவுத்திறன் படைத்த சாதகர் இந்தப் பேரவாவை இனங்கண்டு கொள்கிறார். அவர் விவேகத்துடன் சிந்திக்கிறார்: இது ஒரு பேரவா, உலகாயதத்திற்கு அப்பாற்பட்ட ஒரு அரிய நிலையை அடைந்துவிட்டதாகத் தவறான ஒரு கருத்து.

‘உலகாயதத்திற்கு அப்பாற்பட்ட அத்தகைய அரிய நிலையை நான் உண்மையில் அடைந்திருந்தால், இந்தப் பேரவாவும் பற்றுதலும் தவறான கருத்தும் எழுந்திருக்கமாட்டா. ஆகவே, நான் தற்போது செல்லும் பாதை சரியல்ல. இவ்வாறு தான் செல்லும் பாதை சரியாக இருக்க முடியாது’ என்று முடிவு காணும் சாதகர் தான் தியானத்தில் காணும் ஒளியை மனத்தில் குறித்துவைத்துவிட்டு, அதையே பற்றிக்கொண்டு நில்லாமல், அதைப் புறக்கணித்துவிட்டு, மனத்தின் ஆழத்திலிருந்து வரும் மற்றவற்றை உற்று நோக்குகிறார். மனத்தின் ஆழத்தில் உள்ளுறைந் திருக்கும் ஆசை வேகங்களையும் மனோபாவங்களையும் குணங்களையும் வெளிக்கொணர்ந்து அவற்றை வேரறுத்து மனத்தைப் பூரணமாகத் தூய்மைப்படுத்துவதற்கும் துக்கத்தி லிருந்து நிரந்தரமாக விடுபடுவதற்கும், *சதிபட்டான சுத்தத்தில்* புத்தர் விவரித்துள்ளபடி நல்ல விவேகத்தோடு கூடிய மனவிழிப்புணர்வை வளர்த்து நிலைநாட்டுவதே தலைசிறந்த பாதை என்று சாதகர் சிந்தித்துத் தெளிவு பெறுகிறார்.

உள்நோக்குத் தியானத்தில் எழும் மற்ற ஒன்பது குறைபாடுகளிலும் மேற்கண்டவாறே பேரவாவும் பற்றுதலும் நுண்மையாக ஊடுருவி நிற்கின்றன. இக்குறைபாடுகளில் ஊடுருவிப் பரந்துள்ள பேரவாவையும் பற்றுதலையும் உணராமல், மேலும் மேலும் அவற்றில் பற்றுதல்களோடு தியானத்தைத் தொடர்வது தவறான பாதையில் செல்வதாகும். எழும் குறைபாடுகள் ஒவ்வொன்றையும் இனம் கண்டு கொள்ளும் சாதகர் அவற்றை விவேகத்துடன் குறித்து வைத்து ஆராய்ந்து புறக்கணித்துவிட்டு, எந்தவிதப் பேரவாவுக்கும் பற்றுதலுக்கும் அகந்தைக்கும் தவறான கருத்துக்கும் மயங்கி ஏமாந்து இடம் கொடாமல் நல்மன விழிப்புணர்வை நிலை நாட்டும் சிறந்த பாதைக்குத் திரும்புகிறார். எழும் எண்ணங் களையும் மன உருவாக்கங்களையும் விருப்பு வெறுப்பின்றி உள்ளது உள்ளவாறு கண்டு அவற்றிலிருந்து விடுதலை பெற்று நிற்கும் நல்மன விழிப்புணர்வே புத்த அறிவும் புத்த சித்தமும் ஆகும்.

இவ்வாறு சரியானதும் தவறானதுமான மார்க்கங்களைப் பகுத்தறியும் ஞானதிருஷ்டியில் தூய்மையடைந்து நல்மன விழிப்புணர்வாகிய சிறந்த பாதைக்குத் திரும்பும்போது, தோற்றங்கள் எழுவதையும் மறைவதையும் கூர்ந்து அறியும் அறிவு முதிர்ச்சி பெற்று இரண்டாம் நிலைக்கு வருகிறது; சாதகர் அடுத்த தூய்மைக்கு வருகிறார். **அடுத்த தூய்மை நல்மன விழிப்புணர்வை வளர்த்துப் பெருக்குவதில் அடங்கி யுள்ளது.**

அத்தியாயம் 14

சரியான பாதை: நல்மன விழிப்புணர்வை வளர்க்கும் பாதை

சதிபட்டான சுத்தம் இந்த நல்மன விழிப்புணர்வை ஊக்கி வளர்க்கும் தியான முறையை விவரிக்கும் அரிய நூலாகும். இது புத்த மதத்தினர் மட்டுமின்றி அனைவரும் போற்றிக் கடைப்பிடிக்க வேண்டிய தியானமாகும். மணமாசுக்களை வேரறுத்துத் தூய்மை பெறுவதற்கும் நம்மைத் துக்கத்தில் பிணைக்கும் தளைகளிலிருந்து பூரணமாகவும் நிரந்தரமாகவும் விடுதலை பெறுவதற்கும் நிப்பாணப் பேரின்பத்தை அடைவதற்கும் ஒரே வழி இந்தத் தியான முறை என்கிறார் புத்தர்.

இந்தத் தியானத்தின் சாராம்சம் உடல் – மனம் ஆகிய இரண்டு தொகுப்புகளிலும் எழுந்து மறையும் ஒவ்வொன்றையும் (ஒவ்வொரு *தம்மத்தையும்*) உள்ளது உள்ளவாறு விழிப்புணர்வோடு தெரிந்திருத்தல் ஆகும்; எக்கணமும் விழிப்புணர்வு பிசகாமல், முழுக்கவனத் தோடும் உறுதியோடும் ஊக்கத்தோடும் ஒவ்வொரு நிகழ்வையும் ஒவ்வொரு அனுபவத்தையும் ஒவ்வொரு எண்ணத்தையும் உற்றுப்பார்த்து அறிந்திருத்தல் ஆகும்.

சதி என்று பாலி மொழியில் கூறப்படும் நல்மன விழிப்புணர்வு நான்கு சிறப்பியல்புகளைக் கொண்ட தாகும்: (1) கூர்மையான நோக்கு, (2) மனம் வேறெதிலும் சிதறாது ஒருமுகப்பட்ட பார்வை, (3) கவனம் கலையாது ஒவ்வொரு கணமும் நிகழ்வதை அக்கறையுடன் இடை விடாது அறியும் நோக்கு, (4) உண்மையை உள்ளது உள்ளவாறு காணும் நோக்கு.

சதி என்பது நிகழ்கின்ற அனைத்தையும் அனுபவிக்கப் படுகிற அனைத்தையும், இடைவெளியின்றித் தொடர்ந்து ஒருமுகப்பட்ட மனத்தோடு அறிந்திருத்தல் மட்டுமல்ல; நலம் தருவதையும் தீமை பயப்பதையும் பகுத்தறிந்து, உள்ளிருந்து நல்வழிகாட்டி அறிவுரை வழங்கும் ஆசானாகவும் அது செயல் படுகிறது. *தம்ம சங்கானி* கூறுவதுபோல, புலனின்பங்களை நாடி அலைபாய்ந்து ஓடிக்கொண்டிருக்கும் மனக்குதிரைக்குப் போடப்படுகிற கடிவாளமாகவும் *சதி* இயங்குகிறது.

தூய்மைப் பாதையில் உறுதியுடன் முன்னேற, **ஐந்து மனோசக்திகள்** ஊக்கி வளர்க்கப்பட வேண்டும் எனப் பௌத்த மறை நூல்கள் கூறுகின்றன.

அந்த ஐந்து மனோசக்திகளாவன: நம்பிக்கை *(சிரத்தை)*, ஊக்கம் *(வீரியம்)*, நல்மன விழிப்புணர்வு *(சதி)*, மன ஒருமுனைப் பாடு *(சமாதி)*, மெய்யறிவு *(பஞ்ஞா)*. இவற்றில் மையமானதாகவும் மிக முக்கியமானதாகவும் உள்ளது நல்மன விழிப்புணர்வு.

(1) நம்பிக்கை *(சிரத்தை)*

ஐயங்களை அறுத்துத் தெளிவுபெறுவதால் எழுகின்றது சிரத்தை. அடைய வேண்டிய இறுதிக் குறிக்கோள், அந்தக் குறிக்கோளை அடைவதற்கான பாதை, அந்தப் பாதையில் உறுதியாக நடந்து முன்னேறுவதற்கான தன் திறமை ஆகிய வற்றில் ஐயங்கள் ஏதுமின்றி, சாதகர் பெறும் நம்பிக்கையாகும் இது. இந்த நம்பிக்கையில் எழுகின்றன இறுதி இலக்கை அடைந்தே தீர்வோம் என்னும் சங்கற்பமும் உறுதியும்.

(2) ஊக்கம் *(வீரியம்)* முயற்சி

வெயில் தகிக்கும் கோடைக்கால உச்சிவேளையில், வெப்பத்தால் அவதியுறும் ஒரு யானை எவ்வாறு குளிர்ச்சியான அருவி அல்லது குளத்தைக் கண்டவுடன் அதில் பாய்ந்து மூழ்குகிறதோ, அவ்வாறே நாமும் நாம் செய்ய வேண்டிய நற்காரியங்களில் உற்சாகத்துடனும் ஊக்கத்தோடும் உறுதி யோடும் ஈடுபட வேண்டும் என்கின்றன பௌத்த மறை நூல்கள். ஊக்கத்தோடும் உறுதியோடுங்கூடிய முயற்சியே *வீரியம்* எனப் படுகின்றது. எடுத்ததை முடித்தே தீர்வோம், எண்ணியதை அடைந்தே தீர்வோம் என்னும் மன உறுதியும் விடாமுயற்சியும் வீரியத்தின் அம்சங்களாகும். அது "தோல்வியை அறியாத முயற்சி"யாகும் – தீமையை நீக்குவதிலும் நன்மையைத் தேடி வளர்ப்பதிலும், சீலத்திலும் தியானத்திலும் பண்படுவதிலும் தோல்வியையறியாத முயற்சியாகும். அது தோல்வியை அறியாதது, ஏனெனில் அது பலம் குன்றியதல்ல, சோம்பலான தல்ல, மந்தமானதல்ல.

சுருதிகூட்டப்பட்ட வீணையின் கம்பிபோல, முயற்சியும் சரியான சமநிலையில் இருக்க வேண்டும். அதாவது, அதிகத் தீவிரமாக விறைப்போடு இழுக்கப்பட்டு அறுபடும் நிலைக்கும் வரக் கூடாது, அதே சமயம் தளர்ந்தும் இருத்தலாகாது. எதிர் எதிர்மறையான இரண்டு கடைநிலைகளுக்கும் செல் லாமல் சரியான சமநிலையில் இருக்க வேண்டும். வில்லில் நாணேற்றப்பட்ட அம்பைப் போலக் கட்டுப்படுத்தப்பட்ட தாகவும் தொடர்ந்து நிலைப்பதாகவும், ஊக்கத்தோடும் உற்சாகத்தோடும் உறுதியோடும் கூடியதாகவும் முயற்சி அமைய வேண்டும். சீலத்திற்கும் தியானத்திற்கும் உள்ளிருந்தும் புறத் திருந்தும் எழும் தடைகள் அனைத்தையும் தகர்த்தெறியும் திறன் கொண்டதாய் இருக்க வேண்டும்.

நன்முயற்சி நான்காகக் காட்டப்படுகிறது: (1) தீய எண் ணங்கள் எழாமல் தடுக்கும் முயற்சி; (2) எழுந்த தீய எண்ணங் களை விலக்கி ஒதுக்கும் முயற்சி; (3) நல்லெண்ணங்களை ஊக்கி வளர்க்கும் முயற்சி; (4) எழுந்த நல்லெண்ணங்களை உயர்த்திப் பெருக்கி, மேலும் பலப்படுத்திக் காப்பாற்றும் முயற்சி.

நமது மனத்தை அலைக்கழிக்கும் தீய எண்ணங்களைப் படிப்படியாகக் குறைப்பதும் விரைவில் முற்றிலும் வேரறுப்பதும் நல்லெண்ணங்களை அதிகரித்துப் பெருக்கி உறுதியாக நிலை நிறுத்துவதும் மனத்தை நல்லெண்ணங்களே உருவானதாக மாற்றுவதும் நன்முயற்சியின் குறிக்கோள்களாக உள்ளன.

(3) மனத்தை ஒருமுனைப்படுத்தல் *(சமாதி)*

நாம் முன்னரே கண்டதுபோல, களங்கங்களை அடக்கி மனத்தை ஒருமுகப்படுத்தி அமைதியிலும் சாந்தத்திலும் பேரானந்தத்திலும் நிலைநிறுத்தும் பல்வேறு தளங்களைக் கொண்டது சமாதி. இது அமைதித் தியானம் ஆகும்.

(4) மெய்யறிவு *(பஞ்ஞா)*

உண்மையை உள்ளது உள்ளவாறு காண்பது மெய்யறி வாகும். இது படிப்படியாக எழுந்து பண்பட்டு நிறைவு பெறுகின்றது. முதலில் தியானத்தின் உண்மை நோக்கத்தையும் உன்னதக் குறிக்கோளை அடையும் மார்க்கத்தையும் இது காட்டுகின்றது. பிறகு அந்தத் தியானமே அறிவை மேலும் மேலும் பண்படுத்தி வளர்த்து மெய்யறிவுக்கு இன்றியமையாத அடித்தளமாக அமைகின்றது.

(5) நல்மன விழிப்புணர்வு

ஐந்தாவதாகிய நல்மன விழிப்புணர்வு மேற்சொன்ன நான்கு மனோசக்திகளுக்கும் மையமாக இருந்து ஊக்குவிப்ப

தோடு அவற்றைச் சமமான நிலையில் வைத்துக் காக்கிறது. நம்பிக்கை (சிரத்தை)யையும் அறிவையும் பொருத்தி இணைய வைப்பதும் சரிசமமான நிலையில் நிறுத்திவைப்பதும் நல்மன விழிப்புணர்வாகும். சிரத்தை, அதாவது நம்பிக்கை மட்டும் மிக அதிகமாக வளர்க்கப்படக் கூடாது. ஏனெனில் அது குருட்டு நம்பிக்கைக்கு இட்டுச்செல்லும். அதே மாதிரி அறிவு மட்டும் போற்றி வளர்க்கப்பட்டால், அது வெற்று அறிவாகவே இருக்கும். இரண்டும் (அதாவது நம்பிக்கை, அறிவு இரண்டும்) பொருத்தி இணைக்கப்பட்டுச் சரிசமமாக வளர்க்கப்பட வேண்டும். அவ்வாறே, வீரியமும் சமாதியும் சரிசமமாக இணைக்கப்பட வேண்டும். வீரியம் (முயற்சி) மட்டும் அதிதீவிரமாக வளர்க்கப்பட்டால் அது மனத்தை முறுக்கேற்றி ஓய்வும் அமைதியும் அற்றதாக்கிவிடும். மனம், அமைதி, பேரானந்தம் ஆகிய ஏதாவது ஒன்றை விடாமல் பற்றிக்கொண்டு அதிலேயே ஆழ்ந்து உறைந்திருக்கும் சமாதி நிலையை மட்டுமே வளர்த்தால், அதனால் உண்மையை உள்ளது உள்ளவாறு அறிய இயலாது, மெய்ஞ்ஞானம் கை கூடாது. நல்மன விழிப்புணர்வு, முயற்சியையும் *சமாதியையும்* தக்க அளவில் இணைத்து மெய்ஞ்ஞானத்திற்கு வழிவகுக் கின்றது.

சதி என்கிற நல்மன விழிப்புணர்வே அனைத்து மனோ சக்திகளையும் சரியான சமநிலையில் இணைத்துப் பொருத்தி வைப்பதாகும். இவ்வாறாக, நல்மன விழிப்புணர்வானது வினையூட்டும் சக்திமட்டுமல்ல, நன்மை பயக்காதவற்றிலிருந்து தடுக்கும் சக்தியுமாகும். நல்மன விழிப்புணர்வை வளர்ப்பதற்கு எல்லையென்பது இல்லை; எவ்வளவு வளர்த்தாலும் அது மிகையாகாது.

நல்மன விழிப்புணர்வு நிலைபெற்று நிற்க வேண்டியது, இங்கேயே, நம்முள்ளேயேயாகும், புறத்தேயுள்ள பொருள்களில் அல்ல. நம்மை ஆக்கும்: (1) உடல், (2) உணர்வுகள், (3) மனம், (4) மனத்தை ஆக்கும் பொருள்கள் (அதாவது, எண்ணங்கள், தம்மங்கள் என்று பௌத்தத்தில் கூறப்படுபவை) ஆகிய இந்த நான்கும் நம் விழிப்புணர்வு நிலைநாட்டப்பட வேண்டிய தளங்கள் என்று *சதிபட்டான சுத்தத்தில்* புத்தர் விளக்குகின்றார்.

(அ) உடலைத் தியானித்தல், சிந்தித்தல் *(காயானு பஸ்ஸனா)*

(1) உயிர்மூச்சை உற்றுநோக்கும் விழிப்புணர்வு *(ஆனாபானா சதி)*

ஏற்கனவே, அமைதித் தியானத்தில் "மனத்தூய்மை" என்னும் பகுதியில் இது விவரிக்கப்பட்டுள்ளது.

(2) உடல் இருக்கும் நிலைகள்

சாதகர் எது செய்துகொண்டிருந்தாலும் – நடந்துகொண் டிருப்பது, நின்றுகொண்டிருப்பது, உட்கார்ந்துகொண்டிருப்பது அல்லது படுத்துக்கொண்டிருப்பது எதுவாயிருந்தாலும் – அந்த உடல் நிலையை உள்ளது உள்ளவாறு பார்க்கிறார். அவரது உடலின் நிலை எப்படி, எந்த வினையில் இருக்கிறதோ அதை அப்படியே விழிப்புணர்வோடு காண்கிறார். விழிப் புணர்வு எவ்வாறு நிலைநாட்டப்பட வேண்டும் என்று *சதிபட்டான சுத்தம்* விளக்குகின்றது:

(1) "இவ்வாறு அவர் உடலில் உடலை உட்புறமாகவோ அல்லது உடலில் உடலை வெளிப்புறமாகவோ அல்லது உடலில் உடலை உட்புறம் வெளிப்புறம் இரண்டு புறமும் உற்றுப்பார்த்துச் சிந்திப்பதில் நிலைக்கிறார்."

(2) "உடலைச் சார்ந்து எண்ணங்கள் எழுவதை உற்றுநோக்கி அறிகிறார், எழுந்த எண்ணங்கள் மறைவதை உற்றுநோக்கி அறிகிறார், எண்ணங்கள் எழுவதையும் மறைவதையும் உற்று நோக்கி அறிகிறார்."

இங்கு "உடலில்" என்று கூறப்படுவது மண், நீர், நெருப்பு, காற்று ஆகிய நான்கு அடிப்படைச் சக்திகளின் (நான்கு பெரும் பூதங்களின்) சேர்க்கையால் உருவான இந்தப் பூத உடலைக் குறிக்கின்றது. அந்த உடலில் "உடல்" என்பது ஆறு உட்தளங்களையும் ஆறு புறத்தளங்களையும் கொண்டதாய் இருக்கின்றது. காணும் உணர்வு, கேட்கும் உணர்வு, (மணத்தை) நுகரும் உணர்வு, சுவைக்கும் உணர்வு, தொடும் உணர்வு, எண்ணும் உணர்வு ஆகிய ஆறு புலனுணர்வுகளும் அவற்றைத் தொடர்ந்து எழும் அறிவுணர்வுகளும் மன எழுச்சிகளும் (மன உருவாக்கங்களும்) அனைத்தும் உட்தளங்களாக இங்குக் கருதப்படுகின்றன. ஆறு புலன்களும முறையே ஆறு வெளித்தளங்களாகும். இந்த வெளிப்புறத் தளங்களால்தான் உடல் வெளி உலகத்தோடு இணைக்கப்பட்டு அதோடு ஒன்றாக வாழ்கின்றது.

பௌத்தத்தைப் பொருத்தவரை, உடல் – மனம் இரண்டும் ஒரு நாணயத்தின் இரு பக்கங்களைப் போல ஒருங்கிணைந்து பின்னிப் பிணைக்கப்பட்டுள்ளன. நாம் ஏற்கனவே கண்டது போல, உடல் என்பது திடப்பொருளாகத் தோன்றினாலும் அடிப்படையில் பல்வேறு சக்திகளின் கூட்டுச் சேர்க்கையா லும் எப்பொழுதும் அதிர்ந்துகொண்டும் துடித்துக்கொண்டு மிருக்கும் *கலாபாக்கள்* என்னும் நுண்துகள்களின் கலவையா லும் உண்டானதாகும். உடலின் நுண்ணிய பாகங்களின்

அதிர்வுகளும் துடிப்புகளும் உடலில் ஏற்படும் மாற்றங்களுமே ஆசைகளாகவும் உணர்வுகளாகவும் மனத்தில் பரிணமிக்கின்றன. அதேமாதிரி மனத்தில் உண்டாகும் உணர்ச்சிகளும் எழுச்சி களும் வேகங்களும் உடலில் அதிர்வுகளாகவும் மாற்றங்களாக வும் பிரதிபலிக்கின்றன.

சாதகர் எந்த நிலையில் இருந்தாலும் எந்தச் செயலில் ஈடுபட்டிருந்தாலும், தன் மனத்தின் உள்ளேயும் (அதாவது உட்புறமும்), உடலிலும் (அதாவது வெளிப்புறமும்) நிகழும் எல்லா நிகழ்வுகளையும் உற்றுப்பார்த்திருக்கும் விழிப்புணர்வில் நிலைபெற்றவராய் இருக்கிறார். அவர் எப்பொழுதும் தனது உடல் – மனத் தொகுப்பின் உட்புறம் அல்லது வெளிப்புறம் அல்லது உட்புறம் – வெளிப்புறம் இரண்டு புறமும் கவனத்துடன் பார்த்திருந்து தம்மை உந்தும் ஆசை வேகங்களையும் உடலிலும் மனத்திலும் நிகழும் மாற்றங்களையும் உணர்வுகளையும் தெளிவாக அறிந்தவராய் இருக்கிறார். உடல் எந்த நிலையில் இருந்தாலும் எந்தச் செயலில் இருந்தாலும், அதில் நிகழும் மாற்றங்களையும் உணர்வுகளையும் அதிர்வுகளையும் துடிப்புகளையும் தெளிவாக உணர்ந்தறிவதோடு, மனத்தில் எண்ணங்கள் எழுவதையும் எழுந்த எண்ணங்கள் தேய்ந்து மறைவதையும் அல்லது எண்ணங்கள் எழுவது, எழுந்தவுடன் மறைவது இரண்டையும் பார்க்கிறார். ஒவ்வொன்றும் நிலைத் திருக்காமல் எழுகின்றது; மறைகின்றது. சாதகர் இவ்வாறு ஒவ்வொன்றும் எழுவதை அல்லது மறைவதை அல்லது எழுந்து மறைவது இரண்டையும் உற்றுப் பார்த்தவராய், நிலை யாமையைப் பற்றிய பூரண அறிவு கொண்டவராய் இருக்கிறார்.

இவ்வாறு உடலில் உடலை உற்றுநோக்கியிருக்கும்போது, எந்த எண்ணம் எழுந்தாலும் அல்லது எழுந்து மறைந்தாலும், சாதகர் அதை மனத்தில் குறித்து வைத்துக்கொண்டு அதைப் பற்றிக்கொள்ளாதவராய்த் தியானத்தைத் தொடர்கிறார். எழுவது அதன் இயற்கைத் தன்மையின்படி மறைகின்றது.

சாதகரின் விழிப்புணர்வில் கீழ்க்கண்ட எண்ணமே நிலைபெற்றிருக்கிறது: இந்த உடல் இப்போது இவ்வாறு இருக் கிறது. இது இருப்பதெல்லாம் விழிப்புணர்வையும் அதை அறிந்த ஒரு உணர்வையும் நிலைநிறுத்துவதற்கு மட்டுமே. இங்குப் பற்றிக்கொள்வதற்கு எதுவுமில்லை. இவ்வாறு சிந்தித்து, சாதகர் உலகில் எதையும் சார்ந்திராதவராய், எதையும் பற்றிக் கொள்ளாதவராய், எதையும் ஆதாரமாகக் கொள்ளாதவராய்த் தியானத்தில் நிலைபெறுகிறார். தான், தனது என்னும் தனியுணர்வு – வேறு ஒன்றைப் பாவிக்கிறோம், அனுபவிக் கிறோம் என்னும் இருமைப் பாகுபாடு இன்றி உடலில்

நிகழ்ந்துகொண்டிருக்கும் மாற்றங்களின் உணர்வுகளின் அனுபவமாகவும் எண்ணங்களின் அனுபவமுமாகவே அவர் நிலைக்கிறார். அனுபவங்களே இங்கு உள்ளன, அனுபவிப்பவர் என்று தனியே ஒருவரில்லை.

சாதகர் தனது உடல் நிலைகளை மட்டுமின்றி மற்றவர்களின் உடல் நிலைகளையும் விழிப்புணர்வோடு அறிந்திருக்க வேண்டும் என்று புத்தர் கூறுகிறார். இது அனைத்து பூத உடல்களின் சர்வ வியாபகமான பொதுத்தன்மையையும் இயற்கையின் அமைப்பையும் விதிகளையும் புரிந்துகொள்வதற்கு உதவும். அனைத்து உடல்களும் ஒரேமாதிரி இருக்கின்றன, இயங்குகின்றன எனும்போது சாதகருக்குத் தன் உடலின் மீதுள்ள பெருமிதமும் பற்றும் குறைகின்றது. உள்ளதை உள்ளவாறு காணும் இந்தத் தெளிந்த அமைதியான பற்றற்ற உள்நோக்கு "தான்" எனும் தனித்துவக் கருத்தை வலுவிழக்கச் செய்யும்.

(3) உடல் அசைவுகளையும் செயல்களையும் தெளிவாக அறிதல் – நிலையாமையை இடைவிடாது தொடர்ந்து உணர்ந்திருக்கும் பூரண அறிவு *(சம்பஜஞ்ஞா)*

அடுத்து, சாதகர் எது செய்தாலும் – முன்னோக்கி நடப்பது அல்லது பின்திரும்பிச் செல்வது, நேர் எதிரே பார்ப்பது அல்லது இந்தப் பக்கம் அந்தப் பக்கம் திரும்பிப் பார்ப்பது, குனிந்தாலும் அல்லது நிமிர்ந்தாலும் – எது செய்தாலும் எந்தச் செயலில் ஈடுபட்டாலும் – பல் துலக்குவதோ குளிப்பதோ உடையணிவதோ உணவு உட்கொள்வதோ நீர் அருந்துவதோ சுவைப்பதோ மௌனமாக இருப்பதோ பிறருடன் பேசுவதோ வேலை செய்வதோ – எதுவாக இருந்தாலும் அதுபற்றிய தெளிந்த விழிப்புணர்வு உடையவராக இருக்கிறார்.

செய்கின்ற செயல், செயலைத் தூண்டும் ஆசை, அந்தச் செயல் பற்றிய பூரண அறிவுணர்வு ஆகிய மூன்றையும் இடைவிடாமல் எப்போதும், ஒவ்வொரு கணமும், உற்று நோக்கி அறிந்தவராய் அவர் விழிப்புடைமையில் குன்றாது நிலைபெறுகிறார். இவ்வாறு அவர் செய்யும் ஒவ்வொரு செயலும் இங்கு உற்றுநோக்கித் தியானிக்கப்படுகிறது. இங்குத் தியானமே செயல்தான். செய்யும் செயலே தியானமாகிறது. வாழ்வில் அன்றாடம் செய்யப்படும் எல்லாச் செயல்களோடும் தியானம் இணைக்கப்படுகின்றது. சாதகரின் வாழ்வும் செயல்களும் ஒரு தொடர்ச்சியான இடைவிடாத நிரந்தரமான தியானமாக அமைகின்றன. ஒவ்வொரு செயலையும் ஒவ்வொரு அசைவையும் அவர் தெளிந்த அறிவோடும் பூரண விழிப்புணர்

வோடும் மேற்கொள்கிறார். அது செய்யத் தகுந்ததா பயனளிக்கக் கூடியதா என்பதையும் அவர் தெளிவாகத் தெரிந்தறிந்த மனத்தினராய் இருக்கிறார்.

அவர் எப்பொழுதும் தற்போது தான் செய்துகொண்டிருப்பதில் முழுக்கவனத்தையும் செலுத்துகிறார். தற்காலம், அந்தக் கணந்தான் அவருக்கு முக்கியம். கடந்த காலத்தில் நிகழ்ந்து மறைந்துபோனவைகளைப் பற்றிய கவலைகளிலோ கழிவிரக்கத்திலோ எதிர்காலத்தைப் பற்றிய நம்பிக்கைகளிலோ கற்பனைகளிலோ அல்லது கனவுகளிலோ அவர் வாழ்வதில்லை. உண்மையான வாழ்க்கை இந்தக் கணத்தில்தான் உள்ளது. ஓடி மறைந்துபோன கடந்த கால ஞாபகங்களிலோ அல்லது இன்னும் பிறக்காத எதிர்காலத்தைப் பற்றிய கனவுகளிலோ வாழ்ந்திருந்து அவர் இந்தக் கணத்தைப் பாழாக்குவதில்லை, துக்க மயமாக்கிக்கொள்வதில்லை. இந்தக் கணம் வாழ்வதே உண்மை வாழ்க்கை, மற்றதெல்லாம் மறைந்துபோன அல்லது பொய்யான கற்பனையாகும்.

ஒவ்வொரு செயலிலும் முழுக்கவனத்தையும செலுத்தும் அவர் அந்தச் செயலில் பொதிந்துள்ள மூலாதார உண்மையையும் உணர்ந்தவராய் இருக்கிறார். அதாவது எந்தவொரு செயலும் மற்றவற்றைச் சார்ந்து காரணம் – விளைவு என்று நிர்ணயிக்கப் படுகிற இயற்கை விதிகளின்படி நிகழ்கின்றது என்னும் உண்மையையும் அந்தச் செயலிலோ செயல்பாட்டிலோ "தான்" எனும் தனித்துவமாக இருக்கும் பொருள் எதுவுமில்லை என்னும் உண்மையையும் அவர் தெளிந்துணர்ந்தவராய் இருக்கிறார். ஒவ்வொரு செயல் செய்யப்படும்போதும் இங்குச் செயல்தான் உள்ளது, செய்பவர் எனத் தனியொருவர் யாரும் இல்லை என்னும் மெய்யறிவோடு செய்யப்படுகின்றது.

ஒவ்வொரு செயல் செய்யப்படும்போதும், அதேசமயம் தனது உடலில் நிகழும் மாற்றங்களையும் உணர்வலைகளையும் அவர் தெளிவான விழிப்புணர்வோடு பார்க்கிறார். அமைதியை உணரும் உணர்வு, பரபரப்பான உணர்வு, ஊடுருவிப் பாய்ந்து செல்லும் நுண்மையான சக்தி அலைகளின் வீச்சு அல்லது எந்தவொரு உணர்வு, தமது உடலின் உட்புறத்திலோ வெளிப் புறத்திலோ அல்லது உட்புறம் வெளிப்புறம் இரண்டு புறங் களிலுமோ எப்பொழுது எழுந்தாலும், அந்த உணர்வையும் அவர் தெளிவாக அறிந்தவராய் இருக்கிறார். ஒவ்வொரு கணமும் பூரண விழிப்புணர்வோடு, நிகழும் ஒவ்வொரு மாற்றத்தையும் உடலில் பாய்ந்து செல்லும் அல்லது பரவும் ஒவ்வொரு உணர்வையும் முற்றிலும் உணர்ந்தவராய் இருக்கிறார்.

(1) "இவ்வாறு அவர் உடலில் உடலை உட்புறமாகவும் அல்லது உடலில் உடலை வெளிப்புறமாகவும் அல்லது

உடலில் உடலை உட்புறம் வெளிப்புறம் இரண்டு புறமும் உற்றுப்பார்த்து விழிப்புணர்வில் உறைகிறார்."

(2) "உடலைச் சார்ந்து எண்ணங்கள் எழுவதை உற்று நோக்கி அறிகிறார், எழுந்த எண்ணங்கள் மறைவதை உற்று நோக்கி அறிகிறார், எண்ணங்கள் எழுவதையும் மறைவதையும் உற்றுநோக்கி அறிகிறார்."

இந்த இரண்டும் ஒவ்வொரு உள்நோக்குத் தியானத்திற்கும் மந்திர வாசகங்களாக அமைகின்றன.

உடலில் உடல் என்று கூறப்படுவதன் விளக்கமும் உடலும் மனமும் எவ்வாறு ஒன்றோடு ஒன்று பின்னிப் பிணைக்கப் பட்டுள்ளன என்பதும் முந்தைய பகுதியில் கூறப்பட்டுள்ளன. ஒவ்வொரு செயல் செய்யும்போதும் சாதகர் மேற்கண்டவாறு விழிப்புணர்வோடு தன் உடலில் உடலை உற்றுப்பார்க்கிறார் அல்லது அதேசமயம் மனத்தில் எண்ணங்கள் எழுவதையும் மறைவதையும் எழுந்து மறைவதையும் உற்றுநோக்கி உள்ளதை உள்ளவாறு அறிந்தவராக இருக்கிறார். அதாவது உள்மனத்தில் இருந்து என்ன ஆசைவேகங்கள், விருப்பு வெறுப்புகள் தம்மை உந்துகின்றன என்பதையும் அறிந்தவராக இருக்கிறார்.

உடலில் மாற்றங்களும் உணர்வுகளும் எழுகின்றன, மறைகின்றன அதேயாதிரி மனத்திலும் ஆசைகளும் எண் ணங்களும் எழுகின்றன, மறைகின்றன. எதுவும் மாறாமல் நிலைத்து நிற்பதில்லை. உடலில் நிகழும் மாற்றங்களையும் உணர்வுகளையும் அவற்றோடு மனத்தில் ஓடும் ஆசைகளும் எண்ணங்களும் எழுவதையும் மறைவதையும் இடைவிடாது உற்றுப்பார்த்திருக்கும்போது, நிலையாமையைப் பற்றிய பூரண அறிவு அனுபவபூர்வமாக உணர்ந்து அறியப்படுகின்றது. ஒவ்வொரு கணமும் சாதகர் இந்தப் பூரண அறிவுப்பொலிவு பெற்றவராக இருக்கிறார்.

அவர் "தான்" எனும் தனியுணர்வற்று உடலில் நிகழ்ந்து கொண்டிருக்கும் மாற்றங்களையும் மனத்தில் எழும் எண்ணங் களையும் மட்டுமே உணர்ந்து அனுபவிக்கும் அனுபவமாக மாறிவிடுகிறார். உற்றுப்பார்க்கப்படுவது – உற்றுப்பார்ப்பவர் என்று எந்தவொரு வேறுபாடுமின்றி உற்றுப்பார்த்திருக்கும் அனுபவமாகவே அவர் மாறிவிடுகிறார். உடல் அனுபவம் அத்தோடு இணைந்து நிகழும் அதன் பிரதிபலிப்பான மன அனுபவம் இவைதான் அங்கு உள்ளன. "நான்", "தான்" என்று யாரும் அங்கு இல்லை. உடல் அனுபவமும் மன அனுபவமும் மாறிமாறி எழுகின்றன, தேய்ந்து மறைகின்றன. இவ்வாறு எழுச்சியிலும் வீழ்ச்சியிலும் ஒன்றியிருக்கும்

உணர்வு இடைவிடாது தொடர்ந்து நிலையாமையை உணர்கிறது, அனுபவிக்கிறது. நிலையாமை இங்கு அனுபவபூர்வமாக உணர்ந்து அறியப்படுகிறது. இதுவே பாலி மொழியில் *சம்பஜஞ்ஞா* அதாவது **நிலையாமையை இடைவிடாது தொடர்ந்து அறியும் பூரண அறிவு** என்று கூறப்படுகின்றது. இது சாதகரின் பயிற்சியில் மூன்றாம் மந்திரமாகும்; மூன்றாம் நிலையாகும்.

இவ்வாறு, சாதகர் உலகில் எதையும் ஆதாரமாகக் கொள்ளாதவராய், எதையும் பற்றாதவராய், எந்தவொரு செயல் செய்யப்படும்போதும் அந்தச் செயலிலேயே ஒன்றியவராய்ப் பூரண விழிப்புணர்வோடும் அறிவோடும் உறைந்திருக்கிறார். வாழ்வின் ஒவ்வொரு கணத்திலும், ஏன் உறங்கும்போதுகூட, *சம்பஜஞ்ஞா* எனும் அந்தப் பூரண அறிவு தொடர்ந்து நிலைத்திருக்க வேண்டும் என்கிறார் புத்தர்.

எந்தவொரு செயல் செய்யும்போதும் ஏதாவது எண்ணம் மனத்தில் குறுக்கிட்டு எழுந்தால், அவர் அதை மனத்தில் குறித்து வைத்துக்கொண்டு செயலிலேயே முழுக்கவனத்தையும் செலுத்துகிறார்; எந்தவொரு எண்ணம் குறுக்கிட்டாலும் அவர் அதைப் பற்றிக்கொள்ளாதவராய், தன்னியல்பாகவே அது மறையுமாறு விட்டுவிடுகிறார்.

(4) உடல் உறுப்புகளை உற்றுநோக்குதல் - உடலின் அருவருப்பான தன்மையைச் சிந்தித்து உணர்தல்

எவ்வாறு ஒரு கசாப்புக் கடைக்காரர், தாம் கொன்ற ஆட்டினை அறுத்துப் பிளந்து, இறைச்சி வாங்க வருவோரின் பார்வைக்காகத் தொங்கவிட்டிருக்கிறாரோ, அவ்வாறே சாதகரும் மனக்கண்ணில் தன் உடலை அறுத்துப் பிளந்து தொங்கவிட்டு அமைதியாக விருப்பு வெறுப்பின்றி அதன் உறுப்புகளை ஒவ்வொன்றாகப் பார்க்கிறார். இந்தப் பயிற்சியில் தேர்ச்சி பெற்றுச் சாதகர் தன் உடல்மீது கொண்ட பற்றுகளிலிருந்து விடுபடுகிறார். *சதிபட்டான சுத்தம்* விளக்குகின்றது:

“மேலும், பிக்கு தனது உடலின் உறுப்புகளை – உள்ளங்காலிலிருந்து உச்சந்தலையிலுள்ள மயிர்வரை ஒவ்வொன்றாக உற்றுநோக்கி ஆராய்ந்து பார்க்கிறார்; அனைத்தும் அழுக்குகள் நிறைந்து தோலினால் மூடப்பட்டிருக்கும் குவியல் என்று ஆய்ந்து தெளிந்த உணர்வில் நிலைத்திருக்கிறார். இந்த உடலில் உள்ளவை: தலைமயிர், நகங்கள், பற்கள், தோல், சதை, இரத்தக்குழாய்கள், எலும்புகள், எலும்புகளிலுள்ள ஊன் சாரம், சிறுநீரகங்கள், இருதயம், கல்லீரல், மண்ணீரல், நுரையீரல்கள், சிறுகுடல்கள், பெருங்குடல்கள், வயிறு, கழிவுப்

பொருள்கள் (மல – ஜலம்), பித்தநீர், சளி (கோழை), சீழ், இரத்தம், வியர்வை, கொழுப்பு, கண் சுரப்பிகள், உமிழ்நீர், மூக்குச்சளி, மூட்டுகளில் எண்ணெய், மூத்திரம்.

“அரிசி, நெல், பச்சைப்பருப்பு, அவரை, எள்ளு, பொடி அரிசி போன்று பல்வேறு தானியங்களால் நிரப்பப்பட்ட ஒரு பலசரக்குப் பை இருக்கிறது என வைத்துக்கொள்ளுங்கள். தானியங்களை நன்கு அறிந்த ஒருவர் பையைத் திறந்து பார்க்கிறார். அவருக்குத் தெரிகிறது: இது அரிசி, இது நெல், இது பச்சைப்பருப்பு, இது அவரை, இது எள்ளு, இது பொடி அரிசி என எதுவாயிருந்தாலும் பிரித்துப் பார்த்து அறிகிறார். அதுபோலவே பிக்குவும் தனது உடலை (உடலின் மேற்சொன்ன உறுப்புகள் ஒவ்வொன்றையும்) உள்ளங்காலிலிருந்து உச்சந்தலை மயிர்வரை உற்றுநோக்கி ஆராய்ந்து பார்க்கிறார்; அனைத்தும் அழுக்குகள் நிறைந்து தோலினால் மூடப்பட்டிருக்கும் குவியல் என்று ஆய்ந்து தெளிந்த உணர்வில் பூரண விழிப்புகொண்டு நிலைத்திருக்கிறார்.”

இந்தத் தியானத்தைப் பற்றி மதிப்பிற்குரிய ஞானபோனிகா அவர்கள் கூறியுள்ளது இங்குக் குறிப்பிடத்தக்கதாகும்.

“இரண சிகிச்சையாளர் உபயோகிக்கும் ஒரு கூரிய கத்தி கொண்டு உடலை மூடியிருக்கும் தோலை உரித்தெறிந்து உள்மறைந்திருக்கும் ஒவ்வொரு உறுப்பையும் பிளந்து வெளிக் கொணர்ந்து காண்பதுபோல அமைகிறது இந்தத் தியானம். உடலின் அழகைப் பற்றிய மயக்கம் இந்தத் தியானத்தில் நீங்குகின்றது. “உடல்” என்று சொல்லும் இந்தக் கூட்டைப் பிளந்து உள்ளே வெவ்வேறு வடிவங்களிலும் வெவ்வேறு வகைகளிலும் அமைந்துள்ள பாகங்களை நாம் இவ்வாறு மனக்கண்ணால் பார்த்துத் தியானிக்கும்போது, அவற்றில் எதையும் “இது என் உடல்” என்று பற்றிக்கொள்ளும் விருப்பமோ அல்லது “இது இன்பமூட்டும் அழகான ஒரு உடல்” என்று பிறிதொரு உடலோடு இணையும் காம இச்சையோ எழாமல் மறைகின்றது.

“மாற்று எதிர்மறை மன எழுச்சியான வெறுப்பை வளர்த்து, அதன் மூலம் நமக்கு நம் உடல்மீதும் பிற அழகான உடல்கள்மீதும் எழும் ஈர்ப்பை அடக்க வேண்டும் என்பதல்ல, உடலின் உண்மைத் தன்மையை உள்ளது உள்ளவாறு கண்டுணர வேண்டும் என்பதே இத்தியானத்தின் முக்கியக் குறிக்கோளாகும். உடலின் உண்மைத் தன்மையை இவ்வாறு கண்டுணரும்போது, உடல்மீது கொண்ட பற்று எவ்வித முயற்சியுமின்றித் தானாகவே இயல்பாகத் தேய்ந்து மறைகின்றது.

இது யதாபூத ஞானதரிசனம் என்று கூறப்படும் உள்ளதை உள்ளவாறு கண்டறியும் உள்நோக்கு உண்மைக் காட்சியாகும்."

உடல்மீது பற்றுதலும் காம உணர்ச்சிகளும் ஓங்கியிருக்கும் போது, உடலின் அருவருப்பான உண்மைத் தன்மையைச் சிந்தித்துப் பார்ப்பது மிக்க பலனளிக்கும் என்பது அனுபவ பூர்வமான உண்மை. ஆனால், அவை தணிந்தபின், விருப்பு வெறுப்பில்லாமல் உள்ளதை உள்ளவாறு கண்டு சமநிலை பெறுவதிலேயே தியானம் நிறைவு பெறுகின்றது.

மேலும், உடல் உறுப்புகளைப் பற்றிய விந்தை என்ன வென்றால், அவற்றில் ஒவ்வொன்றும் என்ன வேலை செய் கின்றது, எப்படிச் செய்கின்றது என்னும் உண்மை அநேகமாக வெளி உணர்வுக்கு வருவதில்லை, தெரிவதில்லை. அவை என்ன வேலைகளைச் செய்கின்றன, எப்படிச் செய்கின்றன என்பது அந்த உடல் உறுப்புகளுக்கும் தெரியாது, நமக்கும் முழுமையாகத் தெரியாது. "நான் இதைச் செய்கின்றேன்" என்னும் உணர்வு எந்தவொரு உறுப்புக்கும் தனியாகக் கிடையாது. அனைத்தும் ஒன்றையொன்று சார்ந்து ஒன்றோடு ஒன்று இணைந்து இயற்கை விதிகளின்படி இயங்கிக்கொண் டிருக்கின்றன. மூச்சுவாங்குவது, சுவாசப்பைகள் இயங்குவது, இருதயம் இயங்குவது, இரத்த ஓட்டம், இரத்தம் சுத்திகரிக்கப் படுவது, ஜீரணம், ஊட்டுச்சக்தி இரத்தத்தில் கலந்து அனைத்து உறுப்புகளும் போஷாக்குப் பெறுவது, கழிவுப்பொருள்கள் நீக்கம் ஆகிய அனைத்து உயிராக்கச் சக்திகளும் ஒன்றையொன்று சார்ந்து இயங்கிக்கொண்டிருக்கின்றன. வெளி உலகில் நாம் காண்பதுபோலவே, நமது உடலின் உட்புறத்திலும் சார் புடைமைத் தத்துவத்தின் உண்மை விளக்கத்தைக் காணலாம். வெவ்வேறு உறுப்புகளும் உயிராக்கச் சக்திகளும் இவ்வாறு ஒருங்கிணைந்து செயல்படும் ஒரு கூட்டுச்சேர்க்கையை, தம்மத்தில் உண்மையறிவைப் பெறாத சாதாரண மனிதரான ஒருவர், "தான்", "நான்", "என் உடல்" என்று தவறாகப் பற்றிக்கொள்கின்றார். காரண – காரிய விதிகளின்படி உருவான கூட்டுச்சேர்க்கை "தனித்த ஒரு பொருள்" என்னும் மயக்கத்தை, பொய்த் தோற்றத்தை உண்டாக்குகிறது.

> "அவர் எதைப் பார்க்கிறாரோ, அது (சரியாக, உள்ளது உள்ளவாறு) பார்க்கப்படுகிறதில்லை;
>
> எது பார்க்கப்படுகிறதோ, அதையும் அவர் (சரியாக உள்ளது உள்ளவாறு) பார்ப்பதில்லை.
>
> (சரியாக உள்ளதை உள்ளவாறு) பாராதவராயிருப்பதால் அவர் எளிதில் தளைகளில் பிணைபடுகிறார்.

(அவ்வாறு) தளைகளில் பிணைபட்ட அறிவிலியான அவர் விடுதலை பெறுவதில்லை."

பெரியதும் சிறியதுமான, முக்கியமானதும் முக்கியமற்றது மான, வெவ்வேறு உறுப்புகளின், உடல் பாகங்களின் கலவையை மேற்கண்டவாறு உற்றுநோக்கித் தியானிக்கும்போது, "தான்", "நான்", "எனது உடல்", "அழகான இன்பம் தரும் அந்த உடல்" என்பன போன்ற தவறான கருத்துகள் கரைந்து மறைகின்றன. புலனுணர்வுகளில் சிக்கித் தடுமாறும் மன எழுச்சிகளும் நீங்குகின்றன. புலனுணர்ச்சிகளின் அடிமையாக இல்லாமல், அவற்றை ஆள்பவராகச் சாதகர் மாறுகின்றார்.

இதற்கு முந்தைய பகுதியில் கூறப்பட்டதுபோல, இந்தத் தியானத்திலும் மூன்று மந்திரவாசகங்களும் கடைப்பிடிக்கப் படுகின்றன, சிந்தித்து உணரப்படுகின்றன.

(5) உடலின் மூலப் பொருள்களை உற்றுநோக்குதல், சிந்தித்தல்

உடல் பல்வேறு உறுப்புகள் ஒன்றுசேர்ந்து உண்டான ஒரு கலவை என்று கண்டோம். அந்த உறுப்புகளும் கூட்டுச் சேர்க்கைகளால் உண்டானவையே. ஒவ்வொரு உறுப்பும் பல்வேறு பொருள்கள் ஒன்றுசேர்வதால் உருவாகின்றது. உடலையும் உறுப்புகளையும் பகுத்துப்பார்ப்பதற்கு ஒரு எல்லை இல்லை என்பதை நாம் ஏற்கனவே கண்டோம். மேலும், பகுக்க முடியாதவாறு ஒற்றையாய் ஒரே தன்மை கொண் டிருக்கும் மூலப்பொருளென்று எதையும் காண இயல்வதில்லை. பத்தொன்பதாம் நூற்றாண்டில் பகுக்க முடியாது என்று கருதப்பட்ட *Matter*, வஸ்து, பொருள் உண்மையில் மூலக்கூறு களின் கலவையே என்று பின்னர் கூறப்பட்டது. மேலும், பிரிக்க முடியாது என்று கூறப்பட்ட இந்த மூலக்கூறுகளும் நுண்ணிய அணுக்களின் கூட்டுச்சேர்க்கைகளே என இருபதாம் நூற்றாண்டில் அறிவியல் காட்டியது. இந்தப் பரமாணுக்களையும் இப்போது பிளந்து காட்டுகிறது நவீன அறிவியல். இந்த அணுக்களும் மின் சக்திகளின் சுழற்சிகளாலும் துடிப்புகளாலும் உண்டானவையே என்று இப்போது தெரிகின்றது.

இன்றைக்கு 2600 ஆண்டுகளுக்கு முன்னரே, உடல், உருவம், உறுப்பு என்று நாம் கருதுவது ஒவ்வொன்றும் *கலாபாக்கள்* எனப் பாலி மொழியில் கூறப்படும் நுண்துகள்களின் அதிர்வு களாலும் துடிப்புகளாலும் உண்டானவையே என்று புத்தர் கூறியுள்ளதை நாம் ஏற்கனவே பார்த்தோம். எப்பொழுதும் இடைவிடாது துடித்துக்கொண்டிருக்கும் இந்தக் கலாபாக்களும்

குணங்களை வெளிப்படுத்தும் அடிப்படைச் சக்திகளின் *(பரமத்தாக்களின், மஹாபூதங்களின்)* கூட்டுச்சேர்க்கைகளே என்பதையும் கண்டோம். அனைத்துக்கும் மூலாதாரமான அடிப்படைச் சக்திகள் மண், நீர், நெருப்பு, காற்று ஆகிய நான்கு எனக் கூறப்பட்டாலும், இவை ஒவ்வொன்றும் தனித்தனி யாக இல்லை; ஒன்றோடு ஒன்று இணைந்தே இந்த நான்கு சக்திகளும் உள்ளன. மண் என்று கூறப்படும் மூலத்திலும் மற்ற மூன்று சக்திகளும் கலந்துள்ளன. ஆனால், மண்ணின் அளவு அதில் பிரதானமாக இருப்பதால், அது மண் என்று கூறப்படுகின்றது. அதே மாதிரி ஒவ்வொரு மூலத்திலும் மற்ற சக்திகளும் அடங்கியுள்ளன.

உடல் அல்லது உருவமான ஒவ்வொரு பொருளும் அது உணர்த்தும் தன்மைகள், இயல்புகள் மூலமே நம்மால் அறியப் படுகின்றது; ஒவ்வொரு பொருளும் தன்மைகளின் கூட்டுச் சேர்க்கையே. சாரம் *(Essence)* என்று எந்தப் பொருளையும் நாம் பொருளில் காண இயல்வதில்லை; அதன் தன்மைகளையே நாம் உணர்கின்றோம். உடலைப் பற்றிய உண்மை அறிவைப் பெறச் சாதகர், கண் மூடி அமர்ந்து தியானத்தில் தன் உடல் என்பது யாது என்று உடலையே உற்றுப்பார்க்கிறார். *ஆனாபானா சதியில்* அணுகும் சமாதி நிலையையடையும் அவர் இப்போது தன் உடலையே தியானப் பொருளாக எடுத்துக்கொள்கிறார். உடல் உட்புறத்திலும் வெளிப்புறத்திலும் எழும் அல்லது ஊடுருவிப் பாயும் உணர்வுகளையும் சக்தி களையும் உற்றுப்பார்ப்பதோடு மட்டுமின்றி அனுபவமாக உணர்ந்து அறிகிறார். உடலை உணர்ந்து பார்க்கும் இந்தத் தியானத்தில் பொதுவாகக் கீழ்க்கண்ட எட்டுத் தன்மைகள் உணர்ந்து அறியப்படும்:

- பாரமான, இறுகிக் கெட்டியான, கல்லாகிப்போன உணர்வு.
- இலேசான, இலகுவான, பஞ்சுப்பொதிபோல ஆன உணர்வு.
- நெருடலான, மொரமொரப்பான உணர்வு.
- வழவழப்பான, வழிந்தோடும் உணர்வு.
- குளிர்ச்சி, வியர்வை உணர்வு.
- வெப்பம், சூடான உணர்வு.
- அசைவு, சலனம்.
- அரிப்பு, தினவு, சொறியுணர்வு.

அடிப்படையில், இவை மண், நீர், நெருப்பு, காற்று ஆகிய நான்கு மூலச் சக்திகளைக் காட்டுவது அறியப்படும். இவ்வாறு, உங்கள் உடலைத் தியானப் பொருளாக எடுத்துக் கொண்டு அதை ஆக்கும் ஒவ்வொரு மூலப்பொருள் அல்லது சக்தியையும் பகுத்து ஆராயுங்கள். உள்ளங்கால்களிலிருந்து தலையுச்சிவரை உணரப்படும் ஒவ்வொரு தன்மையையும் இயல்பையும் சக்தியையும் உற்றுநோக்குங்கள். உடலானது மேற்சொன்ன சக்திகளின் கலவையே, கூட்டுச்சேர்க்கையே, அவை திரண்டு ஒன்றிணைந்து உருவான திடப்பொருளே என்பது தெளிவாகும். திடமாகத் தோன்றும் இந்த உடலில் 75 சதவிகிதம் திரவமாகும். மேலும், இந்த உடலில் எப்பொழுதும் $98.4^{\circ}F$ அளவு வெப்பம் பாதுகாக்கப்படுகின்றது. திடத்தன்மை, திரவத்தன்மை, வெப்பம், அசைவு ஆகிய ஒவ்வொன்றும் உடலில் இருப்பதைத் தியானத்தில் உணர்ந்து அறியலாம்.

இவ்வாறு, ரூபம், உடல் என்று கருதப்படும் பொருள் எதுவாக இருந்தாலும் – ஐம்புலன்களையும் அவற்றைத் தாக்கும் வெளியுலகப் பொருள்களையும் சேர்த்து எதுவாக இருந்தாலும் – கடந்த காலத்தது, நிகழ்காலத்தது அல்லது எதிர்காலத்தது, உட்புறம் உள்ளது அல்லது வெளிப்புறம் உள்ளது, கொழுத்தது அல்லது நுண்மையானது, தாழ்வானது அல்லது உயர்வானது, தொலைவில் உள்ளது அல்லது அருகில் உள்ளது எதுவாக இருந்தாலும் – அது மேற்கண்ட நான்கு மஹாபூதங்களின் கலவையால் உண்டானதேயன்றி வேறொன்றுமில்லை என்று சாதகர் தெளிவாக அறிகிறார். இயற்கை விதிகளின்படி நிகழும் இந்த நான்கு மஹாபூதங்களின் பரிணாமத்தாலேயே, உடலை உருவாக்கும் மற்ற சக்திகளும் தோன்றுகின்றன. அப்படி உருவாகும் மற்ற சக்திகள் மொத்தம் இருபத்திநான்கு (24) என்று *அபிதம்ம தத்துவம் (தேரவாதப் பிரிவு)* பகுத்து ஆராய்ந்து காட்டியுள்ளதை நாம் முன்னரே பார்த்தோம். இவையும் தியானித்துப் பார்க்கப்படுகின்றன; ஆராயப்படு கின்றன.

தியானத்தில் உடலிலிருக்கும் எல்லாத் திடப்பொருள் களையும் நீக்குங்கள், பிறகு எல்லாத் திரவப்பொருள்களையும், அடுத்து வெப்பம், காற்று அனைத்தையும் விலக்கிவிட்டுப் பாருங்கள். எஞ்சியிருப்பது வெறுமையான இடைவெளியே, வெற்றிடமேயாகும். “நான்”, “எனது” என்பதெல்லாம் இறுதியில் ஒன்றுமில்லாத பள்ளமாக, குழியாக, வெற்றிடமாக முடிகிறது. பற்றிக்கொள்வதற்கு எதுவுமில்லாத இந்த வெறுமையில் எதைப் பற்றுவது? இது புத்தரது வழி. அல்லது நவீன அறிவியல் ஆராய்ச்சிப்படி பார்த்தாலும், இந்த உடல் என்பது இறுதியில்

அணுக்கள் அல்லது மின்துகள்களான எலெக்ட்ரான்கள், புரோட்டான்கள் ஆகியவற்றின் சுழற்சிகளால் அல்லது சக்தி அலைகளின் வீச்சுக்களால் உண்டாகி மாறிக்கொண்டே யிருக்கும் ஒரு தோற்றமேயாகும் என்பது தெளிவாகும். இங்குச் சாதகருக்கு அவரது உடலே ஒரு பாடப்புத்தகமாக அமைகிறது. அது கற்றுத்தரும் பாடம் பற்றுவதற்கு இங்கு எதுவுமில்லை என்பதாகும். உடலின் நிலையாமையும் நீடித்திருக்கும் பொரு ளெதுவுமற்ற தன்மையும் வெறுமையும் இங்கு ஒரு உத்தேசமான கருத்தாகவோ யூகமாகவோ அல்லது அறிவுபூர்வமான ஆராய்ச்சி யின் முடிவாகவோ அறியப்படுவதில்லை; அனுபவபூர்வமான உண்மையாக உணரப்படுகின்றது, தெளிவாகக் காணப்படு கின்றது. இவ்வாறு தமது உடல் உறுப்புகளையும் அவற்றை ஆக்கும் மூலப்பொருள்களையும் தியானித்திருக்கும்போது, சாதகர் தமது உடல் உள்ளும் புறமும் எழும் அல்லது பாய்ந்து ஊடுருவும் உணர்ச்சிகளையும் உற்றுப்பார்த்து அனுபவித்து உணர்ந்தவராய் இருக்கிறார். தியானத்திற்கு இடையூறாக வேறு எந்தவொரு எண்ணம் எழுந்தாலும் அதை அவர் மனத்தில் குறித்துவைத்துவிட்டுத் தியானப் பொருளுக்கே கவனத்தைத் திருப்புகிறார். எழுந்த எண்ணம் தானாகவே மறைந்துபோகிறது. முன்னர் குறிப்பிட்ட மூன்று மந்திர வாசகங்களும் இங்கும் சிந்தித்து உணரப்படுகின்றன.

(6) பிணங்களைத் தியானித்தல்

சவம் புதைக்கும் காடு அல்லது சுடுகாடுகளில் கண்ட, கீழ்க்காணுமாறு வெவ்வேறு நிலைகளில் சிதைந்து உருக்குலைந்து கிடக்கும், பிணங்கள் இங்கு மனக்கண்ணில் கொண்டுவரப்பட்டு, தியானப் பொருள்களாகச் சிந்திக்கப்படுகின்றன.

- இடுகாட்டில் எறியப்பட்டு ஒரு நாள், இரண்டு அல்லது மூன்று நாள்களாகக் கிடக்கும் பிணம் – உப்பி, நீலம் பாரித்து அழுகிக்கிடக்கும் பிணம்.
- இடுகாட்டில் எறியப்பட்டு ஒரு நாள், இரண்டு அல்லது மூன்று நாள்களாகக் கிடக்கும் பிணம் – பருந்துகள், கழுகுகள், நாய்கள், நரிகள் மற்றும் இதர விலங்கினங்களால் கொத்திக் கடித்துக் குதறப்பட்டுக் கிடக்கும் பிணம்.
- சதையும் இரத்தமும் சிதைந்து எலும்புக்கூடாய்க் கிடக்கும் சவம்.
- சதையற்று இரத்தக்கறை படிந்து எலும்புக்கூடாய்க் கிடக்கும் சவம்.

- சதையும் இரத்தமும் இல்லாமல் இரத்தக்குழாய் களோடு எலும்புக்கூடாய்க் கிடக்கும் சவம்.
- உருக்குலைந்து எலும்புகள் இங்கும் அங்கும் – ஒரு இடத்தில் கை எலும்பு, இன்னொரு இடத்தில் கால் எலும்பு, மற்றொரு இடத்தில் முழங்கால் முட்டி எலும்பு, வேறொரு இடத்தில் தொடை எலும்பு, இன்னுமொரு இடத்தில் இடுப்பு எலும்பு, இன்னு மொரு இடத்தில் முதுகெலும்பு, இன்னுமொரு இடத்தில் மண்டையோடு என்று சிதறிக்கிடக்கும் எலும்புக்கூடான சவம்.
- இடுகாட்டில் தூக்கியெறியப்பட்டுக் கிடக்கும் சவம், எலும்புகள் புழுத்து வெள்ளைப் பொடிப்பொடி களாய்க் கிடக்கும் சவம்.

இந்தப் பிணங்களோடு ஒப்பிட்டுப்பார்த்து, உண்மையில் எனது உடம்பும் இந்தப் பிணங்களுடைய உடல்களைப் போலவேயாகும்; தன்மையிலும் அமைப்பிலும் அவற்றிலிருந்து வேறுபட்டதல்ல. என் உடம்பும் ஒரு நாள் அவற்றைப் போலவே பிணமாகும் அழுகும் அழியும், அதிலிருந்து தப்ப முடியாது. இந்தப் பிணங்களைப் போலவே ஒரு நாள் அதுவும் புழுக்களுக்கும் பூச்சிகளுக்கும் கிருமிகளுக்கும் இரையாகும் என்று சாதகர் தெளிந்த அறிவுணர்வோடு இந்தத் தியானத்தில் நிலைத்திருக்கிறார். மூலப்பொருள்கள் கலைந்து வெட்டவெளி யான ஆகாசத்தில் கரைந்து மறையும் என்பது மட்டுமல்ல அழுக்குத் தன்மையில் தமது உடலும் இந்தப் பிணங்களை ஒத்ததே என்றும் உணர்கிறார். அலங்காரமான வெளிப்பூச்சு களாலும் வாசனைத் தைலங்களாலும் உயிருள்ள உடலின் அழுக்குத் தன்மையும் துர்நாற்றங்களும் மறைத்து வைக்கப் பட்டிருக்கின்றன, அவ்வளவுதான்.

இவ்வாறு சாதகர் உடலில் உடலை (அதாவது நான்கு மஹாபூதங்களால் ஆன உடலையும் அதன் தன்மைகளையும்) பிணங்களோடு ஒப்பிட்டுச் சிந்தித்து)த் தியானித்திருக்கும்போது, அந்தத் தியானத்தோடு இணைந்து தமது உடலின் உட்புறம் வெளிப்புறம் அல்லது இரண்டு புறங்களிலும் நிகழும் மாற்றங் களையும் உணர்வுகளையும் உற்றுநோக்கி உணர்ந்து அறிகிறார். அவற்றோடு மனத்தில் எண்ணங்கள் எழுவதையும் மறைவதை யும் எழுந்து மறைவதையும் தெளிவாக அறிந்தவராக இருக்கிறார். முன்னர் விரிவாகக் கூறப்பட்ட மூன்று மந்திரவாசகங்களும் இவ்வாறு இந்தத் தியானத்திலும் கடைப்பிடிக்கப்படுகின்றன.

காமவேகங்களின் தாக்குதல்களிலிருந்தும் தீய புலனவாக் களிலிருந்தும் விடுபட இந்தத் தியானம் மிகச் சிறந்ததாகும்,

மிகப் பலன் தரக்கூடியதாகும். பற்றுகளை அறுத்து மனத்தை வேறுபடுத்தித் திருத்துவதற்கு நிர்ப்பந்தமோ பலவந்தமோ இல்லாத ஒரு எளிய முறையாக இருக்கிறது இந்தத் தியானம். பிணங்களைப் பற்றிச் சிந்திக்கும் இத்தியானத்தில் முதலில் அருவருப்பும் அச்சமும் பெரும்பயமும் எழலாம்; ஆனால், உள்ளவை உள்ளவாறு விழிப்போடு உற்றுநோக்கிப் பார்க்கப் படும்போது, இந்த உணர்ச்சிகள் இயற்கையாகத் தாமாகவே வலுவிழந்து விலகிவிடுகின்றன. விருப்பு, வெறுப்பு, பயம், அச்சம் ஆகிய உணர்ச்சிகளிலிருந்து சாதகர் விடுபட்டுச் சமநிலை எய்தியவராகிறார். இத்தியானத்தில் பண்படும் சாதகர் எத்தகைய மரணவேதனைகளையும் உடல் வலிகளையும் – அவை எவ்வளவு தீவிரமாகவும் கடுமையாகவும் கொடூரமாக வும் இருந்தாலும் – அவற்றைப் பொறுத்துக்கொள்ளக்கூடிய மனவலிமை பெறுகிறார். வெப்பம், குளிர், பசி, தாகம், வேறு உடல் வேதனைகள் என எது எழுந்தாலும் சமநிலை குன்றாத பண்பில் அவர் உறுதிபட நிற்கிறார்.

புத்தருக்கு முன் எந்தவொரு போதகரும் உடலைப் பற்றிய விழிப்புணர்வை வளர்க்க வேண்டிய அவசியத்தையும் மேற் கண்டவாறு உடலைத் தியானிக்கும் பல்வேறு முறைகளையும் போதித்ததில்லை. தலையாய நன்மைகளைத் தரும் இந்த உடலைப் பற்றிய விழிப்புணர்வும் தியானமும் வாழ்வின் ஒவ்வொரு கணத்திலும் இடைவிடாது மேற்கொள்ளப்பட வேண்டியவையாகும் என்று வலியுறுத்திக் கூறுகிறார் புத்தர். சொல்லப்போனால், விடுதலையை நாடும் சாதகரின் ஒவ்வொரு செயலும் முழுவாழ்வும் மேற்சொன்னவாறு தியானமாகவே இருக்க வேண்டும். இத்தியானமே அவரது இணைபிரியாத தோழனாய் இருக்க வேண்டும். எவ்வாறு உயிர்மூச்சு இணை பிரியாமல் ஒன்றியிருக்கிறதோ, அவ்வாறே இத்தியானமும் நம்மோடு என்றும் இணைபிரியாமல் ஒன்றியிருக்க வேண்டும். இத்தியானப் பயிற்சியில் சிறிதும் வழுவலாகாது; கவனக் குறைவாகப் பயிற்சியைத் தளரவிடலாகாது. ஆரம்பத்தில் இத்தியானத்தில் காட்டப்படும் உறுதியும் வேகமும் சக்தியும் என்றும் தளராது நிலைத்திருக்கப் பெரும் முயற்சியோடு பழகிக்கொள்ள வேண்டும்.

இவ்வாறாக, மேலே விவரிக்கப்பட்ட ஆறு தியானங்களை யும் மேற்கொண்டு ஒரு சாதகர் உடல் பற்றிய விழிப்புணர்வை யும் கவனத்தையும் வளர்க்கிறார்; அந்த விழிப்புணர்விலும் கவனத்திலும் பூரணத்துவமும் மேன்மையும் அடைகிறார்.

(ஆ) உணர்வுகளை உற்றுநோக்குதல் *(வேதனானு பஸ்ஸனா)*

சதிபட்டான சுத்தத்தில் உணர்வுகள் ஒன்பது வகைகளாகக் காட்டப்படுகின்றன:

- இன்பகரமான உணர்வுகள்
- துன்பகரமான உணர்வுகள்
- இன்பகரமானதாகவும் இல்லாத துன்பகரமானதாகவும் இல்லாத உணர்வுகள் (நடுநிலை அல்லது குழப்ப உணர்வுகள்)
- உலகாயத (அதாவது உருவப் பொருளைச் சார்ந்து எழுந்த) இன்பகரமான உணர்வுகள்
- உலகாயத (அதாவது உருவப் பொருளைச் சார்ந்து எழுந்த) துன்பகரமான உணர்வுகள்
- உலகாயத (அதாவது உருவப் பொருளைச் சார்ந்து எழுந்த) நடுநிலை அல்லது குழப்ப உணர்வுகள்
- இவ்வுலகிற்கப்பாற்பட்ட (அதாவது அருவப்பொருள் களைச் சார்ந்து எழுந்த) இன்பகரமான உணர்வுகள்
- இவ்வுலகிற்கப்பாற்பட்ட (அதாவது அருவப்பொருள் களைச் சார்ந்து எழுந்த) துன்பகரமான உணர்வுகள்
- இவ்வுலகிற்கப்பாற்பட்ட (அதாவது அருவப்பொருட் களைச் சார்ந்து எழுந்த) நடுநிலை அல்லது குழப்ப உணர்வுகள்.

மனத்தையும் சேர்த்து ஆறுபுலன்களின் வாயிலாக எழும் உணர்வுகளே உள்ளுறைந்திருக்கும் ஆசைச் சக்திகளையும் மனோவேகங்களையும் தூண்டிவிட்டுப் பேரவாக்களும் பற்று தல்களும் கர்மவினைகளும் எழுவதற்குக் காரணங்களாக அமைகின்றன.

எந்தவொரு உணர்வு எழுந்தாலும் சாதகர் அதை உற்று நோக்கி அது எழுவதையும் அதன் தன்மையையும் அதன் மூலகாரணத்தையும் தெளிவாக அறிந்து கவனத்தில் கொள் கிறார். அது வெளிக்காரணங்களாலும் உண்டாகியிருக்கலாம் அல்லது தியானம் போன்ற உட்காரணங்களாலும் தோன்றி யிருக்கலாம்.

“பிக்குமார்களே! பிக்கு எவ்வாறு உணர்ச்சிகளில் உணர்ச் சியை உற்றுநோக்கி மனத்தில்கொண்டு அவற்றைப் பற்றிய

தெளிவான விழிப்புணர்வோடுகூடிய அறிவில் நிலைத்திருக்கிறார்?

“இங்கு, பிக்கு ஒரு இன்பகரமான உணர்ச்சியை அனுபவிக்கும்போது, ‘நான் ஒரு இன்பகரமான உணர்ச்சியை அனுபவிக்கிறேன்’ என்று தெளிந்த விழிப்புணர்வோடு அதை அறிகிறார்; ஒரு துன்பகரமான உணர்ச்சியை அனுபவிக்கும் போது, ‘நான் ஒரு துன்பகரமான உணர்ச்சியை அனுபவிக்கிறேன்’ என்று தெளிந்த விழிப்புணர்வோடு அதை அறிகிறார். இன்பகரமானதாகவும் இல்லாத துன்பகரமானதாகவும் இல்லாத ஒரு உணர்ச்சியை அனுபவிக்கும்போது, ‘நான் இன்பகரமானதாகவும் இல்லாத துன்பகரமானதாகவும் இல்லாத ஒரு உணர்ச்சியை அனுபவிக்கிறேன்’ என்று தெளிந்த விழிப்புணர்வோடு அதை அறிகிறார்.

“இன்பகரமான உணர்ச்சியோ துன்பகரமான உணர்ச்சியோ இரண்டுமற்ற சமநிலையோ புறத்திலுள்ள உருவப் பொருள்களை அல்லது அருவப்பொருள்களைச் சார்ந்து எழலாம். உருவப்பொருளைச் சார்ந்து எழும் ஒரு இன்பகரமான உணர்ச்சியை அனுபவிக்கும்போது, ‘நான் உருவப்பொருளைச் சார்ந்து எழும் ஒரு இன்பகரமான உணர்ச்சியை அனுபவிக்கிறேன்’ என்று தெளிந்த விழிப்புணர்வோடு அதை அறிகிறார். அதே மாதிரி, உருவப்பொருளைச் சார்ந்து எழும் ஒரு துன்பகரமான உணர்ச்சியை அனுபவிக்கும்போது, ‘நான் உருவப் பொருளைச் சார்ந்து எழும் ஒரு துன்பகரமான உணர்ச்சியை அனுபவிக்கிறேன்’ என்று தெளிந்த விழிப்புணர்வோடு அதை மனத்தில் கொள்கிறார். உருவப்பொருளைச் சார்ந்து எழும் ஒரு சமநிலை உணர்ச்சியை அனுபவிக்கும்போது, ‘நான் உருவப்பொருளைச் சார்ந்து எழும் ஒரு சமநிலை உணர்ச்சியை அனுபவிக்கிறேன்’ என்று தெளிந்த விழிப்புணர்வோடு அதை மனத்தில் கொள்கிறார்.

“அதே மாதிரி அருவப்பொருள்களைச் சார்ந்து எழும் எந்தவொரு உணர்ச்சியையும் அப்படியே உள்ளது உள்ளவாறு தெளிந்த விழிப்புணர்வோடு அறிகிறார்.

“எந்தவொரு உணர்ச்சி எழுந்தாலும், அது உருவப் பொருள்களைச் சார்ந்து எழுந்தவொன்றானால், உள்ளது உள்ளவாறே அது உருவப் பொருள்களைச் சார்ந்து எழுந்தது என்று தெளிந்த விழிப்புணர்வோடு பிக்கு அறிகிறார். அது அருவப்பொருள்களைச் சார்ந்து எழுந்த அருவ உணர்ச்சி என்றால், அது அருவப்பொருள்களைச் சார்ந்து எழுந்த அருவ உணர்ச்சி என்றும் பிக்கு தெளிந்த விழிப்புணர்வோடு அறிகிறார்.

(ஒவ்வொரு தோற்றம், ஒலி, வாசனை, சுவை, தொடுதல் அல்லது மன எண்ணம் – புலன்கள் வாயிலாக வரும் இந்த ஒவ்வொன்றும் உணர்வுகளை உண்டாக்கும். இந்த உணர்வு களைத் தொடர்ந்து வேறுபல மன உணர்ச்சிகளும் எழுச்சி களும் – உதாரணமாகத் திருப்தி, அதிருப்தி, மகிழ்ச்சி, வேதனை, கோபம், வெறுப்பு, குழப்பம் போன்றவை – உண்டாகும். பிக்கு ஒவ்வொரு உணர்ச்சி எழும்போதும் அது வெளிப்புறப் புலன் உணர்வுகளைச் சார்ந்து எழுகின்றதா அல்லது உட்புற உணர்ச்சி களை(எழுச்சிகளை)ச் சார்ந்து எழுகின்றதா அல்லது இந்த இரண்டு வகைளையும் சார்ந்து எழுகின்றதா என்று தெளிவுறச் சிந்தித்து அறிகிறார்).

"இவ்வாறு அவர் உணர்ச்சிகளில் உணர்ச்சியை உட்புறமாக (அதாவது புலன்கள் வாயிலாகவரும் உணர்வுகளையும் அவற்றைத் தொடர்ந்து உட்புறமாக எழும் மன உணர்வுகளை யும் எழுச்சிகளையும்) உற்றுநோக்கி உணர்ந்து அவற்றில் உறைந்திருக்கிறார். அல்லது உணர்ச்சிகளில் உணர்ச்சியை வெளிப்புறமாக (அதாவது, புலனுணர்வுகளோடு உடலின் வெளிப்புறத்தில் நிகழும் மற்ற உணர்வுகளையும்) உற்றுநோக்கி உணர்ந்து அவற்றில் உறைந்திருக்கிறார். அல்லது உணர்ச்சிகளில் உணர்ச்சிகளை உட்புறம் வெளிப்புறம் இரண்டு புறமும் உற்றுநோக்கி உணர்ந்து அவற்றில் உறைந்திருக்கிறார். அல்லது உணர்ச்சிகளோடு இணைந்து, உணர்ச்சிகளைத் தொடர்ந்து எழும் எண்ணங்களை உற்றுநோக்கியறிந்து அவற்றில் உறைந் திருக்கிறார். அல்லது உணர்ச்சிகளைத் தொடர்ந்து எழும் எண்ணங்கள் தேய்ந்து மறைவதையும் உற்றுநோக்கியறிந்து அதில் உறைந்திருக்கிறார். அல்லது உணர்ச்சிகளைத் தொடர்ந்து எண்ணங்கள் எழுவதையும் தேய்ந்து மறைவதையும் உற்று நோக்கியறிந்து அவற்றில் உறைந்திருக்கிறார். அல்லது அவர் தெளிந்த விழிப்புணர்வை வளர்த்து அதில் நிலைத்திருக்கிறார். 'இங்கு ஒரு உணர்ச்சி இருக்கிறது' என்று உணர்ச்சியையே உற்றுநோக்கி அந்த விழிப்புணர்வில் நிலைத்திருக்கிறார். உலகில் எதையும் ஆதாரமாகக் கொள்ளாதவராய், எதையும் பற்றா தவராய் அந்த விழிப்புணர்வில் உறைந்திருக்கிறார். இவ்வாறாகப் பிக்கு உணர்ச்சிகளில் உணர்ச்சியை (அதாவது புலன்வாயிலாக வரும் உணர்வுகளையும் அவற்றைத் தொடர்ந்து உட்புறமாக எழும் மன உணர்வுகளையும் எழுச்சிகளையும்) உற்றுநோக்கி மனத்தில்கொண்டு தெளிவான விழிப்புணர்வோடு உறைந் திருக்கிறார்."

நாம் முன்னரே கண்டதுபோல, மனம் என்பது உடலின்ப இச்சைகள் மற்றும் பேராசைகள் *(lust, greed)*, கோபதாபங்கள், வெறுப்புகள், குழப்பங்கள் ஆகியவற்றின் ஒரு கலவைதான்.

சில பொருள்கள் இன்பகரமான உணர்ச்சிகளை விளைவிக் கின்றன என்றால் அவை மனத்தில் உள்ள ஆசைகளைத் திருப்தி செய்வதால்தான். புலனுணர்வுகள் முதலில் மனிதரின் மனஆழத்தில் மறைந்து உள்ளூறைந்து கிடக்கும் குணங்களை, மனோவேகங்களை (உந்தும் ஆசைச் சக்திகளை, *tendencies, impulses*)த் தூண்டிவிடுகின்றன. இரண்டாவதாக, இந்தக் குணங்களையும் உந்தும் ஆசைச் சக்திகளையும் மேலும் வளர்த்து வலுவடையச் செய்து அவற்றை வழக்கமாகிப்போன பெருஞ் சக்திகளாக ஆக்கிவிடுகின்றன.

மறைநூல்கள் விளக்குகின்றன:

"ஓ துறவிகளே! இன்பகரமான உணர்வுகளில் உடலின்ப இச்சைகள் மற்றும் பேராசைகளைத் தூண்டியெழுப்பும் சுபாவம் இருக்கின்றது. துன்பகரமான உணர்வுகளில் வெறுப்பையும் கோபத்தையும் பகைமையையும் தூண்டியெழுப்பும் சுபாவம் இருக்கின்றது. இரண்டுமற்ற குழப்பமான உணர்வுகளில் அறியாமையையும் மயக்கத்தையும் தவறான கருத்துகளையும் தூண்டியெழுப்பும் சுபாவம் உள்ளது" *(மஜ்ஜிஹிம நிகாயம் i. 303).*

உள்ளூறைந்திருக்கும் குணங்களையும் மனோவேகங்களை யும் பௌத்த மறைநூல்கள் மூன்று நச்சு வேர்களாகவும், ஏழு *அனுசயங்களாகவும்* (உந்தும் ஆசைச் சக்திகளாகவும்), மூன்று பேரவாக்களாகவும் காட்டியுள்ளதை நாம் முன்னரே கண்டோம்.

யோகி தியானத்தில், உடலின் உட்புறம் வெளிப்புறம் அல்லது இரண்டு புறங்களிலும் நிகழும் மாற்றங்களையும் உணர்வுகளையும் அவற்றோடு இணைந்து மனத்தின் உட்புறம் வெளிப்புறம் எனப் புறங்களிலும் எழும் உணர்ச்சிகளையும் ஆசை வேகங்களையும் உற்றுநோக்கியறிந்து, ஒவ்வொரு உணர்வையும் உணர்ச்சியையும் மன எழுச்சியையும் தெளிவாகப் புரிந்துகொண்டவராய் இருக்கிறார். அவரது தெளிவான நல்மன விழிப்புணர்வு அரண்மனையைக் கவனத்துடன் பாது காத்திருக்கும் ஒரு துடிப்பான சேவகர்போல எப்பொழுதும் விழிப்போடும் கவனத்தோடும் செயலாற்றுகின்றது. புலன்க ளாகிய கதவுகளின் வழியாக முதன்முதலாக உணர்வுகள் மனத்தில் நுழையும்போதே, அந்த நல்மன விழிப்புணர்வானது கவனத்துடன் தெளிவாக அவற்றைக் காண்பது மட்டுமல்ல, எந்தக் குணங்களை, எந்த மனோபாவங்களை, எந்த உந்தும் ஆசைச்சக்திகளை அவை தூண்டியெழுப்பும் என்பதையும் அறிந்து அவை எழுவதற்கு இடங்கொடாமல் மனக்கதவுகளை

அடைக்கின்றது; வரும்முன்னர் காக்கும் காவலனாகச் செயல்படுகின்றது. உடலின்ப இச்சை, பேராசை, வெறுப்பு ஆகியவை தூண்டியெழுப்பப்படும் முன்னரே அவற்றை, இனங்கண்டறிந்து அடக்கும் அந்த *விபஸ்ஸனா* விழிப்புணர்வே (உள்நோக்கியறியும் விழிப்புணர்வே) புத்த அறிவாகும், புத்த ஞானமாகும். புத்த ஞானத்தின், அதாவது அந்த உள்நோக்கி யறியும் விழிப்புணர்வின், சக்திவாய்ந்த பார்வையில் காமம், பேராசை, வெறுப்பு ஆகியவை முளைவிட்டுத் தழைக்க முடியாமல் எரிபட்டுப்போகின்றன.

எந்தவொரு புலன் வாயிலாகவும் எந்தவொரு உணர்வு நுழைந்தாலும், புத்த ஞானம் கருத்தோடும் கவனத்தோடும் அதை உற்றுப்பார்க்கின்றது; அந்த உணர்வு தூண்டியெழுப்பும் குணம் அல்லது உந்தும் ஆசைச் சக்தியையும் அதைத் தொடர்ந்து எழும் எண்ண ஓட்டத்தையும் எண்ணங்களின் தொடரையும் உற்றுநோக்குகின்றது. விழிப்புணர்வின் இந்த உற்றுநோக்குதல் விருப்பு, வெறுப்பின்றி மேற்கொள்ளப்படுகின்றது. இந்த விழிப் புணர்வு எந்த உணர்ச்சிக்கும் எந்த எண்ணத்துக்கும் அடி பணிவதுமில்லை, வெறுத்து ஒதுக்குவதுமில்லை. அது செய்வ தெல்லாம் விருப்பு, வெறுப்பின்றி உள்ளதை உள்ளவாறு உற்றுநோக்குவதும் அவற்றின் விளைவுகளை உணர்வதும்தான். எந்த உணர்வையும் எண்ணத்தையும் மன எழுச்சியையும் அது பற்றிக்கொள்ளாமல், அவற்றிலிருந்து விடுபட்டதாய், அவற்றிலிருந்து விலகியிருந்து, விருப்பு, வெறுப்பின்றி இயற்கை யின் விதிகளை ஆராயும் ஒரு விஞ்ஞானியைப் போல உற்றுப் பார்க்கின்றது. அனைத்தும் நிலையாமைக்கு ஆட்பட்டவை, சாரமற்றவை, தனித்தன்மையேதுமற்றவை என்னும் உண்மையை உணர்ந்த விழிப்புணர்வாகிய அந்தப் புத்த அறிவு எதையும் பற்றாததாய் உற்றுப்பார்ப்பதிலேயே கவனமாய் இருக்கின்றது. எழுந்த உணர்வுகளும் எண்ணங்களும் மன எழுச்சிகளும் தாமாகவே தேய்ந்து மறைகின்றன. இவ்வாறு எல்லா உட லின்ப இச்சைகளும் பேராசைகளும் வெறுப்புகளும் குழப்பங் களும் மயக்கங்களும் தவிர்க்கப்படுகின்றன.

இன்பகரமான உணர்ச்சியோ துன்பகரமான உணர்ச் சியோ எது எழுந்தாலும், அதன் மூலகாரணங்களைத் தெளிவாக அறிய வேண்டும். புறப்பொருள்களைச் சார்ந்து எழும் எல்லா இன்பகரமான உணர்ச்சிகளும் மீன்களைப் பிடிப்பதற்காகத் தூண்டில் முள்ளில் தொங்கவிடப்பட்ட ஆகாரத்தைப் போன் றவை என்பது தெளிவாக உணரப்பட வேண்டும். புறப்பொருள் களால் எழும் இன்பகரமான உணர்ச்சிகளுக்கு அவற்றின் உண்மைத் தன்மையை உணராமல் இடம் கொடுத்தால் அவை

இறுதியில் தூண்டில்முள் மீனைச் சிக்கவைப்பது போலவே நம்மைத் துக்கத்தின் பிடியில் சிக்கவைக்கும். ஆனால், தியானப் பயிற்சிகளாலும் முயற்சிகளாலும் விளையும் இன்பகரமான உடல் பரவச உணர்ச்சி, மனமகிழ்ச்சி, பேரானந்தம் ஆகியவை அப்பேர்ப்பட்ட தூண்டில்முள் ஆகாரங்களல்ல. இவ்வாறு உணர்ச்சிகளின் வேறுபாடுகளும் அவை எழுவதன் காரணங் களும் அவற்றின் மூலாதாரங்களும் *விபஸ்ஸனா* தியானத்தில் ஆராயப்படுகின்றன.

இன்பகரமான, துன்பகரமான அல்லது நடுநிலையான எந்தவொரு உணர்வு எழுந்தாலும், அது உள்ளது உள்ளவாறு உற்றுநோக்கப்படுகின்றது. மனத்தில் குறிக்கப்படுகின்றது. "முன்னர் எழுந்த எத்தனையோ உணர்வுகளைப் போலவே, இதுவும் ஒரு உணர்வுதான், தனித்தியங்கும் தன்மையேதுமற்றது, இதுவும் தேய்ந்து மறைந்துபோகக்கூடியதுதான்" என்னும் மெய்யறிவே இங்கு நிலைபெறுகின்றது. அந்த உணர்வு எந்தவொரு பேராசையையும் பற்றுதலையும் தூண்டிவிடாமல் அதன் இயற்கைப் போக்கிலேயே தேய்ந்து மறைந்துபோகுமாறு விடப்படுகின்றது. ஒவ்வொரு கணமும் உடலின் உட்புறம், வெளிப்புறம், வெளிமனம், உள்மன ஆழம் எல்லாப்புறங்களும் உற்றுநோக்கப்பட்டு நிகழ்வதனைத்தும் தெளிவாக அறியப்படு கின்றன. முன்னர் விவரிக்கப்பட்ட மூன்று மந்திரவாசகங் களும் உள்நோக்கியறியும் விழிப்புணர்வை வளர்த்து நிறைவு செய்கின்றன.

இன்பகரமான உணர்வுகளின்பால் ஆசையையும் துன்ப கரமான உணர்வுகளின்பால் வெறுப்பையும் இரண்டுமற்ற நடுநிலையான உணர்வுகளின்பால் மயக்கத்தையும் தவிர்த்து விலக்கும் சாதகர், பேரவாக்கள், பற்றுதல்கள், வெறுப்பு, பகை, கோபம், மயக்கம், அறியாமை ஆகிய தளைகளிலிருந்து விடுதலை பெறுகிறார். விழிப்போடும் கவனத்தோடும் ஊக்கத்தோடும் உணர்வுகளின் உண்மைத்தன்மையை உள்ளது உள்ளவாறு கண்டறியும் சாதகரே **உண்மைக் காட்சி** பெற்றவர் என்று அழைக்கப்படுகின்றார். அத்தகைய "உண்மைக் காட்சி" கண்டு, உணர்வுகளை உணர்வுகளாக மட்டும் நிறுத்தி, மேலும் அவை பரிணமிக்கவிடாமல் தடுத்து விலக்கும் சாதகர் அனைத்து மனமாசுக்களையும் களைந்தெறிந்து *அரஹந்தர்* நிலையையடைகிறார்.

தியானத்தில் நிலைத்திருப்பது அனைத்து நிகழ்வுகளையும் பற்றிய தெளிவான விழிப்புணர்வும் அறிவுணர்வும் மட்டுமே. "தான்" எனும் தனியுணர்வு ஏதுமின்றி, எழுந்து மறையும் நிகழ்வுகளாகவே மாறுகிறார் சாதகர். நிலையாமையும் சாரமான

தனித்தியங்கும் ஆன்மா எதுவும் இல்லாமையும் இங்கு அனுபவபூர்வமாக உணரப்படுகின்றன.

(இ) மனத்தின் நிலையை உற்றுநோக்குதல் *(சித்தானு பஸ்ஸனா)*

அடுத்து, மனமே தியானப் பொருளாக எடுத்துக்கொள்ளப் பட்டு அதன் நிலை உள்ளது உள்ளவாறு ஆராயப்படுகிறது. மனமே *(சித்தமே)* மனத்தை *(சித்தத்தை)* ஆராய்கிறது. அதன் நிலை என்ன?

- அது காமவேகங்களாலும் புலனின்ப இச்சைகளாலும் பேராசைகளாலும் அலைக்கழிக்கப்படுகிறதா அல்லது அவற் றால் அலைக்கழிக்கப்படாமல் இருக்கிறதா?

- வெறுப்பு, கோபம், பகையுணர்ச்சி, அகந்தை, பொறாமை ஆகிய ஏதாவது எதிர்மறை உணர்ச்சி பீடிக்கப்பட்ட மனமாக இருக்கிறதா அல்லது அவற்றால் பீடிக்கப்படாத மனமாக இருக்கிறதா?

- மோகமாகிய அறியாமையால் பீடிக்கப்பட்ட மனமாக இருக்கிறதா அல்லது அதிலிருந்து விடுபட்ட மனமாக இருக் கிறதா?

- அலைபாய்ந்து சிதறியோடும் மனமாக இருக்கிறதா அல்லது அலைபாய்ந்து சிதறாத மனமாக இருக்கிறதா?

- தியானத்தில் மேன்மை பெற்று வளர்ந்த மனமாக இருக்கிறதா அல்லது மேன்மையற்று வளராத மனமாக இருக்கிறதா?

- சோம்பேறித்தனம், மந்தத்தனம் ஆகியவற்றால் பீடிக்கப் பட்ட மனமாக இருக்கிறதா அல்லது அவற்றால் பீடிக்கப்படாத மனமாக இருக்கிறதா?

- கவலைகள், பரபரப்பு, பதற்றம் ஆகியவற்றால் பீடிக்கப் பட்ட மனமாக இருக்கிறதா அல்லது அவற்றால் பீடிக்கப்படாத மனமாக இருக்கிறதா?

- சலனமற்று ஒருமுகப்பட்ட மனமாக இருக்கிறதா அல்லது சலனங்கொண்ட ஒருமுகப்படாத மனமாக இருக் கிறதா?

- துக்கத்திலிருந்து விடுபட்ட மனமாக இருக்கிறதா அல்லது துக்கத்திலிருந்து விடுபடாத மனமாக இருக்கிறதா?

சுருங்கச் சொன்னால், மனத்தின் நிலைதான் என்ன என்று உற்றுநோக்கி மனமே மனத்தை ஆராய்கின்றது. சாதகர் தன்னை வேறுபடுத்திக்கொண்டு, வேற்றுப் பொருள்களைப்

பார்ப்பதுபோலத் தன் மனத்தைத் தானே வேறு ஒருவராக இருந்து உற்றுநோக்குகிறார். உலகில் எதையும் பற்றாதவராய் மனத்திலிருந்துவிடுபட்டவராய், தன் மனத்தை ஆராய்கிறார். மனத்தின் நிலை எவ்வாறாயிருந்தாலும் அதை உள்ளபடியே பார்க்கிறார், கவனிக்கிறார், சிந்திக்கிறார், சோதிக்கிறார். ஒரு விஞ்ஞானி விருப்பு வெறுப்பு என்று எந்தவித உணர்ச்சியும் இன்றி, குற்றம் குறைகாணும் நோக்கமெதுவும் இல்லாமல், உள்ளதை உள்ளவாறு கண்டறிய ஆராய்வதுபோல, சாதகரும் தன் மனநிலையை உள்ளது உள்ளவாறு ஆய்ந்து அறிந்து கொள்ள முயல்கிறார்.

"இவ்வாறு பிக்கு மனத்தில் மனத்தை உட்புறமாக (அதாவது மனத்தில் தோன்றும் எல்லா மனநிலைகளையும் அவற்றின் தன்மைகளையும் அவற்றிற்குக் காரணமான உள்மன ஆழத்தையும்) உற்றுநோக்கி உணர்ந்து அதில் உறைந்திருக்கிறார். அல்லது மனத்தில் மனத்தை வெளிப்புறமாக (அதாவது மனநிலையோடு இணைந்து உடலின் வெளிப்புறமாக எழும் உணர்வுகளையும்) உற்றுநோக்கி உணர்ந்து அதில் உறைந்திருக்கிறார். அல்லது மனத்தில் மனத்தை உட்புறம் வெளிப்புறம் ஆகிய இரண்டு புறங்களிலும் உற்றுநோக்கி உணர்ந்து அவற்றில் உறைந்திருக்கிறார். அல்லது மனநிலையோடு இணைந்து எழும் எண்ணங்களை உற்றுநோக்கியறிந்து அவற்றில் உறைந்திருக்கிறார். அல்லது மனநிலையோடு இணைந்து எழும் எண்ணங்கள் தேய்ந்து மறைவதை உற்றுநோக்கியறிந்து அதில் உறைந்திருக்கிறார். அல்லது மனநிலையோடு இணைந்து எழும் எண்ணங்கள் எழுவதையும் தேய்ந்து மறைவதையும் உற்றுநோக்கி அவற்றில் உறைந்திருக்கிறார். அல்லது அவர் தெளிந்த விழிப்புணர்வை வளர்த்து அதில் நிலைத்திருக்கிறார். மனநிலையையே உற்றுநோக்கி, 'இங்கே இந்த மனநிலை இருக்கிறது' என்னும் தெளிவான விழிப்புணர்வில் நிலைத்திருக்கிறார். உலகில் எதையும் ஆதாரமாகக் கொள்ளாதவராய், எதையும் பற்றாதவராய் அந்தத் தெளிவான விழிப்புணர்வில் உறைந்திருக்கிறார். இவ்வாறாக பிக்கு மனத்தில் மனத்தை (அதாவது மனத்தில் தோன்றும் எல்லா மனநிலைகளையும் அவற்றின் தன்மைகளையும் அவற்றிற்குக் காரணமான உள்மன ஆழத்தையும்) உற்றுநோக்கி மனத்தில்கொண்டு தெளிவான விழிப்புணர்வோடு உறைந்திருக்கிறார்."

இவ்வாறு முந்தைய பகுதிகளில் விவரிக்கப்பட்ட மூன்று மந்திரவாசகங்களும் இங்கும் நினைவுகூர்ந்து தியானிக்கப்படுகின்றன.

புறப்பொருள்கள் புலன்வாயில்களைத் தாக்கும்போது, நாமம் என்று சொல்லப்படுகிற மனத்தொகுப்பின் உள்ளே

அந்தப் புலனுணர்வுகளைச் சார்ந்து வேறு சில உணர்ச்சிகளும் கிளர்ச்சிகளும் எழுவதுபோலவே, உட்புற மன எழுச்சிகளும் எண்ணங்களும் உடல் மாற்றங்களாகவும் அதிர்வுகளாகவும் உணர்வுகளாகவும் பிரதிபலிக்கின்றன. இவ்வாறாக, நாமமாகிய மனமும் உருக்கொண்ட உடலும் ஒரு நாணயத்தின் இரு பக்கங்கள்போல இணைந்துள்ளன. உடலில் எழும் மாற்றங்கள் மனத்தில் பிரதிபலிக்கின்றன. மனத்தில் எழும் எண்ணங்களும் கிளர்ச்சிகளும் உடல் உணர்வுகளாகப் பிரதிபலிக்கின்றன. ஆகவேதான், புத்தர் மனம் உடல் ஆகிய இரண்டு பகுதிகளையும் ஒவ்வொன்றாகவும் தனித்தனியாகவும் கூட்டாகவும் உற்றுப்பார்த்து அறியுமாறு சாதகருக்கு அறிவுரை வழங்குகிறார். அதாவது, மனத்தின் உட்புறநிலை, உடலின் வெளிப்புற உணர்வுகள் ஆகிய இரண்டு பகுதிகளும் ஒவ்வொன்றாகவும் தனித்தனியாகவும் கூட்டாகவும் உற்றுப்பார்த்து உணர்ந்தறியப் பட வேண்டும்.

மேலும், மனநிலையைச் சார்ந்து எழும் எண்ண அலைகளும் ஓட்டங்களும் உற்றுநோக்கி அறியப்பட வேண்டும் என்றும் புத்தர் கூறுகிறார். இவ்வாறாக, சாதகர் மனத்தில் "எண்ணங்கள் எழுவதையும் மறைந்துபோவதையும் காணும் அறிவில்" நிலைபெறுகிறார். பௌத்த தியானத்தில் இது ஒரு மிகமுக்கியமான இன்றியமையாத அம்சமாகக் கருதப்படுகின்றது. இதுவே விமோசனத்தின் நுழைவாயிலாக அமைகின்றது.

சித்தத்தை உற்றுநோக்கும் விழிப்புணர்வை வளர்க்கும் இந்தப் பயிற்சியில், சாதகர் தன்னைத்தானே ஒளிவு மறைவு இன்றி ஆராய்ந்து தனது மனத்தின் உண்மைத் தன்மையை உள்ளது உள்ளவாறு அறிகின்றார். எந்த எண்ணங்கள், உணர்ச்சிகள், ஆசை வேகங்கள் மனத்தில் தோன்றினாலும் அவற்றையும் அவற்றின் ஊற்றுக்கண்களையும் உள்ளது உள்ளவாறு கண்டு, அவை நலம் பயப்பவையா அல்லது தீமை பயப்பவையா அவற்றைக் கொண்ட மனமானது திறன் படைத்ததாயிருக்கிறதா அல்லது திறன் குன்றியதாக இருக்கிறதா என்றும் தெளிவுபெறுகின்றார். இவ்வாறு எண்ணங்களும் ஆசைகளும் மனத்தளவில் தோன்றும்போதே உற்றுநோக்கி ஆராயப்படும் போது, விவேகமான முன்யோசனையுள்ள சிந்தனை உதிக்கின்றது. தீய எண்ணங்களால் தூண்டப்பட்டு எழக்கூடிய தீய சொற்களும் தீய செயல்களும் அவை முளைவிட்டுத் தழைப்பதற்கான வாய்ப்பில்லாமல் சரியான தருணத்தில் தடுக்கப்படுகின்றன.

ஒன்றையொன்று தொடர்ந்து சார்புவழி எழும் எண்ண ஓட்டங்களை உற்றுநோக்கிக் காண்பதில் தேர்ச்சியும் திறமையும்

பெறும் ஒருவர், தன்னுள்ளே உறைந்திருக்கும் தன் எதிரிகளையும் தன் நண்பர்களையும் இனங்கண்டு தெளிவுபெற்றவராய் இருக்கிறார். தனக்கே பகையாக உள்ள தனது உணர்ச்சிகளோடும் ஆசைவேகங்களோடும் நிகழும் பெரும் போராட்டத்தில் அவர் எளிதில் வெற்றிபெறுகிறார். ஒருவருடைய நற்குணங்கள் புரிந்துகொள்ளப்பட்டு ஊக்கி வளர்க்கப்படுகின்றன. தீய குணங்களும் குறைகளும் சரியாக இனங்காணப்பட்டுக் கைவிடப்படுகின்றன. நல்மன விழிப்புணர்வோடு கூடிய ஞானம் வளர்க்கப்படும்போது இவை இயற்கையாகத் தாமே நிகழ்கின்றன. இங்குப் பலவந்தமாகவோ நிர்ப்பந்தமாகவோ எதுவும் அடக்கி ஒடுக்கப்படுவதில்லை. இது இயற்கையாகவே நிகழும் ஒருவகை மனத்தூய்மையாகும். எந்தவொரு உணர்ச்சித் தாக்கத்துக்கும் அடிமையாகாமல் சாதகர் சமநிலையில் உறைகிறார். அவரது குணநலன் மேம்பட்டு வளர்கின்றது, பெருகுகின்றது.

எண்ணங்களும் உணர்ச்சிகளும் ஒன்றையொன்று சார்ந்து எழுவதும் தேய்ந்து மறைவதும் கணத்துக்குக் கணம் மாறுவதும் அவற்றின் உண்மைத் தன்மையும் இந்தத் தியானத்தில் அனுபவ பூர்வமாக உணர்ந்தறியப்படுகின்றன. இவ்வாறு எழுந்து மறையும் எண்ணங்களையும் உணர்ச்சிகளையும் ஆசைகளையும் கொண்டதாகவே மனம் இருப்பதால், நிலைத்திருக்கும் பொருளோ சாரமோ அற்ற அதன் வெறுமைத் தன்மை தெளிவாகவும் பூரணமாகவும் புரிந்துகொள்ளப்படுகின்றது. இவ்வாறு சாதகர் தியானத்தில் மேன்மேலும் தேர்ச்சியும் முதிர்ச்சியும் அடைகின்றபோது, அவருக்கு அவரது மனம் மட்டுமல்ல மற்றவர்களின் மனமும் உணர்ச்சிகளும் தெளிவாகப் புரிகின்றன. மனத்தின் உணர்ச்சிகள் தமது உடலில் பிரதிபலிப்பதைத் தெளிவாகக் காணும் திறமை பெற்ற அவர், மற்றவர்களின் உடல் அசைவுகளையும் சைகைகளையும் பார்த்தே அவர்கள் மனத்தில் உள்ளதைப் புரிந்துகொள்கின்றார். மற்றவர்களைப் பற்றிய அக்கறையும் கனிவும் வளர்கின்றன.

(ஈ) தம்மங்களை (அதாவது மனத்தை ஆக்கும் மூலப்பொருட்களை) உற்றுநோக்குதல் *(தம்மானுபஸ்ஸனா)*

எண்ணங்கள், இச்சைகள், உணர்ச்சி வேகங்கள் ஆகிய மனத்தை ஆக்கும் அல்லது மனத்தில் அடங்கியுள்ள பொருள்களையே *தம்மங்கள்* என்று புத்தமத மறைநூல்கள் அழைக்கின்றன. இவற்றை ஆராயும் *அபிதம்ம* நூல்கள் பொதுவாக மனம் என்பது 52 தம்மங்களால் உருவானது என்று காட்டுகின்றன. நல்லெண்ணங்கள், தீய எண்ணங்கள் நல்லதுமற்ற தீயதுமற்ற எண்ணங்கள் யாவும் இந்த எண்ணிக்கையில் அடங்கும். இந்தத் தம்மங்களே இப்போது தியானப் பொருள்

களாக எடுத்துக்கொள்ளப்பட்டு உற்றுநோக்கி ஆராயப்படு கின்றன. இந்த ஆய்வு கீழ்வரும் ஐந்து தலைப்புகளில் மேற் கொள்ளப்படுகின்றது:

- ஐந்து தடைகள் (இடையூறுகள், *நீவரணங்கள்)*
- ஐந்து கூட்டுச்சேர்க்கைகள் *(கந்தங்கள்)*
- ஆறு உட்புற வெளிப்புறப் புலன்தளங்கள்
- மெய்ஞ்ஞானத்தின் ஏழு அங்கங்கள்
- நான்கு உன்னத உண்மைகள்.

(1) ஐந்து தடைகளை (இடையூறுகளை, *நீவரணங்களை)* உற்றுநோக்குதல்

மனத்தின் தெளிவையும் அமைதியையும் குலைத்து, மனம் ஒருமுனைப்பட்டுக் குவிவதற்குத் தடைகளாகி மனத்தை மாசுபடுத்தும் *தம்மங்கள்* பௌத்த பாரம்பரியத்தில் பொதுவாகக் கீழ்க்காணும் ஐந்து தடைகளாக அல்லது இடையூறுகளாகக் காட்டப்படுவதை நாம் ஏற்கனவே கண்டோம்:

- காமம் மற்றும் புலனின்ப இச்சைகள் *(காமச்சந்த)*
- வெறுப்பு / தீய எண்ணம் / பகைமை *(வ்யாபாத)*
- சோம்பேறித்தனம் / மந்தத்தனம் *(தீனமித்த)*
- கவலைகள் / பரபரப்பு / பதற்றம் *(உத்தச்சகுக்கச்ச)*
- அறியாமை / ஐயங்கள் / குழப்பங்கள் *(விசிகிச்சா)*

காமம் மற்றும் புலனின்ப இச்சைகளால் அலைக்கழிக் கப்படும் மனம் பலவண்ணங்கள் கரைக்கப்பட்ட தண்ணீ ருக்கு ஒப்பிடப்படுகின்றது. அதே மாதிரி, வெறுப்பு கோபம் கலந்த மனம் கொதிக்கும் நீருக்கும் மந்தத்தனமான மனம் பாசிகள் மற்றும் கொடிகள் படர்ந்த நீருக்கும் பதற்றம் நிறைந்த மனம் காற்றினால் அலைபாயும் நீருக்கும் அறியாமை ஐயம் நிறைந்த மனம் கலங்கிய சேறான நீருக்கும் ஒப்பிடப்படுகின்றன. இந்த மாதிரியான நீருக்குள் இருப்பதை நாம் அறிய முடி யாததுபோல, மனத்தின் இந்த இடையூறுகள் நம்மை நாமே அறிய முடியாமலும் உண்மையைக் காண முடியாமலும் குருடாக்கிவிடுகின்றன.

மன அமைதிக்கும் தியானத்திற்கும் தடைகளாக அல்லது இடையூறுகளாக உள்ள இவை பாலி மொழியில் *நீவரணங்கள்* என்று அழைக்கப்படுகின்றன. அமைதித் தியானத்தில் மனம் முதலில் இந்தத் தீய எண்ணங்களையும் இடையூறுகளையும்

அடக்கி மறைத்துவிட்டுச் சமாதி நிலைக்குச் செல்கிறது. அங்கு இவற்றை அடக்கும் முறைதான் மேலோங்கியுள்ளதே தவிர, வேரோடு களைந்தெறியும் தீவிர முயற்சியல்ல. உள்நோக்குத் தியானமும் நல்மன விழிப்புணர்வுமே இம்மாசுக்களையும் இடையூகளையும் வேரோடு களைய முடியும்.

மனத்தை மேலும் நுண்மையாக ஆராயும் அபிதம்ம தத்துவ நூல்கள் தீய தம்மங்கள் பதினான்கு (14) எனக் காட்டுகின்றன. இவை கீழ்க்காணுமாறு ஐந்து பகுதிகளில் விவரிக்கப்படுகின்றன:

முதற்பகுதி: குழப்பத்தை அடிப்படையாகக் கொண்டவை

(எல்லாவிதமான தீய மனநிலைகளுக்கும் காரணமானவை)

- குழப்பம் / மந்தத்தன்மை / மயக்கம்
- (நல்லொழுக்க நெறி வழுவுவதில்) வெட்கமின்மை
- (நல்லொழுக்க நெறி வழுவுவதில்) பயமின்மை அதாவது சமூக ஒழுங்கை மதிக்காமை
- பரபரப்பு / பதற்றம்.

(குறிப்பு: வெட்கமின்மையும் பயமின்மையும் நன்னெறி தவறுவதைக் குறிக்கின்றன. முதலாவது உட்கட்டுப்பாடு இன்மையையும் இரண்டாவது வெளிக்கட்டுப்பாட்டுக்கு அடங்காமையையும் குறிக்கின்றன. ஒருவரது மனத்தில் அறியாமையும் குழப்பமும் மேலோங்கியிருக்கும்போது, அவரால் சுயமாக உட்கட்டுப்பாட்டை மேற்கொண்டு தீயவழியில் செல்வதைத் தவிர்க்க முடியாது. அவ்வாறே, சமூகக் கட்டுப் பாட்டுக்கும் பயப்படாதவர், தீயசெயல்களில் ஈடுபடத் தயங்குவதில்லை. உட்கட்டுப்பாடு இல்லாமலும் வெளிக்கட்டுப் பாட்டுக்குப் பயப்படாமலும் தீயசெயல்களைச் செய்யும்போது மனத்தில் பரபரப்பு அல்லது பதற்றமே நிலவுகின்றது. இது நாலாவது தம்மமாக மேலே காட்டப்படுகிறது.)

இரண்டாம் பகுதி: பேராசையை அடிப்படையாகக் கொண்டவை

- காமம் மற்றும் புலனின்ப இச்சை பேராசை
- தவறான கருத்து (தவறான நம்பிக்கை)
- அகந்தை (கர்வம், தற்பெருமை).

மூன்றாம் பகுதி: வெறுப்பை அடிப்படையாகக் கொண்டவை

- வெறுப்பு / பகைமை
- பொறாமை

- அவநம்பிக்கை / சந்தேகம்
- கவலை வருத்தம்.

நான்காம் பகுதி

- சோம்பேறித்தனம் (சுறுசுறுப்பின்மை)
- திமிர் / விறைப்பு.

ஐந்தாம் பகுதி

- ஐயம்.

சாதகர் ஒவ்வொரு கணமும் மனத்தில் உள்ள *தம்மங்களை* உற்றுநோக்கிக் கவனமாகப் பார்த்தவராய் இருக்கிறார்; எந்தத் தீய எண்ணங்கள், *தம்மங்கள்* மனத்தில் எழுந்தாலும் உடனுக்குடன் அவற்றை அறிகிறார். தன் மனத்தின் உள்ளேயே ஆழமாக உற்றுப்பார்த்து, தீய எண்ணங்கள் உள்ளனவா என்று சிந்தித்துப்பார்க்கிறார்; பரிசோதிக்கிறார்.

- எந்தவொரு தீய எண்ணம் இருந்தாலும், சாதகர் உடனே தெளிவாகக் காண்கிறார்: 'இந்தத் தீய எண்ணம் இப்போது என்னுள் இருக்கின்றது.'

- தீய எண்ணம் இல்லாதபோது, சாதகர் தெளிவாகக் காண்கிறார்: 'அந்தத் தீய எண்ணம் இப்போது என்னுள் இல்லை.'

- முன்னர் இதுவரை இல்லாத தீய எண்ணம் எழும்போது, சாதகர் அதனையும் உடனே தெளிவாகக் காண்கிறார்.

- எழுந்த தீய எண்ணம் மறையும்போது அல்லது விலக்கப்படும்போது சாதகர் அதையும் தெளிவாக அறிகிறார்.

- விலக்கப்பட்ட தீய எண்ணம், மீண்டும் எழாவண்ணம் வேரறுக்கப்பட்டதா அல்லது வேரறுக்கப்படவில்லையா என்பதையும் சாதகர் உற்றுப்பார்த்து உள்நோக்கில் அறிகிறார்.

எண்ணத்தை உற்றுப்பார்க்கும் அதேசமயம், உடலில் பிரதிபலிக்கும் அசைவுகளும் மாற்றங்களும் உணர்ச்சிகளும் உற்றுப்பார்த்து அறியப்படுகின்றன. மனநிலையை உற்றுப்பார்க்கும் பயிற்சியில் விவரிக்கப்பட்டதுபோல, இங்கும் மனத்தில் எழும் எண்ணம், மனத்தின் உட்புற ஆழம், உடலின் உட்புறம் வெளிப்புறம், அனைத்தும் ஒவ்வொன்றாகவும் தனித்தனியாகவும் அல்லது கூட்டாகவும் பார்த்தறியப்படுகின்றது. தொடர்ந்து எழும் எண்ண ஓட்டங்களும் உற்றுநோக்கிப் பார்க்கப்படுகின்றன.

பேராசை, கோபம் ஆகிய எந்தத் தீய எண்ணம் எழுந்தாலும் அதை விருப்பு வெறுப்பின்றிச் சமநிலை கொண்ட மனத்தோடு உற்றுப்பார்த்து உள்ளதை உள்ளவாறு கண்டறிவதே இத்தியானத்தின் மையக் கருத்தாகும். எந்தவொரு மன எழுச்சியைக் கண்டும் கவலையோ பயமோ வெறுப்போ கொள்ள வேண்டாம். விருப்போ வெறுப்போ கொண்டால் மனம் விருப்பு வெறுப்பை மேலும் வளர்த்துப் பழக்கமான தாக்கிக்கொள்ளும். *சங்காரங்கள்* மேலும் வளரும். விருப்பு வெறுப்பின்றிச் சமநிலையில் மனத்தை நிறுத்தி எந்தவொரு ஆசை வேகத்தையும் அல்லது கோபம், பொறாமை போன்ற தீய எண்ணத்தையும் உற்றுப்பார்த்து அதன் தன்மையை அறிந்தவராக இருக்கிறார் பயிற்சியில் தேர்ச்சி பெற்ற சாதகர். "அந்த ஆசைவேகம் அல்லது கோபம் இப்பொழுது என்னுள் இருக்கிறது" என்று உற்றுப்பார்த்து உணர்ந்தறிவது மட்டுமே அவர் செய்வது; வேறு எந்த எதிர்வினையையும் அவர் உடனே புரிவதில்லை. அந்த ஆசைவேகம் அல்லது கோபத்தோடு இணைந்து உடலில் ஏற்படும் மாற்றங்களையும் உணர்ச்சிகளையும் உற்றுப்பார்த்து அறிகிறார். இவற்றையே உற்றுப்பார்த்திருக்கும்போது அந்த ஆசை அல்லது தீய எண்ணத்தின் வேகம் வலுவிழக்கிறது, படிப்படியாகத் தேய்ந்து மறைகின்றது. தீய எண்ணத்தை எதிர்கொள்வது என்பது அதையும் அதைத் தொடர்ந்து எழும் உடல் மாற்றங்களையும் உணர்ச்சிகளையும் உற்றுப்பார்த்தறிவதில் மட்டும் அடங்கியுள்ளது.

முன்னர் வெளிமனத்தின் உணர்வுக்கு வராமல், மன ஆழத்தில் உள்மறைந்து உறைந்திருக்கும் ஆசைவேகங்களும் உந்தும் சக்திகளும் இப்பொழுது தியானத்தில் வெளிவரும். இவற்றையும் சாதகர் தெளிவாக உணர்ந்தறிகிறார். வழக்கமாக, நாம் உடல் என்றும் மனம் என்றும் பகுத்துப் பார்ப்பவை உண்மையில் வெவ்வேறு தனிப்பொருள்கள் அல்ல. நாம் முன்னரே குறிப்பிட்டதுபோல, இரண்டும் ஒரு நாணயத்தின் இரு பக்கங்களைப் போல உள்ளன. உடலின் மாற்றங்கள் மனமாகப் பிரதிபலிக்கின்றன. மனத்தின் எழுச்சிகளும் உடல் மாற்றங்களாகவும் உடல் அணுக்களின் அதிர்வுகளாகவும் துடிப்புகளாகவும் பிரதிபலிக்கின்றன. இந்த உள்நோக்குத் தியானத்தில் மனம் மனத்தின் உட்புற ஆழம், உடல் உட்புறம் வெளிப்புறம் யாவும் உற்றுநோக்கிப் பார்த்து உணர்ந்து அறியப் படுகின்றன. மன எழுச்சிகளும் உடல் அணுக்களின் அதிர்வுகளும் இவ்வாறு தியானத்தில் உணர்ந்தறியப்படும்போது, உடலும் மனமும் மறைந்து எழுச்சிகளும் அதிர்வுகளும் எழுவதும் துடிப்பதும் மறைவதும் மட்டுமே அனுபவிக்கப்படுகின்றன. தான் எனும் தனியுணர்வு மறைந்து சாதகர் இந்த

எழுச்சிகளாகவும் அதிர்வுகளாகவும் துடிப்புகளாகவும் மாறி விடுகிறார். உடலும் மனமும் மறைந்து அதிர்வுகளே அனுபவிக்கப்படும்போது, அதிர்வுகள் சிதறும்போது, உள்ளத்தில் உறைந்து கிடக்கும் தீய குணப்போக்குகளும் உந்துதல் சக்திகளும் சேர்ந்து சிதறி வலுவிழக்கின்றன. இந்தத் தியான முறையே சாதகரைப் பிழிந்தெடுத்துச் சுத்திகரமாக்கவும் மனமாசுக்களை வேரறுக்கவும் சரியான வழியாகும். ஆங்கிலத்தில் *Cathartic experience* என்று கூறுகின்றார்களே அதற்கு ஒப்பானதாகும் இந்தத் தியான அனுபவம். அதிர்வுகளும் துடிப்புகளும் மட்டுமே அனுபவிக்கப்படும்போது, "தான்" எனும் தனியுணர்வு மறைகின்றது, இவற்றைக் கட்டியாளும் சக்தி கொண்ட ஆன்மா எதுவும் இல்லையென்பதும் நேரடி அனுபவமாக உணர்ந்தறியப் படுகின்றது.

எரிமலைகளைப் போல மன உள்ளாழத்தில் உறைந்து கிடக்கும் ஆசைவேகங்களும் உந்தும் சக்திகளும் தியானத்தில் வெளி உணர்வுக்குக் கொண்டுவரப்பட்டு உற்றுநோக்கி அறியப் படுகின்றன. நல்மன விழிப்புணர்வாகிய புத்த ஞானத்தின் தீர்க்கமான பார்வையில் அவை மீண்டும் துளிர்க்க வாய்ப்பில்லாவண்ணம் சுட்டெரிக்கப்படுகின்றன. அவை சுட்டெரிக்கப்பட்டனவா வேரறுக்கப்பட்டனவா என்பதையும் பயிற்சியில் தேர்ச்சி பெற்ற சாதகர் தம் உள்ளுணர்வில் தெளிவாக அறிகிறார். பட்டை பட்டைகளாக மன உள்ளாழத்தில் பதிந்துகிடக்கும் ஆசைவேகங்களும் உந்தும் சக்திகளும் குணங்களும் இவ்வாறு வெளிக்கொணரப்பட்டு வேரறுக்கப் படுகின்றன. தீய எண்ணங்களைத் தூண்டும் எந்தச் சக்திகள் மீண்டும் எழாவண்ணம் வேரறுக்கப்பட்டன, எந்தச் சக்திகள் தம்முள் இன்னும் இருக்கின்றன என்பதைச் சாதகர் தெளிவாக உணர்கின்றார். அனைத்து மனமாசுக்களையும் வேரோடு அழித்து, "தான்" எனும் தனியுணர்வை விலக்கிப் பூரண மனத்தூய்மை பெறுவதே தியானத்தின் குறிக்கோள்.

(2) ஐந்து கூட்டுச்சேர்க்கைகளை *(கந்தங்களை)* உற்று நோக்குதல்

"தான்", "நான்" என்று நாம் உலக வழக்குரீதியாகச் சொல்வது கீழ்க்காணும் கந்தங்களின் கூட்டுத் தொகுப்பே என்று முன்னரே கண்டுள்ளோம்:

- உடல் *(ரூபம்)*
- புலனுணர்வுகள் *(வேதனா)*
- முதல்நிலை அறிவு *(சஞ்ஞா)*

- மன எழுச்சிகள் *(சங்காரங்கள்)*
- தன்னுணர்வு *(விஞ்ஞானம்).*

இந்த ஐந்து *கந்தங்களையும்* (அதாவது சேர்க்கைகளையும்) உற்றுநோக்கி ஆராயும் சாதகர் அவை ஒவ்வொன்றும் மாறி மாறி ஆற்று நீர்போல ஓடுவதையும் நிலையான ஒன்று எதிலும் இல்லை என்பதையும் அவற்றைக் கட்டியாளும் சக்திகொண்ட ஆன்மா என்று சொல்லக்கூடிய எதுவும் இல்லையென்பதையும் தெளிவாக உணர்கிறார். ஒவ்வொரு ஆற்றுநீர் ஓட்டத்திற்கும் ஒரு பெயர் கொடுக்கப்படுகிறது. பெயர்தான் ஒன்றே தவிர நீர் மாறிக்கொண்டேயிருக்கின்றது.

ஆற்றுநீர்போல மாறி மாறி ஓடிக்கொண்டேயிருக்கும் ஒவ்வொரு *கந்தத்தையும்* (கூட்டையும்) உற்றுப்பார்க்கும் சாதகர், உடலில் நிகழும் ஒவ்வொரு மாற்றமும் மனத்தில் உதிக்கும் ஒவ்வொரு *தம்மமும்* (எண்ணமும்) எழுவதையும் எழுந்தவுடன் தேய்ந்து மறைந்துபோவதையும் உள்ளூர அனுபவபூர்வமாக உணர்ந்த அறிவில் நிலைபெறுகிறார்.

"மேலும், பிக்கு ஐந்து கந்தங்களையும் சார்ந்து எழும் எண்ணங்களை உற்றுநோக்கி அவற்றைப் பற்றிய தெளிவான விழிப்புணர்வோடுகூடிய அறிவில் நிலைத்திருக்கிறார். இது எவ்வாறு?

இங்கு பிக்கு இவ்வாறு சிந்தித்து உறைகிறார்: "இது உருவம் (உடலில் தோன்றும் மாற்றம்), இது அந்த மாற்றத்தின் தோற்றம் (அதாவது எழுச்சி), இது அந்த மாற்றத்தின் தேய்வும் மறைவும் (அதாவது வீழ்ச்சி) ஆகும்."

"இது புலனுணர்வு, இது புலனுணர்வின் தோற்றம், இது புலனுணர்வின் தேய்வு, மறைவு."

"இது புலனுணர்வைச் சார்ந்து எழும் அறிவுணர்வு. இது அறிவுணர்வின் தோற்றம். இது அறிவுணர்வின் தேய்வு, மறைவு."

"இது அறிவுணர்வைச் சார்ந்து எழும் மன எழுச்சி *(சங்காரம்).* இது மன எழுச்சியின் தோற்றம். இது மன எழுச்சியின் தேய்வு, மறைவு."

"இது மேற்கண்ட உணர்வுகளைச் சார்ந்து எழும் *விஞ்ஞானம்* என்கிற தன்னுணர்வு. இது *விஞ்ஞானத்தின்* தோற்றம். இது *விஞ்ஞானத்தின்* தேய்வு, மறைவு."

"இவ்வாறு பிக்கு எண்ணங்களில் எண்ணங்களை (அதாவது ஒவ்வொரு எண்ணத்தையும் தொடர்ந்து எழும் மற்ற

எண்ணங்களையும்) உட்புறமாகவும் (அதாவது மனத்தின் உட்புறமாகவும்) வெளிப்புறமாகவும் (அதாவது அந்த எண்ணங் களோடு இணைந்து வெளிப்புறமாகவும் உடலில் நிகழும் மாற்றங்களையும் உணர்ச்சிகளையும்) அல்லது உட்புறம் வெளிப்புறம் இரண்டு புறமும் உற்றுநோக்கி ஆழ்ந்து சிந்திப்ப தில் உறைந்திருக்கிறார். அல்லது எண்ணங்களில் எண்ணங்கள் (அதாவது ஒவ்வொரு எண்ணத்தையும் தொடர்ந்து மற்ற எண்ணங்கள்) எழுவதையும், எழுந்த எண்ணங்கள் தேய்ந்து மறைவதையும் அல்லது எழுச்சி மறைவு இரண்டையும் உற்றுநோக்கி ஆழ்ந்து சிந்திப்பதில் உறைந்திருக்கிறார்.

"எண்ணத்தை உற்றுநோக்கி, இங்கே இந்த எண்ணம் இருக்கின்றது என்னும் தெளிவான விழிப்புணர்வில் நிலைத் திருக்கிறார். எண்ணத்திலிருந்து தம்மைப் பிரித்து வேறுபடுத்தி, உலகில் எதையும் பற்றாதவராய், எதையும் ஆதாரமாகக் கொள்ளாதவராய், அந்தத் தெளிவான விழிப்புணர்வில் உறைந்திருக்கிறார். இவ்வாறாகப் பிக்கு ஐந்து கந்தங்களையும் சார்ந்து எழும் எண்ணங்களை உற்றுநோக்கி ஆழ்ந்து சிந்திப்பதில் உறைந்திருக்கிறார்."

முன்னர் ஐந்து தடைகள் (இடையூறுகள்) பற்றிய தியானத் தில் விளக்கப்பட்டது போலவே இங்கும் தியானம் தொடர் கின்றது. முன்னர் விவரிக்கப்பட்ட மூன்று மந்திரவாசகங்களும் நினைவுகூர்ந்து தியானிக்கப்படுகின்றன. இந்தத் தியானத்தில் இருப்பதெல்லாம் வெறும் உற்றுநோக்குதலும் தெளிவான அறிவுணர்வு மட்டுமேயாகும். எதுவும் பற்றிக்கொள்ளப்படுவ தில்லை. மனம் மறைந்து வெவ்வேறு எண்ணங்கள் எழுவதும் எழுந்த எண்ணங்கள் உடனே தேய்ந்து மறைவதுமே இங்கு உணரப்படுகின்றன. உடலும் மறைந்து நுண்ணணுக்களாகிய *கலாபாக்களின்* அதிர்வுகளும் துடிப்புகளும் மட்டுமே உணரப் படுகின்றன. இருப்பதெல்லாம் *கலாபாக்களின்* அதிர்வுகளும் துடிப்புகளும் மட்டுமே, எண்ணங்களின் எழுச்சியும் தேய்வும் மறைவும் மட்டுமே. தான் என்று தனித்தியங்கும் நிலையான பொருள் அல்லது ஆன்மா என எதுவும் இல்லையென்பதும் தியானத்தில் அனுபவபூர்வமாக உணர்ந்தறியப்படுகின்றது.

(3) ஆறு உட்புற வெளிப்புறப் புலன் தளங்களை உற்று நோக்குதல்

தம்மங்களைப் பற்றிய ஆய்வில், மூன்றாவதாகச் சாதகர் ஆறுபுலன்களையும் (உட்தளங்கள்), அவற்றைத் தாக்கும் வெளி உலகப் பொருள்களையும் (வெளித்தளங்கள்) தியானத்திற்கு எடுத்துக்கொள்கின்றார். அவையும் அவற்றின் தொடர்பினால்

விளையும் மனக்களங்கங்களும் தளைகளும் கீழ்க்காணுமாறு இங்குத் தெளிந்த விழிப்புணர்வோடு ஆய்ந்து அறியப்படுகின்றன:

- கண் – கண்ணைத் தாக்கும் உருவம் (தோற்றம், ஒளி), இவற்றின் தொடர்பினால் விளையும் மனக்களங்கங்கள், தளைகள்.

- காது – ஒலி, இவற்றின் தொடர்பினால் விளையும் மனக்களங்கங்கள், தளைகள்.

- மூக்கு – வாசனை (மணம்), இவற்றின் தொடர்பினால் விளையும் மனக்களங்கங்கள், தளைகள்.

- நாக்கு – சுவை, இவற்றின் தொடர்பினால் விளையும் மனக்களங்கங்கள், தளைகள்.

- உடல் – புறப்பொருள்களைத் தொடுதல், இவற்றின் தொடர்பினால் விளையும் மனக்களங்கங்கள், தளைகள்.

- மனம் – எண்ணம், இவற்றின் தொடர்பினால் விளையும் மனக்களங்கங்கள், தளைகள்.

ஐந்து தடைகளைப் பற்றிய தியானப் பகுதியில் விவரிக்கப்பட்டதுபோல இங்கும் தியானம் மேற்கொள்ளப்படுகின்றது. மூன்று மந்திரவாசகங்களும் நினைவுகூர்ந்து சிந்திக்கப்படுகின்றன. உற்றுநோக்கிப் பார்க்கும் சாதகர், இதுவரை இல்லாத மனக்களங்கமும் தளையும் இப்போது எவ்வாறு உண்டாகின்றன, எழுகின்றன என்பதைத் தெளிவாக அறிகிறார். அதேமாதிரி, எழுந்த மனக்களங்கமும் தளையும் எவ்வாறு விலக்கப்படுகின்றன. விலக்கப்பட்ட மனக்களங்கமும் தளையும் எவ்வாறு மீண்டும் எழா வண்ணம் வேரோடு அழிக்கப்பட்டன என்பதையும் சாதகர் தெளிவாக உணர்ந்து அறிகிறார்.

சதிபட்டான சுத்தம் கூறுகின்றது:

"இவ்வாறு பிக்கு எண்ணங்களில் எண்ணங்களை உட்புறமாக உற்றுநோக்கி ஆய்ந்து சிந்திப்பதில் உறைந்திருக்கிறார். அல்லது எண்ணங்களில் எண்ணங்களை வெளிப்புறமாக (அதாவது அவற்றோடு இணைந்து வெளிப்புறமாக உடலில் எழும் உணர்வுகளையும்) உற்றுநோக்கி ஆய்ந்து சிந்திப்பதில் உறைந்திருக்கிறார். அல்லது எண்ணங்களில் எண்ணங்களை உட்புறம் வெளிப்புறம் இரண்டு புறமும் உற்றுநோக்கி ஆய்ந்து சிந்திப்பதில் உறைந்திருக்கிறார். அல்லது எண்ணங்களைச் சார்ந்து மற்ற எண்ணங்கள் எழுவதை உற்றுநோக்கி ஆய்ந்து சிந்திப்பதில் உறைந்திருக்கிறார். அல்லது எண்ணங்களைச் சார்ந்து எழும் மற்ற எண்ணங்கள் தேய்ந்து மறைவதையும் உற்றுநோக்கி ஆய்ந்து சிந்திப்பதில் உறைந்திருக்கிறார். அல்லது

எண்ணங்களில் எண்ணங்கள் எழுவதையும் தேய்ந்து மறைவதையும் உற்றுநோக்கி ஆய்ந்து சிந்திப்பதில் உறைந்திருக்கிறார். அல்லது அவர் தெளிந்த விழிப்புணர்வை வளர்த்து அதில் நிலைத்திருக்கிறார். எண்ணத்தை உற்றுநோக்கி, 'இங்கே இந்த எண்ணம் இருக்கிறது' என்னும் தெளிவான விழிப்புணர்வில் நிலைத்திருக்கிறார். உலகில் எதையும் ஆதாரமாகக் கொள்ளாதவராய், எதையும் பற்றாதவராய் அந்தத் தெளிவான விழிப்புணர்வில் உறைந்திருக்கிறார். இவ்வாறாகப் பிக்கு ஆறு புலன்களையும் அவற்றைத் தாக்கும் வெளியுலகப் பொருள்களையும் அவற்றின் தொடர்பினால் விளையும் தளைகளையும் உற்றுநோக்கி அறிவதோடுகூட, அவற்றைச் சார்ந்து எழும் எண்ணங்களையும் தெளிவான விழிப்புணர்வோடு அறிந்து சிந்தித்தவராய் இருக்கிறார்."

மனம் எப்பொழுதும் ஆறு புலன்களின் வாயிலாக வெளியுலகப் பொருள்களை நாடிச் செல்கின்றது. சாதாரண மனம் தீபாவளிப் பண்டிகையில் வெடிக்கப்படும் பட்டாசு, மத்தாப்பு ஆகியவற்றைப் போன்றதாகும். **புலன் உணர்வு என்கிற தீ அதைப் பற்றியவுடன், சாதாரண மனம் பட்டாசுபோலச் சிதறி வெடிக்கின்றது**. உணர்ச்சிகள், மனக்கிளர்ச்சிகள், பேராசைகள், பற்றுதல்கள் தீப்பொறிகளாகப் பரந்து விரிகின்றன, வெடிக்கின்றன. மெய்யறிவை விரும்பும் சாதகர், மனம் எப்பொழுதும் ஆறு புலன்கள் வாயிலாக வெளியுலகப் பொருள்களை நாடி ஓடுவதாக இருப்பதையும் புறப்பொருள்கள் புலன்களைத் தொட்டவுடன் அந்தப் புலனுணர்வுகள் மனத்தைச் சிதறி வெடிக்கவைக்கும் தீப்பொறிகளாக இருப்பதையும் அறிந்துகொள்ள வேண்டும். அந்தப் புலனுணர்வுகளே மனத்தில் பேராசைகளையும் பற்றுதல்களையும் தூண்டிவிடுகின்றன. பேராசைகளால் கிளர்ந்தெழும் மனம் புறப்பொருள்களைப் பற்றிக்கொள்கின்றது. இந்தப் பற்றுதல்களாலேயே மேலே கண்ட ஐந்து தடைகளும் பதினான்கு தீய தம்மங்களும் அவற்றைத் தொடர்ந்து பத்துத் தளைகளும் எழுந்து மனிதரைத் துக்கமயமான வாழ்க்கைச் சக்கரத்தில் பிணைக்கின்றன. மனிதரைத் துக்கத்தில் பிணைக்கும் பத்துத் தளைகள் கீழ்வருமாறு:

1. தான் எனும் தனித்துவத்தில் தவறான நம்பிக்கை *(அகம் எனும் தவறான கருத்து) (சக்காய திட்டி)*
2. ஐயம் *(விசிகிச்சா)*
3. வேள்விகளும் சடங்குகளும் விமோசனத்தைத் தரும் என்னும் தவறான கருத்தும் நம்பிக்கையும் *(சீலப்பத பராமாச)*

4. புலனின்ப ஆசைகள் காமம் *(காமச்சந்த)*

5. வெறுப்பு / பகையுணர்ச்சி *(வ்யாபாத)*

6. உருவ வாழ்வில் அவா *(ரூபராக)*

7. அருவ வாழ்வில் அவா *(அரூபராக)*

8. தற்பெருமை மமதை *(மான)*

9. அமைதியின்மை / பதற்றம் / சலனம் *(உத்தச்ச)*

10. அறியாமை *(அவிஜ்ஜா).*

மனம் புறப்பொருளைப் பற்றிக்கொள்வதாக இல்லாமல் இருக்குமேயானால், தாமரை இலையின் மேல் விழுந்த நீர்த்துளிகள் ஒட்டாமல் சறுக்கி வீழ்ந்துவிடுவதைப் போல, புறப்பொருள்கள் இயற்கையாக விலகிப்போய்விடுகின்றன. அப்போது தடைகளும் தீய தம்மங்களும் தளைகளும் எழும் வாய்ப்பில்லை.

தனது மனத்தையே உற்றுப்பார்த்து விழிப்புணர்வுடன் இருக்கும் சாதகர், எவ்வாறு முன்னர் எழாத களங்கங்களும் தளைகளும் புலன்கள் புறப்பொருள்களுடன் கொள்ளும் தொடர்பினால் எழுகின்றன, எவ்வாறு எழுந்த களங்கங்களும் பேராசைகளும் பற்றுதல்களும் தளைகளும் விவேகத்துடன் கூடிய விழிப்புணர்வின் கவனத்தினாலும் காவலினாலும் விலக்கப்படுகின்றன என்பதைத் தெளிவாக அறிகிறார். புத்த ஞானமாகிய விழிப்புணர்வு விருப்பு வெறுப்பின்றி உற்றுப் பார்த்துக் காவலிருக்கும்போது, தாமரை இலைமேல் விழுந்த தண்ணீர்த்துளிகள்போலப் புறப்பொருள்கள் ஒட்டாமல் விலகியோடிவிடுகின்றன. சாதகர் தியானத்தில் தொடர்ந்து தேர்ச்சியும் முதிர்ச்சியும் அடைகின்றபோது, எவ்வாறு விலக்கப்பட்ட களங்கங்களும் தளைகளும் மீண்டும் எழும் வாய்ப்பில்லாமல் வேரோடு அழிக்கப்படுகின்றன என்பதையும் தெளிவாக அறிகிறார்.

ஒவ்வொரு மனக்களங்கம், அது விளைவிக்கும் தளை ஆகியவற்றைத் தெளிவாக உணர்ந்த விழிப்புணர்வும் அறிவுமே அவற்றை வெற்றிகாணப் போதும் சக்தி வாய்ந்தவைகளாக உள்ளன. ஒவ்வொரு மனக்களங்கமும் இவ்வாறு நான்கு உன்னத உண்மைகளாகப் புரிந்துகொள்ளப்பட வேண்டும்: (1) இந்தக் களங்கம் உள்ளது; (2) இந்தக் களங்கம் எழுந்தது காரணத்தால்; (3) இந்தக் களங்கத்தை ஒழிக்க இயலும்; (4) நல்மன விழிப்புணர்வோடுகூடிய மெய்ஞ்ஞானமும் நன் முயற்சியும் இந்தக் களங்கத்தை ஒழிக்கும் வழிகளாகும்.

ஒவ்வொன்றும் எவ்வாறு காரணம் – விளைவு என்கிற இயற்கையின் விதிகளின்படி நிகழ்கின்றது என்பதைப் பகுத்தறிந்து கண்டு, எப்பொழுதும் இடைவிடாது தொடர்ந்திருக்கும் நல்மன விழிப்புணர்வோடுகூடிய ஞானமே களங்கங்களையும் தளைகளையும் அறுத்தெறியும் கருவியாகும். அறியாமையாலும் மயக்கத்தாலுமே நாம் மேலும் மேலும் பற்றுதல்களையும் களங்கங்களையும் தளைகளையும் வளர்த்துக்கொள்கின்றோம்; தளைமேல் தளையாக நம்மை நாமே பிணைத்துக்கொள்கின்றோம். புலனுணர்வுகளைச் சார்ந்து எழும் பேராசைகளையும் பற்றுதல்களையும் வெறுப்புகளையும் கோபத்தையும் பொறாமையையும் நல்மன விழிப்புணர்வோடுகூடிய ஞானம் உற்றுநோக்கிப் பார்த்து இனங்கண்டறியும்போது அவை வலுவிழக்கின்றன. பழக்கமாகிப்போன மனப்போக்கு உள்ளது உள்ளவாறு காணப்படும்போது அது மாறுகின்றது. உற்றுநோக்கிப் பார்த்து விழிப்புணர்வோடு விருப்பு – வெறுப்பு நீங்கிய சமநிலையில் உறையும்போது, பழைய களங்கங்களும் தளைகளும் வெளியுணர்வுக்கு வருகின்றன. முன்னர் எழாத களங்கங்களும் தளைகளும் இப்போது எழுவதைச் சாதகர் காண்கிறார். விழிப்புணர்வோடுகூடிய ஞானத்தின் தீர்க்கமான பார்வையில் அவை சுட்டெரிக்கப்படுகின்றன. இவ்வாறாக அனைத்து மனமாசுக்களும் தளைகளும் நீங்குகின்றன. இவை மீண்டும் எழாவண்ணம் பூரணமாகச் சுட்டெரிக்கப்பட்டனவா இல்லையா என்பதையும் சாதகர் தியானத்தில் உள்ளூர உணர்கின்றார்.

(4) மெய்ஞ்ஞானத்தின் ஏழு அங்கங்களைத் தியானித்தல்

பேராசைகளையும் வெறுப்புகளையும் அவற்றைப் பற்றிக்கொண்டு செய்யப்படும் செயல்களையும் விளைவிக்கும் விதைகள் இங்கே நம்முள்ளேயே நம் மனத்திலேயே இருக்கின்றன, வேறெங்கும் இல்லை. நம்முள் உறைந்திருக்கும் குணங்களையும் மனோபாவங்களையும் பேராசைகளையும் தூண்டியெழுப்பக்கூடிய சக்தி படைத்தவையாக உள்ளன புலனுணர்வுகள். விவேகத்துடன்கூடிய விழிப்புணர்வு குன்றாமல் நிலைபெற்றிருக்குமானால், விழிப்புணர்வு துரிதமாகவும் எச்சரிக்கையாகவும் செயல்படுமேயானால், புலனுணர்வுகள் பேராசைகளையும் பற்றுதல்களையும் தூண்டாமல் தாமரை இலைமேல் விழுந்த தண்ணீர்போல விலகியோடிவிடும். ஆகவே, இந்த நல்மன விழிப்புணர்வே மெய்ஞ்ஞானத்தின் முதலும் முக்கியமானதுமான அங்கமாகும். அது வளர்த்துப் பெருக்கப்பட வேண்டியதாகும்.

மெய்ஞ்ஞானத்தின் அடுத்த அங்கமாக அமைவது தம்ம விசயம் ஆகும்; அதாவது தம்மங்களை ஆராய்வது, தம்ம

ஆராய்ச்சி. எது நன்மை பயப்பது, நல்லது, நமக்கோ பிற ருக்கோ தீங்கு விளைவிக்காதது? எது தீமை பயப்பது, மோச மானது, நமக்கோ பிறருக்கோ தீங்கு விளைப்பது, கொடுமை யானது? எது உண்மை, எது பொய்? எது ஒளிமயமான வாழ்வு, எது இருள்படிந்த வாழ்வு? இவற்றைப் பற்றிய தெளிவான ஆராய்ச்சியே இரண்டாம் அங்கமாகும். செயல்களைத் தூண்டும் எண்ணங்களின் (நோக்கங்களின்) தன்மையை இந்த ஆராய்ச்சி நிர்ணயிக்கின்றது.

தம்ம ஆராய்ச்சியைத் தொடர்ந்து எழுப்பப்படுகின்றன முயற்சியும் ஊக்கத்துடன்கூடிய உழைப்பும். ஆய்வில் கண்ட தீயவற்றை விலக்கி, நல்லவற்றைப் பற்றிக்கொண்டு தம்மப் பாதையில் முன்னேறும் இம்முயற்சி மெய்ஞ்ஞானத்தின் மூன்றாம் அங்கமான *வீரியம்* ஆகும். தீய எண்ணங்களும் தியானத்திற்குத் தடைகளான இடையூறுகளும் களங்கங்களும் விலக்கப்படுகின்றன. தியானம் பண்படுத்தப்பட்டு மனம் சமாதி நிலைக்குச் செல்கின்றது. எந்தவொரு புலன்வாயிலாகவும் புறப்பொருள் நுழையும்போது, மனம் அதை வெறுமனே குறித்து வைத்துக்கொண்டு விருப்பும் வெறுப்பும் எந்தவிதப் பற்றுதலுமின்றி அப்படியே அதன் போக்கில் அது கடந்து செல்லுமாறு விட்டுவிடுகிறது. மனம் அதைப் பற்றிக்கொண்டு களங்கங்களும் தளைகளும் எழ இடம் தருவதில்லை. நல்லவை அல்லாதன இவ்வாறு சுமுகமாகக் கைவிடப்படுகின்றன நல்லவை பாதுகாத்து வளர்க்கப்படுகின்றன.

தீயவை நீங்கும்போது, மனக்கலக்கத்திற்கோ கழிவிரக்கத் துக்கோ இடம் இல்லாமல் போகின்றது. மனக்கலக்கமோ கழிவிரக்கமோ இல்லாமையால் உடலிலும் அவற்றின் பிரதி பலிப்பு ஏற்படுவதில்லை; உடல் அமைதியுற்றுப் பரவசம் அடைகின்றது. இந்த உடல் பரவசம் தூண்டில் முள்ளில் சிக்காத, பின்விளைவுகளும் ஆபத்துகளும் அற்ற, தூய பரவச மாகும். இது மெய்ஞ்ஞானத்தின் நான்காம் அங்கமாகின்றது.

உடல் பரவசம் உண்டாகும்போது, மனம் மேலும் அமைதி யுறுகிறது, பெரும் மகிழ்ச்சியில் திளைக்கின்றது. பெரும் மகிழ்ச்சியில் திளைத்திருக்கும் மனம் ஒருமுனைப்பட்டு ஆழ் நிலைச் சமாதியில் நுழைகின்றது. ஆழ்நிலைச் சமாதியில் உறுதியும் திறமும் பெற்ற மனம் அசைக்க முடியாத சமநிலை யில் உறைகின்றது.

இவ்வாறாக, மெய்ஞ்ஞானத்தின் ஏழு அங்கங்களும் ஒன்றைத் தொடர்ந்து ஒன்றாகப் படிப்படியாக எழுகின்றன:

- நல்மன விழிப்புணர்வு *(சம்மாசதி)*
- தம்ம ஆராய்ச்சி *(தம்ம விசயம்)*

- மனோபலம் ஊக்கம் உழைப்பு *(வீரியம்)*
- உடல் பரவசம் *(பீதி)*
- அமைதி மகிழ்ச்சி *(பஸ்ஸத்தி)*
- மன ஒருமுனைப்பாடு *(சமாதி)*
- சமநிலை *(உபெக்கா)* (சுகம் – வலி, மகிழ்ச்சி – துயரம்) எதுவுமற்ற சமநிலை.

உள்நோக்குத் தியானத்தில் சாதகர், மெய்ஞ்ஞானத்தின் ஏழு அங்கங்களும் தன் மனத்தில் உதித்தெழுகின்றனவா என்று உற்றுப்பார்க்கிறார். உதித்த அங்கத்தை 'அந்த அங்கம் உதித்திருக்கின்றது' என்று தெளிவாகக் காண்கிறார், உணர்கிறார். உதிக்கவில்லை என்றால், 'அது உதிக்கவில்லை' என்று தெளிவாக அறிகிறார். எழாத மெய்ஞ்ஞான அங்கம் எவ்வாறு நன்முயற்சி யால் எழுகின்றது என்பதையும் எழுந்த மெய்ஞ்ஞான அங்கம் எவ்வாறு குன்றாத பயிற்சியாலும் நன்முயற்சியாலும் வளர்ந்து பெருகி நிறைவுபெறுகிறது என்பதையும் தெளிவாக அறிகிறார். அந்த நன்முயற்சி எப்போதும் உறுதியோடும் ஊக்கத்தோடும் கடைப்பிடிக்கப்படுகின்றது.

மனத்தின் உள்ளே உதிக்கும் மெய்ஞ்ஞான *தம்மங்களின்* நிலையையும் அவற்றைத் தொடர்ந்து உடலில் பிரதிபலிக்கும் மாற்றங்களையும் எண்ண ஓட்டங்களையும் சாதகர் ஒவ்வொன் றாகவும், தனித்தனியாகவும் கூட்டாகவும் உற்றுப்பார்க்கிறார். இவ்வாறு, ஒவ்வொரு மெய்ஞ்ஞான *தம்மத்தைப்* பற்றியும் உட்புறமாகவும் வெளிப்புறமாகவும் உட்புறம் வெளிப்புறம் இரண்டு புறங்களிலும் தெளிந்த விழிப்புணர்வு நிலைநாட்டப் படுகின்றது. சாதகர் எல்லா எண்ணங்களிலிருந்தும் தம்மை வேறுபடுத்தி விலகி நின்றவராய், உலகில் எதையும் ஆதாரமாகக் கொள்ளாதவராய், எதையும் பற்றாதவராய், அந்தத் தெளிவான விழிப்புணர்வில் உறைந்திருக்கின்றார்.

ஐந்து தடைகளைப் பற்றிய தியானப் பகுதியில் அனைத்துத் தீய எண்ணங்களையும் ஒழிப்பது தொடர்பாகப் பார்த்தோம். அவ்வாறே இங்கும் மெய்ஞ்ஞானத்தின் ஏழு அங்கங்களையும் வளர்த்துப் பெருக்கி நிறைவுபடுத்துவதோடுகூட அனைத்து நல்லெண்ணங்களும் வளர்க்கப்பட வேண்டும். அவற்றில் முக்கியமாகக் குறிப்பிட வேண்டியவை:

- அனைத்தையும் தழுவிய அன்புறுநேயம் *(மெத்தா)*
- அனைத்தையும் தழுவிய கருணை *(கருணா)*
- பிறர்நலத்தில் மகிழ்ச்சி *(முதிதா)*

- தன்னலத்தியாகம்
- நம்பிக்கை *(சிரத்தா)*
- நன்னெறி வழுவுவதில் நாணம்
- நற்சொல்
- நற்செயல்
- நற்தொழில்.

இவ்வாறு, சீலத்தில் அடங்கும் யாவும் தியானிக்கப்படும்.

(5) நான்கு உன்னத உண்மைகள்

அடுத்து, சாதகர் புத்தர் போதித்த நான்கு உன்னத உண்மைகளையும் ஆழ்ந்து சிந்திப்பதில் ஈடுபடுகிறார்.

"இங்கு, பிக்கு உள்ளதை உள்ளவாறு காண்கிறார்: இது துக்கம். இது துக்கம் எழுவதற்கான காரணம் *(துக்க சமுதயம் – துக்கம் தோன்றும் காரணம்)*. இது துக்க ஒழிப்பு *(துக்க நிரோதம்)*. இது துக்க ஒழிப்பிற்கான மார்க்கம் *(துக்க நிரோத மார்க்கம்)*."

மேலே நாம் கண்ட தியானங்களைப் போலவே, இங்கும் எண்ணங்களில் எண்ணங்கள் உட்புறமாகவும் வெளிப்புறமாக வும் இரண்டு புறங்களிலும் உற்றுநோக்கிப் பார்க்கப்படு கின்றன, சிந்திக்கப்படுகின்றன. முன்னர் விவரிக்கப்பட்ட மூன்று மந்திரவாசகங்களும் இங்கும் தியானத்தின் அச்சாணி களாக விளங்குகின்றன.

(i) துக்கம்

பிறப்பு, முதுமை, நோய், மரணம் என்று துக்கத்தைத் தியானிப்பது, வாழ்வில் வெறுப்பையும் கசப்பையும் வளர்த்து வாழ்வைத் துறவுநிலைக்குக் கொண்டுசெல்வதற்காக என்று பொதுவாகக் கருதப்படுகின்றது. இது அறியாமையால் தவறாகத் திரித்துக்கூறப்படும் கருத்தாகும். புத்தரின் போதனை சரியாகப் புரிந்துகொள்ளப்படாத காரணத்தினால் இத்தகைய தவறான கூற்றுகள் எழுகின்றன.

"பிக்குமார்களே, இது 'துக்கம் வாழ்வில் உள்ளது' என்கிற உன்னத உண்மை: பிறப்பு துக்கம், முதுமை துக்கம், பிணி துக்கம், மரணம் துக்கம்; இன்பம் தராதவற்றோடு இணைவது துக்கம், இன்பம் தருபவற்றிலிருந்து பிரிவது துக்கம்; ஆசையோடு விரும்பியதை அடையாதது துக்கம். சுருங்கச் சொன்னால், ஐந்து கந்தங்களை (கூட்டுச் சேர்க்கைகளை)ப் பற்றிக்கொண் டிருப்பது துக்கம்" *(விநய. I. ப. 10)*.

இது துக்கம் என்று இங்குப் புத்தர் விளக்கிக்காட்டுவது வாழ்வின் உண்மையை உள்ளது உள்ளவாறு புரிந்துகொள்ள வேண்டும் என்பதற்காகவேயாகும். வாழ்வில் துக்கம் உள்ளது என்று கூறும் புத்தர், துக்கம் ஏன், எப்படி விளைகின்றது என்னும் காரணத்தையும் அந்தக் காரணத்தை நீக்கித் துக்கத்திலிருந்து விடுபடும் வழியையும் வாழ்வின் மற்ற உண்மைகளாகக் காட்டுகின்றார். துக்கமற்ற உண்மையான பேரின்ப வாழ்வில் இங்குத் திளைத்திருப்பதே புத்தர் காட்டும் *தம்மத்தின்* குறிக்கோள். வாழ்வின் மேல் வெறுப்பையும் கசப்பையும் பயத்தையும் ஏற்படுத்துவது இங்கு நோக்கமல்ல. துக்கம் உண்டாவதன் காரணத்தைப் புரிந்துகொண்டு அதை வேரறுக்க வேண்டும் என்பதுதான் புத்தர் காட்டும் *தம்மம்*. நோயையும் அதன் காரணத்தையும் புரிந்துகொள்ளாமல் நோயைத் தீர்க்கும் மருந்தைத் தர இயலாது. துக்கத்தை ஒழிப்பதற்கு முதற்கண் அதைப் பற்றியதான உண்மை சரிவர விவேகத்துடன் புரிந்து கொள்ளப்பட வேண்டும், உள் ஊடுருவிக்கண்ட மெய்க்காட்சியாகக் காணப்பட வேண்டும். இப்போது, இங்கு உள்நோக்குத் தியானத்தில் அந்த மெய்க்காட்சி காணப்படுகின்றது.

துக்கம் மூன்று வகைகளில் எழுகின்றது என்று காட்டுகிறார் புத்தர்: (i) இயற்கையாக நேரிடும் துக்கம் *(துக்க – துக்கம்)*; (ii) நிலையாமையாலும், மாற்றங்களினாலும் விளையும் துக்கம் *(விபரிணாம துக்கம்)*; (iii) குணங்களாலும் ஆசைகளாலும் உந்தப்பட்டுச் செய்யும் செயல்களின் பலன்களாக விளையும் துக்கம், நாமே வளர்த்துப் பெருக்கிக்கொள்ளும் துக்கம் *(சங்கார துக்கம்)*.

பிறக்கும்போதே மனிதன் வலியோடும் வேதனையோடும் அழுகையோடும் பிறக்கின்றான். முதுமை, நோய், தேய்வு, மரணம் ஆகிய யாவும் நாளாக ஆக உடலில் இயற்கையாக ஏற்படும் துக்கங்கள். பிறப்பு நடந்தேறியது, கடந்துபோன காலத்தது; வயதாவது நிகழ்ந்துகொண்டேயிருக்கிறது, தற்போதையது, எதிர்காலத்திலும் நிகழப்போவது. இவை இயற்கை விதிகளின்படி நடக்கின்றன, நடந்தே தீரும், தவிர்க்க முடியாதவை. விபத்துகளும் இயற்கையின் சீற்றங்களால் ஏற்படும் பேராபத்துகளும் பயங்கர நிகழ்ச்சிகளும் உடல்ரீதியாக மக்களுக்கு விளையும் துன்பங்களை அதிகரிக்கின்றன. உடல்ரீதியாக உண்டாகும் துக்கங்கள் மனரீதியாக வலி, வருத்தம், விசனம், சோகம், மனம் குன்றுதல் என்று பல்வேறு உருவெடுத்து மனிதனை வாட்டுகின்றன.

இரண்டாம் வகைத் துக்கம் *விபரிணாம துக்கம்* என்று கூறப்படுகின்றது. *விபரிணாமம்* என்றால் *மாறுதல்*.

நிலையாமை ஒன்றே வாழ்க்கையின் நிலையான உண்மை. எல்லாமே மாறுகின்றன. மாறுதலே உலகின் நியதி. இயற்கை யாக ஏற்படும் மாற்றங்கள் துக்கத்தைத் தரத் தவறுவதில்லை. "எது நிலையற்றதோ அது துக்கக் கருவூலம்" என்கிறார் புத்தர். "நான்", "எனது உடல்", "எனது உடைமை" என்று நம்பியிருப்பது எதுவும் நிலையில்லை. மேலும் செல்வம், பதவி, அதிகாரம் ஆகியவற்றை ஈட்டும் பேராசையில் மனிதன் மதிமயங்கித் தீய வழிகளில் ஈடுபடத் தயங்குவதில்லை. ஈட்டிய பின்னரும் துக்கம் தொடர்கின்றது. ஈட்டிய செல்வத்தை, பதவியை, அதிகாரத்தை இழந்துவிட நேருமோ என்னும் பயத்திலேயே எப்போதும் வாழ்கிறான். வாழ்க்கையின் ஏற்றங்கள் நிலைப்பதில்லை. ஆகவே, ஏமாற்றமும் கவலையும் ஏற்படு கின்றன. இழப்புகளும் தோல்விகளும் தாங்கவொண்ணாத் துக்கங்களைத் தருகின்றன.

விரும்புபவை கிடைக்காத போதும் விரும்பாதவை நேரிடும் போதும் நாம் ஏமாற்றமும் வேதனையும் அடைகிறோம். பிரியமானவர்களைப் பிரிய நேரிடுவதும் துக்கம், பிரியமில்லா தவரோடு இணைய நேர்வதும் துக்கம். இன்பம் தருபவற்றை இழப்பதும் துக்கம், துன்பம் தருபவற்றோடு இணைய நேர்வதும் துக்கம்.

மேற்கண்ட இரண்டு வகையான துக்கங்களும் இயற்கை விதிகளின்படி உண்டாகின்றன. இயற்கையின் விதிகளை அறிந்து அவற்றின் மூலமே நோய், முதுமை, விபத்துகள், இழப்புகள், பிரிவுகள், இயற்கையின் சீற்றங்கள் ஆகியவற்றிற்கு இயன்ற வரை நிவாரணம் தேட வேண்டும். இயற்கை விதிகளின்படி நிகழும் தவிர்க்க முடியாதவற்றைப் பற்றிய பயமும் வெறுப்பும் உண்மையை உள்ளது உள்ளவாறு காணாத அறியாமையினால் எழுபவையாகும், உண்மையை எதிர்கொள்ளும் மனத்திற னின்மையை இவை காட்டுகின்றன. வாழ்வின் நியதிகளை உள்ளது உள்ளவாறு காணாத அறியாமையினால், நமது மனம் அவற்றை விடாமல் பற்றிக்கொண்டு, அவற்றைப் பற்றிச் சிந்தித்து மேலும் மேலும் துக்கத்தை வளர்த்துப் பெருக்கு கின்றது. சிறிதாக உள்ள துக்கமும் பெரிதாக உருவெடுக்கின்றது. இவ்வாறாக மனமே வளர்த்துப் பெருக்கிக்கொள்ளும் துக்கமும், மற்ற மன எழுச்சிகளால் உண்டாகும் துக்கமும் மூன்றாம் வகையான *சங்கார துக்கம்* என்று கூறப்படுகின்றது.

சங்கார துக்கம்

சங்காரம் என்பது மனஎழுச்சி, மனக்கிளர்ச்சி, வினையைத் தூண்டும் நோக்கம் ஆகியவற்றைக் குறிக்கும். உள்ளுறைந்திருக்கும்

குணங்களாலும் ஆசை மனோபாவங்களாலும் உந்தப்பட்டு எழும் மனக்கிளர்ச்சிகளும் உணர்ச்சிகளும் அவற்றின் விளைவுகளும் இதில் அடங்கும். புலனுணர்வுகள் உள்ளுறைந்திருக்கும் *பவதண்ஹா, காமதண்ஹா, விபவதண்ஹா* ஆகிய அடிப்படை வேட்கைகளைத் தூண்டிவிட அவற்றிலிருந்து *சங்காரங்கள்* எழுகின்றன. நமது பல்வேறு ஆசைகள், கோபதாபங்கள், உணர்ச்சி வேகங்கள், பகைமை, வெறுப்பு, விரோதம், மமதை, பொறாமை – மனத்தின் இந்த எழுச்சிகளும் இவற்றால் உந்தப்பட்டு நாம் செய்யும் வினைகளின் பின்விளைவுகளும் *சங்காரங்களாகும்.* இவையே துக்கங்களாகின்றன.

மற்ற துக்கங்களால் மனம் அல்லல்படுவது ஒருசில நேரங்களில் மட்டுமேயாகும். ஆனால், இந்த மன எழுச்சிகளால் விளையும் *சங்கார துக்கங்கள்* மனத்தை ஒவ்வொரு கணமும் அலைக்கழித்துக்கொண்டேயிருக்கின்றன.

புத்தர் கூறியது நம் உடல் – மனமாகிய ஐந்து கந்தங்களும் துக்கம் என்பதல்ல; அந்தக் கந்தங்களைப் பேராசைகளினால் பற்றிக்கொண்டு செய்யும் செயல்களின் பலன்களே துக்கம். அவை துக்கமயமாவது நாம் பேராசைகளாலும் பற்றுதல்களாலும் உந்தப்பட்டுச் செயல்படும்போதுதான். அறியாமை, பேராசைகள், பற்றுதல்கள், தீயவினைகள் ஆகியன துக்கத்திற்குக் காரணங்கள் என்று, காரணத்தையும் விளைவையும் விளக்கும் கோட்பாட்டின் அடிப்படையில் துக்கம் புரிந்துகொள்ளப்பட வேண்டும். இந்தப் பேராசைகளுக்கும் பற்றுதல்களுக்கும் மூலமாகவும் ஆணிவேராகவும் ஆதரவாகவும் இருப்பது 'நான்', 'எனது' என்னும் தவறான கருத்துகளும் தற்போதமுமாகும். தன்னலமே கருதும் தற்போதையில் நாம் பிறர்நலனுக்குத் தீங்கிழைக்கத் தயங்காதபோது, அந்த வினைப் பலன்கள் நமக்குத் துக்கத்தை விளைவிக்கத் தவறுவதில்லை. இது மாற்றவொண்ணாத கர்மவினை விதி.

இப்படியாக வேண்டும், அப்படியாக வேண்டும், இந்த இன்பங்களைத் துய்க்க வேண்டும், அந்த இன்பங்களைத் துய்க்க வேண்டும், இவற்றைச் சாதிக்க வேண்டும், அவற்றைச் சாதிக்க வேண்டும் என்னும் ஆசை வேகங்களால் பீடிக்கப்பட்ட மனம் நல்லது எது, தீயது எது என்று பாகுபடுத்தி அறியும் பகுத்தறிவை இழக்கின்றது. ஆகவே, இந்த ஆசை வேகங்கள் இறுதியில் துக்கத்திலேயே முடிகின்றன. ஆராய்ந்து பார்த்தால், நாமே நமக்கு நரகத்தை உண்டாக்கிக்கொள்கின்றோம். நாமே துக்கக் குழியில் விழுகின்றோம். சுருங்கச் சொன்னால், இன்பம் தரும் பொருள்கள்மீது நாம் கொள்ளும் பேராசைகளும் பற்றுதல்களும் அவற்றை அடைய வேண்டு

மென்னும் வேட்கைகளும் துன்பம் தரும் பொருள்கள்மீது நாம் கொள்ளும் பெரும் வெறுப்புகளும் பகைமைகளும் அவற்றை அழிக்க வேண்டும் என்னும் வெறிகளும் மற்ற உணர்ச்சிகளும் மன அமைதியைக் குலைக்கின்றன. இறுதியில் துக்கத்தை விளைவிக்கின்றன.

புலனின்பங்கள்மேல் கொண்ட ஆசை வேகங்களால் அலைக்கழிக்கப்படும் ஒருவனைக் குஷ்டரோகிக்கு ஒப்பிடுகிறார் புத்தர். வியாதியால் அரிக்கும் புண்களைச் சொறிந்து கொடுத்தும் வெப்பமான சூட்டில் ஒத்தடம் கொடுத்தும் குஷ்டரோகி ஒரு சில கணங்களுக்கு இன்பம் காண்கிறான். ஆனால், அவையே புண்களின் உபாதையை அதிகரித்து அவனை மேலும் மோசமான நிலைக்குத் தள்ளுகின்றன. மனிதனின் புலனின்ப ஆசை வேகங்களும் குஷ்டரோகியின் சொறிந்து கொள்ளத் தூண்டும் வேட்கைக்கு ஒப்பானவைதாம். இரண்டும் துன்பங்கள் அதிகரிப்பதிலேயே முடிகின்றன. (*மஜ்ஜிஹிமா. I. 507*). புலனின்ப ஆசை வெறிகளுக்கு இன்னொரு உவமையும் கூறப்படுகிறது. மாமிசத் துண்டே இல்லாமல் வறண்டு கிடக்கும் பழைய எலும்பைக் கடித்துக் குதறும் நாயின் வேட்கைதான் இந்த இரண்டாம் உவமை. இந்த வேட்கைகள் யாவும் இறுதியில் வலியிலும் வேதனையிலுமே முடிகின்றன.

ஆசை வேகத்திற்குத் தீனிபோட்டால் தற்காலிகமாகச் சில கணங்களுக்குச் சுகம் கிடைப்பது உண்மையே. ஆனால், விரும்பிய ஒன்று கிடைத்தவுடன் ஆசை வேகம் மற்றொன்றிற்குத் தாவுகிறது. உறுதியும் மனக்கட்டுப்பாடும் இல்லையெனில் ஆசை வேகங்கள் தணியாமல் புதிது புதிதான இன்பங்களைத் தேடி அலையும். புதுப்புது இன்பங்களை நாடி அலைவது மட்டுமல்ல, பின்விளைவுகளைப் பற்றித் தேர்ந்து அறியும் அறிவு மங்கி, வரம்புமீறி இன்பங்களைத் துய்ப்பதிலும் ஈடுபடும். உடல் நலிவும் நோயும் வேதனையும் மனவருத்தமுமே இறுதியில் நிலைக்கும் பலன்கள். எய்ட்ஸ் போன்ற புதிது புதிதாகப் பரவும் ஆட்கொல்லி நோய்கள் வரையறையின்றிப் புலனின்பங்களைத் தேடி அலைவதில் உள்ள அபாயங்களைக் காட்டவில்லையா? உண்மையில் உடலின்பங்கள் துன்பங்களின் மாறுவேடங்களேயன்றி வேறல்ல. காலப்போக்கில் அவற்றின் முகத்திரைகள் மறைந்து உண்மை உருவங்கள் வெளிப்படும்.

ஆசை வேகங்களாலும் தீய மனக்கிளர்ச்சிகளாலுமே ஒழுக்க நெறியிலிருந்து தவறுகின்றோம். பஞ்சசீலங்களைக் கடைப்பிடிக்கத் தவறுவதால் விளையும் துக்கங்களையும் வெறுப்பினாலும் பகைமையினாலும் விளையும் துக்கங்களையம் விளக்கத் தேவையில்லை.

சேர்வதாலும் பிரிவதாலும் நாம–ரூபப் பற்றுதல்களாலும் விளையும் துக்கம்

அடுத்து, உள்நோக்குத் தியானத்தில் மனம் எவ்வாறு ஒவ்வொரு கணமும் புறப்பொருள்களை நாடி ஓடும் மனமாக இருக்கின்றது, எவ்வாறு புலனுணர்வுகளால் பேராசைகள் தூண்டப்படுகின்றன, எவ்வாறு மனம் தீபாவளிச் சரம்போலப் பொறிபறக்கின்றது, கற்பனைகளில் விரிகின்றது என்பதும் உற்றுநோக்கி அறியப்படுகின்றது. இந்த நாம–ரூபத் தொகுப்பில் தான் “நான்”, “எனது” என்னும் தவறான கருத்து தோன்றுகின்றது, பேராசை எழுகின்றது. நாம–ரூபத் தொகுப்பையும் பேராசைகளையும் திருப்திசெய்யக்கூடியவை பற்றிக்கொள்ளப் படுகின்றன. அவற்றைத் திருப்திசெய்யாதவைமேல் வெறுப்பு எழுகின்றது, அந்த வெறுப்பு பற்றிக்கொள்ளப்படுகின்றது. இந்த விருப்பும் வெறுப்பும் மனமே உண்டாக்கிக்கொள்வதாகும், கற்பித்துக்கொள்வதாகும். இவை மன உருவாக்கங்கள் என்பது தியானத்தில் தெளிவுபடத் தெரிய வேண்டும். நாம–ரூபம் (மனம் – உடல்) என்கிற தொகுப்பில் ஒவ்வொரு கணமும் சேர்க்கையும் பிரிவும் நிகழ்ந்துகொண்டேயிருக்கின்றன.

கண் காணும் உணர்வு, காது கேட்கும் உணர்வு, மூக்கு நுகரும் உணர்வு, நாக்கு சுவைக்கும் உணர்வு, உடல் தொடும் உணர்வு, மனம் எண்ணும் உணர்வு மற்றும் இவற்றைத் தொடர்ந்து எழும் அறிவுணர்வுகள், மன எழுச்சிகள்– இவ்வாறு நாம–ரூபத் தொகுப்பில் ஒவ்வொன்றும் எழுவதும் தேய்ந்து மறைவதும் மற்றொன்று எழுவதுமாகத் தொடர்ந்து நிகழ்ந்துகொண்டேயிருக்கின்றன. இன்பமூட்டுபவை, பிரியமானவை மறைகின்றன. அவற்றிலிருந்து பிரிய வேண்டியதாகிறது. துன்பமூட்டுபவை, பிரியமில்லாதவை எழுகின்றன. அவற்றோடு இணைய வேண்டியதாகிறது. இவ்வாறு ஒவ்வொரு கணமும் நிகழ்ந்துகொண்டிருக்கும் இன்பம் தருபவற்றிலிருந்து பிரிவதும் துன்பம் தருபவற்றோடு இணைய நேரிடுவதும் துக்கமாகிறதென்றால், அதற்குக் காரணம் நாம் அவற்றின் மேல் விருப்பு – வெறுப்பைப் பற்றிக்கொள்வதாலும் விருப்பு – வெறுப்பை வளர்த்துக்கொள்வதாலுந்தான். விருப்பு – வெறுப்பு எழுகின்றதென்றால் அவை உள்ளிருக்கும் ஆசைகளாலும் குணங்களாலுந்தான். துக்கச் சகதியில் இழுத்து வீழ்த்தும் ஆசைகளையும் குணங்களையும் விருப்புகளையும் வெறுப்புகளையும் உற்றுநோக்கிப் பாருங்கள். இந்த ஆசைகளும் குணங்களும் விருப்பு – வெறுப்புகளுமே புலனுணர்வுகளைத் துக்கமயமான உணர்வுகளாக மாற்றுகின்றன, அறிவுணர்வுகளைத் துக்கமயமான அறிவுணர்வுகளாக மாற்றுகின்றன, மன எழுச்சிகளைத் துக்கமயமான எழுச்சிகளாக மாற்றுகின்றன.

நாம் நாம–ரூபத்தின் தொகுப்பில் ஒவ்வொரு எழுச்சியையும் ஒவ்வொரு அழிவையும் பற்றிக்கொண்டு, அதனோடு இணைந்து இடைவிடாது தொடர்ந்து ஒவ்வொரு கணமும் பிறக்கிறோம், மாறுகிறோம், இறக்கிறோம். நாம – ரூபம் எழுகிற போதும் மாறுகிறபோதும் மறைகின்றபோதும் இவ்வாறு அத்தோடு இணைந்து நாமும் சுழன்றுகொண்டேயிருக்கின்றோம். இந்தச் சுழற்சி துக்கமாகிறது. மனம் பற்றிக்கொள்ளும் நாம– ரூபத்தைச் சேர்ந்த பொருள்களும் உணர்வுகளும் மாறுவதும் மறைவதும் தவிர்க்க முடியாதது. ஆகவே, விருப்பும் வெறுப்பும் பற்றுதலும் இருக்கும்வரை துக்கமும் நீடிக்கும்.

இன்பமானவற்றைப் பிரிவதாலும் துன்பமானவற்றோடு இணைவதாலும் துக்கம் நேருகின்றதென்றால், மனம் ஏன் அவற்றையே பற்றிக்கொண்டு அவற்றைப் பற்றிச் சிந்தித்துத் துக்கத்தை மேலும் மேலும் வளர்த்துப் பெருக்கிக்கொள்கின்றது? துக்கத்தைத் தொடர்ந்து நீடித்துவைப்பதும் அதன்மேல் கற்பனைகளை வளர்த்து இட்டுக்கட்டுவதும் அந்தத் துக்கத் தீயினுக்கு மேலும் எண்ணெய் வார்த்துப் பெருக்குவதும் நம் மனமே.

உங்கள் மனத்தை உற்றுப்பாருங்கள். அது இன்னும் ஆசைகளைக் கொண்டிருந்தால், இன்னும் விருப்புகளையும் வெறுப்புகளையும் பற்றிக்கொண்டிருந்தால், துன்பம், துயரம், கிலேசம் நீடிக்கத்தான் செய்யும். ஆசைகள் நிறைவேறாவிட்டால் துக்கம். ஆசைகள் நிறைவேறினாலும், அவையும் துக்கத்திற்கு அடிகோலுகின்றன. ஏனெனில் மனம் அவற்றோடு திருப்தி யடையாமல் மேலும் மேலும் ஆசைப்படுகின்றது. வெவ்வேறு ஆசைகள் எழுகின்றன. ஆசைகளுக்கு அளவில்லை, எல்லை யில்லை. ஆசைகளை அடைய இயலவில்லை என்றால், மனம் அவற்றிற்காக ஏங்கி, ஏக்கத்திற்கு அடிமையாகிறது. அடைய முடியாத ஆசைகளைப் பற்றிக்கொண்டு ஏங்குவது, இயற்கை யின் அடிப்படை உண்மைகளை அறியாமையால் நீடிக்கின்றது. இந்த ஏக்கம், கவலை, அடிப்படை உண்மைகளை மறுத்து நீடிக்கின்றது, அடிப்படை உண்மைகளுக்கு எதிராகச் செல் கின்றது. முதுமையையும் நோயையும் தேய்வையும் மரணத்தை யும் வெறுப்பது, அடைய முடியாத அமரத்துவ வாழ்வுக்கு ஆசைப்படுவது ஆகியவை பேதைமையான மனக்காய்ச்சல்களே. அத்தகைய அடைய முடியாத ஆசைகளைப் பற்றிக்கொள்வதும் அவற்றைப் பற்றிப் புலம்புவதும் வெறும் அறியாமையே.

மேலும் ஆசைகளும் விருப்பும் வெறுப்பும் "நான்", "எனது" என்னும் பொய்யான கருத்துகளையும் கோட்பாடு களையும் பற்றிக்கொண்டு தன்னலமே குறியாகச் செயல்

படுபவையாக உள்ளன. பிறர் நலம் பற்றிய எண்ணம் இங்கு எழுவதில்லை. தன்னலமே குறியாக, தன்னலத்தைப் பற்றிக் கொண்டு செய்யப்படும் கர்மவினைகளின் பலன்களும் துக்கத்தை மேலும் கூட்டுகின்றன.

நமது கட்டுப்பாட்டில் இல்லாமல் புறத்திலிருந்து வரும் துன்பங்கள், பிறரால் நமக்கு ஏற்படும் துன்பங்கள், இயற்கையில் விளையும் துன்பங்கள் ஆகியவை பெரும்பாலும் தவிர்க்க முடியாதவைகளாகும். ஆனால், அவற்றிற்கு மேல் நம் மனமே நமக்கு உண்டாக்கிக்கொள்ளும் துன்பந்தான் அதிகம். அவை தவிர்க்கப்படக்கூடியவை, தவிர்க்கப்பட வேண்டும் என்கிறார் புத்தர்.

துக்கம் என்னும் இந்த உண்மை பயமூட்டுவதல்ல, வெறுப்பூட்டுவதல்ல. இது சரியாகவும் தெளிவாகவும் அறிந்து கொள்ள வேண்டிய, புரிந்துகொள்ள வேண்டிய ஒரு உண்மையாகும். இவ்வாறு சரியாகவும் தெளிவாகவும் உள்ளது உள்ளவாறு புரிந்துகொள்ளப்படும்போது, இந்த உண்மை அறிவு மனமகிழ்ச்சியையும அமைதியையும் தருகின்றது. துக்கத்தின் காரணத்தை உள்ளது உள்ளவாறு அறியும் இந்த மெய்யறிவு அந்தக் காரணத்தை விலக்கித் துக்கத்தை எதிர்கொள்ளும் திறன் பெறுகின்றது. இந்த மெய்யறிவு பெற்ற சாதகர் ஒரு போதும் துக்கம் நுழைய ஏமாந்து இடந்தருவதில்லை.

(ii) துக்கத்தின் காரணம் *(துக்க சமுதயம்)*

துக்கத்தின் தன்மைகளையும் அது எவ்வாறு எழுகின்றது, எப்படி அதிகரிக்கப்படுகின்றது என்பதையும் மேலே கண்டோம். அடுத்து, இரண்டாம் உன்னத உண்மையாகிய துக்கத்தின் காரணம் உள்நோக்குத் தியானத்தில் உள்ளூர உணரப்படுகின்றது. பேராசைகளும் பற்றுதல்களும் கர்மவினைகளும் துக்கத்திற்குக் காரணம் என்று போதனைகளின் மூலம் அறிந்தது கேள்வி ஞானம். அந்தக் கேள்வி ஞானம் இங்கு ஆழமாகச் சிந்திக்கப்பட்டு மனத்தில் உள்வாங்கப்படுகின்றது.

பேராசைகளுக்கும் பற்றுதல்களுக்கும் தீயவினைகளுக்கும் மூலகாரணமாகவும் அடிப்படையாகவும் ஆதாரமாகவும் இருப்பது அறியாமை.

அறியாமை *(அவிஜ்ஜா)* என்று புத்தர் ஆராய்ந்து காட்டுவது ஆழ்ந்த பொருளுடையதாகும். இதை நாம் ஏற்கனவே பார்த்தோம். சுருங்கச் சொன்னால், நான்கு உன்னத உண்மைகளை அறியாமைதான் பேரவாக்களுக்கும் பற்றுதல்களுக்கும் தன்னலம் மட்டுமே நாடிப் பிறருக்குத் தீங்கிழைக்கும் செயல்களுக்கும்

அவற்றால் விளையும் கர்மவினைப் பலன்களுக்கும் *(சங்காரங் களுக்கும்)* மூலகாரணம். ஆகவே, அந்த அறியாமையே துக்கத் திற்கும் மனிதன் பிறவிச் சுழலில் சிக்கி அல்லல் உறுவதற்கும் மூலகாரணமாக அமைகின்றது.

(iii) துக்க நீக்கம் *(துக்க நிரோதம்)*

மனம் புலன்களின் வழியாகப் புறப்பொருள்களை நாடி ஓடுவதே துக்கத்தை வரவழைக்கின்றது என்று கண்டோம். காணும் காட்சி, கேட்கும் ஒலி, நுகரும் மணம், சுவைக்கும் சுவை, தொடும் இன்பம், எண்ணும் எண்ணம் ஆகிய புல னுணர்வுகளை மனம் பற்றிக்கொண்டு அவற்றோடு இணைந் தால், அவை உள்ளுறைந்திருக்கும் குணங்களையும் மனோ பாவங்களையும் தூண்டிவிட்டுப் பேராசைகளையும் பற்றுதல் களையும் வளர்க்கின்றன. ஆனால், புலனுணர்வுகளைத் தொடர்ந்து பேராசைகளும் பற்றுதல்களும் எழுவதையும் மனம் அந்த நாம–ரூபத் தொகுப்பின் எழுச்சிகளோடு இணைந்து அவற்றின் சுழற்சியில் சிக்கப்போவதையும் உற்றுப் பார்த்தறியும் உள்நோக்கு விழிப்புணர்வு வளர்க்கப்படுமானால், அந்த விவேகத்தோடுகூடிய *விபஸ்ஸனா* விழிப்புணர்வு மன எழுச்சிகள் அனைத்தையும் தடுத்துநிறுத்திவிடும். அதுவே துக்கத்தின் முடிவு, துக்கத்தின் அழிவு. இவ்வாறு விவேகத் தோடுகூடிய *விபஸ்ஸனா* விழிப்புணர்வு உள்துக்கத்தை அழிக்கின்றபோது, மனம் விடுதலை பெறுகின்றது; புறத்தி லிருந்து விளையும் துக்கத்தை இயன்ற அளவு வெல்ல வாய்ப்பும் திறமையும் பெறுகின்றது. மனம் உள்துக்கச் சுமையாலேயே அல்லல்பட்டுக்கொண்டிருந்தால் வெளித்துக்கத்தைச் சமாளிப்பது எப்படி? புலனுணர்வுகள் உள்மனத்தைத் தூண்டாமல் புறத்தி லேயே தடுத்துநிறுத்தப்படுவதுபோலவே, புறத்திலிருந்து விளையும் துக்கத்தைப் புறத்திலேயே நிறுத்தி வெற்றிகொள்ள வேண்டும்; மனத்துள் வரவழைத்துக்கொண்டு வருத்தத்தை வளர்த்துக்கொள்ளக் கூடாது. தியானத்தில் *விபஸ்ஸனா* விழிப்புணர்வை வளர்த்து நிறைவுபெறச் செய்யுங்கள்! இதுவே புத்தரின் அரிய ஒப்பற்ற போதனையாகும்.

உள்நோக்குத் தியானத்தில், நாம–ரூபமாகிய ஐந்து கந்தங்களும் ஒவ்வொரு கணமும் இடைவிடாமல் மாறிமாறித் தொடர்ந்து எழுவதையும் மறைவதையும் உற்றுப்பாருங்கள். மனமானது ஒரு சில கணங்களில் பல்லாயிரம்முறை புலன்கள் வாயிலாகப் புறப்பொருள்களை நாடி ஓடுகின்றது, புலனுணர்வு களை அறிகின்றது, எண்ணற்ற உணர்ச்சிகளையும் ஆசைகளை யும் பற்றுதல்களையும் உற்பத்தி செய்கின்றது, வளர்க்கின்றது. நாம–ரூபம் எப்பொழுதும் ஆற்று நீர்போல எழுவதும் மாறி

மாறி ஓடி மறைவதுமாக இருக்கின்றது. அந்த எழுச்சிகளி லிருந்தும் வீழ்ச்சிகளிலிருந்தும் உங்கள் மனத்தைப் பிரித்து, அவற்றிலிருந்து வேறுபட்டவராய், அவற்றிலிருந்து விடுபட்டவ ராய், உலகில் எதையும் ஆதாரமாகக்கொள்ளாதவராய், எதையும் பற்றாதவராய், தனித்திருந்து அனைத்து நிகழ்வுகளையும் உற்றுப் பாருங்கள். எப்பொழுதும் எச்சரிக்கையுடன் இருக்கும் *விபஸ்ஸனா* விழிப்புணர்வை வளர்த்துக்கொள்ளுங்கள், புத்த ஞானத்தில் நிலைபெறுங்கள். நாம–ரூபத்தின் ஐந்து கந்தங்களும் மாறிமாறி எழுகின்றன, மறைகின்றன. ஆனால், இந்த *விபஸ்ஸனா* விழிப்புணர்வாகிய புத்த ஞானம் எப் பொழுதும் மாறுவதில்லை, மறைவதில்லை. இது நிலைநாட்டப் படும்போது, சாதகர் துக்கத்தின் உண்மையை உள்ளது உள்ள வாறு உணர்ந்தவராய், துக்கத்தை வென்றவராயிருக்கிறார்.

ஆசைதான் ஆசைப்படுகின்றது, பயந்தான் பயங்கொள் கிறது. கோபந்தான் கோபிக்கின்றது. ஆசைதான் உள்ளதே ஒழிய "ஆசைப்படுபவர்" என்று தனியே யாரும் இல்லை; பயந்தான் உள்ளது, "பயப்படுபவர்" என்று தனியே யாரும் இல்லை; கோபந்தான் உள்ளது, "கோபிப்பவர்" என்று தனியே யாரும் இல்லை. "நான் கோபம் கொள்கின்றேன்" என்று உங்களை நீங்களே அதில் இணைக்க வேண்டாம். "இது கோபம், கோபம் இப்போது இருக்கிறது" என்பதை மட்டும் உணருங்கள். கோபம் அல்லது எந்தவொரு தீவிர உணர்ச்சி எழுந்தாலும், அதிலிருந்து வெளிவந்து அதை மூன்று கோணங் களில் சிந்தித்து ஆராயுங்கள்: (1) அதைத் தூண்டிய வெளிக் காரணம்; (2) அது தோன்றுவதற்கான உட்காரணம்; (3) அதை நீங்கள் எவ்வாறு எதிர்கொள்கிறீர்கள்? இந்த மூன்றை யும் ஆராயுங்கள். உங்களை நீங்களே கேட்டுக்கொள்ள வேண்டும்: "இந்தக் கோபத்தில் அல்லது இந்தத் தீவிர உணர்ச்சியில் தூண்டில்மீன்போல நான் எவ்வாறு சிக்கிக்கொண்டேன்? ஏன் சிக்கிக்கொண்டேன்?" புத்த ஞானம் கூறுகின்றது: "இந்த மனநிலை நலம் பயப்பதல்ல, செயல்திறனைக் குறைப்பதாகும், தீமையே தருவதாகும். நான் ஏற்கனவே அநேகமுறை இதைக் கண்டிருக்கிறேன். இது நிலையாமையைக் கண்டிருக்கிறேன். இது நிலையாமைக்கு ஆட்பட்டது. இப்போது இது கடந்து போகட்டும், விலகிப்போகட்டும்." இவ்வாறு பகுத்தறிந்து புத்த ஞானம் என்கிற வாளால் கோபம் அல்லது எந்தவொரு தீவிர உணர்ச்சியும் வெட்டி வீழ்த்தப்பட வேண்டும்.

தீப்பிடித்து எரிந்துகொண்டிருக்கும் வீட்டிலிருந்து வெளி வந்து, எரியும் வீட்டை வெளியிலிருந்து தீ உங்களைத் தீண்டா வண்ணம் உற்றுப்பாருங்கள். நாம–ரூபமாகிய தொகுப்பு தீப்பற்றி எரிகின்றது. ஐந்து கந்தங்களும் அதனதன் இயல்பான

வழியில் மாறிமாறி எழுந்துகொண்டும் மறைந்துகொண்டும் இருக்கின்றன. நீங்கள் அவற்றிலிருந்து பிரிந்து வெளிவந்து, விருப்பு – வெறுப்பு இல்லாதவராய், வெளியிலே நின்று, முழுக்கவனத்தையும் செலுத்தி வெறுமனே உற்றுப்பாருங்கள். எண்ணங்கள், உணர்ச்சிகள் எதையும் பற்றிக்கொள்ளாதீர்கள். அவை அவற்றின் இயற்கைப்போக்கில் எழுந்து மறையட்டும், விட்டுவிடுங்கள். ஒவ்வொரு எண்ணத்தையும் ஒவ்வொரு உணர்ச்சியையும், அது எழும்போது, "அது எழுகின்றது, அந்தத் தீப்பொறி பறக்கின்றது" என்பதை உணருங்கள். வெவ்வேறு விதமாக எழும் அதன் நுட்பமான தோற்றங்களையும் தன்மை களையும் பேதங்களையும் பகுத்தறிந்து காணுங்கள். எது நன்மை பயக்கக்கூடியது, எது தீமை பயப்பது, திறன் குறைப்பது என்று விவேகத்துடன் தெளிவாகப் பகுத்தறியுங்கள். மூன்றாவ தாக, அவை உங்களுடையவை என்று அவற்றோடு ஒன்றி விடாதீர்கள். அவை தனித்தன்மையற்றவை, சாரமற்றவை, ஆன்மா அற்றவை என்னும் உண்மையை உள்ளது உள்ளவாறு அறியுங்கள்.

பயம், மனச்சோர்வு, தோல்வி மனப்பான்மை, வருத்தம், குதூகலம், சலிப்பு, பரபரப்பு, பதற்றம், கவலை என எது எழுந்தாலும் அதை எப்படி எதிர்கொள்வது? "அது இப்போது இருக்கின்றது" என்பதை மட்டும் பாருங்கள், அறியுங்கள், உணருங்கள். ஆனால், அதனோடு உங்களை ஐக்கியப்படுத்திக் கொள்ளாதீர்கள். மனத்தில் என்ன நிகழ்கின்றது என்று அதன் தன்மையை மட்டும் அறிந்துகொள்ளுங்கள். அந்தக் கணத்தில் உண்மையாக நிகழ்வதைச் சரியாகவும் உள்ளது உள்ளவாறும், தெளிவாகவும் புரிந்துகொண்டு, முழுக்கவனத்துடனும் விவேகத்துடனும் இருப்பதே துக்க ஒழிப்பாகிய அரண்மனை வாயிலின் திறவுகோல். "அது ஒரு மனநிலை மட்டுந்தான். அது என்னோடு ஒட்டியதல்ல, அது நானல்ல, அது எனதல்ல." இந்த அறிவில் நிலைபெற்றிருக்க வேண்டும். வெறுப்போ கசப்போ அதனுடன் ஒன்றும் உணர்வோ எதுவும் இருக்கலாகாது. ஒரு சாட்சியாக வெளியில் நின்று பாருங்கள். அழையாமல் வந்திருக்கும் விருந்தாளிகள் அவர்கள்; இந்த வீட்டின் உரிமை யாளர்களல்ல, சொந்தக்காரர்களல்ல. இவ்வாறு அவர்களை அன்புடன், ஆனால் பற்றுதலில்லாமல், பாருங்கள். புத்தரது அன்பான மடியில் தலைவைத்துப்படுத்து, புத்த ஞானத்தை, புத்த தன்மையைக் கிரஹியுங்கள். புத்தரைப் போலவே கூறுங்கள்: "மாரனே, நான் உன்னை அறிவேன். நீ என்னை ஏமாற்ற முடியாது." புத்த ஞானத்தில் மனமயக்கம் தெளிகின்றது.

ஆசை, பல்வேறு வகையாகப் பல்வேறு வடிவங்கள் ஏற்றுத் தோன்றும். அது ஏதாவது ஒன்றின் மேல் கொண்ட சாதாரண ஆசையாக இருக்கலாம். அல்லது தீய பழக்கமாகிப் போன பேரவாவாக இருக்கலாம்; அல்லது ஆவேசமான வெறியாக இருக்கலாம். பேரவா, வெறுப்பு, அறியாமை ஆகிய நச்சு வேர்களே பெரும் மரமாகப் பல கிளைகளோடு பரிணமிக்கின்றன. புலனுணர்வுகள் என்னும் நீரைக் குடித்து மனமே பல கிளைகளைக் கொண்ட பெரும் மரமாக வளர்கின்றது.

ஆனால், உலகின் நியதியை அறியுங்கள். இந்த உலகில் எழும் தன்மை கொண்ட எந்தவொரு பொருளும் அத்தோடு தேய்ந்து மறையும் தன்மையையுங்கூடவே கொண்டுள்ளது. ஒரு பொருள், ஒரு உயிர், ஒரு கூட்டு (தொகுப்பு) என அது அதனுள் எழும் தன்மை, (பிறக்கும் தன்மை, உண்டாகும் தன்மை) கொண்டிருக்குமானால், அத்தோடு அது மடியும் தன்மையையும் அழியும் தன்மையையுங்கூடவே கொண்டதாயிருக்கின்றது. பிறப்பதெல்லாம் இறந்தே தீரும்; எழுவதெல்லாம் மறைந்தே தீரும்: இது உலக நியதி. ஆகவே, எந்தவொரு ஆசை, எந்தவொரு உணர்ச்சி எழுந்தாலும் அது மறைந்தே ஆக வேண்டும். எனவே அதைப் பற்றிக் கவலைப்படுவது அறியாமை, வீண்.

துக்கம் விளைவது பேரவாவால்; அது மறைவது ஞானத்தால். பேரவா, ஞானம் – இரண்டும் நாம–ரூபமாகிய இந்த ஐந்து கந்தங்களிலேயே உள்ளன. துக்கம் எழுவதற்கான காரணம், வித்து நாம–ரூபத்திலேயே உள்ளது; வெளியே எங்கும் அல்ல. அதே மாதிரி, துக்கம் அழிவதற்கான, துக்கம் மறைவதற்கான காரணமும் வித்தும் நாம–ரூபத்திலேயே உள்ளன; வெளியே எங்கும் அல்ல. புத்தர் கூறுகிறார்:

"ஆறடி நீளம் கொண்ட இந்த உயிருள்ள உடலிலேயே துக்கம், துக்கத்தின் காரணம், துக்க ஒழிப்பு, துக்க ஒழிப்பிற்கான மார்க்கம் ஆகிய நான்கு உன்னத, உண்மைகளும் அடங்கியுள்ளதை நான் எடுத்துக்காட்டுகிறேன்" *(அங்குத்தர நிகாயம்)*.

புறச்சக்தி எதுவும் காரணமாக அமைவதாகப் புத்தர் கருதவில்லை.

எழுந்த ஒவ்வொன்றும் இயற்கையின் போக்கில் மறைந்தே தீரும்; அறியாமையால் அதைப் பற்றிக்கொள்ள வேண்டாம், அதில் சிக்கிக்கொள்ள வேண்டாம். ஆகவேதான், *சதிபட்டான சுத்தம்* ஒவ்வொரு தியானத்தைப் பற்றி விளக்கும்போதும் திரும்பத் திரும்பச் சொல்கின்றது:

“இவ்வாறாகப் பிக்கு எண்ணங்களில் எண்ணங்களை (அதாவது ஒவ்வொரு புலனுணர்வு அல்லது எண்ணத்தைச் சார்ந்து எழும் மற்ற எண்ணங்களையும் மன எழுச்சிகளையும்) உட்புறமாக (அதாவது மனத்தின் உட்புறமாக) உற்றுநோக்கி ஆழந்து சிந்திப்பதில் உறைந்திருக்கிறார் – வெளிப்புறமாக (அதாவது அந்த எண்ணங்களோடு இணைந்து வெளிப்புறமாக உடலில் நிகழும் மாற்றங்களையும் உணர்ச்சிகளையும்) உற்று நோக்கி ஆழ்ந்து சிந்திப்பதில் உறைந்திருக்கிறார்; . . . (அதேமாதிரி) . . . உட்புறம் வெளிப்புறம் இரண்டு புறமும் . . .”

மன எழுச்சிகள், உடல் மாற்றங்கள், உணர்ச்சிகள் ஆகியன மாறிமாறி எழுகின்றன; மறைகின்றன. சாதகர் இவற்றின் எழுச்சியையும் மறைவையும் வெறுமனே பார்க்கிறார். “இந்த உணர்ச்சி இருக்கிறது”, “இந்த ஆசை இருக்கிறது” அல்லது “இந்த உடல் உணர்வு இருக்கிறது” என்று உள்ளதை உள்ளவாறு காண்கிறார். எண்ணத்திலிருந்து (உணர்ச்சியிலிருந்து, ஆசையிலிருந்து) தன்னைப் பிரித்து வேறுபடுத்தியவராய், அதோடு ஒட்டாதவராய், எதையும் பற்றாதவராய்த் தெளிவான விழிப் புணர்வில் நிலைத்திருக்கிறார். துக்கத்திலிருந்து விடுபடுவதற்குச் *சதிபட்டான சுத்தம்* போதிக்கும் மந்திரம் இதுவே.

(iv) துக்க ஒழிப்பு மார்க்கம் *(துக்க நிரோத மார்க்கம்)*

துக்கத்தை ஒழிக்க, வாழ்வைச் சீர்படுத்த, நாம–ரூபத் தொகுப்பாகிய ஐந்து *கந்தங்களின்* (கூட்டுச்சேர்க்கைகளின்) எழுச்சிகளும் மறைவுகளுமாகிய சுழற்சியோடு தன்னை இணைத்துக்கொண்டு சுழலும் அந்த “நான்”, “தான்” என்பது என்னவென்று உள்ளது உள்ளவாறு உற்றுப் பார்த்தறியப்பட வேண்டும். அந்த “நான்” அவற்றோடு இணைந்து சுழலும்போது துக்கம் விளைந்தே தீரும். அந்த “நான்” யார்? தனித்திருக்கும் ஒரு பொருளா? அல்ல. அந்த “நான்”, “தான்”, “ஆன்மா” என்பதெல்லாம் உள் மறைந்து உறைந்திருக்கும் குணங்கள், மனோபாவங்கள், உந்தும் ஆசைகள், வழக்கமாகிப்போன விருப்பு வெறுப்புப் போக்குகள், தீவிர உணர்ச்சிகள், பாரபட்சங்கள், தவறான எண்ணங்கள் ஆகியவற்றின் ஒரு கலவையே, கூட்டே தவிர, வேறொன்றுமல்ல என்னும் உண்மை தியானத்தில் தெளிவாக உணரப்படும். இவற்றையெல்லாம் தனதெனப் பற்றிக்கொண்டு எழும் “நான்” என்னும் தவறான கருத்தே, அனைத்துத் தீமைகளுக்கும் துக்கங்களுக்கும் மூலகாரணம். “நான்” என்கிற கருத்து நாம–ரூபத் தொகுப்பாகிய ஐந்து *கந்தங்களோடு* பிணைந்து சுழல்வது எவ்வளவு குறைகின்றதோ அவ்வளவு துக்கமும் குறையும்.

நாம–ரூபத் தொகுப்பாகிய ஐந்து கந்தங்களோடு இணைந்து இந்த "நான்" சுழலும் சுழற்சியைக் குறைக்க, உள்ளிருக்கும் ஆசைகளையும் பற்றுதல்களையும் உற்றுப்பார்த்து அறியுங்கள். "இந்தப் பேராசை எழுகின்றது", "இப்போது இருக்கின்றது", "இந்தப் பற்றுதல், இந்தப் பிடிப்பு எழுகின்றது. இப்போது இருக்கின்றது" என்பதை உடனுக்குடன் உணர்ந்தறியுங்கள். "ஆசை எவ்வளவு அதிகமோ அவ்வளவு அதிகமாகிறது துக்கம். ஆசை எவ்வளவு குறைகின்றதோ அவ்வளவு குறைகின்றது துக்கம்" என்னும் உண்மை மனத்தில் பதியட்டும். ஆசையும் பற்றுதலும் ஒழிந்தால் துக்கம் ஒழிகின்றது. ஆனால், ஆசை யில்லையெனில் வாழ்வு இல்லை. ஆசைகளே வாழ்வு, வாழ்வே ஆசைகளால் ஆனது. எல்லா ஆசைகளையும் பற்றுதல்களையும் விட இயலாது.

ஆகவே, எதற்கு ஆசைப்படுகிறீர்கள் என்று ஆசைகளை விவேகத்துடன் தேர்ந்தெடுப்பதில் முதற்கண் நீங்கள் தெளிவுபெற வேண்டும். உங்களுக்கோ பிறருக்கோ தீமை பயக்கும் எதற்கும் நீங்கள் ஆசைப்படலாகாது. மாறாக உங்களுக்கும் பிறருக்கும் நலம் பயக்கும் எதுவாயிருந்தாலும் செயல்திறனை அதிகரிக்கும் எதுவாயிருந்தாலும் அதற்கு ஆசைப்படுங்கள். அதை உறுதியாகப் பற்றிக்கொள்ளுங்கள். தீமைசெய்வதனால் விளையும் துக்கத்தை இது விலக்கும்; கூடவே நல்லொழுக்க நெறியில் உறுதியாக நடந்து முன்னேறுவதால் விளையக்கூடிய மகிழ்ச்சியும் ஆனந்தமும் பெருகும். மாசுக்களையும் களங்கங்களையும் விளைவிக்கும் உட்சக்திகளான தீயகுணங்களையும் மனோ பாவங்களையும் ஆசைகளையும் அழித்து நீங்கள் நல்லொழுக்க நெறியின் இறுதி எல்லைக்கே சென்றடையத் தளராது நன் முயற்சி மேற்கொள்ள வேண்டும். இதற்கான பயிற்சியும் பழக்கமும் பண்படும்போது, நீங்கள் நன்மையில் மேன்மை யடைந்து தூய்மையின் சிகரத்திற்குச் செல்கிறீர்கள்.

தூய்மைக்கு ஆசைப்படுங்கள். தூய்மையின் சிகரத்துக்கு ஆசைப்படுங்கள். தூய்மையின் சிகரம் யாது என்பது கேள்வி. நீங்கள் அடைய விரும்பும் தூய்மையின் சிகரம் எது என்பதைத் தியானியுங்கள். தன்னலம் – பிறர் நலம் இரண்டையும் சமமாகப் பேணும் நடுவழியைப் போதிக்கும் பௌத்தம் தூய்மையின் சிகரம் எது என்பதையும் காட்டுகின்றது. மாசுமறுவற்று, "தான்" எனும் தனியுணர்வு இல்லாத, தன்னலம் கருதாத வாழ்வே, அனைத்துயிர்களின் நலத்திற்காகவும் மகிழ்ச்சிக்காக வும் பாடுபடும் வாழ்வே, தூய்மையின் சிகரம் என்கிறது பௌத்தம்.

நல்லதே நினைத்தாலும் தன்னலம் விழைந்து செயல் படும்போது அது நிறைவேறாவிட்டால் துக்கம் விளைகின்றது. தன்னலம் கருதாது “தான்” என்னும் உணர்வே இல்லாது செயல்படும்போது துக்கம் ஏது? துக்கம் பூரணமாகவும் நிரந்தரமாகவும் ஒழிகின்றது. தன்னலம் கருதுவதைப் படிப் படியாகக் குறைத்து, இந்த உன்னத சிகரத்துக்கு முன்னேற வேண்டும்.

தீய நடத்தையால் உங்களுக்கும் பிறருக்கும் விளையும் துக்கத்தை நீக்க முதலில் நல்லொழுக்கப் போதனைகளை வழுவாது கடைப்பிடித்துச் செயல்படுங்கள். அடுத்து, மாசுக் களாலும் களங்கங்களாலும் இடையூறுகளாலும் மனம் அலை பாய்வதால் ஏற்படும் துக்கத்தை நீக்க அமைதித் தியானத்தையும் சமாதிப் பயிற்சியையும் உபயோகித்து அவற்றை அடக்குங்கள். மனத்தை அமைதியிலும் சாந்தத்திலும் மகிழ்ச்சியிலும் நிலை நிறுத்துங்கள். மூன்றாவது நிலையாக, துக்கத்திலிருந்து பூரண மாகவும் நிரந்தரமாகவும் விடுதலைபெற, உள்மறைந்து உறைந் திருக்கும் தீயகுணங்களையும் மனோபாவங்களையும் தீய ஆசைகளை உந்தும் சக்திகளையும் *விபஸ்ஸனா* விழிப்புணர்வை இடைவிடாது வளர்த்து அதன்மூலம் வேரறுத்தெறியுங்கள். புறப்பொருள்களும் புலனுணர்வுகளும் எவ்வளவு மகிழ்ச்சியூட்டு பவையாகவும் கவர்ச்சிகரமானவையாகவும் இருந்தாலும், விவேகத்துடன்கூடிய விபஸ்ஸனா விழிப்புணர்வின் கூரிய உள்நோக்குப் பார்வையில் அவை, கொழுந்துவிட்டு எரியும் உலையில் வீசப்பட்ட பறவையின் இறகுபோலக் கருகி மறையும்.

பழக்கத்திற்கு அடிமையாகிவிட்ட நாம், அந்தப் பழக்க தோசத்தாலே, புறப்பொருள்கள் நமக்கு இன்பம் தருவனவாகவும் மகிழ்ச்சியூட்டுவனவாகவும் வசீகரமாக இருப்பனவாகவும் எண்ணுகின்றோம். இவ்வாறு இன்பம் புறப்பொருள்களில் இருப்பதாக எண்ணுவது தவறான கருத்தாகும். புறப்பொருள்கள் நமக்கு இன்பமூட்டுகின்றன என்றால், அவை நமது ஆசை களையும் தேவைகளையும் திருப்திசெய்கின்ற காரணத்தினால் தான். இன்பம் புறப்பொருள்களில் இல்லை, நம்முள்ளேதான் உள்ளது. நம் ஆசைதான் திருப்திசெய்யப்பட்டு இன்பமாகத் தெரிகின்றது. வயிற்று நோயினால் அல்லது வலியினால் அவதிப்படுகிறவருக்கு உணவே நஞ்சாகிறது. செவிடருக்கோ மயக்கமுற்றிருப்பவருக்கோ இன்னிசை இன்பமூட்டுவதில்லை. இன்பம் வெளிப்பொருளில் இல்லை; உள்ளாசையால் விளை கின்றது. நமது ஆசைகளே புறப்பொருள்கள்மீது நல்லவை, தீயவை, அழகானவை, அழகற்றவை, இனிமை, கசப்பு ஆகிய தன்மைகளைச் சுமத்துகின்றன. அவற்றை நல்லவை, தீயவை என்று முத்திரையிட்டுக் காட்டுகின்றன. இன்பமோ துன்பமோ

புறப்பொருள்களில் இல்லை, நம் ஆசைகளால்தான் உருவாகின்றன என்பது முதலில் புரிந்துகொள்ளப்பட வேண்டும்.

மேலும், நாம் முன்னரே கண்டதுபோல, மனம் புறப்பொருள்கள் என்று எடுத்துக்கொள்வது, அவற்றை அப்படியே உள்ளது உள்ளவாறு அல்ல. புறப்பொருள்கள் உடலில் உண்டாக்கும் அதிர்வுகளையும் மாற்றங்களையுந்தான் மனம் அறிகின்றது; உடலில் அவற்றால் உண்டாகும் பிரதிபலிப்பைத்தான் மனம் காண்கிறது. யானையை அது உள்ளவாறே கண் அறிவதில்லை; யானையின் பிரதிபிம்பத்தைத்தான் கண் அறிகின்றது. இந்த வகையில், நமது மனம் புகைப்படக் கருவியில் உள்ள புகைப்படச் சுருளுக்கு *(film)* ஒப்பானதாக இருக்கிறது. புகைப்படக் கருவியின் லென்ஸ் தருவதுபோல, புலன்கள் தரும் மாற்றங்களைத்தான் மனம் புறப்பொருள்களாகப் பதிவு செய்துகொள்கிறது.

மனம் புறப்பொருள்களாகக் காட்டும் பிரதிமைகளைப் பற்றிக்கொண்டே பேராசை எழுகின்றது. பேராசை கொண்ட மனம் அந்தப் பிரதிமைகளே இன்பம் தருவனவாகவும் கவர்ச்சிகரமானவையாகவும் கருதுகின்றது. இது மன மயக்கமே. மயக்கத்தை விலக்கி ஞானக்கண்ணோடு பார்க்கும்போதுதான் இன்பமூட்டுபவையாகக் கருதப்படுவது உண்மையில் பிரதிமைகளே என்று விளங்கும். புறப்பொருள்கள் புலன்களைத் தாக்குவதால் உடலில் உண்டாகும் மாற்றங்களே, உடலின் பிரதிபலிப்புகளே, முன்அனுபவங்களின் அடிப்படையில் நினைவில் (ஞாபகத்தில்) பதிந்துள்ள பழைய உணர்வுகளோடு ஒப்பிடப்பட்டு மலையாகவும் மரமாகவும் இன்பம் அல்லது துன்பம் தரும் ஒன்றாகவும் எடுத்துக்கொள்ளப்படுகிறது. இந்தப் பிரதிமைகளே மனம் மேலும் உணர்ச்சிகளையும் பற்றுதல்களையும் வளர்த்துப் பெருக்குவதற்கு ஆதாரங்களாக அமைகின்றன.

மேலும், அந்தப் புறப்பொருள்களுங்கூட நம் நாம–ரூபத்தைப் போலவே பல்வேறு மூலப்பொருள்கள் ஒன்று சேர்வதற்கு முன் இருந்தவையல்ல. காரணங்களையும் சூழ்நிலை ஆதரவுகளையும் சார்ந்து பல்வேறு மூலப்பொருள்களின் கூட்டாக உண்டான அந்த வெளியுலகப் பொருள்கள் நிலையற்றவையாய் உள்ளன, மாறுகின்றன, அழிந்துபோகின்றன. இறுதி ஆராய்ச்சியில், அந்த மூலப்பொருள்களுங்கூடத் தனித்து நிலையாக இருக்கும் சாரமுள்ள பொருள்களல்ல. அவையும் புத்தர் கூறுவதுபோல, *கலாபாக்கள்* எனும் நுண்துகள்களின் அதிர்வுகளாலும் துடிப்புகளாலும் அல்லது பல்வேறு சக்திகளின் (குணங்களின்) கூட்டுகளாலும் உருவானவையேயாகும்.

அல்லது நவீன விஞ்ஞானம் காட்டுவதுபோல, எலக்ட்ரான்கள், புரோட்டான்கள், நியூட்ரான்கள் எனப்படும் மின்துகள்களின் தொகுப்புகள் அல்லது வெவ்வேறு சக்தி அலைகளின் வீச்சு களால் உண்டானவையேயாகும்.

மேலும் ஆராய்ந்து பார்த்தால், புத்தர் கூறும் *கலாபாக்கள்* எனும் நுண்துகள்களும் அந்த நுண்துகள்களை ஆக்கும் அடிப்படைச் சக்திகளான மஹாபூதங்களும் அல்லது நவீன விஞ்ஞானம் காட்டும் மின்துகள்களும் சக்தி அலைகளும் தனித்து சுயேச்சையாக மற்றவற்றை ஆதாரமாகக் கொள்ளாத தனியிருப்பைக் கொண்டவையாக இல்லை. அனைத்தும், ஏன், அடிப்படைச் சக்திகள் என்று கருதப்படும் மஹாபூதங்களுங் கூட, ஒன்றையொன்று சார்ந்து, ஒன்றையொன்று ஆதாரமாகக் கொண்டு, ஒன்றோடு ஒன்று பின்னிப் பிணைக்கப்பட்டு, இடைவிடாது சுழன்றுகொண்டும் மாறிக்கொண்டும் இருக்கின்றன. தனித்திருக்கும் சக்தி என்று எதுவும் காணப் படுவதில்லை. காரணம் – விளைவு என்கிற இயற்கை விதி களின்படி அனைத்தும் மாறிக்கொண்டிருக்கின்றன. எந்தத் தோற்றத்திலும் எந்தப் பொருளிலும் எந்த உயிரிலும் எந்த நிகழ்விலும் "தான்" எனும் தனியிருப்போ தனித்தன்மையோ இல்லை. தனியிருப்போ தனித்தன்மையோ சாரமோ இல்லாமை யால், அனைத்தும் எழுவதும் மறைவதுமாக இருப்பதால், சூன்யமே இங்கு நிலவுகின்றது. ஆசைகளாகிய சக்திகளின் நடனமே இந்த சூன்யத்தில் நிகழ்ந்துகொண்டிருக்கின்றது. சாரத்தையும் தன்மைகளையும் நம் ஆசைகளே கற்பித்துப் புறப்பொருள்கள்மீது திணித்து, அவற்றைப் பற்றிக்கொண்டு, அறியாமையிலும் மயக்கத்திலும் உழல்கின்றன. புறப்பொருள்கள் இயல்பான தன்மைக்கேற்ப மறையும்போது, ஏமாற்றமும் துக்கமும் விளைகின்றன.

உள்நோக்குத் தியானத்தில் ஒவ்வொன்றையும் உற்றுப் பாருங்கள். நீங்கள் பார்ப்பதெல்லாம் உங்கள் உடலில் ஏற்படும் அதிர்வுகள், மாற்றங்கள், பிரதிபலிப்புகள், பிரதிபிம்பங்கள் ஆகியவற்றையேயாகும். நீங்கள் பொருள்கள் என்று கற்பனை செய்துகொள்பவையெல்லாம் நுண்துகள்களே, மின்துகள்களே, வெவ்வேறு சக்தி அலைகளின் வீச்சுகளே. அனைத்தும் பற்றிக் கொள்ளக்கூடிய எதுவுமில்லாத சூன்யம் என்பதை உணருங்கள். இங்கு உள்ளதெல்லாம் உங்கள் பேராசைகளே. பற்றிக்கொள்ள எதுவுமில்லை என்னும் சூன்யம் உணரப்படும்போது பேராசை களும் மறைகின்றன. நீங்கள் இன்பம் தருவதாகவும வசீகரமான தாகவும் கருதும் பொருள்கள் சாரமற்றவை, சூன்யம், வெறுமை என்று உள்ளூர உணர்ந்து அறியும்போது, சூன்யமாகிய அந்தப் பொருள்களில் உங்கள் ஆசை மறைகின்றது.

உடலின் மாற்றங்களால் மனத்தில் விளையும் பிரதி பலிப்புகளை, பிரதிபிம்பங்களை, தோற்றங்களை உற்றுப் பாருங்கள். புறப்பொருள்கள் சூன்யம் என்னும் உண்மை உங்கள் மனத்தில் ஆழமாகப் பதியட்டும்; வேரூன்றித் தளைக் கட்டும். துக்கத்தை உண்மையில் அறிதல் என்பது துக்கத்தின் காரணமாகிய பேராசைகளையும் அனைத்தும் சூன்யம் என்னும் உண்மையையும் உள்ளது உள்ளவாறு அறிதலாகும். இதுவே தன்னையறியும் "தான்" என்பது யாது என்பதை அறியும் மெய்யறிவுமாகும். இந்த மெய்யறிவு எழும்போது புறப்பொருள்கள் எதுவும் பற்றிக்கொள்ளப்படுவதில்லை; துக்கம் மறைகின்றது.

சதிபட்டான சுத்தம் போதிக்கும் *காயானுபஸ்ஸனா, வேதனானுபஸ்ஸனா, சித்தானுபஸ்ஸனா, தம்மானுபஸ்ஸனா* ஆகியவற்றுள் எந்தத் தியானத்தை மேற்கொண்டாலும், அது இறுதியில் மனத்தின் உட்புறத்திலும் (உள்ளாழத்திலும்) வெளிப் புறத்திலும் உள்ள ஆசைவேகங்களையும் எண்ணங்களையும் உடலின் உட்புறத்திலும் வெளிப்புறத்திலும் தோன்றும் மாற்றங் களையும் உணர்வுகளையும் உற்றுப்பார்த்திருப்பதிலேயே சங்கம மாகும். மனத்தில் ஆசைவேகங்களும் எண்ணங்களும் உடலில் சக்தி அலைகளின் (நுண்ணணுக்களின்) வீச்சுகளும் உணர்வு களும் மாறிமாறி எழுவதையும் மறைவதையும் பார்த்தறியும் உண்மையறிவில் சாதகர் ஐக்கியமாகிறார். "தான்" எனும் தனியுணர்வு மறைந்து வாழ்வின் இயற்கைத் தன்மைகளான *அநித்தியம், அசுகம், அநத்தா* (ஆன்மா இன்மை) ஆகிய மூன்று உண்மைகளையும் அனுபவிக்கும் அனுபவமாகவே சாதகர் மாறிவிடுகிறார். உண்மைத் தன்மைகள் அனுபவபூர்வ மாக உணர்ந்து அறியப்படுகின்றன.

உள்ளூடுருவிப் பார்க்கும் இந்த உள்நோக்கில் (ஞான திருஷ்டியில்) மன ஆழத்தில் படிந்துள்ள மாசுக்கள் வெளிக் கொணரப்பட்டு வேரறுக்கப்படுகின்றன.

மனத்தையே உற்றுப்பார்த்து, பேராசை தணிவதை அறி யுங்கள்; அது மறைவதை அறியுங்கள். முன் பல்வேறு சமயங் களில் எழுந்த பேராசை குறைந்திருக்கும், மறைந்திருக்கும். அந்த அனுபவங்களை நினைவுகூர்ந்து பாருங்கள். அப்போது அந்தப் பேராசை தணிந்தபோது, உங்கள் மனம் எவ்வளவு அமைதியுற்றது, நிம்மதியடைந்தது என்னும் முன்அனுபவத்தை நினைவுகூர்ந்து பாருங்கள். அந்தச் சமயத்தில் உங்கள் புத்த ஞானம் எவ்வாறு பேராசையையும் பற்றுதலையும் நீக்கியது என்பதையும் சிந்தித்துப்பாருங்கள். பேராசையும் பற்றுதலும் நீங்குவதற்குக் காரணமான அந்தப் புத்த ஞானத்தை வளர்ப்பதே,

துக்கத்தை ஒழிக்கும் மார்க்கத்தை அறிவதாகும். அந்தப் புத்த ஞானத்தை வளர்த்துப் பெருக்க மேற்கொள்ளப்படும் மனப் பயிற்சியே துக்கத்தை ஒழிக்கும் மார்க்கமாகும்.

அறிந்த மனம் சாந்தமடைகின்றது, அமைதியான மனமாகின்றது.

அமைதியே மனத்தின் இயற்கை நிலை.

அமைதியான மனம் அதன் இயற்கை நிலையில் உறைகின்றது.

ஆகவே, தியானத்தில் முக்கியமானது: மெய்யறிவைப் பெறுவதற்கும் சலனமற்று அமைதியோடு இருப்பதற்கும் அதன் இயற்கை நிலையில் உறைவதற்கும் மனத்தைப் பழக்குவதும் பயிற்றுவிப்பதும் பண்படுத்துவதுமாகும். புத்தர் போதித்த நான்கு உன்னத உண்மைகளையும் தியானித்துச் சரியாகப் புரிந்துகொள்வதே மெய்ஞ்ஞானத்திற்கு நேர்வழியாகும். பயிற்றுவித்துப் பண்படுத்தப்பட்ட மனம் தன் இயற்கை நிலையிலும் சலனமற்ற அமைதியிலும் மெய்ஞ்ஞானத்திலும் நிலைப்பதோடு தெளிவும் ஒளியும் பெற்றுப் பொலிவுபடுகின்றது, பிரகாசிக்கின்றது. இவையே துக்க மறைவின் அறிகுறிகள், அடையாளங்கள், அம்சங்களாகும். நீங்கள் இவற்றைப் பெற வேண்டும்.

விபஸ்ஸனா விழிப்புணர்வாகிய புத்த ஞானத்தின் இடைவிடாத பரிசோதனையில், துக்கத்தை ஒழிக்கும் மார்க்கத்தில் உங்களுடைய நிலையை, உங்களுடைய முன்னேற்றத்தை நீங்களே உள்மனத்தில் உணர்வீர்கள். உங்களது முயற்சி முதிர்ந்து முன்னேற்றம் அதிகரித்திருக்கின்றதா என்பதை நீங்களே உணர்வீர்கள். இவ்வாறு நீங்களே துக்க ஒழிப்பு மார்க்கத்தில் உங்களது உண்மையான நிலையைத் தெளிவாக அறிந்து உணர்கின்றபோது, அந்த அறிவு உங்களையே நீங்கள் உள்ளது உள்ளவாறு அறியும் *அத்தஞ்ஞா* (ஆத்ம ஞானம்) ஆகிறது.

நான்கு உன்னத உண்மைகளையும் பூரணமாக அறிதல்

நான்கு உன்னத உண்மைகளையும் அறிவதில், ஒவ்வொன்றிலும் மூன்று படிநிலைகள் உள்ளன.

முதல் உன்னத உண்மை

“இது துக்கம்” என்று முதலில் அறியப்படுவது மேலோட்டமான வெறுப்பையும் கசப்பையும் உண்டாக்கும் அறிவு. இரண்டாம் நிலையில் துக்கத்தின் பலவிதப் பரிமாணங்களும் தன்மைகளும் மனம் எவ்வாறு துக்கத்தை வளர்த்துப் பெருக்கு

கின்றது என்பதும் உள்ளவை உள்ளவாறு அறியப்படுகின்றன. துக்கத்தைப் பூரணமாக ஆராய்ந்து அறிந்த மனம் மூன்றாம் நிலையில் வெறுப்போ கசப்போ இன்றித் துக்கத்திலிருந்து விலகி நின்று சமநிலையில் அதை உற்றுப் பார்க்கின்றது. அப்போது இந்த உண்மை *ஆரியசச்சம்*, அதாவது உன்னத உண்மையாகின்றது.

இரண்டாம் உன்னத உண்மை

அறியாமையும் பேராசைகளும் பற்றுதல்களும் கர்ம வினைகளுமே துக்கத்திற்குக் காரணங்கள் என்று கேள்வி ஞானமாக அறிவது முதல் நிலை. இரண்டாம் நிலையில் உள்மன ஆழத்தில் உறைந்திருந்து பேராசை, வெறுப்பு, அறியாமை ஆகியவற்றை விளைவிக்கும் சக்திகள் விழிப்புணர்வுடன்கூடிய *விபஸ்ஸனா* தியானத்தில் வெளிக்கொணரப்பட்டு அழிக்கப்படுகின்றன, வேரறுக்கப்படுகின்றன. மூன்றாம் நிலையில் அந்தத் தீயசக்திகள் பூரணமாக வேரறுத்து அழிக்கப்பட்டது உணர்ந்தறியப்படுகின்றது. அப்போது அது *ஆரியசச்சம்* (உன்னத உண்மை) ஆகின்றது.

மூன்றாம் உன்னத உண்மை

முதல் நிலையில், துக்க ஒழிப்பு என்பது ஒரு நம்பிக்கையாக அல்லது மேலோட்டமான அறிவு கூறும் உண்மையாக ஏற்றுக் கொள்ளப்படுகின்றது. இரண்டாம் நிலையில், துக்க ஒழிப்பு மனத்தில் உள்ளார உணர்ந்தறியப்படுகின்றது. மூன்றாம் நிலையில், துக்கம் பூரணமாகவும் நிரந்தரமாகவும் ஒழிக்கப் பட்டது விபஸ்ஸனா விழிப்புணர்வில் தெளிவாக அறியப்படு கின்றது. அப்போது அது *ஆரியசச்சம்* ஆகின்றது.

நான்காம் உன்னத உண்மை

முதல் நிலையில் துக்கத்தை ஒழிக்கும் வழி கேள்வி ஞானமாக அறியப்படுகின்றது. அடுத்து, அந்த வழி பிறழாமல் இடைவிடாது பின்பற்றப்படுகின்றது. மூன்றாம் நிலையில் வாழ்வின் உன்னத இலக்கு அடையப்படுகின்றது, உன்னத உண்மை பூரணமாக அறியப்படுகின்றது. அப்போது அது *ஆரியசச்சம்* ஆகின்றது.

இவ்வாறு, நான்கு உண்மைகளும் நான்கு ஆரியசச்சங்களா கின்றன. அதாவது, நான்கு ஆரியசத்தியங்களாகின்றன. இந்த நான்கு *ஆரியசச்சங்களும்* தியானத்தில் உள்ளூர உணர்ந்து அறியப்படுகின்றன.

அத்தியாயம் 15

நிப்பாணப் பாதையைக் கண்டறியும் ஞானதிருஷ்டியில் தூய்மை

நல்மன விழிப்புணர்வை வளர்க்கும் பயிற்சியைத் தீவிரமாக மேற்கொண்டு சாதகர் அதில் தேர்ச்சியும் முதிர்ச்சியும் அடைகின்றபோது, உடலிலும் உள்ளத்திலும் உருவாக்கங்கள் மாறிமாறி எழுவதையும் தேய்ந்து மறைவதையும் கூர்ந்து பார்த்தறியும் அறிவு பண்பட்டு அது இரண்டாம் நிலைக்குப் பரிணமிக்கின்றது; உள் நோக்கி அறியும் ஞானதிருஷ்டி மேலும் தூய்மைப் பொலிவு பெறுகின்றது. இறுதி இலக்கான நிப்பாண விடுதலையை அடைவதற்கான பயிற்சியும் பாதையும் தெளிவாகத் தெரிகின்றன. பயிற்சியின் உச்சக்கட்டமாகச் சாதகர் தான் இறுதி இலக்கை அடையப்போவதை உள்ளுணர்வில் காண்கிறார். இத்தருணத்தில்தான் கீழ்க் காணும் ஞானங்கள் (உள்நோக்கு ஞானங்கள்) ஒன்றன் பின் ஒன்றாக ஒரு தொடர்ச்சியாக உதிக்கின்றன.

1. தோற்றங்கள் (உருவாக்கங்கள்) எழுவதையும் மறைவதையும் கூர்ந்து அறியும் அறிவு *(முதிர்ந்த நிலை) (உதய ஞானம், வயஞானம்)*

தோற்றங்கள் எழுவதையும் மறைவதையும் கூர்ந்து அறியும் அறிவின் தொடக்கநிலையில் வாழ்வின் மூன்று உண்மைத் தன்மைகளும் ஏற்கனவே அறியப்பட்டாலும், உள்நோக்கின் குறைபாடுகளால் அந்த அறிவு அவ்வளவு தெளிவானதாக இல்லாமல் அமைந்திருந்தது. அந்தக் குறைபாடுகள் விலக்கப்பட்டு நல்மன விழிப்புணர்வை

வளர்க்கும் பயிற்சியில் தேர்ச்சியடைகின்றபோது, அந்த அறிவு முதிர்ந்து நிலையாமை, துக்கம், கட்டியாளும் ஆன்மா இன்மை ஆகிய வாழ்வின் மூன்று உண்மைத் தன்மைகளும் மிகத் தெளிவாகவும் கூர்மையாகவும் உணரப்படுகின்றன.

உடலையும் மனத்தையும் ஆக்கும் *தம்மங்கள்* (அதாவது மூலப்பொருள்கள்) எழுவதையும் எழுந்த கணமே மறைவதையும் உற்றுநோக்கி உணர்ந்தறியும் அறிவு மேன்மையடைகின்ற போது, அவற்றின் நிலையாமை மிகத் தெளிவாக உணர்ந்தறியப் படுகின்றது. *தம்மங்கள்* எழுவதும் மறைவதுமாக இருப்பதால், இன்பம் தராதவற்றோடு இணைய நேரிடுகின்றது, இன்பம் தருபவற்றிலிருந்து பிரிய நேரிடுகின்றது. ஆகவே, துக்கம் உண்டாவது மிகத் தெளிவாக அறியப்படுகின்றது. மேலும், *தம்மங்கள்* மாறிமாறி எழுவதும் மறைவதுமாக இருப்பதால், அவற்றைக் கட்டியாளும் சக்திவாய்ந்த தனிப்பொருளாக எந்தவொரு ஆன்மாவும் இல்லையென்பதும் மிகத் தெளிவாகப் புலனாகின்றது. ஐந்து *கந்தங்களையும்* அல்லது *மூலதம்மங் களையும்* உற்றுப்பார்த்திருக்கும் தியானத்தில் இவ்வாறு வாழ்வின் மூன்று உண்மைகளும் பூரணமாகவும் தெளிவாகவும் உணர்ந்தறியப்படுகின்றன.

உதாரணமாக, சாதகர் தமது வயிற்றுப் பகுதி அல்லது நாபிக் கமலத்தையே தியானப் பொருளாக எடுத்துக்கொண்டு சிந்தித்துப் பார்க்கும்போது, அதன் ஒவ்வொரு எழுச்சியிலும் வீழ்ச்சியிலும் ஒன்றன்பின் ஒன்றாக நிகழும் அநேக அசைவுகள் உள்ளன என்பதைக் காண்பார். எழுச்சி அல்லது வீழ்ச்சி ஒன்றெனக் கருதப்பட்டாலும், அது அநேக அசைவுகளால் ஆனது. அதே மாதிரி எழுச்சி அல்லது வீழ்ச்சியை அறியும் தன்னுணர்வு (விஞ்ஞானம்) ஒன்றெனத் தோன்றினாலும், கணத்துக்குக் கணம் அசைவுகளைப் பொருத்து தன்னுணர்வும் எண்ணங்களும் மாறுபடுவது தெளிவாகத் தெரியும்.

அவ்வாறே, உள்வாங்கும் மூச்சு அல்லது வெளிவிடும் மூச்சு ஒவ்வொன்றும் ஒரு தனி நிகழ்வாகத் தோன்றினாலும் ஒவ்வொரு நிகழ்வும் பல பகுதிகளைக் கொண்டுள்ளது. ஒவ்வொரு பகுதியிலும் அதோடு சம்பந்தப்பட்ட மூச்சுக்காற்று வேறாக உள்ளது, அதை உணரும் தன்னுணர்வும் எண்ணமும் வேறாக உள்ளன. இவ்வாறு கணத்துக்குக் கணம் பகுதிகள் வேறுபடுவதும் அவற்றைச் சார்ந்த தன்னுணர்வுகளும் எண்ணங் களும் வேறுபடுவதும் பண்பட்ட கூர்மையான தியானத்தில் தெளிவாக உணரப்படும்.

கையை உயர்த்துவதோ தாழ்த்துவதோ உள்மூச்சு வாங்கு வதோ வெளிமூச்சு விடுவதோ வயிற்றுப் பகுதி அல்லது நாபிக் கமலம் உயர்வதோ தாழ்வதோ என எந்தவொரு நிகழ்வையும் தியானப் பொருளாக எடுத்துச் சிந்தித்துப் பார்க்கும்போது, அதைச் சார்ந்த தன்னுணர்வும் எண்ணமும் பல தன்னுணர்வுகளையும் எண்ணங்களையும் கொண்டவையாக உள்ளன என்பது தெளிவாகும். தியானத்தில் இவ்வாறு ஒவ்வொரு கணத்தையும் ஒவ்வொரு பகுதியையும் உற்றுப் பார்க்கும்போது, பகுப்பதற்கு ஒரு எல்லையே இல்லை என்பது தெரியவரும். ஒவ்வொரு நிகழ்வின் எழுச்சியும் வீழ்ச்சியும் ஒவ்வொரு பகுதியின் பல்வேறு நுண்துகள்களின் அதிர்வுக ளாகவும் துடிப்புகளாகவும் இப்போது உணரப்படுகின்றது.

2. மறைவை உற்றுநோக்கி அறியும் அறிவு *(பங்க ஞானம்)*

முதலில் ஒவ்வொரு தோற்றத்தின் அல்லது நிகழ்வின் எழுச்சியையும் வீழ்ச்சியையும் (மறைவையும்) உற்றுப்பார்த் திருந்த சாதகர் இப்போது அதன் ஒவ்வொரு கணத்தையும் பகுதியையும் மேன்மேலும் நுண்மையாகப் பகுத்து உன்னிப் பாகப் பார்க்கிறார். பகுப்பதற்கு ஒரு எல்லையில்லை என்பதால், எழுந்த கணமே ஒவ்வொரு நுண்ணிய பகுதியும் மறைவதே இப்போது தென்படுகின்றது. முன்னர் ஒவ்வொரு தோற்றமும் எழுவதையும் இருப்பதையும் மறைவதையும் கண்ட சாதகர் இப்போது நுண்ணிய பகுதிகள் அணு அணுவாக மறைவதை அல்லது அழிவதையே காண்கிறார். உடலில் நிகழ்வது தியானப் பொருளாக எடுத்துக்கொண்டு உற்றுப்பார்க்கப்படும்போது, உடல் முழுவதும் ஒவ்வொரு உறுப்பும் தன் திடத்தன்மையை யிழந்து நொறுங்கித் தூள்தூளாகச் சிதறுவதை அவர் உணர்கிறார்.

இவ்வாறு ஒவ்வொரு உறுப்பும் நொறுங்கி முழு உடலும் அதிர்வுகளின் கூட்டமாக மாறும். உடல் மறைந்து இந்த அதிர்வுகள் மட்டும் அனுபவிக்கப்படும். மேலிருந்து தரைமேல் விழும் களிமண்பாண்டம் நொறுங்கிச் சிதறுவதுபோலவும் நுண்ணிய தூசுகள் சிதறிக் காற்றில் பறப்பது போலவும் இயந்திரத்தில் போடப்பட்ட தான்யம் அரைத்துப் பொடி யாக்கப்படுவதுபோலவும் உடல் சிதறி உணர்ச்சிப் பிழம்பாகவும் அதிர்வுகளின் கொந்தளிப்பாகவும் மாறுகின்றது. அதிர்வுகளைத் தவிர வேறொன்றையும் காண்பதில்லை. இவ்வாறு சாதகர் தம் உடல் – உள்ளத் தொகுப்பின் உண்மைத்தன்மையை – அதாவது அதிர்வுகளின் சேர்க்கையே அது என்னும் உண்மையை – உள்ளது உள்ளவாறே உணர்கிறார். தோன்றிய

கணத்திலேயே மறையும் அவை நிலையாமையை மட்டும் நிரூபித்துக் காட்டுபவையாக அமையாமல், ஆன்மாவை மறுக்கும் வலுவான சான்றுகளாகவும் உள்ளன. இந்தத் தோற்றங்களிலும் அதிர்வுகளிலும் அவற்றைக் கட்டியாளும் சக்தி வாய்ந்த ஆன்மா எதுவும் இல்லை என்பதையும் தெளிவாக உணர்கிறார்.

கண்முன் தோன்றும் ஒரு காட்சியை நேருக்கு நேர் பார்க்கும் அதே தெளிவுடன் சாதகர் இப்போது நிலையாமையையும் ஆன்மா இன்மையையும் அனுபவபூர்வமாகக் காண்கிறார்.

ஒவ்வொன்றும் துகள் துகள்களாகத் துடித்துச் சிதறி அழிவதை நிகழ்கால அனுபவமாக உணர்ந்தறியும் சாதகர், இதேமாதிரி அனைத்துக் கடந்தகாலத் தோற்றங்களும் மறைந்தன, எதிர்காலத் தோற்றங்களும் மறையக்கூடியவை தான் என்று அனுமானித்து நிலையாமையைப் பற்றிய உறுதியான அறிவைப் பெறுகின்றார். இதுவே *பங்க ஞானம்* எனப்படுகின்றது. மறைவுகளின் தொடர்நிகழ்வு முக்காலத்தையும் ஆட்டிப்படைக்கிறது என்னும் உண்மையையும் சாதகர் இவ்வாறு பூரணமாக உள்நோக்கில் உணர்ந்தறிகிறார். அப்போது மறைவை உற்றுநோக்கியறியும் அவரது அறிவு நிறைவுபெறுகின்றது.

உடலையும் உள்ளத்தையும் ஆக்கும் *தம்மங்களைச்* (அதாவது மூலப்பொருள்களை) சிந்தித்திருக்கும் சாதகர், அடுத்துத் தன் சிந்தனையையே தியானப்பொருளாக எடுத்துக் கொள்கிறார். மூலப்பொருள்களில் மட்டுமல்ல, இந்தச் சிந்தனையிலும் எண்ணங்கள் கணத்துக்குக் கணம் எழுந்தவுடன் மறைவதை அவர் பார்க்கிறார். அவர் சிந்திக்க நேர்ந்த ஒவ்வொரு எண்ணமும் கரைந்து மறைந்துபோகின்றது; எண்ணங்களும் கணத்துக்குக் கணம் மாறிக்கொண்டேயிருக்கின்றன. இவ்வாறு எல்லாவற்றிலும் மறைவை உற்றுநோக்கியறியும் அறிவு உள்நோக்குத் தியானத்தில் பெரும் உயரிய ஞானமாகும்.

3. மறைவைக் கண்டு பயம் எழுவதைக் காணும் அறிவு *(பய ஞானம்)*

பழைய தோற்றங்கள் எழுந்த கணமே கரைந்து மறைந்து போயின, தற்போதையவை எழுந்த கணமே மறைந்துகொண்டிருக்கின்றன, எதிர்காலத்தில் எழுபவையும் எழுந்த கணமே மறைந்துபோகும் என்னும் உண்மையை உணரும் சாதகர், மறைவுக்கும் அழிவுக்கும் உட்பட்ட எவையும் ஆதாரமாகப் பற்றிக்கொள்ளத்தக்கவையல்ல, நம்பத்தக்கவையல்ல

என்பதையும் உணர்கிறார். இவ்வாறு உடல் மனம் என்று கருதப்படும் ஒவ்வொன்றும் கரைந்து மறைகின்றபோது, தம் உடலின் ஒவ்வொரு உறுப்பும் நொறுங்கி முழு உடலும் அதிர்வுகளின் கூட்டேயன்றி வேறல்ல என்று சாதகர் அனு பவித்து உணர்கின்றபோது, அவர் மனத்தில், "பற்றுவதற்கு யாதுமில்லை, உதவுவதற்கு ஒன்றையும் காண இயலவில்லை" என்னும் பயம் எழுகின்றது. இதுவரை அவர் தனதெனப் பற்றிக்கொண்டிருந்த உடல் – மனத் தொகுப்பு நொறுங்கிச் சிதறிப்போவதால், பாதுகாப்பு அல்லது அடைக்கலம் எதையும் எங்கும் காண இயலாததால், அவர் பெரும் பயத்துக்கு ஆட்படு கின்றார். இதுவே பௌத்தத்தில் தத்துவார்த்தமாக **மறைவைக் கண்டு எழும் பயத்தைக் காணும் அறிவு** *(பய ஞானம்)* எனப்படுகின்றது.

இந்தப் பயம் தோன்றியதைச் சாதகர் மனத்தில் குறித்துக் கொண்டு அந்தப் பய உணர்வைப் பற்றிக்கொண்டு நில்லாமல் அதை விலக்கிவிட்டு உள்நோக்குத் தியானத்தை மேலும் தொடர வேண்டும்.

4. பற்றுதல்களில் அபாயத்தைக் காணும் அறிவு *(ஆதினவ ஞானம்)*

நிலையான ஒன்று எதுவுமின்மையால், எதுவும் பாது காப்போ புகலிடமோ அளிக்கவல்லது அல்ல. பாதுகாப்போ புகலிடமோ தரவல்லாத எதையும் பற்றிக்கொண்டிருப்பதில் உள்ள அபாயத்தைச் சாதகர் காண்கிறார். பயம் எழுவதைக் காணும் அறிவு இப்போது தோற்றங்களைப் பற்றிக்கொண் டிருப்பதனால் எழும் துக்கத்தையும் அபாயங்களையும் உணரும் அறிவாகின்றது. தோற்றங்களின் முழுவடிவங்களும் உண்மைத் தன்மைகளும் அபாயங்களும் இப்போது சாதகருக்குத் தெளி வாகப் புலனாகின்றன. தோற்றங்கள் அனைத்தும், விரும்பத் தக்கன விரும்பத்தகாதன என்று பிரித்தறிய இயலாவண்ணம் அபாயங்களின் ஒருமித்த குவியலாகவே அவருக்குத் தோன்றுகின்றன. மூர்க்கமான புலிகளும் சிறுத்தைகளும் கரடிகளும் பாம்புகளும் கொள்ளையர்களும் நிறைந்த வனாந் தரத்தில் வழிதவறிச் சிக்குண்டவரைப் போல அவர் மனம் பதைபதைக்கின்றது. இவ்வாறு அபாயங்களைக் காணும் அறிவைத் தொடர்ந்து, பற்றுதல்களில் மகிழ்ச்சிகொள்ளும் மயக்கம் தெளிகின்றது, பற்றற்ற சாந்தம் கொண்ட மனம் எழுகின்றது.

இவ்வாறு சாதகர், மறைவைக் காணும் அறிவிலிருந்து பண்பட்டு, பற்றுதல்களில் மயக்கம் தெளிந்தவராய்ச் சாந்தமான

மனநிலைக்கு உயர்வது உற்றுநோக்குத் தியானத்தில் மிக முக்கியமான பரிணாமம் ஆகும். இந்தப் பரிணாம வளர்ச்சியில் நான்கு உள்நோக்கி அறியும் அறிவுகளும் – அதாவது மறைவை உற்றுநோக்கியறியும் அறிவு, மறைவைக் கண்டு பயம் எழுவதைக் காணும் அறிவு, பற்றுதல்களில் அபாயத்தைக் காணும் அறிவு, பற்றுதல் நீங்கிச் சமநோக்குப் பெறும் அறிவு ஆகிய நான்கு உள்நோக்கியறியும் அறிவுகளும் – ஒன்றைத் தொடர்ந்து ஒன்று அதிவிரைவாக அல்லது ஏறக்குறைய ஒரே சமயத்தில் எழு கின்றன. ஆகவே இந்த முழுத்தொடரும் பொதுவாக **பற்றுதல்கள் நீங்கிச் சமநோக்கு எழும் அறிவாகக்** குறிப்பிடப்படுகின்றது. மறைவை உற்றுநோக்கியறியும் அறிவு எழுகின்றபோது, சாதகர் தியானத்திலிருந்து வெளிவராமல் மற்ற மூன்று உள்நோக்கு அறிவுகளும் முழுதும் வளர்ந்து நிறைவுபெறும்வரை தொடர்ந்து தியானத்தில் நிலைத்திருக்க வேண்டும்.

(5) பற்றுதல்களில் மயக்கம் நீங்கியதைக் காணும் அறிவு *(நிப்பித ஞானம்)*

தோற்றங்களிலுள்ள அபாயங்கள் புரிந்துகொள்ளப்படு கின்றபோது, பற்றுதல்களில் மகிழ்ச்சிகொள்ளும் மயக்கம் எந்தவிதப் பிரத்யேகமான முயற்சியுமின்றித் தானாகவே மறைகின்றது.

துக்கமயமான அந்த நான்கு தாழ்ந்த நிலைகளில் – அதாவது நரகங்கள், விலங்குகள் உலகம், பசி தணியாமல் அல்லலுறும் ஆவிகள் உலகம், அசுரர்கள் உலகம் ஆகிய நான்கு தாழ்ந்த நிலைகளில் – மறுபிறவியெடுக்க நேரிடாமல் விடுதலை பெறுவதே, முன்னர் சாதகரின் குறிக்கோளாக இருந்திருக்கலாம். ஆனால், எல்லாத் தோற்றங்களிலும் அபாயங் களை உணரும் சாதகர் இப்போது அந்த நான்கு தாழ்ந்த நிலைகளிலிருந்து மட்டுமல்ல, மற்ற உயர்ந்த வாழ்க்கை நிலைகளான புலனின்ப உலகம் (மானிட உலகம்), தியானப் பேறுகளின் பலன்களாக விளையும் நுண்ணுருவ உலகம், அருவ உலகம் ஆகியவற்றிலிருந்தும் விடுதலை பெறுவதைக் குறிக்கோளாகக் கொள்கிறார். எந்தப் பிறவி நிலையிலும் – ஏன், நுண்ணுருவான அல்லது அருவமான தேவலோகங்களிலும் பிரம்மாக்களின் உலகங்களிலுங்கூட – துக்கத்திலிருந்து பூரண மாகவும் நிரந்தரமாகவும் விடுதலை இல்லை என்பதையும் ஆறுதல் இல்லை என்பதையும் உணர்ந்து, என்றும் மீண்டும் பிறவாத அந்த நிப்பாண நிலையையே அவர் நாடுகின்றார்.

பற்றுதல்களில் அபாயத்தை உணரும்போது, சில சாதகர் களுக்கு மனச்சோர்வும் ஏக்கமும் ஏற்படலாம். ஆனால்,

அவற்றை விலக்கிச் சாதகர் உற்றுநோக்குத் தியானத்தில் முழுமையாக ஈடுபட்டுத் தனது இறுதி இலக்கை நோக்கி முன்னேற வேண்டும்.

6. விமோசனத்தை நாடும் அறிவு *(முஞ்சிதுகம்யதா ஞானம்)*

சாதகர் இப்போது பரிணாம விதிகளுக்கு உட்பட்ட எல்லாத் தோற்றங்களிலிருந்தும் எல்லா வாழ்க்கை நிலைகளிலிருந்தும் பூரணமாகவும் நிரந்தரமாகவும் விடுதலை பெறுவதையே தமது இலட்சியமாகக் கொள்கிறார். அவரது தீவிர முயற்சியெல்லாம் இப்போது எவ்வாறு களங்கங்களால் கட்டுண்ட மாசு படிந்த தோற்றங்களாகிய அனைத்துப் பரிணாமங்களிலிருந்தும் விடுதலை பெறுவது என்பதேயாகும்.

இந்தத் தருணத்தில் சாதகர் சில விசித்திரமான எண்ணங்களாலும் மன நிலைகளாலும் பீடிக்கப்படலாம். அவர் மனம் தறிகெட்டு வெவ்வேறு எண்ணங்களில் பாயலாம். தன்னுடைய குறைகளையே சிந்தித்து மனம் குன்றியவராக ஆகலாம். ஆனால், இவையனைத்தையும் உள்ளவை உள்ளவாறு கண்டு மனத்தில் குறித்துக்கொண்டு சாதகர் உற்றுநோக்குத் தியானத்தில் மேலும் முன்னேற வேண்டும்.

7. உள்நோக்குச் சிந்தனையில் பிரதிபலிக்கும் அறிவு *(பதிசங்கானுபஸ்ஸனா ஞானம்)*

தனது குறைகளையும் தவறுகளையும் களைந்து சாதகர் உற்றுநோக்குத் தியானத்தில் மேலும் முன்னேறுகின்றபோது, அவரது தியானத்தின் கூர்மை அதிகரிக்கின்றது. தொடர்ச்சியாகச் சில முக்கியமான உள்நோக்குக் காட்சிகள் அவருள் உதிக்கின்றன. பௌத்த மறைநூல்களிலும் விரிவுரைகளிலும் இந்த உற்றுநோக்கிக் காணும் காட்சிகள் பல்வேறு தொகுதிகளாகப் பிரித்துக்காட்டப்படுகின்றன. ஆனால், மிக விரிவானதாகவும் அனைத்தையும் உள்ளடக்கியனவாகவும் கருதப்படுவது: பதினெட்டு பிரதான உள்நோக்குக் காட்சிகள். உள்ளூடுருவிய இந்த ஞானக்காட்சிகள் எதிர்மறைகளைக் கொண்டு மாற்றி அமைக்கும் முறையின் மூலம் களங்கங்களை நீக்குகின்றன.

- நிலையாமையைக் காணும் ஞானக்காட்சி அமரத்துவம் (நிரந்தரம்) என்னும் தவறான கருத்தை அகற்றுகின்றது.
- துக்கத்தைக் காணும் ஞானக்காட்சி இன்பத்தை நாடும் தவறான எண்ணத்தை அகற்றுகின்றது. (இன்பத்தை நாடுவதும் துன்பம் என்கிற கருங்குழியில் வீழ்த்துகின்றது என்று காட்டுகின்றது ஞானக்காட்சி).

- ஆன்மா இன்மையைக் காணும் ஞானக்காட்சி சாசுவதமான ஆன்மா உள்ளது எனும் தவறான கருத்தை அகற்றுகின்றது.
- பற்றுதல்களில் மயக்கம் நீங்கிய ஞானக்காட்சி இன்பங்களில் திளைத்திருப்பது என்னும் தவறான கருத்தை அகற்றுகின்றது.
- தோற்றங்கள் தேய்ந்து மறைவதைக் காணும் ஞானக் காட்சி பெருங்காமத்தை அகற்றுகின்றது.
- மறைவைக் காணும் ஞானக்காட்சி நிலையான தோற்றம் என்னும் தவறான கருத்தை அகற்றுகின்றது.
- துறவைக் காணும் ஞானக்காட்சி பற்றுதலை அகற்றுகின்றது.
- அழிவைக் காணும் ஞானக்காட்சி இறுகி ஒன்றான தனிப்பொருள் உள்ளது என்னும் தவறான கருத்தை அகற்றுகின்றது.
- கடந்துபோவதைக் காணும் ஞானக்காட்சி கர்மவினைப் பலன்கள் சேகரித்துக் குவிக்கப்படுவதை அகற்றுகின்றது.
- மாற்றத்தைக் காணும் ஞானக்காட்சி உறுதியான நிலை என்னும் கருத்தை அகற்றுகின்றது.
- குறியேதுமில்லை என்பதைக் காணும் ஞானக்காட்சி குறியுள்ளது (அதாவது பற்றுதலுக்கு ஏற்றதைக் கொண்டுள்ளது) என்னும் தவறான கருத்தை அகற்றுகின்றது.
- ஆசைகளையறுத்த நிலையைக் காணும் ஞானக்காட்சி ஆசைகளை அகற்றுகின்றது.
- சூன்யத்தைக் காணும் ஞானக்காட்சி நிலையான தனித்திருக்கும ஒரு தனிப்பெரும் பொருள் அல்லது ஆன்மா உள்ளது என்னும் தவறான கருத்தை அகற்றுகின்றது.
- நிகழ்வுகளைக் காணும் ஞானக்காட்சி மையக்கருவாகச் சாரமான ஒரு பொருள் உள்ளது என்ற தவறான கருத்தை அகற்றுகின்றது.
- உண்மையைக் காணும் ஞானக்காட்சி குழப்பத்தை அகற்றுகின்றது.
- அபாயத்தைக் காணும் ஞானக்காட்சி பற்றுதல்களை அகற்றுகின்றது.
- சிந்திப்பதைக் காணும் ஞானக்காட்சி சிந்திக்காமல் செயல்படுவதை அகற்றுகின்றது.

- ஆசைகளிலிருந்து விடுபடுவதைக் காணும் ஞானக்காட்சி தளைகளால் கட்டுண்டு கிடப்பதை அகற்றுகின்றது.

சுருங்கச் சொன்னால், இந்த உள்ளூடுருவிக் காணும் ஞானக்காட்சிகள் யாவும், நிலையாமை, துக்கம், ஆன்மா – இன்மை ஆகிய வாழ்வின் மூன்று உண்மைத் தன்மைகளையும் பூரணமாகவும் தெளிவாகவும் உள்ளுணர்வால் புரிந்துகொண்டதன் உச்சக்கட்ட பரிணாமங்களேயாகும். சாதகர் எல்லாத் தோற்றங்களையும் இவ்வாறு உள்ளது உள்ளவாறு தெளிவாகக் காண்கிறார்:

- அனைத்தும் நிலையற்றவை; ஏனெனில் அவை தொடர்ந்து இருப்பதில்லை, தற்காலிகமாகவே உள்ளன, கணத்துக்குக் கணம் மாறுகின்றன, எழுச்சிக்கும் வீழ்ச்சிக்கும் (மறைவுக்கும்) ஆட்பட்டுள்ளன. பலவற்றின் கூட்டுகளால் உண்டான அவை கலைகின்றன, அழிகின்றன.

- அனைத்தும் துக்ககரமானவை. ஏனெனில், அவை நிலைத்திருப்பதில்லை, எப்பொழுதும் இடைவிடாது மாறிமாறி எழுகின்றன, மறைகின்றன. எழுச்சியும் (துன்பம் தருபவை எழுவதும்), வீழ்ச்சியும் (இன்பம் தருபவை மறைவதும்) துக்கத்தை விளைவிக்கின்றன, மனத்தை வருத்துகின்றன, வாட்டுகின்றன, வலிக்கும் வேதனைக்கும் ஆதாரங்களாக ஆகின்றன, தாங்கவொண்ணாத் துயரத்தைத் தருகின்றன.

- அனைத்தும் ஆன்மா அற்றவை. ஏனெனில், அவை அந்நியரைப் போலச் செயல்படுகின்றன, வீணான ஆசைகளை அடிப்படைகளாகக் கொண்டுள்ளன, ஒரு சாரமுமில்லாத வெறுமையாக உள்ளன; சூன்யமாக உள்ளன. அவற்றைக் கொண்டிருப்பவர், அவற்றின் சொந்தக்காரர்; அவற்றைக் கட்டியாள்பவர், அவற்றின் அதிபர் என்று யாரொருவரும் இல்லை; அவற்றின் மேல் ஆட்சிபுரிபவர், அதிகாரம்கொண்டவர், கட்டுப்படுத்தும் சக்தி படைத்தவர் என்று யாரொருவரும் இல்லை.

வாழ்வின் மூன்று உண்மைத் தன்மைகளையும் பற்றிய, இவ்வாறான விரிவான ஆழமான உள்ளுணர்வால் அறிந்த ஞானக் காட்சியே **உள்நோக்குச் சிந்தனையில் பிரதிபலிக்கும் அறிவு** எனப்படுகின்றது.

சாதகர் இந்த நிலையை அடைகின்றபோது, கடும் தலைவலி, உடல் தடுமாற்றம், மயக்கம், தலைச்சுற்று போன்ற வழக்கத்திற்கு மாறான உடல் உபாதைகளால் பாதிப்புக்கு உள்ளாகலாம். ஆனால், சாதகர் அவற்றைக் கண்டு மனந்தள ராமல், மனத்தில் மட்டும் அவற்றைக் குறித்து வைத்துவிட்டு, இறுதி இலக்கை அடையும்வரை ஊக்கத்துடனும் விடாமுயற்சி யுடனும் உள்நோக்குத் தியானத்தைத் தொடர்ந்து மேற்கொள்ள வேண்டும். உடல் உபாதைகள் படிப்படியாகத் தேய்ந்து மறைந்து விடும். தலைவலி போன்ற நாட்பட்ட தீராத நோய்களுங்கூட, உடலின் உள்ளும் புறமும் தோன்றும் மாற்றங்களையும் உணர்ச்சிகளையும் உற்றுப் பார்த்திருக்கும் தியானத்தில், அதிர்வுகளாகவும் துடிப்புகளாகவும் மாறி வலுவிழந்து தேய்ந்து மறையும்.

8. தோற்றங்களைச் சமநிலையோடு காணும் அறிவு *(சங்காருபெக்கா ஞானம்)*

அனைத்துத் தோற்றங்களும் ஆன்மா இல்லாத சூன்யமாக உள்ளன என்பது உள்ளுணர்வால் தெளிவாக அறிந்துகொள்ளப் படும்போது, மனம் அவற்றால் சஞ்சலமடையாத சமநிலை கொண்ட மனமாகிறது. இது **தோற்றங்களைச் சமநிலையோடு காணும் அறிவாகும்**.

அனைத்தும் சூன்யம் என்று தெளிவாக உணரப்படும் பொழுது, தோற்றங்கள் அழிவதைக் கண்டு அவரது மனத்தில் பயம் எழுவது நீங்கிவிடுகின்றது. விழிப்புணர்வோடுகூடிய அவரது உள்நோக்கு மேலும் மேலும் தீவிரமாகின்றது, கூர்மையாகின்றது. உள்நோக்கில் மனம் நிகழ்வுகளைக் குறித்து நோக்கிவிட்டுப் பற்றற்றதாய்த் தியானத்தைத் தொடர்கின்றது; குழப்பமும் சஞ்சலமும் நீங்கிக் கலைக்கவியலாத அமைதி நிலையையடைகின்றது. உள்நோக்குச் சிந்தனையின் தீவிரமும் கூர்மையும் மனத்தின் அமைதிநிலையைக் குலைப்பதில்லை.

இப்போது சாதகர் எதையும் பற்றாதவராய், சுகம் – வலி, இன்பம் – துன்பம், மகிழ்ச்சி – கவலை, விருப்பு – வெறுப்பு, வேண்டுதல் – வேண்டாமை, பெரும்பேறு – இழப்பு, புகழ்ச்சி – இகழ்ச்சி, கீர்த்தி – அபகீர்த்தி ஆகிய எந்தவகை நேர்மறை அல்லது எதிர்மறை உணர்ச்சிகளாலும் நிகழ்ச்சிகளாலும் பாதிக்கப்படாதவராய்ச் சமநோக்கும் சமநிலையும் பெற்றுச் சாந்தத்தில் நிலைக்கிறார்.

“அவர் பயம் மகிழ்ச்சி இரண்டையும் தாண்டியவராய் இருக்கிறார். அனைத்துத் தோற்றங்களையும் உருவாக்கங்களையும் அவர் சமநிலைகொண்ட மனத்தோடு பட்சபாதமின்றி நடு நிலையில் நின்று பார்க்கிறார்” *(விசுத்தி மக்கம், xxi. 61).*

தாமரை இலையின் மேல் விழுந்த நீர்த்துளிகள் எவ்வாறு ஒட்டாமல் வழிந்தோடிச் சரிகின்றனவோ, அவ்வாறே வேண்டுதல் – வேண்டாமை, விருப்பு – வெறுப்பு, பற்றுதல் – பகை போன்ற மன அமைதியைக் குலைக்கும் எண்ணங்கள் சாதகர் மனத்தில் ஒட்டிக்கொள்ளாமல் ஓடிமறைகின்றன. வசீகரமான பொருளோ அல்லது வெறுப்பூட்டும் ஒரு பொருளோ எது அவரது புலனுணர்வுக்கு வந்தாலும், அது அவரது மனத்தில் பேராசையையோ காமத்தையோ வெறுப்பையோ தூண்டிவிடாமல் இயல்பாக உருண்டோடி மறைகின்றது. பொருள்கள் அனைத்தும் மூலங்களான நான்கு அடிப்படைச் சக்திகளின் (மஹாபூதங்களின்) கூட்டுச்சேர்க்கையால் காரணம் – விளைவு என்னும் இயற்கை விதிகளின்படி உருவானவையே என்பதையும் அந்த மூலச்சக்திகளும் தனித்தியங்கும் தன்மையேதும் (சாரமேதும்) இன்றிச் சூன்யமாக இருப்பதையும் சாதகர் தெளிவாக அறிந்திருப்பதால், அவர் இப்போது சமநிலை பிறழாமல் உறைந்திருக்கிறார்.

சாதகரின் மனம் இப்போது அனைத்து மாசுக்களையும் அறுத்து ஆசைகளை வென்ற *அரஹந்தரது* மனத்தைப் போலவே தூய்மையாக இருப்பதாகத் தோன்றினாலும், அவரது களங்கங்கள் அடக்கி மறைக்கப்பட்டிருக்கின்றனவேயன்றி வேரோடு முழுவதும் அழிக்கப்படவில்லை. சாதகர் இந்தச் சமநிலையில் தொடர்ந்து பிறழாது இருக்கக்கூடுமானால், அதுவும் ஒரு மிகப்பெரிய சாதனையேயாகும், அவர் பெற்ற பெரும் பேறாகும்.

தோற்றங்களைச் சமநிலையோடு காணும் அறிவைப் *பதிசம்பித மக்கம்* (i. 606) என்கிற மறைநூல் கீழ்வருமாறு வர்ணிக்கின்றது:

"விமோசனத்தை விழையும் ஞானம் சிந்தனைத் தெளிவோடும் அமைதியோடும் இணைந்திருப்பதே தோற்றங்களைச் சமநிலையோடு காணும் அறிவாகும்."

சில சாதகர்கள் தோற்றங்களைச் சமநிலையோடு காணும் இந்த எட்டாம் உள்நோக்கு அறிவுக்கு மேல் முன்னேறி மீண்டும் பிறவா நிலையை அடைய முடிவதில்லை. ஏனெனில், அனைத்துயிர்களின் நலனுக்காக ஒரு புத்தராகவோ போதி சத்துவராகவோ *பிரத்யேக புத்தராகவோ* பிறக்க வேண்டும் என்று உறுதிபூண்டவர்களாக அல்லது சபதம் ஏற்றவர்களாக அவர்கள் இருப்பதால் அப்படி நேரிடுகின்றது. இத்தகைய உயர்ந்த குறிக்கோள் உள்ளவர்களுக்கும் தோற்றங்களைச் சமநிலையோடு காணும் அறிவு பெறுதற்கரியதான பொக்கிஷமாக அமைகின்றது. உலகாயதமாகப் பெறப்படும் ஞானங்களில் இதுவே உச்சகட்ட ஞானமும் சிகரமுமாகும்.

9. உண்மையோடு இணைந்த அறிவு (உண்மையில் உறையும் அறிவு) *(அனுலோம ஞானம்)*

உண்மையோடு இணைந்த அறிவு என்று கூறப்படும் இந்த ஒன்பதாம் உள்நோக்குக் காட்சி, தோற்றங்களைச் சமநிலையோடு காணும் அறிவு பண்பட்டு முதிர்கின்றபோது தானாகவே எழுகின்றது.

உள்நோக்குத் தியானத்தில் இதற்கு முன்னர் கண்ட எட்டு உள்நோக்குக் காட்சிகளும் (அறிவுகளும்) திரும்பத் திரும்பக் கூர்மையாக ஆராயப்பட்டு உறுதிப்படுத்தப்படுகின்றன. அந்த எட்டு உள்நோக்குக் காட்சிகளும் எட்டு நீதிபதிகளின் தீர்ப்புகளைப் போன்றவை. பழங்காலத்தில் நீதிபதிகளின் தீர்ப்புகள் பரம்பரையான வழக்கப்படி அரசரின் ஒப்புதலுக் காகவும் இறுதி ஆணைக்காகவும் சமர்ப்பிக்கப்படும். அவர் அந்தத் தீர்ப்புகளை ஆய்ந்து இறுதி ஆணை பிறப்பிப்பார். அத்தகைய இறுதி ஒப்புதலையும் ஆணையையும் ஒத்தது இந்த ஒன்பதாம் அறிவு.

முந்தைய எட்டுத் தீர்ப்புகளையும் காட்சிகளையும் ஒத்து உறுதிசெய்யும் இந்த அறிவு, மெய்ஞ்ஞானத்தின் முப்பத்தியேழு பாகங்களும் (அதாவது மெய்ஞ்ஞானத்தை உருவாக்கும், மெய்ஞ்ஞானத்தில் உள்ளடங்கிய முப்பத்தியேழு மூலங்களும்) மனத்தில் வேரூன்றியனவா, நிலைபெற்றனவா என்றும் சிந்தித்துப் பார்த்து உறுதிசெய்கின்றது.

அத்தியாயம் 16

மெய்ஞ்ஞானத்தின் முப்பத்தியேழு பாகங்கள்

மெய்ஞ்ஞானத்தின் மையமாக, ஆதாரமாக இருப்பது நல்மன விழிப்புணர்வாகும் என்று நாம் ஏற்கனவே பார்த்தோம். உடல் – மனத் தொகுப்பில் நிகழும் அனைத்தையும் விழிப்புணர்வுடன் உற்றுப் பார்த்துச் சமநிலையில் நிலைத்திருக்கும் புத்த விஞ் ஞானம் அல்லது புத்த அறிவாகும் இது. *சதிபட்டான சுத்தத்தில்* புத்தர் விளக்கியுள்ளதுபோல, நல்மன விழிப்புணர்வு நான்கு தளங்களில் நிலைநாட்டப்படு கின்றது.

(அ) நல்மன விழிப்புணர்வின் தளங்கள் – 4

1. உடலை உற்றுநோக்குதல், தியானித்தல் *(காயானு பஸ்ஸனா)*

2. உணர்வுகளை உற்றுநோக்குதல் *(வேதனானு பஸ்ஸனா)*

3. மனத்தின் நிலையை உற்றுநோக்குதல் *(சித்தானு பஸ்ஸனா)*

4. தம்மங்களை (அதாவது மனத்தை ஆக்கும் மூலப்பொருள்களை) உற்றுநோக்குதல் *(தம்மானு பஸ்ஸனா).*

இந்த உள்நோக்குத் தியானங்களோடு இணைந்து அவற்றிற்கு உறுதுணையாக இருக்கும் நன்முயற்சிகள் நான்கு.

(ஆ) நன்முயற்சிகள் – 4

1. தகாத (தீய) எண்ணங்கள் எழாமல் தடுக்கும் முயற்சி.
2. எழுந்த தகாத (தீய) எண்ணங்களை ஒழிக்கும் முயற்சி.
3. நல்ல தகுந்த எண்ணங்களை எழுப்பி வளர்க்கும் முயற்சி.
4. எழுந்த நல்ல தகுந்த எண்ணங்களைப் பாதுகாத்து விரிவாக்கிப் பூரணமாக்கும் முயற்சி.

அறியாமையால் மனத்தில் தோன்றும் தீய எண்ணங் களைக் குறைப்பதும் படிப்படியாக அடியோடு அகற்றுவதும் அவை மீண்டும் எழாமல் தடுப்பதும் மெய்யறிவோடு மனத்தில் நல்லெண்ணங்களை வளர்த்துப் பெருக்குவதும் நிலைநாட்டு வதும் அவற்றை மனத்தோடு என்றும் ஒருங்கிணைந்த இயற்கைத் தன்மைகளாக மாற்றுவதுமே இங்குக் குறிக்கோள்.

(இ) வெற்றிக்கு அடிகோலும் சக்திகள் - நான்கு

மேற்சொன்ன நான்கு நல்மன விழிப்புணர்வு நிலை நாட்டுதல்களும் நான்கு நன்முயற்சிகளும் கீழ்க்காணும் நான்கு சக்திகளால் ஆதரிக்கப்படுகின்றன, ஊக்குவிக்கப்படுகின்றன. இவ்வாறாக இப்பன்னிரண்டு தம்மங்களும் புனித வாழ்க்கையின் அஸ்திவாரங்களாக அமைகின்றன.

1. ஆவல், தீர்மானம், மனவுறுதி *(சந்த)* (பயிற்சி மேற்கொள்ளும் ஆவல்)
2. பிரயத்தனம், சுறுசுறுப்பாக முயலுதல் *(வீரியம்)*
3. (தீவிர) சிந்தனாசக்தி *(சித்தம்)* (விபஸ்ஸனா விழிப்புணர் வுடன் கூடிய மனத்தை இது குறிக்கின்றது)
4. விவேகத்துடன் ஆராய்தல் *(மீமாம்சம்).*

இந்த நான்கும் வெற்றிக்கு அடிகோலும் அல்லது வெற்றிக்கு அடிப்படையான சக்திகள் *(இத்திபாதா)* எனப்படுகின்றன. இவை வளர்க்கப்பட வேண்டும், தீவிரமாக்கப்பட வேண்டும், அதிகரிக்கப்பட வேண்டும், உயர்த்தப்பட வேண்டும். நான்காம் உருவத் தியானத்தில் அடைந்த ஒருமுனைப்பாட்டோடு இவை ஊக்கி வளர்க்கப்படும்போது, சாதகர் அரிய சித்திகளைப் பெறவல்லவராகிறார். ஐந்துவகைச் சித்திகள் பௌத்தத்தில் கூறப்படுகின்றன:

1. அசாதாரணமான கேட்கும் உணர்வு (அதாவது தொலைவி லிருந்து வரும் ஓசையையும் கேட்கும் உணர்வு)

2. மற்றவர்களின் மனத்தில் உள்ள எண்ணங்களை உள்ளது உள்ளவாறு அறிதல்.

3. முன்பிறவிகளில் நிகழ்ந்தவற்றை நினைவுகூரும் அறிவு.

4. எல்லா உயிர்களும் எப்படித் தத்தம் கர்மவினைகளுக் கேற்பப் பிறப்பு – இறப்பு – மறுபிறப்பு என்னும் சம்சாரச் சக்கரத்தில் சுழல்கின்றன என்பதைக் காணும் அறிவு.

5. எப்படி மனமாசுக்களும் அவற்றின் ஊற்றுகளும் அறவே அழிக்கப்படுகின்றன என்பது பற்றிய அறிவு.

ஆறு புலன்கள் வாயிலாகவும் நாம் பெறும் சாதாரண அறிவுகளுக்கு அப்பாற்பட்ட இகலோகத்தைக் கடந்த உயர் அறிவுகளாகும் இவை. நான்காம் உருவத் தியானத்தில் தான் பெற்ற சமநிலையோடுகூடிய ஒருமுனைப்பாட்டில் உறைந் திருந்து எவ்வாறு கௌதம சித்தார்த்தர் உள்நோக்குத் தியானத்தை மேற்கொண்டு இந்த உயர் அறிவுகளைப் பெற்றார், எவ்வாறு உள்ளொளி ஞானம் கண்டு எல்லா மாசுக்களையும் வேரறுத்த புத்தராக மாறினார் என்று பௌத்த மறைநூல்கள் விவரிக்கின்றன.

(ஈ) மனோசக்திகள் (இந்திரியங்கள்) – 5

மேற்கண்ட வெற்றிக்கு அடிகோலும் சக்திகளோடு, கீழ்க்கண்ட ஐந்து மனோசக்திகளும் வளர்க்கப்படுகின்றன:

1. நம்பிக்கை *(சிரத்தை)*

2. ஊக்கம் *(வீரியம்)*

3. நல்மன விழிப்புணர்வு *(சதி)*

4. மன ஒருமுனைப்பாடு *(சமாதி)*

5. மெய்யறிவு *(பஞ்ஞா)* (உண்மைகளை அறிய உள்நோக்கு).

வெற்றிக்கு அடிகோலும் சக்திகளில் *மீமாம்சத்தைத்* தவிர மற்ற மூன்றும் நல்லவற்றிற்காகவும் இருக்கலாம் அல்லது தீயவற்றிற்காகவும் இருக்கலாம். ஆனால், இங்கு நல்மன விழிப்புணர்வானது மற்ற சக்திகள் அனைத்தையும் கட்டுப் படுத்தி உன்னதக் குறிக்கோளான இறுதி இலக்கை நோக்கிச் செலுத்துகின்றது. சாதகரின் சாதனையை நிர்ணயிக்கும் ஆதிக்கம் கொண்ட மனோசக்திகள் இவை.

சிரத்தை (நம்பிக்கை) உன்னத எட்டு அங்கப் பாதையின் முதற்பகுதியான சீலத்தைச் சார்ந்ததாகும். சாதகரை முதற்கண் புனிதப் பாதையில் செல்லத் தூண்டுவதே சிரத்தை அல்லது

நம்பிக்கைதான். இப்போது நாம் இருப்பது கடந்த காலத்தில் செய்த வினைகளின் பலன்களால்; இப்போது நாம் செய்வது எதிர்காலத்தை நிர்ணயிக்கும் என்னும் கர்மவினை விதிகளின் உண்மையைக் கண்ட நல்லறிவும் அதன்மேல் கொண்ட நம்பிக்கையுந்தான் சாதகரை முதலில் சீலத்தில் ஈடுபடுத்து கின்றது. ஊக்கம் *(வீரியம்)*, நல்மன விழிப்புணர்வு, மன ஒருமுனைப்பாடு ஆகிய மூன்று மனோசக்திகளும் உன்னத எட்டு அங்கப் பாதையில் சமாதிப் பகுதியில் மூன்று அங்கங் களாகப் பரிணமிக்கின்றன: நன்முயற்சி, நல்மன விழிப்புணர்வு, நற்சமாதி. இவ்வாறாக மெய்யறிவையும் சேர்த்து மேற்கண்ட ஐந்து மனோசக்திகளும் உன்னத எட்டு அங்கப் பாதையின் எட்டு அங்கங்களையும் விளைவிக்கும் கருச்சக்திகளாக (இந்திரியங்களாக) உள்ளன.

இவை தமக்கு எதிரான சக்திகளை அடக்கிக் கட்டுப் படுத்துவதால், "அடக்கும் மனோசக்திகள் அல்லது இந்திரியங் கள்" என்றும் கூறப்படுகின்றன.

- சிரத்தை *(நம்பிக்கை)* ஐயத்தை அகற்றுகின்றது.
- ஊக்கம் *(வீரியம்)* சோம்பலை அகற்றுகின்றது.
- விழிப்புணர்வு *(சதி)* கவனமின்மையை *(அஜாக்கி ரதையை)* அகற்றுகின்றது.
- மன ஒருமுனைப்பாடு எண்ணங்கள் சிதறியோடுவதைத் தடுக்கின்றது.
- ஞானம் அறியாமையை அகற்றுகின்றது.

மன ஒருமுனைப்பாட்டோடு இந்தச் சக்திகள் வளர்க்கப் படும்போது, தீவிரமாக்கப்படும்போது, உயர்த்தப்படும்போது, அவை அசைக்க முடியாத மனோபலங்கள் அல்லது ஆன்மீகப் பலங்கள் *(பஞ்சபலானி)* ஆகின்றன.

(உ) ஆன்மீகப் பலங்கள் – 5

1. சிரத்தைப் பலம்.
2. ஊக்கப் பலம். *(வீரிய பலம்)*
3. விழிப்புணர்வுப் பலம்.
4. ஒருமுனைப்பாடு பலம்.
5. ஞானப் பலம்.

இவற்றால் மெய்ஞ்ஞானம் வளர்கின்றது.

(ஊ) மெய்ஞ்ஞானத்தின் அங்கங்கள் – 7

நாம் முன்னரே கண்டதுபோல, மெய்ஞ்ஞானத்தின் ஏழு அங்கங்களாவன:

1. விழிப்புணர்வு *(சதி)* (உண்மைகளை உணர்வதற்கு உறுதுணையாக விளங்கும் விழிப்புணர்வு)

2. நல்லவை தீயவை எனப் பகுத்தறியும் ஆய்வு *(தம்ம விசயம்)*

3. முயற்சி *(வீரியம்)*

4. உடல் பரவசம் *(பீதி)*

5. மனமகிழ்ச்சி / அமைதி *(பஸ்ஸத்தி)*

6. மன ஒருமுனைப்பாடு *(சமாதி)*

7. சமநிலை *(உபெக்கா)*.

ஆறு புலன்கள் வாயிலாகவும் நுழையும் உணர்வுகள் உணரப்படும்போது, சமநோக்கு அவற்றை "இந்த உணர்வுகள் உணரப்படுகின்றன" என்னும் அறிவோடு நிறுத்திவிடுகின்றது; அவை எந்த ஆசைகளையும் தூண்ட இடம் கொடுப்பதில்லை. நான்கு அளவற்றவைகளும் (அதாவது நான்கு *பிரம்ம விஹாரங்களில்* உறைதல்) தியானிக்கப்படும்போது, சமநோக்கு நெருங்கியுள்ளவர்கள்பால் அதீத பாசமும் பற்றுதலும் எழாமலும் தீங்கு செய்பவர்கள்பால் வெறுப்பும் கோபமும் எழாமலும் மனத்தைச் சமநிலையில் நிறுத்துகின்றது. சமநோக்குப் பெற்ற சாதகர் வாழ்க்கைச் சுழலில் ஏற்படும் இன்பம் – துன்பம், வெற்றி – தோல்வி (பெரும்பேறு – இழப்பு), போற்றுதல் – தூற்றுதல், புகழ்ச்சி – இகழ்ச்சி ஆகிய எந்த ஏற்றத்தாழ்வுகளாலும் மாற்றங்களாலும் பாதிக்கப்படாதவராய்ச் சமநிலையில் உறுதியாக நிலைபெறுகிறார். தியானத்தில் சாதகர் சமாதி நிலையடைந்து உறையும்போது, அவரது மனம் காற்று வீசாத அமைதியான இடத்தில் எரியும் தீபம்போல அசைவற்று ஒளிர்கின்றது.

எ. உன்னத அங்கப் பாதை – 8

1. நல்லறிவு / நற்காட்சி *(சம்மா திட்டி)*

2. நல்லுறுதி / நற்சங்கற்பம் *(சம்மா சங்கல்பம்)*

3. நற்சொல் *(சம்மா வாசா)*

4. நற்செயல் *(சம்மா கம்மந்த)*

5. நற்தொழில் *(சம்மா ஆஜீல)*

6. நன்முயற்சி *(சம்மா வாயாம)*

7. நல்மனத்தெளிவு / விழிப்புணர்வு *(சம்மா சதி)*

8. நற்சமாதி *(சம்மா சமாதி)*.

இவ்வாறாக, மெய்ஞ்ஞானத்தை உருவாக்குபவை முப்பத்தியேழு என்று பௌத்த மறைநூல்கள் காட்டுகின்றன. இவை உள்நோக்குத் தியானத்தில் மனத்தில் வேரூன்றி மெய்ஞ் ஞானமாகிய மரமாக வளர்ந்து நிப்பாணக் கனியைத் தரு கின்றன.

அத்தியாயம் 17

நிப்பாணம் காணும் ஞானதிருஷ்டியில் தூய்மை (நிப்பாணம் காணல்)

ஞானதிருஷ்டியில் தூய்மை பெற்று இறுதி இலக்கை அடைவது ஏழாம் இறுதித் தூய்மையாகும். இகலோக உணர்வுகளுக்கு அப்பாற்பட்டு அதீத உள்ளுணர்வில் அறியப்படும் தூய்மையாகும் இது. உள்ளுணர்வில் நிப்பாணத்தில் நுழையும் காட்சி இங்குத் தோன்றுகின்றது. இறுதி இலக்கான நிப்பாணத்தை யடைந்ததைக் கண்டறியும் புனிதக் காட்சியாகும் இது.

நிப்பாணத்தைப் பற்றிப் பண்டிதர்கள் கூறும் அறிவுக் கெட்டாத விளக்கங்களால் நாம் குழப்பமடையத் தேவையில்லை. எளியமுறையில் சுருக்கமாகச் சொல்வதென்றால், நிப்பாணம் என்பது மனத்தில் உள்ள பேராசைகளையும் பற்றுதல்களையும் மாசுகளையும் அறவே களைந்தெறிந்த அரிய தூய்மை நிலையாகும். அனைத்து மாசுகளும் மீண்டும் துளிர்க்காவண்ணம் வேரோடு களைந்தெறியப் பட்ட நிலையாகும் இது. மின்னல் இடியால் தாக்கப்பட்ட பனைமரம்போல அனைத்து மாசுகளும் எரிந்து கருகிப் போன நிலை. "தான்" எனும் தனியுணர்வு அழிந்து மறைந்து மனம் எதையும் பற்றாததாய்ப் பரவெளியில் உறைகின்றது. தனக்காக வாழாத, தனக்காகச் செயல் படாத, பிறர் நலத்திற்காகவும் மகிழ்ச்சிக்காகவுமே வாழும் தனிப்பெரும் வாழ்வாகும் இது.

இந்த நிப்பாணம் காணல் நான்கு படிநிலைகளைக் கொண்டதாகப் பௌத்த மறைநூல்கள் காட்டுகின்றன:

(அ) நிப்பாணப் பாதையில் நுழைவதை அறியும் ஞானக் காட்சி

தோற்றங்களின் தன்மையையறியும் சமநிலை அறிவும் உண்மையோடு இணைந்து உறையும் அறிவும் வளர்ந்து, முதிர்ந்த பண்பட்ட நிலையையடையும்போது, "எல்லாத் தோற்றங்களும் நிலையாமைக்கு ஆட்பட்டவை, சாரமற்றவை, தனித்திருக்க இயலாதவை, கட்டியாளும் ஆன்மா அற்றவை, சூன்யம்" என்று பூரணமாகவும் தெளிவாகவும் உணர்ந்தறியப்படுகின்றது. அப்போது நிப்பாணத்தில் சேர்க்கும் இறுதிப்பாதையில் நுழைவதைச் சாதகர் தன் உள்ளுணர்வில் ஞானக்காட்சியாகக் காண்கிறார். இதுவே நிப்பாணத்தின் நுழைவாயில் திறக்கப் பட்டு நிப்பாணப் பாதையில் நுழைவதை அறியும் ஞானக்காட்சி.

தோற்றங்களின் உண்மைத் தன்மையையறியும் சமநிலை அறிவு முதிர்ந்து நிப்பாணத்தைக் காண்கின்றது, நிப்பாண அமைதியையும் சாந்தத்தையும் உணர்கின்றது; மன உருவாக்கங்களையும் தோற்றங்களையும் உண்டாக்குவதிலிருந்து மனத்தை விலக்கி இப்போது நிப்பாணத்தையே தியானித்து நிப்பாணத்தில் நுழைகின்றது. இது அடிமன ஆழத்தில் நிகழும் மாற்றமாகும். நிப்பாணத்தில் நுழைவது உள்ளுணர்வில் அறியப் படாவிட்டால் மனம் தோற்றங்களின் உண்மைத் தன்மையை யறியும் சமநிலை அறிவுக்கே திரும்பிவிடுகிறது. பழங்காலத்தில் கடல் பிரயாணத்தின்போது மாலுமிகள் "நிலத்தைக் கண்டறியும் காகங்களையும்" உடன் கொண்டுசெல்வார்கள். நடுக்கடலில் திசை தெரியாமல் குழம்பும்போது நிலம் எங்கிருக்கின்றது என்பதைக் கண்டறிய அந்தக் காகங்களைக் கூண்டுகளிலிருந்து திறந்துவிடுவார்கள். நிலத்தைக் காணாவிடில் காகங்கள் கப்பலுக்கே திரும்பிவிடும். அந்தக் காகங்களைப் போலவே, தோற்றங்களின் உண்மைத் தன்மையையறியும் சமநிலை அறிவில் முதிர்ந்த சாதகரின் மனமும் நிப்பாணத்தில் நுழை வதைக் காணவில்லை என்றால், திரும்பத் தோற்றங்களின் சூன்யத் தன்மையைத் தியானிப்பதற்கு வந்துவிடுகின்றது. நல்மன விழிப்புணர்வை மேலும் வளர்ப்பதிலும் வாழ்வின் உண்மைத் தன்மைகளான நிலையாமை, துக்கம், ஆன்மா இன்மை ஆகியவற்றைத் தியானிப்பதிலும் மேலும் ஈடுபடு கின்றது.

திரும்பத் திரும்பத் தியானிக்கின்றபோது, அனைத்துக் கூட்டுப்பொருள்கள், அவற்றின் உருவாக்கங்கள் ஆகியவற்றின் உண்மைத் தன்மைகள் உள்ளங்கை நெல்லிக்கனிபோலத் தெளிவாகக் காணப்படுகின்றன. இதைத் தொடர்ந்து, வாழ்க்கையில் துயரத்திற்கு எதிராக மகிழ்ச்சி இருப்பதுபோல,

வெப்பத்திற்கு எதிராகத் தண்மை (குளிர்ச்சி) இருப்பதுபோல, தீமைக்கு எதிராக நன்மை இருப்பதுபோல, அதேமாதிரி துயரத்துக்கும் அழிவுக்கும் ஆட்பட்ட கூட்டுப் பொருள்களால் ஆன சம்சார வாழ்வுக்கு எதிராக இறப்பும் பிறப்பும் துயரமு மற்ற கூட்டுக்கலைந்த ஒரு உன்னத வாழ்வு இருக்க வேண்டும் என்று அனுமானத்தால் உணரும் அறிவு உதயமாகின்றது. கூட்டுப்பொருள்கள் மூன்று முக்கியமான குணங்களைக் கொண்டவையாக உள்ளன: (1) இடையூறுகளை விளைவிக்கும் குணம், களங்கங்களாலான குணம்; (2) குறித்துக் காட்டப்படும் குணம்; (3)ஆசைப்படும் குணம்.

சாதகர் தியானத்தில் உணர்கின்றார்: "கூட்டுப்பொருள்கள் இடையூறுகளாலும் களங்கங்களாலும் பிணைப்பவையாக உள்ளன. நான் தேடும் நிப்பாணம் இடையூறுகளும் களங்கங் களும் இல்லாத விடுதலையாகும்." இடையூறுகளும் களங்கங் களும் மூன்று தீமைகளை விளைவிக்கின்றன.

- அவை ஒருவரைத் தன்னடக்கமும் கட்டுப்பாடும் அற்றவ ராக்கி நல்லொழுக்க நெறிகளிலிருந்து வழுவச் செய் கின்றன.
- அவை ஒருவரது மனத்தைச் சிதறடித்து அலைபாயச் செய்கின்றன. சமாதியில் நிலைபெற விரும்பும் சாதகரது மன ஒருமைப்பாட்டைக் குலைக்கின்றன.
- அவை ஒருவரது நல்லறிவை மறைத்து அறியாமையிலும் மயக்கத்திலும் குழப்பத்திலும் ஆழ்த்துகின்றன.

உண்மைக்குப் புறம்பான கருத்துகள், தவறான நம்பிக்கை கள், நன்னெறியில் ஐயங்கள், காமம் மற்றும் புலனின்ப இச்சைகள், வெறுப்பு, கோபம், பகையுணர்வு, தற்செருக்கு, தற்பெருமை, பொறாமை போன்ற தீய மன உருவாக்கங்களால் கூட்டுப்பொருள்கள் இடையூறுகளையும் களங்கங்களையும் விளைவிக்கின்றன. கூட்டுக்கலைந்த நிப்பாணத்தில் எந்தவித மான இடையூறுகளும் களங்கங்களும் எழுவதில்லை; அது பூரண விடுதலை நிலையாகும்.

"நான்", "தான்", "தனித்தன்மையுடையவனாய் உள்ளேன்" என்பன போன்ற தவறான கருத்துகளே வாழ்வில் அனைத்துத் தீமைகளுக்கும் மூலகாரணம், அடிப்படை. "தான்" எனும் தனியுணர்விலிருந்து விடுபடும்போதுதான், தன்னுணர்வு அழிந்து மறையும்போதுதான் நிப்பாணத்தை அடைய முடியும் என்று சாதகர் இப்போது உணர்கின்றார்.

மேலும், சாதகர் அறிவது: "கூட்டுப்பொருள்கள் அனைத்தும் பல்வேறு குறிகளாகவும் பல்வேறு வகைகளிலுமே வெளிக் காட்டப்படுகின்றன; உள்ளவை உள்ளவாறு அறியப்படுவ தில்லை" என்பதாகும். உடல் – மனத்தொகுப்பில் ஒவ்வொன்றும் இடம், காலம், திசை, சார்பு, சந்தர்ப்பம், வடிவம், வண்ணம் போன்று பல்வேறு வகைகளில் வரையறுத்துக் காட்டப்படு கின்றது. இவ்வாறு பல்வேறு வகைகளிலான இயல்புகள், குணங்கள், குறிகள், பிரதிநிதிகள் ஆகியவற்றின் இணைப் பாலேயே "இது உடல் – மனம்" என்று பெயரிட்டுக் காட்டப் படுவது உண்டாகின்றது. இவையில்லாவிட்டால், எந்தப் பொருளும் இல்லை, எந்தத் தொடுதலும் அறிதலும் எழுவ தில்லை. இவையே புலனுணர்வு, உள்ளுறைந்திருக்கும் ஆசை வேகங்கள் தூண்டப்படுதல், பேராசை, பற்றுதல், கர்மவினைகள் அனைத்துக்கும் மூலகாரணங்களாக அமைகின்றன, சந்தர்ப்பச் சூழ்நிலை ஆதாரங்களாகின்றன. கூட்டுப்பொருள்கள் அனைத்தும் இவ்வாறு குறிகளையும் குணங்களையும் சந்தர்ப்பச் சூழ்நிலைகளையும் சார்ந்துள்ளன. ஆகவே, இவை மாறுவதால் கூட்டுப்பொருள் ஒவ்வொன்றும் தேய்வுக்கும் அழிவுக்கும் ஆட்பட்டுள்ளது; தேய்வுக்கும் அழிவுக்கும் ஆட்பட்டுள்ளதால் துக்கத்திலேயே முடிகின்றது.

உடல் – மனமாகிய நாம – ரூபக் கூட்டு உண்டாவதும் இருப்பதும் பேராசைகளாலும் பற்றுதல்களாலுமேயாகும். ஆசைப்படும் ஒரு பொருள் கலைந்து மறைகின்றபோது, மனம் இன்னொரு பொருளுக்கு ஆசைப்படுகின்றது, தாவிச் செல்கின்றது. இவ்வாறு மனம் ஆசைகளால் உந்தப்பட்டு மாறிமாறிப் பொருள்களைத் தேடிக்கொண்டேயிருக்கின்றது. ஆசைகளுக்கு எல்லையில்லை, முடிவில்லை. ஆகவே துக்கம் தொடர்ந்துகொண்டேயிருக்கின்றது. ஆசைகளற்ற, கூட்டுச் சேர்க்கையற்ற நிப்பாணத்தில் தேய்வென்பதோ அழிவென்பதோ இல்லை; ஆகவே துக்கத்திற்கு இடமில்லை. துக்கத்திலிருந்து பூரணமாகவும் நிரந்தரமாகவும் விடுதலைபெற்ற பெரும் சாந்தமே நிப்பாணம் என்று சாதகர் புரிந்துகொள்கின்றார்.

இப்போது சாதகரின் ஒரே ஆசை, ஆசைகளையும் துக்கத்தையும் அறவே அறுத்தெறிந்த நிப்பாணத்தை அடைவது தான். எவ்வகையிலும் நிப்பாணத்தை அடைந்தே தீர்வது என்னும் உறுதியெடுத்து சாதகர் மேலும் தீவிரமாகத் தியானம் மேற்கொள்கின்றார். நிலையாமையைக் காட்டும் குறிகள் மறையும் தன்மை *(அநிமித்தம்)*, துக்கமின்மையைக் காட்டும் ஆசையின்மை *(அப்பணிஹிதா)*, "தான்" எனத் தனி ஆன்மா இன்மையைக் காட்டும் வெறுமை *(சுஞ்ஞதா, சூன்யம்)* ஆகியவை இப்போது அவரது தியானப் பொருள்களாக அமைகின்றன.

இம்மூன்றையும் உள்நோக்குத் தியானத்தில் தீவிரமாகத் தியானிக்கும்போது, நிப்பாணத்தின் நுழைவாயில் திறந்து தான் நிப்பாணத்தை நெருங்கும் இறுதிப் பாதையில் அடி யெடுத்து வைப்பது சாதகருக்கு உள்ளுணர்வில் ஞானக்காட்சி யாகத் தோன்றுகின்றது. இதுவே நிப்பாணப் பாதையில் நுழைவதை அறியும் ஞானக்காட்சி.

இதுவரை நிலையாமை, துக்கம், ஆன்மா இன்மை ஆகிய மூன்றையும் தியானித்திருந்த சாதகரின் மனத்தில், இந்த ஞானக்காட்சி எழும்போது, அவரிடம் எந்த மனோபாவம் மேலோங்கியிருக்கிறதோ, அதற்கேற்ப ஒரு உண்மைத் தன்மை பிரதானமாகக் கிரஹிக்கப்படுகின்றது. நம்பிக்கை மனோபாவம் மேலோங்கிய சாதகர், நிலையாமையைப் பிரதானமாகக் காண்கிறார், நிலையாமையிலேயே மனம் ஒருமுகப்பட்டுத் தான் நிப்பாணம் அடைவதை அவர் உணர்கின்றார். அவர் நுழைந்த நிப்பாணப் பாதை **குறியற்ற விமோசனம்** எனப்படு கின்றது. சமாதியில் நிலைக்கும் மனோபாவம் மேலோங்கிய சாதகர், துக்கமின்மையையே தியானித்து, துக்கம் அறுபடுவதைக் காண்கிறார்; நிப்பாணம் அடைவதை உணர்கின்றார். அவர் நுழைந்த நிப்பாணப் பாதை **ஆசைகளையறுத்த *(அப்பணிஹிதா)* விமோசனம்** எனப்படுகின்றது. ஞானத்தை நாடும் மனோபாவம் மேலோங்கிய சாதகர், ஆன்மா இன்மையையே தியானித்து, "தான்" எனும் தனியுணர்வு மறைவதைக் காண்கிறார், சூன்யத்தை அடைவதை அவர் உணர்கிறார். அவர் நுழைந்த நிப்பாணப் பாதை **சூன்ய விமோசனம்** எனப்படுகின்றது.

(ஆ) குணம் (வம்சம், பரம்பரை) மாறியதைக் காணும் ஞானக்காட்சி

மேலோங்கிய மனோபாவத்திற்கேற்பச் சாதகர் குறியீடு இன்மை, ஆசை இன்மை அல்லது சூன்யத்தைத் தியானப் பொருளாகக்கொண்டு தீவிரமாகத் தியானிக்கும்போது, அவர் அந்தத் தியானப் பொருளோடு ஒன்றிவிடுகிறார், ஐக்கிய மாகிவிடுகிறார். அதாவது, அவர் குறியீடு இல்லாதவராகவே ஆசை இல்லாதவராகவே அல்லது சூன்யமாகவே மாறிவிடு கிறார். இது இகலோக உணர்வுக்கு அப்பாற்பட்ட ஒரு அதீத உள்ளுணர்வு ஆகும்; தியானப் பொருளாகவே மாறிவிட்ட உள்ளுணர்வால் பெறும் அனுபவமாகும். இங்குச் சாதகர் மேலோட்டமாக வெளியுணர்விலும் செய்கைகளிலும் மட்டு மல்ல, உள்மன ஆழத்தில் அடித்தளத்திலும் முற்றிலும் மாறி விடுகிறார். குறியீடு எதையும் பற்றாதவராக, ஆசையை

அறுத்தவராக, சூன்யமாகவே மாறிவிடுகின்ற அவர், பர உணர்வான நிப்பாணத்தை உணர்கின்றார்.

இந்தப் பர உணர்வுக்கு உயரும்போது, சாதகர் சாதாரண மனிதர் என்னும் நிலையிலிருந்து உயர்ந்து உன்னதப் பண்பு கொண்ட தூய (அரிய) மனிதராகின்றார்; குணம் மாறி(வம்சம் அல்லது பரம்பரை மாறி)த் தாம் *அரிய கோத்தராக* மாறி விட்டதை உணர்கின்றார். இது **குணம் மாறியதைக் காணும் அறிவு** எனப்படுகின்றது. சாதகரின் *விஞ்ஞானம்* நிப்பாண நிலையையடைந்த *விஞ்ஞானமாகிறது*. சாதாரணமாக, *விஞ்ஞானம்* இரண்டு வகைகளில் செயல்படுகின்றது: (1) "குறி" அல்லது "தோற்றத்தை"ப் பற்றிக்கொள்கின்றது; (2) உருவாக்கங்கள் அல்லது தோற்றங்கள், களங்கங்கள் ஆகிய வற்றை விளைவிக்கும் ஆசையாக இருக்கின்றது. குணம் மாறும் போது விஞ்ஞானம் குறிகளைக்கொண்ட தோற்றங்களைப் பற்றிக்கொள்வதைக் கைவிடுகிறது. **ஆனால், தோற்றங்களை உருவாக்கும் ஆசைகள் வேரோடு பூர்ணமாக அழிக்கப்பட்ட தாகக் கூற முடியாது**. குணம் மாறியதைக் காணும் அறிவு நிப்பாணப் பாதையில் நுழைவதைக் காணும் அறிவைத் தொடர்ந்து எழுகின்றது. தோற்றங்களை விஞ்ஞானம் பற்றிக் கொள்வது அறுபட்டது இங்கு உணரப்படுகின்றது. குணம் மாறியதைக் காணும் அறிவு இவ்வாறு நிப்பாணப் பாதையில் நுழைவதைக் காணும் அறிவுக்கும் நிப்பாணம் அடைவதைக் காணும் அறிவுக்கும் இடைப்பட்ட நிலையில் உள்ளது.

நிப்பாணத்தை நோக்கி நிகழும் முன்னேற்றத்தை *விசுத்தி மக்கம் (தூய்மைப்பாதை)*, அகலமான ஒரு நீரோடையைத் தாண்டிக் குதித்து ஒரு மனிதர் அக்கரையை அடைவதை உவமையாகக் காட்டி விளக்குகின்றது. இக்கரையில் இருக்கும் அவர் முதலில் அங்குள்ள மரத்தின் ஒரு கிளையில் ஒரு நீளமான கயிற்றைக் கட்டுகிறார். பிறகு அக்கயிற்றைப் பிடித்துத் தொங்கிக்கொண்டு எதிர்க்கரையை நோக்கித் தாவிப்பாய்ந்து அக்கரையில் குதிக்கிறார். அதேமாதிரி, இங்குச் சாதகர் தோற்றங்களின் நிலையாமை, துக்கமயமான தன்மை அல்லது ஆன்மா இன்மையைத் தியானப் பொருளாகப் பற்றிக்கொண்டு இக்கரையிலிருந்து எதிர்க்கரையான நிப்பாணத்தை, (தோற்றமும் பரிணமித்தலும் இல்லாத, இடம் காலம் பொருள் ஆகியவற்றால் பாதிக்கப்படாத எதிர்க்கரையான நிப்பாணத்தை) நோக்கித் தாவிப்பாய்கின்றார். எதிர்க்கரையை அடைகின்றபோது, கயிறாய்ப் பற்றிக்கொண்டிருந்த தியானப் பொருளான தோற்றங்களைக் கைவிட்டுக் குணம் மாறிய *விஞ்ஞானத் தினராய்* நிப்பாணமாகிய தரையில் குதிக்கிறார். அதன்பின் அவர் நிப்பாணத்தை அடைந்த அறிவில் நிலைபெறுகிறார்.

(இ) பரவெளி நிப்பாணப் பாதைகளும் பழங்களும்

குணம் மாறியதை *விஞ்ஞானம்* காணும் அடுத்த கணமே; பர உணர்வான இறுதி நிப்பாணப் பாதையில் நுழைந்த அறிவும் அதைத் தொடர்ந்து நிப்பாணப் பழங்களைக் கண்ட அறிவும் ஞானதிருஷ்டிகளாக எழுகின்றன.

நிப்பாணப் பாதை கண்ட விஞ்ஞானம் "குறிகளைக் கொண்ட தோற்றம்", "தோற்றத்தை விளைவிக்கும் ஆசை" இரண்டையும் கைவிடுகின்றது. அதாவது, விஞ்ஞானம் தோற்றங் களைப் பற்றுவதை மட்டுமல்ல, தோற்றங்களையும் களங்கங் களையும் விளைவிக்கும் ஆசைகளையும் களைந்தெறிந்து நிப்பாணப் பரவெளியில் உயர்கின்றது, தோற்றங்களும் களங்கங்களும் மீண்டும் எழாத நிலைக்குச் செல்கின்றது.

நிப்பாணப் பாதை கண்ட *விஞ்ஞானம்* (ஞானதிருஷ்டி) ஒரே சமயத்தில் நான்கு சாதனைகளைப் புரிகின்றது.

1. "வாழ்வில் துக்கம் உள்ளது" என்னும் உண்மையை உள்ளூடுருவிக் கண்டு துக்கத்தின் எல்லா வகைகளையும் பரிமாணங்களையும் விளைவுகளையும் உள்ளது உள்ளவாறு அறிகின்றது.

2. "துக்கம் காரணங்களால் விளைகின்றது" என்னும் உண்மையை உள்ளூடுருவிக் கண்டு அதன் காரணங்களை அறிந்து, அவற்றை அறவே அகற்றுகின்றது.

3. துக்கத்தை அழிக்கும் உன்னத எட்டு அங்கப் பாதையின் உண்மையை உள்ளூடுருவியறிந்து, அப்பாதையில் பயிற்சியை வளர்க்கின்றது, பண்படுத்துகின்றது.

4. துக்கம் அழிந்த நிப்பாணம் என்கிற உண்மையை உள்ளூடுருவியறிந்து அந்த நிப்பாணத்தை அடைகின்றது.

இந்த நான்கு சாதனைகளும் ஒரே சமயத்தில் ஒருமித்து நிகழ்வது சூரிய வெளிச்சத்தின் செயல்களுக்கு ஒப்பானதாகக் கூறப்படுகின்றது. சூரிய ஒளி உருவமுள்ள பொருள்களை வெளிச்சமிட்டுக் காட்டுவதுபோல, நிப்பாணப் பாதை காணும் அறிவு துக்கத்தை முழுவதும் வெளிச்சமிட்டுக் காண்கின்றது, பூரணமாகப் புரிந்துகொள்கின்றது. சூரிய ஒளி இருளை அகற்றுவதுபோல, துக்கத்தின் காரணங்களை வேரறுக்கின்றது. சூரிய ஒளி வெளிச்சத்தைக் காட்டுவதுபோல, நிப்பாணப் பாதை காணும் அறிவு (நல்லறிவு நற்காட்சி) புனிதப் பாதையின் மற்ற அம்சங்களையும் (அங்கங்களையும்) காட்டுகின்றது, வளர்த்துப் பெருக்குகின்றது. சூரிய ஒளி குளிரைத் தணிப்பதைப்

போல, நிப்பாணப் பாதை காணும் அறிவு களங்கங்களையும் மாசுகளையும் விலக்கித் துக்கத்தைத் தணிக்கின்றது, நீக்குகின்றது.

சாதாரண இகலோக உணர்வுகளுக்கு அப்பாற்பட்ட நான்கு பரவெளிப் பாதைகள் பௌத்த மறைநூல்களில் காட்டப் படுகின்றன. அவையாவன:

- தம்மம் என்கிற ஆற்றில் இறங்கிய பாதை *(சோதா பஞ்ஞா)*
- ஒருமுறை மட்டும் மனிதப் பிறவிக்குத் திரும்பும் பாதை *(சகதாகாமி)*
- பூவுலக வாழ்விற்கு மீண்டும் என்றும் திரும்பிவராத பாதை *(அநாகாமி)*
- ஆசைகளனைத்தையும் அறுத்த *அரஹந்தர்* பாதை.

இந்த நான்கு பாதைகளும் ஒன்றன்பின் ஒன்றாகத் தொடர்ந்து அடையப்பட வேண்டியவையாகும். நான்காவ தாகிய உன்னத நிலையிலேயே பூரணத் தூய்மையும் விமோசன மும் அடையப்படுகின்றது. இந்த நான்கு பெரும் பேறுகளும் ஒரே பிறவியில் அடையக்கூடும்; அல்லது பல பிறவிகளில் தொடர்ந்து ஒன்றன்பின் ஒன்றாக நிகழலாம். ஆனால், முதல் பாதையையடையும்போதே, சாதகருக்குத் திரும்பச் செல்வது அல்லது வீழ்ச்சி என்பதில்லை; அதிகபட்சம் ஏழு மறுபிறவிகளில் அவர் இறுதி இலக்கை அடைந்தே தீருவார்.

ஒவ்வொரு பாதையிலும் சில களங்கங்களும் மாசுகளும் வேரோடு அழிக்கப்படுகின்றன. நிப்பாணம் கண்ட ஞான திருஷ்டி எழுகின்றபோது, அதன் தீர்க்கமான பார்வையில் அதன் எல்லையில் உள்ள சில களங்கங்கள் சுட்டெரிக்கப் படுகின்றன.

சோதாபஞ்ஞா (தர்மம் என்கிற ஆற்றில் இறங்கி நீந்துபவர்)

முதல் மூன்று தளைகளையும் – அதாவது அகம் எனும் தவறான கருத்து, ஐயம், வேள்விகளிலும் சடங்குகளிலும் மூட நம்பிக்கை ஆகிய மூன்று தளைகளையும் – களைந் தெறிந்து, தான் அந்தத் தளைகளிலிருந்து பூரணமாக விடு பட்டதை உள்ளூர உணரும் சாதகர் *சோதாபஞ்ஞா* நிலையை அடைந்தவராகிறார். தம்மம் என்கிற ஆற்றில் இறங்கி நிப் பாணத்தை நோக்கி நீச்சலிடுகிறார் இவர். ஆற்று நீர் எப்படிக் கடலை அடைந்து அதில் கலப்பது உறுதியோ, அவ்வாறே இவரும் நிப்பாணத்தை அடைவது திண்ணம். பூரண நிப்பாண

நிலையையடையும் முன்னர் அதிகபட்சம் அவர் ஏழு மறுபிறவிகளே எடுக்க வேண்டியிருக்கும் என்கின்றன பௌத்த மறைநூல்கள்.

சகதாகாமி (ஒரு முறை மட்டும் மனிதப்பிறவிக்குத் திரும்புபவர்)

நிப்பாணமாகிய மறுகரை அதிகத் தொலைவில் இல்லை என்று காணும் சாதகர், மேலும் தீவிரமாகப் பயிற்சி மேற்கொண்டு மற்றும் இருதளைகளை அதாவது புலனின்ப ஆசை (காமம்), வெறுப்பு (பகை) ஆகிய இரு தளைகளையும் அறுத்தெறிவதில் ஈடுபடுகிறார். முதல் மூன்று தளைகளையும் அறவே அறுத்தெறிந்த சாதகர், இந்த இரு தளைகளையும் வலுவிழக்கச் செய்கிறார். மெய்ஞ்ஞானத்தின் இரண்டாம் தளமாகும் இந்த நிலை. காமம், குரோதம் ஆகிய மனோவேகங்கள் இந்நிலையில் வேரோடு அழிக்கப்படாவிட்டாலும், தீவிர நன்முயற்சியினால் அவை வலுவிழந்து அழியும் நிலைக்குக் கொண்டுவரப்படுகின்றன. சாதகர் இவற்றால் பாதிக்கப்படுவது ஒரு சில நேரங்களே அல்லது கனவில் மட்டுமே.

இந்த நிலையையடைந்த சாதகர் இப்பிறவியிலேயே முழுநிப்பாணம் பெறாவிட்டாலும் அடுத்த பிறவியில் வெற்றி பெறுவது உறுதி என்று கூறப்படுகிறது. மீண்டும் ஒரே ஒரு முறை அவர் மனிதப்பிறவி எடுக்கவேண்டியிருக்கலாம்.

அநாகாமி (பூவுலக வாழ்விற்கு என்றும் திரும்பி வராதவர்)

காமகுரோதங்களையும் முற்றிலும் வேரறுக்கும் சாதகர் *அநாகாமி* நிலையை அடைந்தவராகிறார். அவர் மீண்டும் மனிதராகப் பிறப்பதில்லை எனப்படுகின்றது. ஆனால், அவர் வாழ்வின்மேல் கொண்டுள்ள பேரவாவைப் பூரணமாகத் துறக்காதவராய் இருப்பதால், பிரம்மாக்கள் அல்லது தேவர்கள் வாழும் மேலுலகங்களில் ஏதாவது ஒன்றில் அவர் பிறப்பார். அந்தத் தூய உறைவிடத்திலிருந்து பின்னர் பூரணஞானம் பெற்று நிப்பாணம் எய்துவார்.

அரஹந்தர் (நிப்பாணம் எய்தியவர்)

மற்ற எஞ்சிய ஐந்து தளைகளையும் – அதாவது உருவ வாழ்வில் அவா, அருவ வாழ்வில் அவா, தற்பெருமை (மமதை), பதற்றம் (சலனம்), அறியாமை ஆகியவற்றையும் வேரறுக்கும் போது சாதகர் *அரஹந்தர்* என்னும் நிலையையடைகிறார். துக்கத்திலிருந்து பூரணமாகவும் நிரந்தரமாகவும் விடுதலை பெற்ற நிப்பாணம் இதுவே. மனமாசுகள் மறைந்து, விஞ்ஞானம்

துக்கமயமான சம்சாரம் என்கிற பிறப்பு – இறப்பு சுழற்சியில் மீண்டும் பரிணமிப்பது நின்றுவிடுகிறது. "தான்" எனும் தனியுணர்வு ஒழிந்துபோனதால், காரணம் – விளைவு என்கிற வினைத்தொடர்பின் இயக்கம் அற்றுப் பூரண விடுதலை பெற்றவராகிறார்.

மேற்கண்ட நான்கு பரவெளிப்பாதைகளில் சாதகர் முன்னேறும்போது, ஏழாவதும் இறுதியுமான நிப்பாணம் காணும் ஞானதிருஷ்டியில் தூய்மை நிறைவுபெறுகின்றது. ஒவ்வொரு பாதையைக் காணும் அறிவையும் தொடர்ந்து, அதன் உடனடி விளைவான பலனும் தோன்றுகின்றது. பாதையைக் காணும் அறிவு அதன் எல்லையிலுள்ள களங்கங் களைச் சுட்டெரிக்கின்றது. அதன் பலனாக ஒரு நிப்பாணப் பேரின்பம் அனுபவிக்கப்படுகின்றது.

நிப்பாணப் பேரின்ப உணர்வுப் பாதையைக் காணும் ஞானதிருஷ்டியோடு காலதாமதமின்றி நிகழ்வதால், அந்த ஞானதிருஷ்டி **உடனே பலனை விளைக்கும் ஞானதிருஷ்டி** எனப்படுகின்றது.

(ஈ) திரும்ப ஆராய்ந்து பார்க்கும் அறிவு

நிப்பாணத்தின் பலனாகிய பேரின்ப அனுபவத்திற்குப் பின்னர், சாதகர் கீழ்க்காணும் ஐந்தையும் திரும்ப ஆராய்ந்து பார்க்கிறார்:

- நிப்பாணப் பாதை கண்ட அறிவு
- அதன் பலன்
- அகற்றப்பட்ட களங்கங்களும் மாசுகளும்
- இன்னும் அகற்றப்படாமலிருக்கும் களங்கங்களும் மாசுகளும்
- நிப்பாணப் பேரின்பம்.

ஆனால், அரஹந்தர் நிலையையடைந்தவர் அனைத்துக் களங்கங்களையும் மாசுகளையும் அறவே அழித்தவராய் இருப்பதால், இன்னும் அழிக்கப்படாமல் இருப்பவை ஆராயப் படுவது என்பது அவரைப் பொருத்தவரையில் இல்லை. ஆகவே, நான்கு பாதைகளிலும் மொத்தம் திரும்ப ஆராய்ந்து பார்க்கப்படுபவை பத்தொன்பதாகும். சில சாதகர்கள் ஒருமுறை களங்கங்கள் அகற்றப்பட்ட பின்னர் திரும்ப அவற்றை எண்ணிப் பார்க்கமாட்டார்கள்.

சில சாதகர்கள் நிப்பாணப் பாதையை அடைந்த பின்னர் அதில் பெறும் பேரின்பத்திலேயே திளைத்திருப்பதால், திரும்ப ஆய்வதில் ஈடுபடத் தவறுகிறார்கள். திரும்ப ஆராய்ந்து பார்த்தல் என்பது பின்னர் ஒரு காலகட்டத்திலேயே மேற்கொள்ளப் படுகின்றது.

புத்தரைப் போலவே *அரஹந்தர்* நிலையாகிய உன்னத நிலையையடைந்தவர் பிறவித்தளைகளிலிருந்து பூரணமாகவும் நிரந்தரமாகவும் விடுதலை பெற்ற பேரானந்தத்தை உணர்கின்றார். அவருக்குத் தோன்றுகின்றது:

"பிறவித்தளைகளிலிருந்து முழுமையாகவும் நிரந்தரமாகவும் விடுதலை பெற்றேன்; மறுபிறவி என்பது இனி எனக்கு இல்லை; பரிசுத்தமான புனித வாழ்க்கை நிறைவுபெற்றது; கர்மவினைப் பலன்கள் கரைந்தோடி மறைந்தன; இந்த வாழ்க்கைக்குப் பின்னர் வேறெதுவும் இல்லை; அறியாமை விலகியது, ஞானம் பிறந்தது, இருள் மறைந்தது, ஒளி எழுந்தது."

அத்தியாயம் 18

போதிசத்துவ இலக்கு

நாம் இதுவரை நிப்பாணத்தைப் பற்றிக் கண்டது புத்தமதத்தின் *தேரவாதப் பிரிவை* (மூத்தோர்களின் கோட்பாட்டை)ச் சார்ந்த பாலி மறைநூல்களில் கூறப் பட்டதை அடிப்படையாகக் கொண்டதாகும். *அரஹந்தர்* நிலையை அடைந்தவரின் *விஞ்ஞானம்* மீண்டும் பரிண மித்தல் (ஆகுதல்) என்பது நின்றுபோகின்றது. அனைத்துக் கர்மவினைப் பலன்களையும் மனமாசுகளையும் சுட் டெரித்த அவர் ஆசைகளை அறுத்தெறிந்தவராய்த் "தான்" எனும் தனியுணர்வு அற்றவராய் இருப்பதால் காரண – விளைவு என்று நிகழும் விதிகளுக்கு அப்பாற்பட்டு இடத்தையும் காலத்தையும் கடந்து இகலோக உணர்வு களுக்கு எட்டாத ஒரு பரவெளியில் உறைகின்றார். அத்தகைய *அரஹந்தருக்கு* இரண்டு வேறுபட்ட சாத்தியக் கூறுகள் உண்டு: ஒன்று: எஞ்சியிருக்கும் இவ்வாழ்வில் சமாதியில் உறைந்து நிப்பாணப் பேரின்பத்தில் திளைத் திருப்பது; இரண்டாவது: நிப்பாணம் எய்திய பின்னர் புத்தர் வாழ்ந்த வாழ்க்கையையே உதாரணமாகக் கொண்டு, மீதமிருக்கும் வாழ்நாள்களை அனைத்துயிர் களின் நலத்துக்காகவும் மகிழ்ச்சிக்காகவும் சேவை செய்வதில் அர்ப்பணிப்பது.

புத்தமதத்தின் ஆரம்ப காலத்தில் புத்தருக்குப் பின் வழிவழியாக வந்த மூத்த துறவிகள் பிறவித் தளைகளி லிருந்து விடுபட்டுப் பூரண விமோசனம் அடைவதையே தலையாய குறிக்கோளாகக் கருதினார்கள். வாழ்வில் காணும் முதுமை, நோய், மரணம் ஆகிய துக்கச் சுமையின் மேல் கொண்ட வெறுப்பும் பயமுமே அவர்களை உந்தி மீண்டும் பிறவாத ஒரு நிலையைப் பிரதானமாகக்

கொள்ளச் செய்தன. அறிஞர் ஹிரிதயாள் கூறியுள்ளதுபோல, பின்னர் வந்த தேரவாதத் துறவிகள் கருணை உள்ளத்தை மறந்தவர்களாய்த் தங்களது தனிப்பட்ட விமோசனமே குறிக் கோளாய்க் கொண்டவர்களானார்கள். அனைத்து மக்களுக்கும் தம்மத்தைப் போதித்து அவர்களையும் துக்கத்திலிருந்து விடு விக்கும் உன்னத எட்டு அங்கப் பாதையில் வழி நடத்திச்செல்ல வேண்டிய தம் கடமைகளை மறந்தவர்களாயினர் (Har Dayal, *The Bodhisattva Doctrine in Buddhist Sanskrit Literature, p.3).*

இந்தத் துறவிகளின் நிப்பாண இலட்சியத்தை அது தத்தம் மோட்சத்தையே மையமாகக்கொண்டிருந்ததால், பின்னர் வந்த மஹாயானத் துறவிகள் தாழ்வான குறிக்கோளாகக் கருதினார்கள். மஹாயான பௌத்தம் புத்தரது வாழ்க்கையையே அடிப்படையாகவும் ஆதாரமாகவும் கொண்டு, தனது போதிசத்துவக் கோட்பாட்டை உருவாக்கியுள்ளது. புத்தரைப் பின்பற்றி அவர் வாழ்ந்து காட்டியதைப் போலவே அனைத்து உயிர்களின் சேவைக்காகத் தம் வாழ்க்கையை அர்ப்பணித்து விடும் உன்னத நிலையே போதிசத்துவருடைய குறிக்கோளாக அமைந்தது. ஒரு போதிசத்துவர் புத்தபிரானையே தாம் பின்பற்ற வேண்டிய உதாரண புருஷராகக்கொண்டு மெய்ஞ் ஞானமும் அன்பும் கருணையும் ஒருங்கிணைந்த உள்ளம் கொண்ட புத்தராகவே மாற உறுதிபூணுகிறார். மனமாசுகளை வேரறுத்து தூய நிப்பாண நிலையையடைவதோடு, மெய்ஞ் ஞானமும் அன்பும் கருணையும் ஒருங்கிணைந்த அந்தப் புத்த விஞ்ஞானம் (புத்த சித்தம்) பெறுவதே அவரது இலட்சியம்.

நிப்பாணப் பேரின்பத்திலேயே திளைத்திருக்கப் போதி சத்துவர் விரும்புவதில்லை. மனமுவந்து தன்னிச்சையாக மீண்டும் மீண்டும் பிறவிகளெடுத்து அனைத்து உயிர்களின் நலத்துக்கும் மகிழ்ச்சிக்கும் தம்மையே அர்ப்பணித்துவிட உறுதி பூண்டு சபதம் மேற்கொள்கிறார் அவர். அவரது நான்கு சபதங்களாவன:

- அனைத்து உயிர்களையும் காத்து அவர்களது நலத் திற்கும் மகிழ்ச்சிக்கும் உழைப்பது.
- தீய எண்ணங்களையும் மன எழுச்சிகளையும் மாசு களையும் வேரறுத்துப் பூரணத் தூய்மை பெறுவது.
- புத்த தம்மத்தை முறையாகக் கற்றறிந்து மற்றவருக்கும் போதித்தல்.
- அனைத்து உயிர்களையும் புத்தர் நிலையையடைய வழிநடத்திச் செல்லுதல்.

கருணையுள்ளமே போதிசத்துவரை மனமுவந்து தன் னிச்சையாக மீண்டும் மீண்டும் பிறவியெடுக்கத் தூண்டுகிறது.

உயிர்கள்பால் எழும் அளவற்ற கருணையால் துக்கமயமான சம்சாரச் சுழலில் இறங்க அவர் தயங்குவதில்லை. சம்சார வாழ்க்கையின் மாசுகள் அவரைக் களங்கப்படுத்துவதில்லை; ஏனெனில், அவர் மெய்ஞ்ஞானம் பெற்றவராயும் தன்னல மேதும் கருத்தில் கொள்ளாத சேவை வாழ்வே வாழ்பவராயும் இருக்கிறார். சம்சார வாழ்க்கையின் துக்கங்களும் வேதனைகளும் அவரைப் பாதிப்பதில்லை, தீண்டுவதில்லை. அவர் விருப்பு – வெறுப்பற்ற சமநிலையில் நிலைபெற்றவராய் இருக்கிறார். சம்சாரம், நிர்வாணம் (பாலி மொழியில் நிப்பாணம் எனப் படுவது) இரண்டும் அவருக்கு ஒன்றேயாகும். நிர்வாணத்தின் மேல் பெரும் பற்றுதலற்றவராகவும் சம்சாரத்தின் மேல் வெறுப்பற்றவராகவும் விளங்குகிறார் அவர். விருப்பு – வெறுப்பு எதையும் பற்றாது இருக்கும் அவரது பற்றறுத்த திறமையும், நிர்வாணம் – சம்சாரம் இரண்டையும் சமமாக நோக்கும் அளப்பரிய தூய்மையும் அவரது சிறப்புகளாகும். அவர் பெற்ற நிர்வாணம் **நிலையான தளமேதுமற்ற நிர்வாணம்** (*அபிரதிஷ்ட நிர்வாணம்* – Nirvana of no fixed abode) எனப்படுகின்றது. அவர் நிர்வாணத்திலும் சம்சாரியாகவும் சம்சாரத்திலும் நிர்வாணம் எய்தியவராகவும் இருக்கிறார் என வாசுபந்து என்னும் மஹாயான அறிஞர் விளக்குகிறார்.

தேரவாதப் பிரிவைச் சேர்ந்த புத்தகோஷரின் *தூய்மைப் பாதையில் (விசுத்தி மக்கத்தில்)* நிப்பாணத் தூய்மையை உச்சக்கட்டமாகக் கொண்ட ஏழு தூய்மை நிலைகளைப் பார்த்தோம். மஹாயான பௌத்தத்தில் போதிசத்துவரின் பரிணாம வளர்ச்சியாகப் பத்துத்தளங்கள் *(தஸபூமி)* காட்டப் படுகின்றன. அதாவது, இங்கு மேலும் மூன்று தூய்மை நிலைகள் குறிக்கப்படுகின்றன.

அசைக்க முடியாத நிலைபேறான தளம்

நினைத்தவுடன் எளிதில் அருவத் தியானத்தில் ஆழ்நிலைப் பேறு பெறுதல்; "தான் – பிறர்" எனப் பிரித்தறியும் உணர்வின்றி நற்செயல்கள் தாமே உதித்தல்; நான்கு உயரிய சபதங்களை நிறைவேற்றுவதில் மேன்மையை அடைதல்.

தம்ம போதனையில் தேர்ச்சித்தளம்

தம்மத்தைத் தெளிவாக உணர்ந்து மற்றவர்களுக்குப் போதிப்பதில் தேர்ச்சியடைதல்.

தர்ம மேகம்

"தான்" எனும் தனியுணர்வை அறவே அறுத்துத் தர்மம் என்கிற மழையைப் பொழியும் மேகமாக மாறுதல்.

புத்த விஞ்ஞானம்; அல்லது புத்த சித்தம்;

விஞ்ஞானம் புத்த விஞ்ஞானமாக மாறிப் புத்தரின் நிலையையடைதல்.

இங்குப் போதிசத்துவருடைய *விஞ்ஞானம் புத்த விஞ்ஞான மாக*வே மாறுகிறது. அதாவது தான் எனும் தனியுணர்வை யறுத்து எல்லா உயிர்களுடன் ஐக்கியமான, மெய்ஞ்ஞானமும் அன்பும் கருணையும் கலந்து உருவான ஒரு உயரிய *விஞ்ஞான மாக* மாறுகிறது. இவ்வாறு போதிசத்துவர் உன்னத இலக்கை அடைந்து ஒரு புத்தராகிறார்.

விபஸ்ஸனா (உள்நோக்குத்) தியானத்தோடு, அளவற்றவை களைத் தியானித்து தெய்வீக உறைவிடங்களில் நிலைபெறுவதும் சூன்யத்தைத் தியானிப்பதும் *புத்த விஞ்ஞானம்* பெறுவதற்கான வழிகளாகக் காட்டப்படுகின்றன.

அத்தியாயம் 19

சூன்யத் தியானம்

(அ) மேன்மையான ஞானம் (*பிரக்ஞாபாரமிதா*)

ஒற்றையாக ஒரே தன்மைகொண்டு தனித்திருக்கும் எந்தவொரு சுயமான பொருளையும் நாம் இவ்வுலகில் காண இயலாது. உதாரணமாக, தேர் அல்லது இரதம் என்று ஒரு பொருளாக நாம் கருதுவதை எடுத்துக்கொள் வோம். பகுத்து ஆராய்ந்து பார்க்கும் அறிவு, "இது ஒற்றையாக ஒரே தன்மைகொண்டிருக்கும் ஒரு தனிப் பொருளல்ல, உண்மையில் பலபொருள்கள் இணைந்து உருவான ஒரு கூட்டுச் சேர்க்கையே" என்று காட்டு கின்றது. மேலும், அந்தப் பலபொருள்களுங்கூடத் தனித்தனிப் பொருள்களல்ல. மேலும் மேலும் அவற்றைப் பகுத்துக்கொண்டே செல்லலாம். இரண் டாயிரத்து அறுநூறு ஆண்டுகளுக்கு முன்பே புத்தர் கூறியுள்ளதுபோல, நவீன அறிவியல் இப்போது உறுதி செய்வதுபோல, பொருள்களைப் பகுத்துக் காண்பதற்கு ஒரு எல்லையே இல்லை. இது பகுத்து ஆராயும் அறிவு கூறுவதாகும்.

பகுத்துப் பார்க்கும்போது ஒவ்வொரு மூலப்பொரு ளும் மற்றும் பல பொருள்களையும் காரணங்களையும் சூழ்நிலைகளையும் ஆதரவுகளையும் சார்ந்தே எழுகின்றது என்பதையும் நாம் காண்கிறோம். இது சார்புடைமையை அறியும் அறிவு காட்டும் உண்மை. தேர் அல்லது இரதத்தைப் பகுத்துப் பார்த்து நாம் கண்ட மூலப்பொரு ளாகிய மரம் யாராலோ விதைக்கப்படுகின்றது அல்லது நடப்படுகின்றது, நீரூற்றப்படுகின்றது, உரம் தரப்படு கின்றது, வளர்க்கப்படுகின்றது; யாராலோ வெட்டப்படு

கின்றது, தேரை உருவாக்கும் இடத்திற்குக் கொண்டுவரப்படு கின்றது. மற்றொரு மூலப்பொருளான அச்சாணி இரும்பால் உண்டாக்கப்படுகின்றது. இரும்பு எங்கோ ஒரு சுரங்கத்தில் தோண்டியெடுக்கப்பட்ட தாதுப்பொருள் ஏதோ ஒரு உருக் காலையில் சுத்திகரிக்கப்பட்டதிலிருந்து வருகிறது. இவ்வாறு ஒவ்வொரு மூலப்பொருளும் மற்றும் பல பொருள்களையும் காரணங்களையும் சூழ்நிலைகளையும் ஆதரவுகளையும் சார்ந்தே உண்டாகின்றது.

தனியிருப்போ சாரமோ இல்லாமல் இவ்வாறு அனைத்தும் காரணங்களையும் சூழ்நிலைகளையும் ஆதரவுகளையும் சார்ந்தே உண்டாவதால் அனைத்தும் சூன்யம் என்கின்றது பௌத்தம். *அநத்தா* (ஆன்மா இன்மை) என்று புத்தர் குறிப்பிட்ட வாழ்வின் உண்மைத் தன்மையும் சார்புவழித் தோற்றம் (Dependent Origination) என்னும் புத்தரின் கோட்பாடும் இங்குச் சூன்யம் என்னும் தத்துவமாக விவரிக்கப்படுகின்றது.

"நான்", "தான்", "தனிப்பட்ட மனிதர்", "ஒரு ஜீவன்" என்று உலக வழக்காக அழைக்கப்படுவது சுயத்தன்மையும் சுய இருப்பும் கொண்ட ஒற்றையான தனிப்பொருள் அல்ல அது ஐந்து கந்தங்களின் (கூட்டுப்பொருள்களின்) – அதாவது உருவம், புலனுணர்வுகள், புலனறிவுகள், மன எழுச்சிகள், தன்னுணர்வுகள் ஆகிய ஐந்து கூட்டுப்பொருள்களின் – ஒரு குறிப்பிட்ட கலவையே, சேர்க்கையே என்பதை நாம் ஏற்கனவே கண்டோம். *அபிதம்ம* ஆராய்ச்சியில் இவை மேலும் பகுக்கப் பட்டு உருவம் அல்லது உடல் என்று காட்டப்படுவது இருபத் தெட்டு மூலப்பொருள்களின் (தம்மங்களின்) ஒரு கூட்டுச் சேர்க்கையே என்பதும் மனம் என்று காட்டப்படுவது வேறு ஐம்பத்துமூன்று மூலப்பொருள்களின் (தம்மங்களின்) ஒரு கூட்டுச்சேர்க்கையே என்பதும் தெளிவாக்கப்பட்டன. இந்த எண்பத்தியொரு மூலப்பொருள்களும் பற்றிக்கொள்ளப்பட்டு, "இந்தத் தம்மங்கள் உள்ளன, இவை உண்மை" என்னும் ஒரு வாதம் பௌத்தத்தின் ஆரம்ப காலத்தில் எழுந்தது. இதுவே *சர்வாஸ்திவாதம்* (அனைத்து (தம்மங்களு)ம் உள்ளன) என்று பௌத்தத்தில் ஒரு வகுப்பாகியது." "நான்", "தான்", "மனிதர்" என்பது இல்லை; ஆனால் தம்மங்கள் (மூலப்பொருள்கள்) உள்ளன" என்பதே இவர்கள் வாதம்.

பௌத்தத்தின் அடிப்படைக் கோட்பாடுகளாகிய *அநத்தா* (ஆன்மா இன்மை), சார்புவழித் தோற்றம் ஆகியவற்றிற்கு முற்றிலும் முரண்பட்டதாய் உள்ளது இந்தக் கொள்கை (வாதம்) என்று இதை எதிர்த்து எழுந்தது *பிரக்ஞாபாரமிதா* (ஞானத்தைப் பெருக்கி மேன்மையாக்கும்) இயக்கம். உலக

வாழ்வில் அனைத்தும் சூன்யம் என்பது *பிரக்ஞாபாரமிதாத்* துறவிகள் காட்டும் உண்மை. அவர்களது முக்கிய நூலாகக் கருதப்படும் *இருதய சூத்திரத்தில்*, போதிசத்துவர் அவலோகி தேஸ்வரர் கூறுகிறார்: "உருவம், புலனுணர்வு, புலனறிவு, மன எழுச்சி, தன்னுணர்வு ஆகிய ஐந்து கந்தங்களும் உண்மை யில் சுயத்தன்மை இல்லாத சூன்யம் (அதாவது, சுயமான தனியிருப்பு இல்லாத வெறுமை, சூன்யம் அவை.) அந்த ஐந்து கந்தங்களைப் போலவே, நமது அனுபவங்களை விளை விக்கும் பதினெட்டு மூலத் தம்மங்களும் சூன்யம்."

ஆறு புலன்களின் (மனத்தையும் சேர்த்து ஆறு புலன்களின்) வழியாக எழும் அனுபவங்கள் ஒவ்வொன்றிலும் – அதாவது காண்பது, கேட்பது, நுகர்வது, சுவைப்பது, தொடுவது, எண்ணுவது ஒவ்வொன்றிலும் – மூன்று மூலப்பொருள்கள் சேர்ந்து செயலாற்றுகின்றன: (1) புலன்களைத் தாக்கும் வெளிப் பொருள், (2) உள்ளிருக்கும் உணரும் இந்திரியம், (3) அந்த இரண்டையும் சார்ந்து எழும் தன்னுணர்வு. ஆக அனுபவங் களை விளைவிக்கும் மூலத் தம்மங்கள் பதினெட்டு. இவையும் சுயமான தனியிருப்போ தனி இயக்கமோ இல்லாத வெறுமை, சூன்யம் என்கிறார் அவலோகிதேஸ்வரர். மற்றவற்றைச் சாராத தனியிருப்பு, தனி இயக்கம் என்பது இவற்றில் எதிலுமில்லை. ஒன்றையொன்று சார்ந்து இணைந்து செயல்படுவதாலேயே அனுபவங்கள் எழுகின்றன. தனியிருப்பு, தனி இயக்கம் எதிலு மில்லை.

உருவம், புலனுணர்வு, புலனறிவு, மன எழுச்சி, தன் னுணர்வு என ஒவ்வொன்றும் சூன்யம் என்று கூறும் அவலோகி தேஸ்வரர், தொடர்ந்து சூன்யமே உருவம், சூன்யமே புல னுணர்வு, சூன்யமே புலனறிவு, சூன்யமே மன எழுச்சி என்றும் கூறுகின்றார்.

"ஓ, சாரிபுத்திரரே! இங்கு உருவம் சூன்யம், சூன்யமே உருவம். உருவம் என்பது சூன்யத்தைத் தவிர வேறல்ல, சூன்யம் உருவத்தைத் தவிர வேறல்ல. எது உருவமாக இருக்கிறதோ அது சூன்யம், எது சூன்யமாக இருக்கிறதோ அது உருவம். புலனுணர்வு, புலனறிவு, மன எழுச்சி, தன்னுணர்வு என இவையும் அவ்வாறே. இவற்றைப் பற்றியும் அதுவே உண்மை!"

இருதய சூத்திரம் ஆழ்ந்த உண்மைத் தத்துவத்தை உள்ளடக்கியதாகும். உருவம் சூன்யம், அதே சமயம் சூன்யமே உருவம் என்பது புரிந்துகொள்ள முடியாத புதிராகத் தோன்ற லாம். ஆனால், அதுவே உண்மை. உருவம் என்பது ஒரு சுயமான தன்மைகொண்டு ஒரு தனித்திருக்கும் பொருளாக இல்லாமல் சூன்யமாக இருப்பதால்தான், அந்தச் சூன்யத்தில்

எந்த உருவமும் தக்க காரணங்களாலும் சூழ்நிலைகளாலும் ஆதரவுகளாலும் எழ முடிகின்றது. உலகம் சுயத்தன்மையற்ற சூன்யமாக இருப்பதால்தான், அந்தச் சூன்யத்தில் எந்தப் புலனுணர்வும், எந்தப் புலனறிவும், எந்த மன எழுச்சியும், எந்தத் தன்னுணர்வும் எழ முடிகின்றது. காரணங்களும் சூழ்நிலைகளும் ஆதரவுகளும் அனைத்தையும் விளைவிக்கின்றன. இதுவே இங்குச் சூன்யம் எனப்படுகின்றது. ஒன்றாக நிலைத் திருக்காமல் எதையும் விளைவிக்கும் சாத்தியக்கூறு இருப்ப தால்தான் இது சூன்யம் எனப்படுகின்றது. இந்தச் சூன்யத்தில் தான் நரகத்திற்கு ஒப்பான அல்லல் மிக்க துக்கக் கருக்குழியான வாழ்வும் நிகழ்கின்றது, தேவலோகத்திற்கு இணையான பேரின்ப வாழ்வும் நிகழ்கின்றது. ஆசைகளே அனைத்திற்கும் காரணம்.

பகுத்து ஆராய்ந்து மூலப்பொருள்களைக் காணும் அறிவு ஞானம் *(பிரக்ஞா)* ஆகும். ஆனால் அந்த மூலப்பொருள் களும் சுயத்தன்மைகொண்ட தனித்திருக்கும், தனித்தியங்கும் பொருள்களல்ல. காரணங்களாலும் சூழ்நிலைகளாலும் ஆதரவுகளாலும் மற்றவற்றைச் சார்ந்து எழும் சூன்யமே அவையும் என்று அறியும் ஞானமே மேன்மையான பூரண மான ஞானம் *(பிரக்ஞா பாரமிதா)* ஆகும்.

(ஆ) மத்யமக தத்துவத்தில் சூன்யம்

(1) சூன்யக் கோட்பாடு

பிரக்ஞா பாரமிதா சூத்திரங்களில் சூன்யத்தைப் பற்றிய கருத்து அறிவுபூர்வமாகவும் தெளிவாகவும் விளக்கப்படாமல் உள்ளுணர்வால் நேரடியாக உணரப்படும் ஒரு மறைபொரு ளான உண்மையாகவே சித்தரிக்கப்பட்டுள்ளது. உலகின் சூன்யத்தன்மையைப் பற்றி விவரிக்கும் *பிரக்ஞா பாரமிதா* சூத்திரங்களை ஆராய்ந்து, அவற்றில் பொதிந்துள்ள உண்மை களை அறிவுபூர்வமாக விளக்கி, சூன்யத்தை ஒரு தர்க்கரீதி யான தெளிவான தத்துவமாக மாற்றிய பெருமை இரண்டாம் புத்தரெனக் கொண்டாடப்படும் நாகார்ஜுனரையே சேர்ந்த தாகும். இவர் கி.பி. இரண்டாம் நூற்றாண்டில் வாழ்ந்தவர். இவர் நிலைநாட்டிய தத்துவம் *மத்யமக* என்றழைக்கப்படு கின்றது. மஹாயான பௌத்தத்திற்கு உறுதியான தத்துவ அடித்தளம் படைத்த மேதை இவர்.

நாகார்ஜுனரின் தத்துவம் புத்தருடைய போதனைகளின் அடிப்படையிலேயே எழுந்துள்ளது. புத்தர் காட்டிய சார் புடைமைத் தத்துவமே இங்குச் சூன்யமென விளக்கப்படுகிறது.

உலகில் ஒவ்வொன்றும் மற்றவற்றைச் சார்ந்தே எழுகின்றது, மற்றவற்றைச் சார்ந்தே இருக்கின்றது, மற்றவற்றைச் சார்ந்தே மறைகின்றது.

உலகில் எந்தப் பொருளை எடுத்துக்கொண்டாலும், அது இருக்கின்றது என்றும் சொல்ல முடியாது, இல்லை என்றும் சொல்லமுடியாது. ஏனெனில், அது மற்றவற்றைச் சார்ந்தே இருக்கிறது, மற்றவற்றைச் சார்ந்தே இல்லாமல் போகிறது. அது இருப்பதும் இல்லாமல் போவதும் மற்றவற்றைச் சார்ந்தே நிகழ்கின்றது. அது தானாகவே தோன்றுவதில்லை, தன்னாலேயே தோற்றுவிக்கப்படுவதில்லை, தன்னுள்ளேயே தோன்றுவதில்லை. இந்தச் சுயத்தன்மை இன்மையே, அதாவது 'தான்' என்னும் தனித்துவம் எதிலும் இல்லை என்பதே, சூன்யம் என்றழைக்கப்படுகின்றது.

நாகார்ஜுனரின் தத்துவம் கீழ்க்காணும் சூத்திரத்தில் இரத்தினச் சுருக்கமாகக் கூறப்படுகிறது.

மற்றவற்றைச் சார்ந்து எழுவதையே
நாம் சூன்யம் என்கிறோம்.

மற்றவற்றைச் சார்ந்து எழுந்து,
தானாகவே நிலைத்து இல்லாமல்,
மாறிக்கொண்டிருக்கும் ஒரு பொருளுக்கு
(மாறாத) பெயர் கற்பித்துக் குறிப்பிடுகின்றோம்
(*உபாதாய பிரக்ஞாப்தி*).

அது சூன்யம்.
இதுவே நடு வழியாகும்.

(மூலமத்யமக காரிகா, 24, 18)

மற்ற மதத்தினர் தவறாகக் கருதுவதுபோல, சூன்யத்துவம் எல்லாவற்றையும் ஒரேயடியாக மறுத்து ஒன்றும் இல்லை என்று சாதிக்கும் தத்துவம் அல்ல. அது சுயத்தன்மையையும் 'தான்' எனும் தனித்துவத்தையும் மட்டுமே மறுக்கிறது. சுயமாகத் தானாகவே நிலைத்திருக்கும் உண்மையான பொருள் என்று யாதொன்றுமில்லை; ஒவ்வொன்றும் மற்றவற்றைச் சார்ந்தே உள்ளது என்பதே உண்மை. சூன்யத்துவத்தின் சாரமாவது:

> இருக்கிறது என்பதும் இல்லை; இல்லாமற்போவது என்பதும் இல்லை; மற்றவற்றைச் சார்ந்தே இருப்பதும் இல்லாமல்போவதும் நேர்கின்றன.
>
> அமரத்துவ வாழ்வும் இல்லை; அழிவும் இல்லை; காரணங்களைச் சார்ந்தே வாழ்வும் அழிவும் நிகழ்கின்றன."

இவ்வாறாக, சூன்யத்துவம் ஒரு நடுநிலைத் தத்துவமாகும். இரண்டு எதிர் எதிர் முனைகள் மட்டுமே மறுக்கப்பட்டு, சூன்யம் நடுவழியைக் காட்டுகின்றது. இங்கே மாறிக்கொண்டே யிருக்கும் ஒவ்வொன்றிற்கும் மாறாத ஒரு பெயர் வைத்துப் பற்றிக்கொண்டிருக்கிறோம். பொய்யான இந்தப் பற்றுதல் சூன்யம்.

சார்புடைமை என்கிற சூன்யமே இறுதியான உண்மை. ஆனால், உலகமும் உயிர்களும் இல்லையெனில் இந்தச் சூன்யமும் இல்லை. ஆகவே, இந்த இறுதி உண்மையும் உலகத்தையும் உயிர்களையும் சார்ந்து உள்ளது, அவற்றில்தான் உள்ளது. அவற்றை வேறெங்கோ தேடியலைவது வீணான ஓட்டமேயாகும். இறுதியில் காணும் உண்மை சார்புடைமை யிலும் உலகத்திலும் உயிர்களிலுந்தான் உள்ளது, வேறு எங்கும் இல்லையென்பதேயாகும். சம்சாரமும் இங்குதான் உள்ளது, நிர்வாணமும் இங்குதான் உள்ளது. பொருள்கள் சுயத்தன்மை கொண்டு தனித்திருக்கும் சாரமுள்ளவையாக இருப்பதாக எண்ணி அவற்றைப் பற்றிக்கொள்ளும் தவறான மனப்போக்கை, அறியாமையைக் குணப்படுத்தும் அரிய மருந்தாகவே சூன்யத் துவம் கருதப்படுகின்றது. ஆனால், உலகத்தையும் உயிர்களை யும் சார்ந்திருப்பதால் அதுவும் ஒரு மன உருவாக்கம். ஆகவே, அதுவும் சூன்யம். சூன்யமும் சூன்யம் என்கிறார் நாகார்ஜுனர்.

(2) சூன்யத் தியானம்

சூன்யக் கோட்பாடு தியானத்தில் ஆழ்ந்து சிந்திக்கப் பட்டு உள்ளூர உணரப்படுகின்றது. சுயத்தன்மையும் சுய இருப்பும் கொண்ட தனி ஒரு பொருள் எதுவும் இல்லை, அனைத்தும் காரணங்களும் சூழ்நிலைகளும் ஆதரவுகளும் ஒன்றுசேர்வதைச் சார்ந்து உண்டாகின்றன. இந்தத் தியானத் திற்கு ஆதாரமாக எடுத்துக்கொள்ளப்படும் ஒரு சிறந்த உதாரணம்: விதையிலிருந்து மரமும் மரத்திலிருந்து பழமும் தோன்றுவது. விதையிலிருந்து மரம் வளர்கின்றது. ஆனால், ஆதரவுகளாகிய நிலம், நீர், உரம், காற்று, சூரிய ஒளி இல்லையென்றால் செடி அல்லது மரம் விளைய முடியாது. விதையிலுள்ள உயிர்ச்சக்தி மற்ற சக்திகளுடன் ஒன்றுசேரும் போதுதான் செடி, செடியிலிருந்து மரம், மரத்திலிருந்து பழங்கள் உண்டாகின்றன. உயிர்ச் சக்தியிலிருந்து மட்டும் செடியோ மரமோ பழமோ வர முடியாது. மேலும், உயிர்ச்சக்தி விதைக்கு விதை மாறுபட்டு வெவ்வேறுவிதமாயிருக்கிறது, உயிர்ச்சக்திக்கும் சுயத்தன்மையோ சுய இருப்போ இல்லை. இவ்வாறு சுயத் தன்மையும் சுய இருப்பும் உலகில் எதிலுமில்லை, அனைத்தும் சூன்யம் என்று தெளிவாகப் புரிந்துகொள்ளப்படுகின்றது.

அடுத்து, காரணம் – விளைவு என்னும் பரிணாமம் உற்று ஆராயப்படுகின்றது. காரணம் – விளைவு என்று நாம் கண்டறிவது இரண்டும் ஒன்றா அல்லது காரணமும் விளைவும் வெவ்வேறா? காரணம் – விளைவு இரண்டும் ஒன்றே என்று கூறினால் அது அபத்தம். காரணம் – விளைவு இரண்டும் ஒன்றானால், தகப்பனுக்கும் மகனுக்கும் வித்தியாசம் இல்லை என்றாகும். அதேமாதிரி ஆகாரத்துக்கும் கழிவுப் பொருளாகிய மலத்துக்கும் வித்தியாசம் இல்லாமல் போகும். பருத்தி விதை வாங்கினாலே நூலாடை வாங்கியதாகும். ஆகவே, இந்தக் கருத்து அபத்தம், ஏற்றுக்கொள்ளத்தக்கதல்ல.

ஆனால், அதேசமயம் காரணம் – விளைவு இரண்டும் வெவ்வேறு என்றும் கூற முடியாது. ஏனெனில், அவை வெவ்வேறு என்றால், எந்தப் பொருளும் வேறு எந்தப் பொருளிலிருந்தும் தோன்றக்கூடும் என்றாகிவிடும். நெற்பயிர் விதை நெல்லிலிருந்தும் வரலாம், நிலக்கரித் துண்டிலிருந்தும் வரலாம் என்றாகிவிடும். நிலக்கரித்துண்டு நெற்பயிரிலிருந்து எவ்வாறு வேறுபட்டதோ அவ்வாறே நெற்பயிரும் விதை நெல்லிலிருந்து வேறுபட்டது என்றாகும். இதுவும் அபத்தம்.

காரணம் – விளைவு இரண்டும் ஒன்றாகவும் உள்ளன வெவ்வேறாகவும் உள்ளன என்பதும் ஏற்றுக்கொள்ளத்தக்கதல்ல. ஏனெனில் இது முன்னுக்குப் பின் முரண்பட்டதாகும். நான்காம் கருத்தாகப் பொருள்கள் காரணமே இல்லாமல் தோன்றுகின்றன என்றால் அதுவும் அபத்தம்.

நாம் சொல்லக்கூடுவதெல்லாம், காரணம் – விளைவு இரண்டும் ஒன்றுமல்ல, வெவ்வேறுமல்ல, சார்புடைமை என்னும் விதியால் பிணைக்கப்பட்டவை என்பதேயாகும். தொடர்ந்து நிகழும் நிகழ்வில் இவை இரண்டும் இரண்டு நிலைகளாகும். காரணங்களைச் சார்ந்து விளைவு எழுகின்றது. சார்புடைமையையும் தொடர்ச்சியையுமே நாம் காண்கிறோம். அனைத்தும் மற்றவற்றைச் சார்ந்தே எழுகின்றன. நிலையான தன்மையும் நிலையான இருப்பும் எங்கும் எதிலும் இல்லை. ஆகவே, அனைத்தும் சூன்யம்.

அடுத்து, பொருள்களைப் பற்றிப் பேசும்போது கருத்துகள் உருவாக்கப்படுகின்றன. நல்லது – கெட்டது, அழகு – விகாரம், ஒத்தது – வேறுபட்டது, நீளம் – குள்ளம் என்று கருத்துகள் கூறப்படுகின்றன. இவ்வாறு எந்தக் கருத்தை எடுத்து ஆராய்ந்து பார்த்தாலும், தனித்துப் பார்க்கும்போது அவை அர்த்தமற்றவைகளாக உள்ளன. இரண்டு விரல்களை ஒப்பிட்டுப் பார்க்கும்போதுதான், நீளம் – குட்டை ஆகிய கருத்துகளுக்கு அர்த்தம் உண்டு. ஒரு விரலை மட்டும் நீட்டும்போது நீளம்

அல்லது குட்டை என்பது அர்த்தமற்றதாகும், பொருத்தமற்ற தாகும். இவ்வாறு எல்லாக் கருத்துகளும் சார்புடைமைக்கு ஆட்பட்டுள்ளன. ஒரு செடியின் தோற்றம் விதை, நிலம், நீர், உரம், காற்று, சூரிய ஒளி ஆகியவற்றைச் சார்ந்திருப்பது போலவே, ஒரு கருத்தும் மற்றொரு கருத்தைச் சார்ந்தே உள்ளது. இல்லாவிட்டால் அதற்கு அர்த்தமே இல்லை.

அதே மாதிரிதான், கடந்தகாலம், நிகழ்காலம், எதிர் காலம் என்று கூறப்படுவதும். கடந்த காலத்தைச் சார்ந்தே நிகழ்காலம் மற்றும் எதிர்காலம் பற்றிய எண்ணங்கள் தோன்று கின்றன. நிகழ்காலத்தைச் சார்ந்தே கடந்தகாலம் எதிர்காலம் பற்றிய எண்ணங்கள் உள்ளன. கடந்தகாலத்தையும் நிகழ் காலத்தையும் பொருத்தே நாம் எதிர்காலத்தைப் பற்றிப் பேசுகின்றோம். இவ்வாறு முக்காலங்களும் நீளம் – குட்டை, ஒன்று – வெவ்வேறு, இருப்பு – மறைவு ஆகிய கருத்துகளைப் போலவே ஒன்றையொன்று சார்ந்தவை, தனித்தனியாக அர்த்தமற்றவை. ஆகவே சூன்யம்.

அவ்வாறே, அறிவதும் அறியப்படும் பொருளும் ஒன்றை யொன்று சார்ந்தவை; அறிவது அறியப்படும் பொருளைக் காட்டுகின்றது, அறியப்படும் பொருள் அறிவதைக் காட்டு கின்றது. அறியப்படும் பொருள் இல்லாமல் அறிவு இல்லை. அறிவு இல்லையென்றால் அறியப்படும் பொருளும் இல்லை.

இவ்வாறு சார்புடைமையே எங்கும் உள்ளது. சுயத்தன்மை, சுய இருப்பு என்பது எங்கும் எதிலும் இல்லை. ஆகவே, அனைத்தும் சூன்யம் என்று அறியப்படுகின்றது. இந்த உலகம் சூன்யம் என்னும் உண்மையை, சார்புடைமை என்னும் உண்மையை, தனித்தன்மை இல்லை என்னும் உண்மையைப் புரிந்துகொள்ளாத அறியாமையால் மனம் “அறியும் தான் – அறியப்படும் பொருள்”, “தான் – பிறர்” என்று பிரிவினை செய்து வேறுபாடுகளைக் கற்பனையாக வளர்த்துக்கொள் கின்றது. இந்தப் பிரித்துக் காணும் அறிவு புறப்பொருள்களைச் சுயத்தன்மை கொண்ட உண்மைப் பொருள்களாகவும் அவை தனது இன்பத்துக்கே உள்ளதாகவும் கற்பனை செய்துகொண்டு, ஆசைகளையும் அவற்றால் விளையும் மன உருவாக்கங்களயும் எழுச்சிகளையும் வளர்த்துப் பெருக்குகின்றது. இவையே துக்கமயமான சம்சாரச் சுழலுக்குக் காரணமாகின்றன.

ஆகவே, துக்கத்திலிருந்து விடுபடுவதற்கு, கற்பனையான வேறுபாடுகளும் மன உருவாக்கங்களும் எழுச்சிகளுமற்ற சூன்யமே இங்குத் தியானிக்கப்படுகின்றது. அவை எதுவும் எழாத சூன்யத்திலேயே மனம் ஒன்றுகின்றது.

மூலமத்யம காரிகாவில் (18 4–5) நாகார்ஜுனர் கூறுகிறார்:

"புறப்பொருள்களையோ உள்ளுணர்வுகளையோ சார்ந்து எழும் "தான்", எனது" என்னும் கருத்துகள் மறையும்போது, பற்றுதல்கள் கைவிடப்படுகின்றன. பற்றுதல்கள் கைவிடப்படுவதால், கர்மவினைப் பலன்களான மாசுகள் மறைகின்றன. பரிணமித்தல் (அல்லது மேலும் ஆகுதல்) நின்றுபோகின்றது. விமோசனம் உண்டாகின்றது. கற்பனைகளை வளர்த்து மன உருவாக்கங்களைப் பெருக்குபவருக்கு, அந்தக் கற்பனையான மன உருவாக்கங்களின் விரிவால் (*பிரபஞ்சத்தால்*) கர்மவினைப் பலன்களான மாசுகள் விளைகின்றன. ஆனால், சூன்யம் உணரப்படும்போது, கற்பனையான மன உருவாக்கங்களின் பெருக்கம் மறைகின்றது."

"தான் – பிறர்", "நான் – எனது" என்று பிரித்து வேறுபாடு காணும் அறிவும் கற்பனையான மன உருவாக்கங்களும் மறைவதே விடுதலையாகும் விமோசனமாகும்.

(இ) யோகாசாரக் கோட்பாடு

மஹாயான பௌத்தத்தில் மத்யமகாவுக்கு அடுத்து முக்கியமான பிரிவு யோகாசாரம். இது மஹாயானத் துறவிகளான அசங்கர் (கி.பி. 410 – 500), அவருடைய தம்பி வாசுபந்து (கி.பி. 420–500) இருவராலும் நிறுவப்பட்டதாகும். நாகார்ஜுனருடைய தத்துவங்களின் அடிப்படையிலேயே யோகாசாரப் பிரிவும் எழுந்தது. ஆனால், அசங்கரும், வாசுபந்துவும் அவற்றிற்குப் புதிய விளக்கங்களையளித்து மஹாயான பௌத்தத்திற்குப் புதிய பரிமாணங்களைச் சேர்த்தார்கள்.

யோகாசாரத்தின் கருத்தைச் சுருக்கிச் சொன்னால், அது "உலகிலுள்ள எல்லாம் சூன்யமும் அல்ல அசூன்யமும் அல்ல" என்பதாகும். கண்ணாடியில் பிரதிபலிக்கும் பிரதி பிம்பம்போல "இருக்கிறது என்பதும் இல்லை, இல்லாமற் போகிறது என்பதும் இல்லை" என்னும் நாகார்ஜுனரின் தத்துவந்தான் இங்கும் பிரதிபலிக்கிறது. யோகாசாரம் சூன்யத் தத்துவத்திற்கு மேலும் தெளிவாக விளக்கம் தருகிறது.

"உண்மையில், சூன்யமாவது "அறிபவர் – அறியப்படும் பொருள்" அல்லது "தான் – பிறர்" எனப் பாகுபடுத்தும் இருமை (*துவிதம்*) இல்லை என்பதும் அந்த இருமை இன்மையே இருக்கிறது என்பதும் ஆகும்". *(மத்யாந்த விபாகம், I. 13)*

இருமை (*துவிதம்*) இல்லை என்பதே உண்மை, அதுவே சூன்யம், அதுவே உண்மை என்கிறது யோகாசாரம். மற்றவற்றைச் சார்ந்தே "தான்" இருக்கிறது என்று முன்னர் நாம்

பார்த்த தம்மம் இங்கு, "தான் – பிறர்" என்று பாகுபடுத்தும் இருமையின்மையாக விளக்கப்படுகிறது. இறுதியில் எல்லா விளக்கங்களும் "தான்" எனும் தனியுணர்வை அல்லது "தான் – பிறர்" என்று வேறுபடுத்திப் பார்க்கும் உணர்வை அறவே அழிப்பதுதான் உன்னதமான மேன்மை நிலை என்பதில் சங்கமிக்கின்றன. இந்த உணர்வை அழிப்பதுதான் உண்மையைத் தரிசிப்பதும் உண்மையோடு ஐக்கியமாவதும் ஆகும். இந்த உணர்வை அழித்த *விஞ்ஞானம் புத்த விஞ்ஞானம்* ஆகிறது. இருமை (*துவிதம்*) இன்மையே இருக்கிறது, அந்த உண்மையே இருக்கிறது என்று யோகாசாரம் கூறுவதை, அந்த உண்மையில் நிலைபெற்ற *விஞ்ஞானம்* இருக்கிறது, அந்த *விஞ்ஞானம்* என்றும் நிலைத்திருக்கும் உண்மையான பொருள் என்று யோகாசாரம் சொல்வதாகத் தவறாகக் கருதப்படுகிறது. யோகாசாரம் "இருக்கிறது" என்று சொல்வது "இருமையுணர்வு இன்மை" என்னும் ஒரு தன்மையைத்தான், மாறாது இருக்கும் எந்தவொரு பொருளையல்ல. இது மாறிக்கொண்டேயிருக்கும் *விஞ்ஞானம்* அடையக்கூடிய ஒரு மேன்மையான தன்மையையே குறிக்கின்றது. சார்புடைமையே இங்கு "இருமை இன்மை" என்னும் உண்மையாகக் காட்டப்படுகின்றது.

(ஈ) இப்படிப்பட்டது, இவ்வண்ணமாய் இருக்கிறது (*தததா*)

உண்மை "எது இருக்கிறது?" என்பதில் இல்லை, "எப்படி இருக்கிறது?" என்பதில்தான் என்றும் சூன்யத்தன்மையே உண்மை என்றும் மேலே கண்டோம். இந்தச் சூன்யத்தன்மையே மஹாயான பௌத்தத்தில் *தததா*, "தர்மத்தின் உண்மைத் தன்மை", "உண்மையின் எல்லை", "குறியற்றது", "நிர்வாண நிலை" என்று பலவேறுவிதமாக அழைக்கப்படுகின்றது.

தததா என்பது "இப்படிப்பட்டது" அல்லது "இவ் வண்ணமாய் இருக்கிறது" என்று பொருள்படும். இது கீழ்க்காணும் ஏழு உண்மைகளை உள்ளடக்கியதாக உள்ளது என்று *சம்திநிர்மோசன சூத்திரம் (மர்மங்களைத் திறந்து காட்டும் சூத்திரம்)* விவரிக்கின்றது:

- ஆரம்பமும் இல்லை, முடிவும் இல்லை (ஆதியந்த மற்றது); (*இவ்வண்ணமாய் இருக்கிறது பிரபஞ்சச் சுழற்சி, வாழ்க்கைச் சக்கரம்*).
- சுயமாய் இல்லாமை, தனித்துவம் இல்லாமை (*இவ்வண்ணமாய் இருக்கிறது உலகின் ஒவ்வொரு பொருளும் ஒவ்வொரு நிகழ்வும்*).
- எல்லா நிகழ்வுகளும் மன உருவாக்கங்களிலிருந்து உண்டானவையே (*அகில உலகும் விஞ்ஞானங்களின் பரிணாமங்களால் உண்டாகிறது*).

- மற்றும் நான்கு உன்னத உண்மைகள்:

  வாழ்வு துக்கமுள்ளதாய் இருக்கிறது

  துக்கம் காரணங்களால் எழுகிறது

  துக்கம் ஒழிக்கப்படக் கூடியது

  துக்கத்தை ஒழிக்கும் வழி புத்தர் காட்டிய உன்னத எட்டு அங்கப் பாதை.

இந்த ஏழு உண்மைகளையும் உள்ளொளியில் கண்டறிவதே மெய்ஞ்ஞானம் பெற்றதாகும். சுயத்தன்மையும் சுய இருப்பும் இல்லாத இந்தச் சூன்யத்தில் உலகம் உண்டாவதே ஆசைகளின் உருவாக்கங்களால்தான். ஒவ்வொரு விஞ்ஞானமும் தொடர்ந்து மாறிக்கொண்டிருக்கும் சிலபல ஆசைவேகங்களின் கலவையே. காரணம் – விளைவு என்னும் கர்மவினை விதிகளின்படி நிகழ்ந்துகொண்டிருக்கும் விஞ்ஞானங்களின் பரிணாமங்களும் மன உருவாக்கங்களுமே நாம் இந்தச் சூன்யத்தில் காண்ப தெல்லாம். நிலையற்ற ஆசைவேகங்களின் கற்பனையான மாய உருவாக்கங்களே இவையனைத்தும். இந்த மாய நடனச் சுழற்சிக்கு ஆதியுமில்லை, அந்தமுமில்லை. இந்த உண்மைகளே நான்கு உன்னத உண்மைகளோடும் சேர்த்து இங்குத் தியானத் தில் உள்ளூர உணர்ந்தறியப்படுகின்றது. இது சூன்யம் என்று தியானிக்கும் சாதகர் மன உருவாக்கம் எதுவும் எழாத சூன்ய மாகவே ஆகிறார். சூன்யத்தில் எழும் ஆசைகளும் மன உருவாக்கங்களும் உற்றுநோக்கிப் புத்த அறிவால் உள்ளவை உள்ளவாறு "இவை இவ்வண்ணமாய் இருக்கின்றன" என்று மட்டும் விருப்பு – வெறுப்பு இன்றிப் பார்க்கப்படுகின்றன, குறிக்கப்படுகின்றன, பின்னர் விலக்கப்படுகின்றன. எழுந்த ஆசைகளும் மன உருவாக்கங்களும் பற்றிக்கொள்பவர் யாரும் இல்லாமையால், அவற்றின் இயற்கையான நிலையாமைத் தன்மையின்படி கரைந்து மறைந்துபோகின்றன. "தான்" எனும் தனியுணர்வு அற்றவராய் எதையும் பற்றாதவராய்ச் சாதகர் சூன்யத்தில் உறைகின்றார்.

அத்தியாயம் 20

விஞ்ஞானப்தி மாத்திரம் – சித்த மாத்திரம்

(அ) *விஞ்ஞானப்தி மாத்திரம்*

புறப்பொருள்களைப் பற்றி நாம் அறிவது *(Perception)* கானல் நீருக்கு ஒப்பானது என்று புத்தர் காட்டியுள்ளதை நாம் முன்னரே கண்டோம். இந்த உண்மையே யோகா சாரப் பிரிவில் பின்னர் *விஞ்ஞானப்தி மாத்திரம்* (அறியப் படுவது பிரதிபிம்பம் அல்லது பிரதிபலிப்பு மட்டுமே, போலித் தோற்றமே) என்னும் தத்துவமாக விவரிக்கப்பட் டுள்ளது. புறப்பொருள்கள் அவை உள்ளவை உள்ளவாறு காணப்படுவதில்லை; மனம் காண்பது, புறப்பொருள்கள் புலன்களைத் தாக்கும்போது உடல் மாற்றங்களால் திரிந்து உண்டாகும் பொருள்களின் படங்களையே, சித்திரங் களையே தவிர, புறப்பொருள்களை அல்ல. ஆகவே, புறப்பொருள்கள் உள்ளவை உள்ளவாறு அறியப்படுவ தில்லை.

மேலும், பொருள்களைப் பற்றிய நம் அறிதலை ஆராய்ந்து பார்க்கின்றபோது, புறப்பொருள்கள் இல்லாம லேயே சில சமயங்களில் இந்த அறிவு எழுகின்றது என்பதும் தெரியவருகின்றது. கனவுக்காட்சியும் பாலை வனத்தில் நாம் காணும் கானல்நீர்த் தோற்றமும் இதற்கு உதாரணங்களாகும். பாலைவனத்தில் கானல்நீர்க் காட்சி தோன்றும்போது, அங்கு உண்மையில் தண்ணீர் எதுவும் இல்லை; ஆனால், நீரை மனம் காண்கின்றது.

மனத்தின் அனுபவங்களை மேலும், எதிரொலிக்கும், குளத்து நீரில் பிரதிபலிக்கும் நிலாவின் பிரதிபிம்பத்

திற்கும், மாயாஜால வித்தைகளில் காணும் பொய்த்தோற்றங்களுக்கும் ஒப்பிடலாம். இந்த உதாரணங்கள், பொருள்களைப் பற்றி நாம் அறிவது பிரதிபிம்பம் அல்லது பிரதிபலிப்பு மட்டுமே, உண்மை அல்ல என்னும் வாதத்தை வலுப்படுத்துகின்றன. மேலும், மனத்தில் நிகழ்வது என்னவென்றால் இந்தப் போலியான பிரதிபலிப்புகளையும் பிரதிபிம்பங்களையும் உண்மையெனப் பற்றிக்கொண்டு மனம், உள்ளுறைந்திருக்கும் ஆசைகளாலும் விருப்பு வெறுப்புகளாலும் பாரபட்சங்களாலும் பழக்கவழக்கங்களாலும் உந்தப்பட்டு நல்லவை – தீயவை, அழகானவை – அழகற்றவை போன்ற தன்மைகளை அவற்றின் மேல் கற்பித்துச் சுமத்துகின்றது; மனக்கற்பனைகளும் உருவாக்கங்களும் எழுச்சிகளும் வளர்த்துப் பெருக்கி விரிவாக்கப்படுகின்றன. போலித் தோற்றங்களைப் பற்றிக்கொண்டே மனம் கற்பனைப் பிரபஞ்சத்தை விரிவாக்கித் துக்கக் கருங்குழியில் வீழ்கின்றது.

அனைத்தும் போலித் தோற்றங்கள் என்னும் உண்மை அறிவைப் பெறுவதே விமோசனத்திற்கு வழி என்கிறார் வாசுபந்து *(திரிம்ஸிகா 26)*:

> அறியப்படுவது பிரதிபலிப்பு மட்டுமே' என்னும் உண்மையில் மனம் நிலைபெறாதவரை, இருவகைப் பற்றுதல்களிலிருந்தும் விடுதலை இல்லை.

இருவகைப் பற்றுதல்கள் என்று இங்குக் கூறப்படுபவை "அறியப்படும் பொருள்" – "அறியும் தான்" என்று பிரித்து வேறுபடுத்தி இரண்டையும் பற்றிக்கொள்ளுதலாகும்.

"இது வெறும் பிரதிபலிப்பு அல்லது பிரதிபிம்பம் மட்டுமே, பொருளற்றதாக உள்ளது; இங்குப் புறப்பொருள் ஒன்றும் இல்லை" என்னும் உண்மை உள்ளூர உணரப்படும்போது, புறப்பொருளைப் பற்றுவது மறைகின்றது. ஏனெனில், பற்றுவதற்கு ஒன்றுமில்லாதபோது, பற்றுதலுக்கு எங்கே இடம்?

அறியப்படும் பொருள் இருக்கும்போதுதான், "அறியும் 'தான்' எனும் தனி உணர்வும்" இருக்கின்றது. ஆனால், அறியப்படும் பொருள் இல்லை என்றாகும்போது, "அறியும் தான் எனும் தனிஉணர்வும்" இல்லை. புறப்பொருள் இல்லாமையால் அறிபவரும் இல்லை. உள்ளூர உணர்ந்தறிந்த இந்த அறிவு அறிபவர் அல்லது அறியும் "நான்" என்னும் உணர்வையும் கைவிடுகின்றது. இவ்வாறு, "அறியப்படும் புறப்பொருள்" – "அறியும் நான்" என்று வெவ்வேறு பொருள்கள் உண்மையில் இருப்பதாக எண்ணிப் பற்றிக்கொள்ளும் மனோபாவங்கள் கைவிடப்படுகின்றன. மன உருவாக்கங்கள் இல்லாத சூன்யமான மனமே இங்கு நிலவுகின்றது; மனம் எந்த எண்ணத்தையும்

உண்டாக்காமல் வெறுமனே *நழுவிச்சென்றுவிடுகின்றது, மறைந்துவிடுகின்றது.* சூன்யமே மனத்தின் உண்மையான *இயல்பு.* மனத்தின் இந்த உண்மையான இயல்பை வாசுபந்து விளக்குகிறார்:

> "அது எண்ணம் ஏதுமில்லாமல் இருக்கின்றது, ஆதாரம் ஏதுமில்லாமல் இருக்கின்றது, இகலோக உணர்வுகளுக்கு அப்பாற்பட்ட அனைத்தையும் கடந்த பரவெளி அறிவாக இருக்கின்றது. இருவகைப் பற்றுதல்களான மாசுகள் மறைந்ததால், *ஆலய விஞ்ஞானம்* (அடித்தள விஞ்ஞானம்) கற்பனை சுபாவத்திலிருந்து (*பரிகல்பித சுவபாவத்திலிருந்து*) விலகித் தனது உன்னதமான தூய சுபாவத்திற்குத் (*பரிநிஷ் பன்ன சுவபாவத்திற்குத்*) திரும்புகின்றது" (*திரிம்ஸிகா*, 29).

வெளிக்கசியும் கழிவுகளற்ற மூலம் இது,

எண்ணிப்பார்க்க இயலாதது,

புனிதமானது, உறுதியானது;

பேரானந்தமயமான விமோசனம் இது,

பெரும் ஞானியின் தர்ம உடல்

(தர்மமே உருவான உடல்) இது (*திரிம்ஸிகா*, 30).

காண்பது, பற்றிக்கொள்ளப்படுவது, உண்மைத் தோற்றமா என்று தியானத்தில் ஆழ்ந்து சிந்தித்து ஆராயப்படுகின்றது. பற்றிக்கொள்ளப்படுபவை உண்மைத் தோற்றங்கள் அல்ல, போலித் தோற்றங்களைப் பற்றிக்கொண்டே கற்பனைகளும் ஆசைகளும் மன உருவாக்கங்களும் வளர்ந்து பெருகித் துக்கத்தில் முடிகின்றன என்னும் தெளிந்த அறிவு பிறக்கும் போது இருவகைப் பற்றுதல்களும் கைவிடப்படுகின்றன. சூன்யமான மனம் அல்லது மனமின்மை என்னும் நிலைக்கு வந்து சாதகர் அதில் நிலைபெறுகிறார். *திரிம்ஸிகாவில்* கூறப்பட்டுள்ளவை (29, 30) இந்தத் தியானத்திற்கு மந்திரங்களாகின்றன.

இலங்காவதார சூத்திரத்தில் (184 – 185) கூறப்பட்டுள்ளதும் இங்குச் சிந்திக்கப்படுகின்றது:

"... ஒவ்வொன்றும் ஒருவர் தம் மனத்தில் காண்பதே, மனத்தால் உருவாக்கப்பட்டதே, மனத்தால் உண்டாக்கப்பட்டதே என்பது அங்குத் தெளிவாகப் புரிந்துகொள்ளப்படு

கின்றது; புறப்பொருள்கள் இருக்கின்றனவா அல்லது இல்லையா என்று தேடி அவற்றை நாடி ஓடும் மனப்போக்கு அங்கு இல்லை; "அது இருக்கிறது, அது இல்லை, அது இருக்கிறது (அதேசமயம்) இல்லாமலும் போகிறது, அது இருப்பதும் இல்லை இல்லாமல் போவதும் இல்லை" என்று தர்க்கரீதியாகக் கூறக்கூடிய நான்கு சாத்தியக் கூறுகளில் அவர் எதையும் பற்றாதவராய் இருக்கிறார்; ... அங்கு அவர் "அறியப்படும் பொருள்" அறியும் "நான்" என்று எதையும் பிரித்துப் பார்த்துக் காணாதவராய் இருக்கிறார் ... அங்கு அவர் இரண்டிலும் (அதாவது, புருஷர்கள், மூலப்பொருள்களாகிய தம்மங்கள் இவற்றில் எதிலும்) ஆன்மா – இல்லை என்னும் உண்மையைப் புரிந்துகொண்டவராய் இருக்கிறார்; அங்கு அவர் தீய மனப் போக்குகளாலும் தவறுதல்களாலும் விளையும் இரண்டு வகையான களங்கங்களையும் களைந்தவராய் இருக்கிறார், அவற்றால் விளையும் இரண்டு வகையான தளைகளிலிருந்தும் விடுபட்டவராய் இருக்கிறார்; ...அங்கு எண்ணம், மனம், மன உணர்வு (தன்னுணர்வு) ஆகிய அனைத்தும் கைவிடப் பட்டன, மறைந்தன." (*Buddhist Texts*, Translated and Edited by Edward Conze etc).

இங்கு "அறியப்படுவது ஒரு பிரதிபலிப்பே, உண்மைப் பொருளல்ல" என்னும் தத்துவம் தியானிக்கப்பட்டு, அதன் மூலம் மனம் சூன்யமான மனமாகிறது, மனம் "வீழ்ந்து மறைகின்றது."

(ஆ) சித்த மாத்திரம்

நாம் மேலே கண்டவாறு, புறப்பொருள்கள் உண்மைப் பொருள்களாக அறியப்படுவதில்லை, போலித் தோற்றங்களாகவே உள்ளன. மேலும், ஆராய்ந்து பார்த்தால், அவை நுண்துகள்களின் அதிர்வுகளாலும் துடிப்புகளாலும் உண்டானவையாகவும் நிலையாகப் பற்றிக்கொள்வதற்குக் குறியீடு அற்றவையாகவும் உள்ளன. அவைகளும் கூட்டுச்சேர்க்கைகளாக இருப்பதால் கலைந்துகொண்டும் மாறிக்கொண்டும் மறைந்துகொண்டுமிருக்கின்றன.

அவற்றைப் பற்றி மனம் அறிவதெல்லாம், மனத்தால் உருவாக்கப்பட்ட திரிக்கப்பட்ட கூற்றுகளாகவே இருக்கின்றன. புத்தர் *தம்மபதத்தில்* கூறியுள்ளதுபோல, அனைத்தும் மனத்தால் உண்டாக்கப்பட்டவைகளாகவே உள்ளன. பொருள்கள் அறியப் படுவதே மனத்தால்தான். மனம் இல்லையேல், பொருள்களைப் பற்றிய அறிவு இல்லை. பொருள்களது இருப்புகள், தன்மைகள் யாவும் மனத்தைச் சார்ந்தேதான் உள்ளன. ஆகவே, "உள்ளது

மனம் ஒன்றே" (*சித்த மாத்திரம்*) என்னும் தத்துவம் பின்னர் யோகாசாரப் பிரிவில் எழுந்தது. மனமே வாழ்வின் தன்மையை நிர்ணயிக்கின்றது. மனமே நரகமயமான வாழ்க்கைக்கும் காரணமாக அமைகின்றது; சொர்க்கமயமான வாழ்க்கைக்கும் காரணமாக அமைகின்றது. மனம் எவற்றிற்கு ஆசைப்படுகின் றதோ எவற்றை அடையச் செயலை உந்துகின்றதோ என்ன வாகப் பரிணமிக்க முயல்கின்றதோ அவையே வாழ்வை நிர்ணயிக்கின்றன.

உலக வழக்காக மனத்தின் முக்கியத்துவத்தைக் குறிப் பிட்டுக்காட்ட இங்கு மனம் ஒன்றாகக் கூறப்படுகின்றது. ஆனால், மனத்தைப் பற்றிய ஆய்வில் நாம் ஏற்கனவே கண்டது போல, அது சுயத்தன்மையும் சுய இருப்பும் கொண்டு தனித் திருக்கும் ஒரு பொருளல்ல, அது ஆசைகளின், எண்ணங்களின் ஒரு கலவையே. இந்தக் கலவை கணத்துக்குக் கணம் மாறிக் கொண்டேயிருக்கின்றது. சூன்யமே இங்கு உள்ளது. இந்தச் சூன்யத்தில் ஆசைகள் நீர்க்குமிழிகள்போல எழுந்து அக உலகையும் புற உலகையும் உருவாக்குகின்றன, மாறுகின்றன, மறைகின்றன. மாறிக்கொண்டேயிருக்கும் இந்த ஆசைகளின் கலவையில் எதை உண்மை மனம் என்று கொள்வது? எதை உன்னதமான மனம் என்று கொள்வது? அதுவே கேள்வி. உன்னதமான மனம், உண்மை மனம் என்பது அதனை ஆக்கும் ஆசைகளின் மற்றும் எண்ணங்களின் தன்மையால் நிர்ணயிக்கப்படுகின்றது. உன்னதமான மனம் உன்னத ஆசை களையும் உன்னத எண்ணங்களையும் கொண்டதாகும்; உண்மை மனம் என்பது வாழ்வின் உன்னத உண்மையை உள்ளது உள்ளவாறு அறிந்து அந்த உண்மையாகவே மாறிய மனமாகும். உன்னத உண்மை, இறுதி உண்மை என்று பௌத்தம் காட்டுவது "தான்" எனும் தனித்துவம் எதிலும் இல்லை என்னும் ஆன்மா – இன்மைத் தத்துவத்தையே என்று ஏற்கனவே கண்டுள்ளோம். ஆகவே, "தான்" எனும் தனித்துவ உணர்வின்றி அகில உலகத் தோடும் அனைத்து உயிர்களோடும் ஐக்கியமாகி அன்பும் கருணையுமாகவே விளங்கும் மனமே உண்மையோடு இணைந்த மனமாகும், உண்மை மனமாகும். **தனக்கென வேறு ஆசைக ளின்றி இந்த உண்மை மனமாக மாறும் ஆசையே உன்னத ஆசையாகும். அந்த உண்மை மனமே, உன்னத மனமாகும் ஞானமும் அன்பும் கருணையும் ஒருங்கிணைந்த புத்த சித்த மாகும். வேறு எந்த ஆசைகளும் அற்றதாக இருப்பதால், அது சூன்யமான மனமுமாகும்.**

இறுதி இலக்காக, உன்னதக் குறிக்கோளாக மஹாயான பௌத்தம் கருதுவது இந்த உண்மை மனமான புத்த சித்தம் பெறுவதையேயாகும்.

சித்தார்த்தர் கௌதம புத்தராக மாறிய வாழ்க்கை வரலாறு ஒவ்வொரு மனிதரும் ஒவ்வொரு மனமும் புத்த சித்தமாகப் பரிணமிக்கும் சாத்தியக்கூறு உள்ளது என்பதையே காட்டுகின்றது. இந்த மாற்றம் நிகழ்வதற்குத் தேவையான தெல்லாம் மனம் உறுதிபூண்டு தீவிர முயற்சிகளையும் பயிற்சி களையும் மேற்கொள்வதேயாகும்.

காரணங்களையும் சூழ்நிலைகளையும் ஆதரவுகளையும் தக்கவாறு அமைத்தால் இந்தப் பரிணாமமும் மாற்றமும் நிகழும் என்பதையே சூன்யத் தத்துவம் காட்டுகின்றது என்று நாகார்ஜுனர் விளக்கித் தெளிவுபடுத்தியுள்ளார்.

(இ) சூன்யம் – சித்தம் இணைப்பு

இந்தச் சூன்யத் தத்துவத்தையும் பின்னர் யோகாசாரப் பிரிவில் எழுந்த *சித்த மாத்திரம்* என்னும் தத்துவத்தையும் இணைத்துப் பௌத்தத்திற்கு மேலும் ஒரு பரிமாணத்தைச் சேர்த்தார் எட்டாம் நூற்றாண்டில் வாழ்ந்த சந்தராக்ஷிதர் என்னும் மஹாயான ஞானி. இந்த இணைப்பை அடிப்படை யாகக்கொண்டே சீனா, ஜப்பான் ஆகிய நாடுகளில் பிரபல மடைந்த *சான்* அல்லது *ட்சென்* பௌத்தமும் திபெத்து நாட்டில் ஆட்சி புரிந்த *வஜ்ராயனா* பௌத்தமும் பிறந்தன.

மாசுபட்ட நிலையிலிருந்து தூயநிலைக்கு மாறுபடக்கூடிய சாத்தியக்கூறு இருப்பதைச் சூன்யத் தத்துவம் காட்டுவதால், *வஜ்ராயனாவிலும் சான் – ட்சென்* பிரிவுகளிலும் அதற்கு மிக முக்கியத்துவம் அளிக்கப்படுகின்றது. புத்தரும் நாகார்ஜுன ரும் காட்டும் உண்மையான சூன்யம் ஒன்றுமற்ற வெறுமை அல்ல. நிலையான பொருள் எதுவும் இன்மையையும் மற்ற வற்றைச் சார்ந்தே காரணம் – விளைவு என்னும் விதிகளின்படி ஒவ்வொன்றும் எழுவதையுமே இது குறிப்பிடுகிறது. உலகம் இத்தகைய சூன்யமாக இல்லாமல், காரணம் – விளைவு என்னும் விதிகளுக்கு அப்பாற்பட்டு ஒரு நிலையான பொருள் இங்கு நிறைந்திருக்குமாயின், அப்போது அந்த உலகம் ஒரு மாறாத மரக்கட்டைக்கு ஒப்பாகும். பெட்டி காலியாக இருந்தால் தான் மேன்மேலும் பொருள்களை வைக்க முடியும். உலகம் சூன்யமாக இல்லையென்றால், இருந்தது அப்படியே இருக்கும், மாற்றம் எதுவும் நிகழ முடியாது. அறியாமையான சம்சாரம் இருந்தால் அது இருந்துகொண்டேயிருக்கும். அதை மாற்ற முடியாது. உலகம் சூன்யமாக இருப்பதால்தான், சம்சாரத்தி லிருந்து விடுதலை பெற்று நிப்பாண நிலை அடையும் வாய்ப்பு இருக்கிறது. ஒவ்வொன்றும் சூன்யமாகவும் தனித்துவம் என்னும் தன்மையும் இல்லாமல் இருப்பதால்தான், மாற்றங்கள் நிகழ

முடிகிறது. நாகார்ஜுனர் தமது *மூலமத்யமக காரிகாவில்* கூறுகிறார்:

ஒவ்வொன்றும் சூன்யமாக இல்லையென்றால்,
இந்த உலகில் தோற்றமென்றோ, மறைவென்றோ,
மாற்றமென்றோ எதுவும் எக்காலும் நிகழமுடியாது;
ஆகையால், உன்னத நான்கு உண்மைகள் போன்ற புத்த
தம்ம போதனைகளும் எழுந்திருக்கமாட்டா விமோசனமும்
நிப்பாண நிலையை அடைவதும் சாத்தியமன்று

(*மத்யம காரிகா* 24).

தூய்மை நிலைக்கு மாறுவதற்கான சாத்தியக்கூறினையும் தளத்தினையும் சூன்யத்துவம் வழங்குகிறது என்றால், அந்த மாற்றத்தை நிகழ்த்தும் கருவியாக விளங்குகின்றது மனம். ஏனெனில், மனத்தின் எண்ணங்களே அக உலகையும் புற உலகையும் உருவாக்கி நம் அனுபவங்களையும் வாழ்வின் தன்மையையும் நிர்ணயிக்கின்றன. மனத்தை அடக்கியும் கட்டுப்படுத்தியும் ஒழுங்குபடுத்தியும் பழக்கப்படுத்தியும் பயிற்றுவித்தும் மாற்றியமைப்பதன் மூலமும் திறமையாகக் கையாளுவதன் மூலமும் நாம் தீயவற்றைத் தவிர்த்து, நல்லவற்றையே நினைத்து, நல்லவற்றையே செய்து, அனுபவங்களை மாற்றியமைத்துத் தூயநிலைக்கு உயர முடியும். தன்மை மாற்றத்தின் தளம் சூன்யம்; மாற்றத்தை நிகழ்த்துவது மனம்.

சான் – ட்சென் பௌத்தப் பிரிவில் தியானிக்கப்படுவதும் சூன்யமேயாகும். *சான் – ட்சென்* தியானத்தில் சூன்யம் எவ்வாறு உணர்ந்தறியப்படுகின்றது? உண்மை மனத்தை, தூய மனத்தைத் தியானிப்பதன் மூலமே சூன்யம் உணர்ந்தறியப்படுகின்றது. சூன்யத்தை உணர்ந்த மனம், சூன்யமாகவே ஆன மனம் இருமை உணர்வின்றி, "தான்" எனும் தனி யுணர்வைத் தவிர்த்து, அனைத்தையும் கடந்த பரவெளியில் திளைக்கின்றது; அங்கு இருமை எண்ணமும் "தான்" எனும் தனியுணர்வும் மறைகின்றன; மாசுகளும் களங்கங்களும் பூரணமாக அறுபடுகின்றன. சூன்யமான மனத்தைப் பார்த்திருப்பதில் நிலைபெறுவதன் மூலமே நாளடைவில் திடீரென்று மெய்ஞ்ஞானம் பிறக்கின்றது என்கிறது ட்சென் பௌத்தம்.

அத்தியாயம் 21

ட்சென் *(Zen)* பௌத்தம்

(அ) அடிப்படைத் தத்துவம்

சீனாவில் சான் என்றும் ஜப்பானில் *ட்சென்* என்றும் அழைக்கப்படும் பௌத்தப் பரம்பரை, சூன்யமான தூய மனத்தை அடிப்படையாகக் கொண்டதாகும். *சான்* அல்லது *ட்சென்* பௌத்தம் காட்டுவது முழுக்க முழுக்கச் சூன்யத்தைத்தான்; சூன்யமே இங்கு உள்ளது. அது:

ஆசைகளின் எழுச்சி நீங்கிய வெறுமை;

"தான்", "நான்" எனும் தனியுணர்வு மறைந்த சூன்யம்;

பேச்சும் வார்த்தைகளும் அற்ற மௌனம் (நிசப்தம்).

எல்லை வரையறையின்றி விரிந்து பரவியுள்ள திறந்த வெளி, சுயத்தன்மையும் சுய இருப்பும் கொண்ட எந்தப் பொருளும் இல்லாத, ஆனால், எதுவும் நிகழக் கூடிய திறந்தவெளி.

எதுவும் செழித்து வளரக்கூடிய வளமான வெறுமை.

இந்த வளமான வெறுமையில் தூய மனத்தை வளர்ப்பதே ட்சென் பௌத்தம்.

"உண்மையை வர்ணித்து விளக்கிக்காட்ட முடியாது, அனுபவித்துப் பார்த்து மட்டுமே உணரக்கூடியது" என்கிறது ட்சென் பௌத்தம். உண்மை வார்த்தைகளுக்கு அப்பாற்பட்டது, சொற்களுக்கு எட்டாதது, அறிவுரைகளும் போதனைகளும் காட்ட இயலாதது. உண்மை எது? நிர்வாணம் என்றால் என்ன? வார்த்தைகளால்

இவற்றை முழுமையாகவும் திருப்திகரமாகவும் விளக்கித் தெளிவுபடுத்த முடியாது. மனித இனம் கண்டுபிடித்த மொழிகள் உண்மையை விவரிக்கும் திறமையற்றவையாக உள்ளன. ஆறு புலன்களாலும் உணரப்படும் பொருள்களைப் பற்றிக்கூட வார்த்தைகள் உள்ளவை உள்ளவாறு கூற முடிவ தில்லை. ஏனெனில், நாம் ஏற்கனவே காட்டியதுபோல, உண்மையில் மனம் அறிவது புறப்பொருள்களின் தாக்கத் தினால் உடலில் ஏற்படும் அதிர்வுகளையும் மாற்றங்களையும் அவற்றினால் உண்டாகும் பிரதிபலிப்புகளையும் பிரதிபிம்பங் களையுமே ஆகும். இவை பொருள்களின் திரிக்கப்பட்ட பிரதிமைகளேயாகும். மனம் அவற்றை வார்த்தைகளால் விவரிக்கும்போது, மேலும் ஒரு திரிபு அல்லது சிதைவு நிகழ்கின்றது. ஏனெனில், மனத்தில் உள்ளவை மீண்டும் உடல் அதிர்வுகளாகவும் மாற்றங்களாகவும் பரிணமித்து வார்த்தை களாக வெளிவருகின்றன. இவ்வாறு நாம் அறிவதாகக் கூறப்படும் ஒவ்வொன்றும் இரண்டுமுறை திரிக்கப்படுகின்றன, சிதைக்கப் படுகின்றன.

உலகவழக்காக வார்த்தைகளை ஏற்க வேண்டியிருந்தாலும், ஒரே வார்த்தை வெவ்வேறு மனிதர்களுக்கு வெவ்வேறு சந்தர்ப்பங்களிலும் சூழ்நிலைகளிலும் வெவ்வேறு அர்த்தங் களைக் காட்டுகின்றது. வார்த்தைகளின் அர்த்தங்களும் காலத் துக்குக் காலம் மாறுபடுகின்றது. வார்த்தைகள் நம்பத்தக்கவையா என்பதும் ஒரு கேள்விக்குறியாக உள்ளது. வார்த்தைகளை அப்படியே பற்றிக்கொள்பவர்கள், பேசுபவர்களின் உண்மை நோக்கத்தை முற்றிலும் புரிந்துகொள்ள முடியாது. “சேற்றில் சிக்குண்ட யானையைப் போல, அறியாதவர்கள் வார்த்தை களில் சிக்கிக்கொள்கிறார்கள்” என்கிறது *இலங்காவதார சூத்திரம்*.

மொழிகளும் வார்த்தைகளும் ஆறு புலன்களாலும் உணரப்படும் உலகாயத அனுபவங்களைக்கூடச் சரியாகவும் திருப்திகரமாகவும் விளக்கப் போதுமானவைகளாக இல்லை யெனும்போது, புலன்களுக்கெட்டாத உலகாயத்திற்கு அப்பாற்பட்ட அனுபவங்களைப் பற்றிக் கூறத் தேவையில்லை. உண்மையை அறிதல் அல்லது உணர்தல் என்பது மொழி களுக்கும் வார்த்தைகளுக்கும் அப்பாற்பட்டதாக உள்ளது என்கிறது ட்சென் பௌத்தம். நீரிலேயே வாழும் மீனானது எவ்வாறு தரையை விவரிக்க இயலாதோ அவ்வாறே மனித ருடைய அகராதியில் இந்த உண்மையை உணரும் அனுபவத்தை விளக்கச் சொற்களில்லை.

“தான் – பிறர்” என்று பிரித்துப்பார்க்கும் பிரிவினையின் (இருமையின்) அடிப்படையிலேயே, சொற்களும் கருத்துகளும் விளக்கங்களும் எழுகின்றன. உண்மை என்பது நாம் காணும் எந்தப் பொருளிலும் இல்லை, பொருள்கள் “எப்படி உள்ளன?” என்ற அந்த “எப்படி” என்கிற தன்மையிலேயே உள்ளது என்பது பௌத்தத்தின் மறுக்க முடியாத கோட்பாடாகும். சார்புடைமை, “தான்” எனும் தனித்துவம் இன்மை, சார மின்மை, ஆன்மா – இன்மை என்பதே உண்மை என்பதை நாம் ஏற்கனவே பார்த்தோம். “தான்” எனும் தனியுணர்வே அற்ற உண்மைத் தன்மையாக மாறிய உன்னத நிலையைப் பிரிவினை, இருமை ஆகியவற்றின் அடிப்படையில் எழுந்துள்ள வார்த்தைகளும் மொழிகளும் விவரிக்க முடியாது, விளக்க முடியாது. இவை உலகாயத வாழ்க்கைச் சௌகரியத்திற்கு உதவுபவையாக இருக்கலாம். ஆனால், உன்னத உண்மை நிலைக்கு வரும்போது இவை பயனற்றவையாகும். இருந்தாலும், உண்மையை உணர்ந்த ஞானிகள் அந்த வார்த்தைகளையும் மொழிகளையும் உலகாயத அறிவாக ஏற்றுக்கொண்டு அவற்றின் மூலமே உன்னத உண்மையை மற்றவர்களுக்காக விளக்கிக் காட்ட முயல்கிறார்கள். உன்னத உண்மைக்கு முற்றிலும் முரண்பாடானதாக இல்லாமல், உன்னத உண்மையை முற்றிலும் சீர்குலைக்காமல், அந்த ஞானிகள் உண்மையை விளக்க மேற்கொள்ளும் முயற்சி மற்றவர்களின் நலத்திற்காகச் சரியான உபாயங்களைக் கையாளும் அவர்களின் திறனைக் காட்டுகிறது என்பது மற்ற பௌத்தப் பிரிவுகளின் பொதுவான கருத்து. ஆனால், ட்சென் பௌத்தம் இந்தக் கருத்தை ஏற்பதில்லை.

மொழிகளும் எண்ணங்களும் அறிவுபூர்வமாகவும் தர்க்க ரீதியாகவும் எழும் கருத்துகளும் இறுதி உன்னத உண்மையை விளக்கிக்காட்ட உபயோகமாகக்கூடும் என்பதை அவர்கள் அறவே மறுத்துப் புறக்கணிக்கிறார்கள். சாக்கிய முனி புத்தரின் உரைகளும் போதனைகளும் உண்மையை அடைவதற்கான பாதையைச் சுட்டிக்காட்டுபவைகளாக உள்ளனவேயன்றி வேறல்ல என்பது அவர்களின் வாதம். மொழிகளையும் வார்த்தைகளையும் கருத்துகளையும் “உபயோகமற்ற தட்டு முட்டுச் சாமான்கள்” என்று அவர்கள் ஒதுக்கி விலக்குகிறார்கள். நேரடியாக மனத்தையே மௌனமாக உற்றுப்பார்த்திருக்கும் உள்நோக்குத் தியானமே அவர்கள் தேர்ந்தெடுக்கும் வழி. அந்த உள்நோக்குத் தியானத்தில் உள்ளுணர்வில் திடீரென்று விளையும் உள்ளொளியையே, ஞானத்தையே (Sudden Enlightenment) அவர்கள் தேடுகிறார்கள். “உங்களுடைய மனத்தை முற்றிலும் காலியாக்குங்கள், ஒன்றுமில்லாத சூன்யமாக்குங்கள்,

வெறுமையாக்குங்கள்." இது ட்சென் வழி. கறைகள் அழிந்து உள்ளொளி ஞானம் உதயமாகின்றது. ஆசைகளறுந்த சூன்ய மான மனம், தூயமனம், தன் உண்மைத் தன்மையை அடைகிறது, புத்தசித்தமாகின்றது. இதுவே ட்சென் பாரம்பரியத் தத்துவம், ட்சென் வழி.

(ஆ) ட்சென் பாரம்பரியம்

ட்சென் பாரம்பரியத்தின் தோற்றத்தைப் பற்றி மரபுவழி வரலாறு கூறுவதாவது: ஒருமுறை வல்லூறுகளின் சிகரம் எனப்படும் குன்றின் அடிவாரத்தில் புனிதரான புத்தர் தங்கியிருந்தார். அப்போது ஒரு நாள் மாலை புத்தரின் போதனை களைக் கேட்பதற்காகத் தேவலோகத்திருந்தும் பூலோகத்தி லிருந்தும் வந்திருந்த பலர் குழுமியிருந்தார்கள். அவர்கள் முன் வந்து தமக்காக இடப்பட்டிருந்த ஆசனத்தில் அமர்ந்தார் புத்தர். பிரம்மா முன்வந்து தங்கத் தாமரை மலர் ஒன்றை அவருக்கு அர்ப்பணித்துத் தம்மத்தைப் போதிக்கும்படி கேட்டுக் கொண்டார். குழுமியிருந்தோர் மௌனமாகப் புத்தரின் அறிவுரைக்காகக் காத்திருந்தார்கள். ஆனால் புத்தர் ஒன்றும் பேசாமல் மௌனமாகத் தம் இருக்கையில் அமர்ந்திருந்தார். குழுமியிருந்தோருக்கு அவரது மௌனம் ஆச்சரியமாயிருந்தது. அந்த மௌனத்தின் உள்ளார்ந்த அர்த்தம் அவர்களுக்குப் புரியவில்லை. தங்கத் தாமரை மலரை எடுத்துத் தம் கைவிரல் களால் தடவிக்கொடுத்த புத்தர் அதை மௌனமாக உயர்த்திக் காட்டினார். அங்குக் குழுமியிருந்தோரில் மஹாகாஸ்யபரைத் தவிர மற்ற யாவருக்கும் அது புரியாத புதிராக இருந்தது. மஹாகாஸ்யபர் மட்டும் அதன் உள்ளர்த்தத்தைப் புரிந்து கொண்டவராய்ப் புன்முறுவல் பூத்தார். அதைக் கண்டு மகிழ்ந்து புத்தர் கூறினார்: "ஓ, மஹாகாஸ்யபரே! தம்மத்தின் கண் என்று போற்றுதற்குரிய இந்தப் போதனையை, இந்த மாமணி இரத்தினத்தை, இப்போது உம்மிடம் ஒப்படைக் கின்றேன். இதைக் காத்துப் பின்வரும் தலைமுறையினருக்கு வழங்குவீராக!"

புத்தரின் உள்ளத்தை மஹாகாஸ்யபரின் உள்ளம் புரிந்துகொண்டது. உள்ளத்திலிருந்து நேரடியாக உள்ளத்திற்குப் பாய்ந்த இந்தப் போதனை "உள்ளத்திலிருந்து உள்ளத்திற் கென்று" வழிவழியாகத் தலைமுறை தலைமுறையாக இது நாள்வரை தொடர்ந்து வந்துகொண்டேயிருக்கின்றது. இதுவே ட்சென் பாரம்பரியம்.

"புத்தர் தாமரை மலரை உயர்த்திக் காட்டியதன் பொருள் என்ன? அந்த மாமணியாகப் போற்றுதற்குரிய போதனை

யாது? உள்ளத்திலிருந்து உள்ளத்திற்கு எவ்வாறு பாய்ந்தது? இதுவாயிருக்குமா? அதுவாயிருக்குமா?" என்று முடிவில்லாத யூகங்களால் இவற்றிற்கு விடை காண இயலாது. இந்தப் புதிர்களுக்கான விடைகளை ஒவ்வொருவரும் தமது பயிற்சி களின் மூலமும் தியானங்களின் மூலமும் தாமே கண்டுபிடித்து அறிய வேண்டியவையாகும்.

புத்தரின் போதனை என்ன என்று பின்னர் ஆனந்தர் மஹாகாஸ்யபரைக் கேட்டார். "போ, உடனே போய்க் கொடிக் கம்பத்தைத் தாழ்த்து!" என்றார் மஹாகாஸ்யபர். விஹாரத்தி லுள்ள கொடிக்கம்பத்தில் கொடி ஏற்றப்பட்டுப் பறப்பது தம்மபோதனை நிகழ்ந்துகொண்டிருப்பதைக் குறிப்பதாகும். "கொடியைத் தாழ்த்து" என்பதைக் கேட்டவுடன், சொற்பொழிவு களுக்கு இந்தப் போதனையில் இடமில்லை என்று உடனே ஆனந்தர் புரிந்துகொண்டார். புத்தரிடமிருந்து மஹாகாஸ்யபர் பெற்றது, இவ்வாறு பின்னர் ஆனந்தருக்கு வழங்கப்பட்டது; இதுவே வழிவழியாகத் தலைமுறை தலைமுறையாகத் தொடர்ந்தது. இந்தப் பாரம்பரியத்தின் தலைமை மாறுவதற்கு அடையாளமாகப் புத்தரின் பிச்சையோடும் மேலாடையும் புதிய வம்சத் தலைவருக்கு வழங்கப்படும்.

இந்தியத் துணைக்கண்டத்தில் இருபத்தியெட்டு வம்சத் தலைவர்கள் வழிவழியாக வந்ததாக இந்தப் பாரம்பரியத்தின் வரலாறு கூறுகின்றது. இருபத்தியெட்டாம் வம்சத்தலை வராகிய போதிதர்மர் என்னும் புகழ்பெற்ற துறவி, ஆறாம் நூற்றாண்டில் சீனத்திற்குச் சென்று, அங்கு இந்தப் போதனை யைப் பரப்பியதாகத் தெரிகின்றது. உள்நோக்குத் தியானத்தின் மூலமே உன்னத உண்மை நேரடியாக உள்ளூர உணரப்படும் என்றும் சொற்களற்ற இந்த உள்ளார்ந்த அறிவுணர்வு அனை வரும் பெறக்கூடியது என்றும் ஒவ்வொருவருக்கும் கிடைக்கக் கூடியது என்றும் போதிதர்மர் போதித்தார். இந்தப் பாரமபரியம் சீனத்தில் *சான்* என்று அழைக்கப்படுகிறது. பதின்மூன்றாம் நூற்றாண்டில் இது ஜப்பானிலும் அறிமுகப்படுத்தப்பட்டு பெரும் இயக்கமாக வளர்ந்தது. இது ஜப்பான் மொழியில் *ட்செ*ன் எனப்படுகின்றது.

புத்தரின் *தம்ம பதம்* வலியுறுத்துவதுபோல, தன்னை வெல்லும் வெற்றியே அனைத்து வெற்றிகளிலும் மேலானது. "மற்றவர்களை அறிகிறவர் அறிவாளி; தன்னைத்தானே அறிந்தவரே மெய்ஞ்ஞானமெய்தியவர்" என்றார் டாவ் டெசிங். தன்னைத்தானே அறிவதற்கும் தன்னைத்தானே வெல்வதற்கும் ஒருவர் தன் மனத்தையே நேருக்குநேர் ஊடுருவி உற்றுப் பார்க்க வேண்டும், எழுத்துகளும் சொற்களும் பயனற்றவை

என்கின்றது *ட்சென்* பௌத்தம். புனிதமெனக் கருதப்படும் மறைநூல்களுக்கும் கற்றறிந்தவர்களின் விளக்க உரைகளுக்கும் விரிவுரைகளுக்கும் அது முக்கியத்துவம் அளிப்பதில்லை.

மறைநூல்களையும் பண்டைய வைதீக போதனைகளையும் சார்ந்திராத
ஒரு விசேஷமான, அசாதாரணமான கற்பித்தலாகும் *ட்சென்.*
எழுத்துக்களையும் சொற்களையும் சார்ந்திராதது இது.
எழுத்துக்களையும் சொற்களையும் நம்பாதது இது.
மனத்தை நேருக்குநேர் ஊடுருவிப் பார்ப்பது இது.
தனது உண்மைத் தன்மையை உள்ளது உள்ளவாறு காண்பது, புத்தசித்தம் பெறுவது.
இதுவே *ட்சென்* பௌத்தம் (Zen Buddhism).

(இ) *ட்சாட்சென்* (Zazen) பயிற்சி

சீனமொழியில் "*சான்*" என்பதும் ஜப்பானிய மொழியில் "*ட்சென்*" என்பதும் "தியானம்" என்னும் பொருள்படும். "தியானம்" என்னும் சொல்லே மருவி இம்மொழிகளில் "*சான்*" என்றும் "*ட்சென்*" என்றும் கூறப்படுகின்றன. ஆழ் நிலைத் தியானப் பேற்றினையே இச்சொற்கள் குறிக்கின்றன. சீனத்தில் இந்தத் தத்துவத்தைக் கற்றுவந்து ஜப்பானில் "*ஸோடோ ட்சென்*" (Soto Zen) என்னும் பௌத்த வகுப்பைப் பிரபலமாக்கிய டோகன் (Dogen) அவர்கள், "*ட்சாட்சென்*" (Zazen) பயிற்சி என்பதும் புத்தசித்தம் பெறுவது என்பதும் ஒன்றே, ஒரு பொருள் கொண்டதே என்று வலியுறுத்திக் கூறுகிறார்.

ஜப்பானிய மொழியில் "ட்சாட்சென்" (Zazen) என்பது "அமர்ந்த தியானம்" அல்லது "தியானத்தில் அமர்ந்து நிலைத்தல்" என்று பொருள்படும்.

Za = அமர்ந்திருத்தல் (Sitting); Zen = தியானம் (Meditation)

Zazen = Sitting Meditation.

இதுவே Shikantaza என்றும் வர்ணிக்கப்படுகின்றது.

Shikan = Nothing but

ta = Precisely = *சரியாக (முறையாகத் தியானத்தில்)*

Za = Sitting அமர்ந்திருத்தலைத் தவிர வேறல்ல

இங்குத் தியானம் "சரியான முறையில் அமர்ந்திருத்தலைத் தவிர வேறல்ல." "சாக்கியமுனி புத்தர் எந்த ஆசனநிலையில் அமர்ந்து தியானித்து மெய்யொளி ஞானம் அடைந்தாரோ, அந்தப் பத்மாசன நிலையே சரியான முறை. அந்த நிலையில்

அவரைப் போலவே அமர்ந்திருத்தலே நிர்வாணம் பெற்ற தாகும்" என்று இங்கு வலியுறுத்தப்படுகின்றது. சரியான ஆசனநிலையில் அமர்ந்து, நேராக நிமிர்ந்திருந்து, மூச்சுக்காற்றை உற்றுநோக்கிப் பார்ப்பதிலேயே கவனம் செலுத்தப்படுகின்றது. *ஆனாபானா சதியே* இங்கும் பிரதானம். இங்கு மேற் கொள்ளப்படும் பயிற்சியில் "தியானத்தில் அமர்ந்து நிலைத் திருத்தல்" (Zazen) இரவு பகலாகத் தொடர்ந்து நாள்கணக்கில் நீடிக்கும். மௌனம் கலையாமல் கண்டிப்பாகக் கடைப் பிடிக்கப்பட வேண்டும் என்பது சட்டம், மாறாத விதிமுறை.

ட்சென் தியானத்தின் சாரம் கீழ்க்கண்ட கேள்விகளுக்கு விடைதேடுவதில் அடங்கியுள்ளது:

"நான் யார்? நான் என்னவாக இருக்கின்றேன்? நான் எவ்வாறு செயல்படுகின்றேன்? நான் ஏன் இவ்வாறு இருக் கின்றேன், ஏன் இவ்வாறு செயல்படுகின்றேன்?"

தேரவாத பௌத்தப் பிரிவில் நாம் கண்ட தியானப் பயிற்சிகளைப் போலவே இங்கும் நான்கு *உருவ ஜானங்களும்* நான்கு *அருவ ஜானங்களும்* நான்கு அளவற்றவைகளைத் தியானித்தலும் மேற்கொள்ளப்படுகின்றன. ஆனால், இங்குத் தியானத்தில் மிகமுக்கியமானதாகவும் இன்றியமையாத அம்சமாகவும் வலியுறுத்தப்படுவது மனத்தின் உள்ளே ஊடுருவி நோக்கி ஆராய்ந்து பார்ப்பதாகும்; மனத்தைச் சூன்யமான தூயமனமாக்கி அதன் உண்மைத் தன்மையான புத்தசித்தத்தில் நிலைநிறுத்துவதாகும். இங்கு எந்த அனுபவமும் எந்த உணர்வும் எந்த எண்ணமும் பற்றிக்கொள்ளப்படுவதில்லை. "தான் – பிறர்" என்னும் அடிப்படையில் எழுந்து உண்மைத் தன்மையை மறைக்கும் எல்லா எண்ணப்போக்குகளும் கைவிடப்படுகின்றன. எழுந்த எண்ணங்கள் பற்றிக்கொள்ளப்படாமல் அவற்றின் இயற்கைப் போக்கில் கரைந்து மறையும்படி விடப்படுகின்றன. எண்ணங்களைத் தொடர்ந்து எண்ணங்கள் தொடர்ச்சியாக எழுந்து மன உருவாக்கங்கள் வளர்ந்து பெருகுவது நிறுத்தப் படுகின்றது. புறப்பொருள்களால் விளைந்த புலனுணர்வுகள் பேராசைகளையும் பற்றுதல்களையும் தூண்டிவிட இடங் கொடாமல் கைவிடப்படுகின்றன.

தியானத்தில் எந்தப் புலனுணர்வு எழுந்தாலும், – உதாரணமாக: மலரின் நறுமணம், வாகனங்களின் ஒலி, சாளரங்களின் மேல் மழைத்துளிகள் விழும் ஒலி, மின்விசிறியி லிருந்து வந்து உரசிச்செல்லும் காற்று – இம்மாதிரி எந்தவொரு புலனுணர்வு எழுந்தாலும் – அதிலிருந்து என்ன பேராசைகளும் பற்றுதல்களும் கிளர்ந்தெழுகின்றன என்று நல்மன விழிப்புணர்வு உற்றுப்பார்த்துக்கொண்டேயிருக்கிறது. இங்குத் தியான

மென்பது வாழ்க்கையின் பிரச்சினைகளிலிருந்து தப்பியோடி ஒளிந்து சமாதிநிலைகளில் உறைந்திருப்பதல்ல. வாழ்க்கையில் ஒவ்வொரு கணமும் நிகழும் உணர்வுகளும் அனுபவங்களும் இங்கு உற்றுப்பார்த்து அறியப்படுகின்றன. சாதகர் எப்பொழுதும் தமது மனப்போக்கின் ஒவ்வொரு உந்துதலையும் ஒவ்வொரு எழுச்சியையும் ஒவ்வொரு களங்கத்தையும் நேருக்குநேர் உற்றுப் பார்த்திருந்து உள்ளதை உள்ளவாறு அறியும் விழிப்புணர்வு கொண்டவராயிருக்கிறார்.

சாதகர் நல்மன விழிப்புணர்வாகிய புத்த அறிவை வளர்த்து ஆறுபுலன்வாயில்களையும் பாதுகாக்கிறார்; பேராசைகளும் பற்றுதல்களும் தூண்டியெழுப்பப்பட்டு மனஉருவாக்கங்கள் விரிவாகிப் பெருகுவதைத் தடுக்கிறார்; களங்கங்களும் தளைகளும் தம்மைப் பிணைக்காவண்ணம் காத்துக்கொள்கிறார்.

- அவர் எதைப் பார்க்கிறாரோ அதை வெறுமனே பார்க்கிறார். அத்தோடு நின்று அப்படியே விட்டுவிடுகிறார்.
- அவர் எதைக் கேட்கிறாரோ, அதை வெறுமனே கேட்கிறார். அத்தோடு நின்று அப்படியே விட்டுவிடுகிறார்.
- அவர் எதை நுகர்கிறாரோ, அதை வெறுமனே நுகர்கிறார். அத்தோடு நின்று அப்படியே விட்டுவிடுகிறார்.
- அவர் எதைச் சுவைக்கிறாரோ, அதை வெறுமனே சுவைக்கிறார். அத்தோடு நின்று அப்படியே விட்டுவிடுகிறார்.
- அவர் எதைத் தொடுகிறாரோ, அதை வெறுமனே தொடுகிறார். அத்தோடு நின்று அப்படியே விட்டுவிடுகிறார்.
- அவர் எதை எண்ணுகிறாரோ, அதை வெறுமனே எண்ணுகிறார். அத்தோடு நின்று அப்படியே விட்டுவிடுகிறார்.

  ஒவ்வொரு கணமும் மனத்தைக் கவனமாக உற்றுப் பார்க்கிறார். மனத்தில் நிகழ்வதைக் கவனமாகக் குறிக்கிறார்.

- அவர் எதை மனத்தில் குறிக்கிறாரோ, அதைச் சமநிலையோடு விருப்பு – வெறுப்பு இன்றிக் குறித்துக் கொண்டு எதிர்வினை மேற்கொள்வதற்கு முன் சிந்திக்கிறார்.

- ஒரு எண்ணத்திற்கும் அடுத்த எண்ணத்திற்கும் இடையே உள்ள சூன்யத்தையும் நிசப்தத்தையும் பார்க்கிறார்; உணர்கிறார்.
- எண்ணங்கள் உண்மையான மனம் அல்ல என்பதைத் தெளிவாக உணர்கிறார்; அவை எழுகின்றன, எழுந்தவுடன் மறைகின்றன. எந்த எண்ணத்தையும் பற்றிக் கொள்ளாமல் அதை அதன் இயற்கைப்போக்கில் மறையவிடுகிறார்.
- கண்ணாடியில் பிரதிபலிப்பு மட்டும் நிகழ்வதுபோல, அவர் மனத்தில் எண்ணம் மட்டும் பிரதிபலிக்கிறது.
- பூங்காவில் காற்றாட வந்து வீற்றிருக்கும் முதியவர் ஒருவர் அங்குச் சிறுவர்கள் விளையாடுவதைப் பார்ப்பதுபோல அல்லது ஆற்றங்கரையில் அவ்வாறே வீற்றிருக்கும் ஒருவர் நீரோட்டத்தைப் பார்ப்பது போலச் சாதகரும் எதையும் பற்றாதவராய்த் தம் எண்ணங் களைப் பார்க்கிறார்.

எண்ணங்கள் வருகின்றன, போகின்றன. அவற்றைப் பற்றிக் கவலையோ மகிழ்ச்சியோ, விருப்போ வெறுப்போ, வேண்டுதலோ வேண்டாமையோ இல்லாமல் அவை தம் இயற்கைப்போக்கில் செல்லுமாறு விட்டுவிடுகிறார்; அவற்றைச் சட்டை செய்யாமல் ஒதுக்குகிறார். எகிறும் பந்து அடிக்க அடிக்கத்தான் மேன்மேலும் எகிறும்; அடிக்காவிட்டால் எகிறாமல் வீழ்ந்துவிடும்.

இரவு பகலாகத் தியானத்தில் அமர்ந்திருக்கும் சாதகரின் மனத்தில் எண்ணங்கள் படிப்படியாகக் குறைகின்றன. மனத்தின் உள்ளாழத்தில் படிந்து மறைந்திருக்கும் ஆசைவேகங்களும் மாசுகளும் உற்றுப்பார்ப்பதால் வெளிவந்து தம் முகங்களைக் காட்டிவிட்டு வலுவிழந்து மறைகின்றன. சாதகர் தன் மனத்தில் "வெறுமையான இருட்டையே" அல்லது "சூன்யமான ஒளியையே" பார்க்கிறார். எந்தவொரு எண்ணமும் எழாத சூன்யமான மனத்திலேயே ஆழ்ந்து உறைகிறார். மனக்கண்ணில் வெறுமையான இருள் அல்லது சூன்யமான ஒளியே காணப்படுகின்றது. புத்த சித்தம் பெறுவதென்பது ஆசைகளும் எழுச்சிகளுமற்ற சூன்யமான மனமாகவே மாறுவதாகும்; "தான்" எனும் தனியுணர்வு அற்ற சூன்யமான மனமாகவே மாறுவதாகும்.

"தான்" எனும் தனியுணர்வு பொய்யானது, உண்மைக்குப் புறம்பானது என்பதை முதலில் உள்ளத்தில் ஆழப் பதியவைக்க வாழ்வின் உன்னத உண்மையாகிய (இறுதி உண்மையாகிய)

சார்புவழித்தோற்றம், சார்புடைமை எனப்படுகிற நடுவழி முதலில் ஆழ்ந்து தியானிக்கப்படுகின்றது. புத்தரின் சார் புடைமைத் தத்துவம் சூன்யத்தைக் குறிக்கின்றது, அதுவே நடுவழியுமாகும் என்று நாகார்ஜுனர் விளக்கிக் காட்டியுள்ளது இங்கு ஆழ்ந்து சிந்தித்து உள்வாங்கப்படுகின்றது. இதையே மஹாயானத்தில் சூன்ய தியானமாக நாம் ஏற்கனவே பார்த் தோம். இந்தத் தியானத்தில் நாகார்ஜுனர் நிரூபித்துக்காட்டிய கீழ்க்காணும் எட்டு மறுப்புகளும் உள்ளூர உணரப்படு கின்றன:

- இருக்கிறது என்பதும் இல்லை, இல்லாமல் போகிறது என்பதும் இல்லை (தோற்றமும் இல்லை, மறைவும் இல்லை). இருப்பதும் இல்லாமல் இருப்பதும் மற்ற காரணங்களையும் சூழ்நிலைகளையும் ஆதரவு களையும் சார்ந்து நிகழ்கின்றது.
- அமரத்துவ வாழ்வும் இல்லை, நிரந்தர அழிவும் இல்லை. காரணங்களையும் சூழ்நிலைகளையும் ஆதரவுகளையும் சார்ந்து எழுந்து மாறிக்கொண்டே யிருக்கும் வாழ்வுதான் உள்ளது.
- ஒன்றாகவும் இல்லை, அனேகமாகவும் இல்லை. காரணங்களையும் சூழ்நிலைகளையும் ஆதரவு களையும் சார்ந்தே ஒவ்வொன்றும்.
- வருவதும் (எழுவதும்) இல்லை, போவதும் (மறைவதும்) இல்லை; காரணங்களையும் சூழ்நிலைகளையும் ஆதரவுகளையும் சார்ந்தே வருவதும் போவதும் நிகழ்கின்றது.

மேற்சொன்ன எட்டு மறுப்புகளும் உலகில் எல்லாவற் றிற்கும் எல்லா நிகழ்வுகளுக்கும் பொருந்துவனவாக உள்ளன. உண்மையில் அவை, உலகில் எந்தவொன்றிலும் “தான்” என்று தனித்திருக்கும் அல்லது தனித்தியங்கும் சுயத்தன்மையோ சுய வாழ்வோ சுய இயக்கமோ இல்லை என்னும் ஒட்டு மொத்த மறுப்பையே வலியுறுத்திக்காட்டுகின்றன.

ஒவ்வொன்றையும் பகுத்துப்பார்த்து, “நாம் காணும் மூலப்பொருள்களுங் (தம்மங்களும்)கூடத் தனித்திருப்பவையாக இல்லை; மூலப்பொருள்களும் ஒன்றையொன்று சார்ந்துள்ளன. மற்றவற்றைச் சார்ந்தே காரணம் – விளைவு என்கிற இயற்கை விதிகளின்படி அனைத்தும் எழுந்து மறைகின்ற சூன்யமாகவே இந்த உலகம் இருக்கின்றது” என்னும் உண்மை தியானத்தில் தெளிவாக உணரப்படுகின்றது. அனைத்தும் காரணங்களையும் சூழ்நிலைகளையும் ஆதரவுகளையும் சார்ந்தே எழுகின்ற

சூன்யமாக இருக்கிறது இந்த உலகம் எனும்போது, தக்க காரணங்களையும் சூழ்நிலைகளையும் ஆதரவுகளையும் அமைத்தால் எதுவும் நிகழக்கூடிய சூன்யம் இது என்பதும் தெளிவாகின்றது. எந்த நிலைத்திருக்கும் உருவமும் இல்லாத சூன்யமாக இது இருப்பதால், எந்த உருவமும் எழும் சாத்தியக்கூறு இங்கு உள்ளது. **இந்த மேன்மையான உருவம் உருவமில்லாத (சூன்யம்) ஆனால், எந்த உருவமும் இதிலிருந்து உருவாகும். இந்தப் பொன்னான நாக்கு சொல்லில்லாத (சூன்யம்) ஆனால், எந்தச் சொல்லும் இதிலிருந்து எழும்.**

ஆகவே, தக்க காரணங்களையும் சூழ்நிலைகளையும் ஆதரவுகளையும் உண்டாக்கித் துக்கமயமான இந்தச் சம்சார வாழ்வை நிப்பாண இன்பத்திற்கு மாற்றியமைக்க முடியும் என்பதும் உறுதியாகின்றது. இவ்வாறாக இங்கு மனமே மனத்தை மாற்றியமைக்குமாறு, மனம் தியானத்தில் இணைக்கப்படுகின்றது. "தான்" எனும் தனியுணர்வும் ஆசைகளும் எழுச்சிகளும் அறவே அழிந்த **"சூன்யமான மனமாக", உன்னத உண்மையில் உறையும் "உண்மையான மனமாக", பற்றுதல்களும் மாசுகளும் களங்கங்களும் மறைந்த அமைதியான "இயற்கை மனமாக", "புத்தசித்தமாக" மாறுகின்றது.**

அனைத்துப் பௌத்த மரபுகளிலும் பற்றுதல்களுக்கு இடமில்லை. ட்சென் பௌத்தத்தில் குறிப்பாக இது வலியுறுத்தப் படுகின்றது. "பற்றிக்கொண்டு மனத்தைப் பதிப்பதற்கு எந்தப் பொருளும் இங்கு இல்லை. சூன்யமான ஆகாசவெளியில் மிதக்கும் மேகம்போல மனம் சூன்யத்தில் மிதக்கிறது, நீந்துகின்றது. கயிற்றால் பிணைக்கப்படாத காகிதப்பட்டம் போலப் பறக்கின்றது. எந்த மரையாணியும் இங்கு மனத்தை எந்தவொன்றிலும் திருகிப் பிணைத்துவைப்பதில்லை."

"மனம் முழுவதும் பூரணமாகக் காலியாக்கப்படுவதைத் தவிர, சூன்யமாக்கப்படுவதைத் தவிர, வேறொரு முயற்சியுமில்லை இங்கு. இதுவே களங்கமற்ற அறிவைப் பெறுவதாகும், மாசற்ற மனமாகும்." **பற்றற்ற மனமே திறன் பெற்ற மனம்** என்பது ட்சென் போற்றும் ஒரு சிறப்பான கருத்து. செயல்களைத் துறப்பது இதன் நோக்கமல்ல, அவற்றில் பற்றுதல்களைத் துறப்பதே ட்சென் போதிப்பதாகும். **வேளாண்மை இல்லாத மனவேளாண்மையே** ட்சென் காட்டும் வழியாகும். அதாவது, இங்குக் கைவிடப்படுவது மனவேளாண்மையல்ல, வேளாண்மையின் மேல் கொள்ளப்படும் பற்றுதல்களையேயாகும். (It is an abandoning not of cultivation, but of one's clinging to it). இது சம்சார நிகழ்வுகளிலேயே நிப்பாணம் காண்பதாகும். **அசைவற்றதில் அசையாமல் இருப்பது உண்மையான உறுதிவாய்ந்த சமநிலை**

யாகாது; அசைவில் அசையாமல் இருப்பதே உண்மையான உறுதிவாய்ந்த சமநிலையாகும். சம்சாரத்தையும் நிப்பாணத்தையும் இணைத்து, சம்சாரத்திலேயே நிப்பாணம் பெறுவதை வலியுறுத்துகின்றது ட்சென். சாதாரணமும் அதி உன்னத மேன்மையும் இங்கு இணைக்கப்படுகின்றன (It synthesizes the sublime with the common). செய்யும் ஒவ்வொரு செயலும் எண்ணும் ஒவ்வொரு எண்ணமும் இங்குத் தியானமாகின்றது. தியானமே வாழ்வாகின்றது, வாழ்வே இடைவிடாது தொடர்ந்து நிகழும் தியானமாக அமைகின்றது.

"தற்போது இருக்கும் இந்தக் கணமே உண்மையான வீடு. அதில் உறைவாயாக!" என்கிறது ட்சென் பௌத்தம். தற்போது செய்யப்படும் செயலில் – அது எவ்வளவு சிறியதாக இருந்தாலும் – தேநீர் தயாரிப்பது, பல் துலக்குவது, வீடு பெருக்குவது எதுவாக இருந்தாலும், அந்தச் செயலில் – நல்மன விழிப்புணர்வு நிலைநாட்டப்பட வேண்டும். "கடந்து போனவற்றைப் பற்றி எண்ணிக் கழிவிரக்கத்திலோ வருத்தத்திலோ அல்லது இனி நடக்கப்போவதைப் பற்றிய கற்பனையிலோ பயத்திலோ கவலையிலோ மனத்தைச் செலுத்தித் தற்போதைய கணத்தைப் பாழாக்கிக்கொள்ள வேண்டாம்" என்ற புத்தரின் அரிய போதனையே இங்கு வாழ்க்கைத் தத்துவமாக, நெறியாகப் பின்பற்றப்படுகின்றது.

"நான் யார்? நான் என்னவாக இருக்கின்றேன்! நான் எவ்வாறு செயல்படுகின்றேன்? நான் ஏன் இவ்வாறு இருக்கின்றேன்? ஏன் இவ்வாறு செயல்படுகின்றேன்?" இந்தக் கேள்விகளே தியானத்தில் மீண்டும் மீண்டும் கேட்டுக் கொள்ளப்பட்டு விடைகள் தேடப்படுகின்றன.

தியானத்தில் மனத்தை ஒருமுனைப்படுத்துவதற்கு உறுதுணையாக, "மு" (mu) என்னும் சொல்லே மந்திரச் சொல்லாகக்கொண்டு தியானிக்கப்படுகின்றது. "மு" என்ற ஜப்பானியச் சொல் "ஒன்றுமின்மை அல்லது வெறுமை" எனப் பொருள்படும். அதாவது, சூன்யமே இங்குத் தியானிக்கப்படுகின்றது. "தான்" எனும் தனித்துவ உணர்வு, "நான் – பிறர்" என்று பிரித்துப்பார்க்கும் உணர்வின்றி, மனம் சூன்யமாக மாறுவதே இங்குக் குறிக்கோள்.

"தான்" எனத் தனிப்பொருள் அல்லது ஆன்மா எனும் தனிப்பொருள் இருப்பதாக மனம் கருதினால், மனம் அதைப் பற்றாமல் இருக்க முடியாது, பற்றியே தீரும். "தனிப்பொருள் இருக்கிறது. ஆனால் மனம் அதில் பற்றுதல்கொள்ளக் கூடாது" என்பது முரண்பட்ட வெற்றுப் பேச்சாகும். "அனுபவிப்பவர்"

என்று ஒருவர் இருந்தால், "அனுபவிக்கப்படும் பொருளை"ப் பற்றுதல் இருந்தே தீரும். மஹரிஷி இரஜ்னீஸ் அவர்கள் அழகாகச் சொன்னார்:

"மற்ற மதங்கள் கூறுகின்றன: 'உடைமைகளைத் துறவுங்கள்.' ஆனால், புத்தர் கூறுகிறார்: 'உடையவர் (இருக்கிறார் என்ற தவறான கருத்தையே), உடையவரையே துறவுங்கள்.' நிச்சயமாக இது ஆழ்ந்த பொருள் பொதிந்த, மறுக்க இயலாத தீர்க்கமான உண்மையாகும்."

(Other religions have said: 'Renounce possessions'. But Buddha says: 'Renounce the possessor himself'. Certainly this goes infinitely deeper.)

"உடையவராக நீங்கள் இருக்கிறீர்கள், ஆனால் உடைமை களைத் துறவுங்கள்" என்று கூறுவது முரண்பாடானதாகும். வீண்பேச்சாகும். "உடையவர் என்று நீங்கள் கருதும் உங்களையே துறவுங்கள்." இதுவே விமோசனமாகும்.

இயற்கையில் மனம் மாசுபடியாதது, தூய்மையானது; மாசுபடியாத கண்ணாடியைப் போன்றது. கண்ணாடி தூசு படியாமல் தூய்மையாக இருந்தால்தான், அது பிரதிபலிக்கும் தோற்றங்கள் உண்மையில் சரியான பிரதிபலிப்புகளாக இருக்கும். அதேபோல, மனம் மாசுபடிந்திருந்தால் உண்மையைச் சரியாகப் பிரதிபலிக்காது, பொய்த்தோற்றம் காட்டும் மனமாகவே இருக்கும்.

தியானத்தில் மனத்தின் உள்ளாழத்தை ஊடுருவிச் சென்று உற்றுப்பாருங்கள்; "தான்", "நான்" எனும் தனியுணர்வு, அதைச் சார்ந்த ஆசைவேகங்கள் ஆகிய மாசுகள் படிந்துள்ள வரை அது உண்மையைப் பிரதிபலிக்காது. அந்த மாசுகளை அகற்றுங்கள். இப்போது அது உண்மையைப் பிரதிபலிக்கின்றது. இந்தத் தூய மனமே அசல் மனம், உண்மை மனம். **மாசுகள் படியாத, எண்ணங்களற்ற அந்தச் சூன்யமான உண்மை மனத்தையே பார்த்திருங்கள்; மனம் நழுவி மறைகின்றது.... இருப்பதெல்லாம் ஒன்றுமற்ற வெறுமை, சூன்யம், "மு"** (mu) ... **இறுதி இலக்கை அடைந்துவிட்டீர்கள்! நீங்கள் ஒரு புத்தராக மாறிவிட்டீர்கள்!**

இது ஆறு புலனறிவுகளுக்கும் எட்டாத, உலகாயத அனுபவங்களைக் கடந்த ஒரு அபூர்வமான உள்ளுணர்வு மட்டுமல்ல மனமாசுகள் அனைத்தையும் மீண்டும் துளிர்க்கா வண்ணம் வேரோடு அழித்து சூன்யத்தை உள்ளூர உணர்ந்த உள்ளுணர்வு மட்டுமல்ல; மெய்ஞ்ஞானமும் (*பிரக்ஞாவும்*) மஹாகருணையும் ஒருங்கிணைந்து உருவான புனித புத்தசித்த

மாகும். *பிரக்ஞா* என்பது உள்ளொளியின் உச்சக்கட்ட பிரகாச மாகும். சூரிய வெப்பத்தில் பனித்துளிகள் மறைவதுபோல, "தான் – பிறர்" எனப் பகுத்துப்பார்க்கும் இருமை எண்ணங் களும் "தான்" எனும் தனியுணர்வும் மாசுகளும் களங்கங்களும் இந்தப் *பிரக்ஞாவாகிய* பிரகாசத்தில் அடையாளமின்றி மறைகின்றன.

உண்மை பிரக்ஞா சூன்யமாகும் சூன்யமாக இருந்தாலும் அது பேரொளி வீசுகின்றது. பேரொளி வீசினாலும், அது சூன்யமாகும்.

இது சூன்யமான பேரொளி.

இந்த உன்னத நிலையை ஒரு சாதகர் அடைகின்றபோது, அதைக் காட்டும் அடையாளங்கள் அவரிடமிருந்து பிரதி பலிக்கும் அன்பும் கருணையுமேயாகும். அந்த நிலையை அடைகின்றபோது, அவர் அன்பும் கருணையுமே உருவானவ ராகத் திகழ்கிறார். அவருடைய வாழ்வே அன்பும் கருணையு மாக ஆகின்றது. அவர் அன்பும் கருணையுமாகவே வாழ்கின்றார். செடியில் பூக்கள் மலர்ந்து நறுமணத்தைப் பரப்புவதுபோல, அன்பும் கருணையும் அவரிடமிருந்து தாமாகவே இயல்பாக மலர்ந்து சுற்றிலும் பரவுகின்றன, அனைத்தையும் தழுவு கின்றன.

(ஈ) *கோயென்கள் (Koans)*

மற்ற பௌத்தப் பரம்பரைகளில் இல்லாத, ட்சென் பௌத்தத்தில் மட்டும் காணப்படும் அதன் தனிச்சிறப்பு *கோயென்களை (Koans)*த் தியானிக்கும் பழக்கமாகும். "*கோயென்*" என்பது சீனத்தில் "பொதுமக்களுக்காக வெளியிடப்படும் அறிவிப்புகளை"க் குறிக்கும். ஆனால், அதன் உண்மை அர்த்தம் மறைந்துபோய், ட்சென் பௌத்தத்தில் அது இப்போது "விடைகாண முடியாத புதிரை"க் குறிப்பதாக உள்ளது. விக்கிரமாதித்தன் கதைகளில் வேதாளம் கேட்கும் புதிரான கேள்விகளைப் போல இருக்கும் இந்தக் *கோயென்கள்*; ஆனால், இவற்றிற்கு அறிவுபூர்வமாகத் திருப்தியளிக்கும் எந்த விடை களையும் கூற முடியாது. உதாரணத்திற்குச் சில *கோயென்* புதிர்கள் இங்குக் காட்டப்படுகின்றன.

- ஒருகை ஓசை எப்படி இருக்கிறது?
- "நான் சத்தியமாகச் சொல்லுகிறேன்: நான் ஒரு பொய்யன்." அவர் கூறுவது உண்மையா, பொய்யா?
- குறுகலான கழுத்துக்கொண்ட கண்ணாடிக் குவளை யில் வாத்துக்குஞ்சு வளர்க்கப்பட்டுப் பெரிதாகின்றது.

கண்ணாடியை உடைக்காமல், அதே சமயம் வாத்துக்கும் ஊறு நேராமல், எவ்வாறு அதை வெளியே கொண்டுவருவது?

- உன்னுடைய பெற்றோர்கள் பிறப்பதற்கு முன்னர் உனது அசல் முகம் எப்படியிருந்தது?

ஆராய்ந்து பார்க்கும் அறிவுக்குக் கொடுக்கப்படும் அதிர்ச்சி வைத்தியங்களாக அமைந்துள்ளன இந்தப் புதிர்கள். அறிவு பூர்வமாக இவற்றிற்கு விடைகாண முடியாது. பகுத்து ஆராய்ந்து அறியும் திறமையையும் அறிவையும் கூர்மையாக்கி வளர்த்துவது இவற்றின் நோக்கமல்ல. மாறாக, எவ்வாறு பகுத்து ஆராயும் அறிவுகொண்டு இப்புதிர்களுக்கு விடைகாண முடியாதோ, அவ்வாறே வாழ்க்கையின் புதிர்களுக்கும் அதாவது, "வாழ்க்கை யின் அர்த்தம் என்ன, நோக்கம் என்ன?" என்பன போன்ற கேள்விகளுக்கும் பகுத்தறிவினால் மட்டும் விடைகாண முடியாது என்று காட்டுவதும் புலனறிவுகளுக்கு அப்பாற் பட்ட ஒரு உள்ளுணர்வைத் தூண்டியெழுப்புவதும் இவற்றின் நோக்கமாகும்.

வாழ்வின் உண்மை மேம்போக்காக, வெளிப்பரப்பில் ஒரு வெற்றுக் கருத்தாக அறியப்படாமல், நேரடியாக அனுபவித்து உணரப்பட்ட உள்ளூர உணர்ந்தறியப்பட்ட ஒரு உள்ளுணர்வாக அமைய வேண்டும் என்பதே இதன் குறிக்கோள்.

தர்க்கரீதியான ஆராய்ச்சி என்னும் புதைமணலில் மனம் சிக்குண்டு தடுமாறாமல், நேரடி அனுபவமாக உண்மையை உணரும் உள்ளுணர்வைத் தூண்டியெழுப்பும் வகையில் ட்சென் பௌத்தத்தில் புதிர்கள் வடிவமைக்கப்பட்டுள்ளன. காரிருளில் திடீரென்று பளிச்சிடும் மின்னல் அனைத்தையும் வெளிச்சமிட்டுக் காட்டுவதுபோல, இந்தப் புதிர்களைச் சிந்தித்திருக்கும் மனத்தில் திடீரென்று மெய்ஞ்ஞான ஒளி பளிச்சிட்டு மனத்தையே முற்றிலும் மாற்றிவிடுகிறது என்று கருதப்படுகின்றது. வாழ்வின் உண்மைத் தன்மையான புத்ததன்மை ("தான்" எனும் தனித்துவம் இன்மை) இங்கு உள்ளூர உணர்ந்தறியப்பட்டு மனம் புத்தசித்தமாக மாறுகின்றது. *முமோன்கன் (Mumonkan)* என்னும் பெயர்கொண்ட தொகுப்பில் முதல் புதிர் கீழ்க்காணும் கேள்வியை முன்வைக்கின்றது.

"ஒரு நாயும் புத்ததன்மை கொண்டதாக உள்ளதா?"

இந்தக் கேள்விக்குத் தலைமை ஆசான் சாவ் – சௌவ் பதில் கூறுகிறார். "மு" (mu) (அதாவது, "சூன்யம்").

சூன்யம் என்று தலைமை ஆசான் கூறுவதன் பொருள்: "ஆமாம், புத்தர், நாய் இரண்டு உயிர்களும் சூன்யம். ஏனெனில், வாழ்வின் உண்மைத் தன்மையான சார்புடைமை, "தான்" எனும் தனித்துவம் இன்மை, புத்தரைப் போலவே நாயிடமும் உள்ளது. இரண்டும் தனித்திருக்கவில்லை. மற்றவற்றைச் சார்ந்தே உள்ளன."

இது ஆழ்ந்து சிந்திக்கப்பட வேண்டும். உண்மைத் தன்மையில் இரண்டும் ஒன்றே. ஆனால், நாயைப் போலவே நாம் உண்மைத் தன்மையை உணராமல் "நான்", "தான்" என்று ஆசைகளால் உந்தப்பட்டுக் குரைத்துக்கொண்டிருக்கிறோம். உண்மைத் தன்மையை உணர்ந்து, "தான்" எனும் தனியுணர்வை அறுத்த புத்தராக மாறி வாழ்வில் அன்பும் கருணையுமாகவே செயல்படுங்கள். இது *ட்சென்* காட்டும் வழி.

ட்சென் பயிற்சி முறைகளில் ஒன்றாக, ஆசிரியர் சீடருக்கு ஒரு புதிரைக் கூறுவார். புதிரைப் பெற்றுக்கொண்ட சீடர் தியானக் கூடத்திற்குச் சென்றமர்ந்து அந்தப் புதிரைப் பற்றியே சிந்தித்தவராய்த் தியானத்தில் ஆழ்வார். அப்படியே நாள் கணக்கில் இரவு பகலாகத் தியானத்தில் உறைந்திருப்பார். சில சமயங்களில் பொதுச்சபையில் கேள்வியரங்கம் நடைபெறும். குழுமியுள்ள சீடர்களின் கேள்விகளுக்கு ஆசான் பதிலளிப்பார். "கேள்வி – பதில்" என்று சீடருக்கும் ஆசானுக்குமிடையே தொடர்ந்த உரையாடலும் நிகழலாம். இந்த உரையாடல் *மோண்டோ* (Mondo) என்று அழைக்கப்படுகிறது. கேள்விகளுக்குப் பதில் அளிப்பது மட்டுமல்ல, தியானமுறைகளும் இங்கு விளக்கப்படும். சில சமயம் சீடரின் குறைபாடுகள் சுட்டிக்காட்டப்பட்டு ஆசிரியரிடமிருந்து வசைமாரியும் பொழியும். இவையெல்லாம் சீடர்களின் மனத்தைப் பண்படுத்தி வளர்ப்பதற்காகவேயாகும்.

புதிரையே சிந்தித்தவராய் இருக்கிறார் சீடர். புதிருக்கு விடைகண்டு தான் மேல்நிலைக்குத் தகுதி பெற்றதாக எண்ணும் சீடர், ஆசிரியரின் தனி அறைக்குச் சென்று பிரத்யேகமாக அவரோடு உரையாடுகிறார்; தாம் உள்ளூர உணர்ந்த உண்மையை விளக்கிச் சொல்கிறார். ஆசிரியர் அவருடைய முன்னேற்றத்தில் திருப்தியடையாவிட்டால், சீடர் திரும்பத் தியானக்கூடத்திற்கு வந்து தியானத்தைத் தொடர வேண்டும்.

தியானம் மட்டுமல்ல, உடல் உழைப்பும் இந்தப் பயிற்சி முறைகளில் வலியுறுத்தப்படுகின்றது. சமையலறையிலோ, தோட்டத்திலோ, விஹாரிலோ ஒவ்வொருவரும் செய்ய வேண்டிய அன்றாடப் பணிகள் வரையறுக்கப்படுகின்றன.

அந்தப் பணிகளில் சீடர்கள் வழுவலாகாது. செய்யும் ஒவ்வொரு பணியும் இங்குத் தியானமாகவே அமைகின்றது.

ட்சென் பௌத்தத்தில் சிறு கவிதைகள் வெகுபிரசித்த மானவை. ட்சென் ஆசான் இக்க்யூ (Ikku) அவர்களின் ஒரு கவிதை இங்கு உதாரணத்திற்குக் கொடுக்கப்படுகின்றது.

மனம் . . . நாம் அதை என்னவென்பது?

இந்திய மை கொண்டு வரையப்பட்ட அந்த ஓவியத்தில் வீசும் காற்று தேவதாரு மரங்களின் இலைகளை ஆட்டிச் செல்கின்றது;

அந்தக் காற்றோசையைப் போன்றதே மனம்.

ஓவியத்தில் காற்றைக் காண முடியாது; ஆனால், காற்றின் தாக்கத்தினால் விளையும் இலைகளின் ஆட்டம் உணரப்படு கின்றது. இந்த ஓவியத்தில் மனம் காண்பதெல்லாம் காற்றின் தாக்கத்தினால் விளையும் இலைகளின் ஆட்டத்தைக் காட்டும் ஒரு படத்தையேயன்றி, காற்றையல்ல. அதேபோல, ஒவ்வொரு அனுபவத்திலும் மனம் காண்பது புறப்பொருளையல்ல அந்தப் பொருளின் தாக்கத்தினால் உடலில் விளையும் அதிர்வுகளையே, மாற்றங்களையே, பிரதிபலிப்புகளையே, சித்திரங்களையே அது காண்கிறது. அது காண்பது பொய்யான தோற்றத்தையே யாகும். ஆனால், அது முற்றிலும் பொய் என்றும் கூற முடியாது. அது பொய்யுமல்ல, மெய்யுமல்ல, இரண்டிற்கும் இடைப்பட்டது. அது காரணங்களையும் சூழ்நிலைகளையும் ஆதரவுகளையும் சார்ந்து எழும் சார்புவழித் தோற்றத்தையே காட்டுகின்றது. அதுவே நடுவழி உண்மை. மனம் கற்பனை செய்யும் அந்த மெய்யுமில்லாத பொய்யுமில்லாத உருவாக்கங்களைக் கண்டு பயந்து ஓடி ஒளிய வேண்டியதில்லை, ஒதுக்க வேண்டிய தில்லை. செய்ய வேண்டியதெல்லாம் மனத்தையே உற்றுப் பார்த்து அதை உள்ளது உள்ளவாறு அறிய வேண்டியதுதான்.

தாயின் கருப்பையில் இருந்தபோது இருந்த மனம்,
பிறந்த தருணத்தில் இருந்த மனம் –
அந்த நிலைக்கு மனத்தைப் பண்படுத்துங்கள்.
அவ்வாறு பண்படுத்தப்பட்ட மனம் புத்தசித்தமாகிறது.

புதிர்களாக இருக்கும் *கோயென்கள்*, கேள்வி – பதில் நடையில் இருக்கும் உரையாடல்களான *மோண்டோக்கள்*, நுண்ணிய உண்மைகளை உள்ளடக்கிய சிறு கவிதைகள் ஆகியவை ட்சென் பௌத்தத்திற்குத் தனிச்சிறப்பைக் கொடுத் துள்ளன என்பதில் ஐயமில்லை. சில சமயங்களில் சரியாகப் புரிந்துகொள்ளப்படவில்லையென்றால் அவை பைத்தியக் காரத்தனமாகத் தோன்றலாம். ஆனால், அவை தெளிவான

அறிவில் பிறந்தவை. அதிர்ச்சியைக் கொடுத்து, அறிவை உலுக்கிவிட்டு, அதனைத் தாண்டி உள்ளுணர்வைத் தூண்டி உண்மையை உணரவைப்பதாக அமைந்துள்ளன இவை.

ட்சென் பௌத்தத்தின் ஒரு பிரிவான *ரின்ட்சாய்* (Rinzai) வகுப்பில் *கோயென்* தியானம் வெகுபிரசித்தமாக உள்ளது. ஆனால், மற்றொரு பிரிவான *ஸோடோ* (Soto) வகுப்பில் அதற்கு அவ்வளவு முக்கியத்துவம் தரப்படுவதில்லை. *ரின்ட்சாய்* வகுப்பில், உள்ளுணர்வில் உண்மையைத் தெளிவாகக் காணும் ஞானதிருஷ்டி உதயமாகக் *கோயென்* மிகச் சக்திவாய்ந்த சாதனம் என்று பொதுவாகக் கருதப்பட்டாலும், அது ஒன்று தான் ஞானதிருஷ்டி தரவல்லது, அதுதான் முக்கியமானது என்று அவர்கள் கூறுவதில்லை. மாறாக, *ட்சென்* பௌத்தம் பொதுவாக அமைதித் தியானத்தோடு இணைந்த உள்நோக்குத் தியானத்தைப் பௌத்தத்தின் பாரம்பரியத் தியானமாகவும் மெய்ஞ்ஞானத்திற்கு இட்டுச்செல்லும் முக்கியமான இன்றியமையாத மார்க்கமாகவும் ஏற்றுக்கொள்கின்றது.

மெய்ஞ்ஞானம் காணும் ஞானதிருஷ்டி *ட்சென்* பௌத்தத் தில் *ஸடோரி* (Satori) என்று கூறப்படுகின்றது. அடிப்படையில், "தான்" எனும் தனியுணர்வு அறவே அறுந்தொழிந்த ஒரு அரிய நிலையேயாகும் இது.

சீலமும் சீரிய ஒழுங்கான வாழ்க்கை முறையும் பயிற்சி களும் விதிகளும் சிறிதும் வழுவாது கண்டிப்பாகக் கடைப் பிடிக்கப்பட வேண்டும் என்பதில் ட்சென் பௌத்தம் மிக உறுதியாக உள்ளது. அன்றாடம் ஒவ்வொரு சின்னஞ்சிறு விஷயத்தில்கூட அவர்கள் காட்டும் அக்கறையும் கண்டிப்பும் ஒழுங்கு வழுவாத குணப்பண்பும் தன்னலம் கருதாத "தான்" எனும் தனியுணர்வற்ற அர்ப்பணிப்பும் இயற்கையாக இயல் பாகத் தாமே எழும் செயல்பாடுகளும் அவர்களுக்கே உரிய நகைச்சுவை மனப்பாங்கும் *ட்சென்* பௌத்தத்திற்குத் தனிச் சிறப்பைத் தந்துள்ளன. மேலும், அதன் தனிச் சிறப்பைக் கூட்டுவதாக அமைந்துள்ளது ஆசிரியர் – சாதகர் (மாணவர்) உறவுக்கு அது தரும் முக்கியத்துவம். சாக்கியமுனி புத்தரின் மறு உருவாகவே, பிரதிநிதியாகவே, ஆசிரியர் இங்கு மிக்க மரியாதையுடன் போற்றி வணங்கப்படுகிறார்.

உலகாயதமாகச் செய்யப்படும் செயல் ஒவ்வொன்றும் மன உருவாக்கங்களால் விளைந்த பொய்த்தோற்றம் என்பதை *ட்சென்* போதிசத்துவர் தெளிவாக உணர்ந்தவராய் இருக்கிறார். இந்த வாழ்க்கை பொய்த் தோற்றம் என்றாலும், காரணங்களா லும் சூழ்நிலைகளாலும் விளைந்த நடுவழி உண்மையாக அது உள்ளது. நடுவழி உண்மையான அது சீரிய முறையில்

வாழப்பட வேண்டும். ஆகவே ட்சென் போதிசத்துவர் செய்யும் ஒவ்வொரு செயலையும் கடமையுணர்வோடு உலகாயத நடைமுறைக்கு ஊறுவிளைவிக்காமல் உண்மையாகவும் நேர்மையாகவும் இயல்பாகவும் செயலோடு ஒன்றியிணைந் தவராய்த் "தான்" எனும் தனியுணர்வின்றிச் செய்கிறார். அவரது செயல்கள் அனைவரின் நலத்துக்காக இயல்பாக எழுகின்றன. அவற்றில் செயற்கைத்தனமோ பொய்மையோ இல்லை.

(உ) தர்மத்தின் ஆறு நுழைவாயில்கள்

ட்சென் பௌத்தத்தில் கடைப்பிக்கப்படும் தியானத்திற்கு எடுத்துக்காட்டாக, ஒரு தியானமுறை இங்குக் காட்டப்படு கின்றது. தர்மத்தின் நுழைவாயில்கள் என்று கருதப்படும் ஆறு மேன்மையான நுழைவாயில்களிலும் நுழைந்து ஒவ்வொன் றாகக் கடந்து, படிப்படியாகப் பண்பட்டு முன்னேறி உன்னதக் குறிக்கோளான புத்தசித்தத்தை அடைவதாக அமைந்துள்ளது இந்தத் தியானம்.

தர்மத்தின் அந்த ஆறு மேன்மையான நுழைவாயில்க ளாவன:

1. மூச்சை உற்றுநோக்கி எண்ணுதல் (கணக்கிடுதல்).
2. மூச்சைத் தொடர்தல் (மூச்சின் ஒவ்வொரு கணத்தை யும் உற்றுநோக்கிப் பார்த்திருத்தல்).
3. நாசித்துவாரங்களின் நுனியில் அல்லது நாபிக்கமலத் தில் மனத்தைப் பிணைத்துவைத்தல்.
4. ஆழ்ந்த சிந்தனை (தியானம்).
5. எண்ணங்கள் மறைந்த சூன்யத்திற்குத் திரும்பிவருதல் (சூன்யத்தில் ஒன்றுதல்).
6. தூய்மை நிலையையடைதல்.

தர்மத்தின் முதல் மூன்று நுழைவாயில்களும் அமைதித் தியானத்தை விளக்கும் பகுதியில் ஏற்கனவே விவரிக்கப்பட் டுள்ளன. அங்கு விளக்கப்பட்டதுபோல, இவற்றைப் பயிலும் சாதகர் கீழ்க்காணும் மூன்று வகையான தியானப் பேறுகளை அடைகின்றார்.

1. நான்கு உருவத் தியானப் பேறுகளில் உறைதல்.
2. நான்கு அருவத் தியானப் பேறுகளில் உறைதல்.
3. நான்கு அளவற்றவைகளைத் தியானித்து அவை யாகவே மாறிய மனம் பெறுதல்.

நிரோத சமாபத்தி என்று அங்கு விவரிக்கப்பட்ட அரிய ஆழ்நிலைச் சமாதி நிலையையும் சாதகர் அடைகிறார்.

தர்மத்தின் மற்ற மூன்று நுழைவாயில்களும் உள்நோக்குத் தியானத்தின் பரிணாமங்களாக அமைந்துள்ளன.

(1) ஆழ்ந்த சிந்தனை (தியானம்)

இங்குக் கீழ்க்காணும் மூன்றும் ஆழ்ந்து சிந்திக்கப்படுகின்றன:

- சூன்யம்
- பொய்த்தோற்றங்கள்
- நடுவழி

(i) சூன்யத் தியானம்

அறிவுத்தூய்மை (காட்சித்தூய்மை), ஐயங்களை அறுத்த தூய்மை ஆகிய பகுதிகளில் விவரிக்கப்பட்ட உண்மைகள் இங்குச் சிந்தித்துப் பார்த்து உணரப்படுகின்றன. அடிப்படையில் இந்தத் தியானம், "நான் யார்?", "நான் என்னவாக இருக்கிறேன்?", "நான் ஏன் இவ்வாறு இருக்கிறேன்?" என்னும் கேள்விகளுக்கு விடைதேடுவதாகவும் வாழ்வின் உண்மைத் தன்மையான சூன்யத்தை உணர்வதாகவும் அமைந்துள்ளது.

காரணங்களையும் சூழ்நிலைகளையும் ஆதரவுகளையும் சார்ந்தே ஒவ்வொன்றும் எழுகின்றது, மறைகின்றது. தேரவாத பௌத்தத்தில், எழுந்த தம்மம் கணநேரம் இருக்கிறது என்று கருதப்பட்டாலும், ஆராய்ந்து பார்த்தால் உண்மையில் தம்மம் எப்பொழுது எழுகின்றது, எப்பொழுது இருக்கின்றது, எப்பொழுது மறைகின்றது, அடுத்த தம்மம் எப்பொழுது எழுகின்றது என்று பிரித்துப்பார்க்க முடியாது என்று காட்டுகிறது மஹாயானம். மூச்சை உற்றுப்பார்க்கும் தியானத்தில் ஒவ்வொரு கணத்தையும் உற்றுநோக்கும்போது, ஒவ்வொரு கணமும் மூச்சு மாறிக்கொண்டேயிருப்பது உணரப்படும். இடைவிடாத மாற்றமே இங்கு உள்ளது. "எந்தத் தம்மமும் பிறப்பதுமில்லை, இறப்பதுமில்லை; இடைவிடாத மாற்றமே உண்மை" என்று மஹாயானம் காட்டுவது தியானத்தில் தெளிவாக உணரப்பட வேண்டும். இந்த இடைவிடாத மாற்றம் "நான்", "தான்" என்பதை ஆக்கும் பொருள்களில் மட்டுமல்ல, உலகில் ஒவ்வொன்றிலும் நிகழ்ந்துகொண்டேயிருக்கிறது என்பது தெளிவாகும்.

அனைத்தும் ஒன்றோடுஒன்று இணைந்து பின்னிப் பிணைக்கப்பட்டிருக்கும் சார்புடைமையும் தனித்துவம் எதிலும்

இல்லாமையும் இடைவிடாத மாற்றமும் பற்றிக்கொள்ள எதுவுமின்மையும் தெளிவாக உணரப்படும்போது, உலகம் சூன்யம் என்கிற இறுதி உண்மை மனத்தில் பதிகின்றது.

"நான்", "தான்" என்பது சம்சாரச் சுழலில் சிக்குண்டு பிறவி பிறவியாகப் பரிணமித்துக்கொண்டேயிருப்பதன் மூலகாரணங்களை நாம் ஏற்கனவே "ஐயங்களை அறுத்த தூய்மையில்" கண்டோம். அந்த மூலகாரணங்களான அறியாமையும் பேராசைகளும் பற்றுதல்களும் மேலும் இந்தத் தியானத்தில் சிந்தித்துப் பார்க்கப்படுகின்றன. "நான்", "தான்" என்பது அடிப்படையில் சிலபல ஆசைவேகங்களின், உந்தும் மனோசக்திகளின், குணங்களின் ஒரு கூட்டுச்சேர்க்கையே, கலவையே தவிர, தனித்திருக்கும் ஒரு பொருளல்ல என்பது தியானத்தில் தெளிவாகும். தன்னையறிதல் என்பது தன்னை ஆக்கும் இந்த ஆசை வேகங்களின் கூட்டை ஒவ்வொரு கணமும் உணர்ந்திருத்தலேயாகும். சூன்யமான இந்த உலகத்தில் ஆசைகள்தான் குமிழிகள்போல எழுகின்றன, வினைகளை ஆற்றுகின்றன. காரணம் – விளைவு என்னும் இயற்கை விதிகளின்படி இடைவிடாது மாறிமாறிப் பரிண மித்துக்கொண்டேயிருக்கின்றன. ஆசைச் சக்திகளாலான கூட்டுகளின் (*விஞ்ஞானங்களின்*) பரிணாமங்களாலேயே விளைகின்றன அக உலகங்களும் புற உலகங்களும். இவற்றின் சூன்யத் தன்மை இங்குத் தியானத்தில் தெளிவாக உணர்ந்தறியப்படுகின்றது.

(ii) பொய்த்தோற்றங்கள் சிந்திக்கப்படுதல்

எவ்வாறு உலகில் அனைத்தும் நிலையற்றதாக, இடைவிடாது மாறிக்கொண்டேயிருக்கும் பொய்த்தோற்றங்களாக உள்ளன என்பதை அறிவுத் தூய்மை (அதாவது காட்சித் தூய்மை)யை விளக்கும் பகுதியில் நாம் முன்னரே கண்டோம். உடல் உருவத்தைத் குமிழிகள் ஒன்றுசேர்ந்து உண்டான நுரைக்கும் புலனுணர்வுகளை நீர்க்குமிழிகளுக்கும் புலனுணர்வு களைச் சார்ந்து எழும் அறிவுணர்வுகளைக் கானல் நீருக்கும் ஆசைகளாலும் விருப்பு – வெறுப்புகளாலும் எழும் மன எழுச்சிகளை ஒன்றன்மேல் ஒன்றாகப் படிந்து வாழைமரத்தின் அடிப்பாகத்தை ஆக்கும் பட்டைகளுக்கும் தன்னுணர்வுகளாகிய *விஞ்ஞானத்தை* மந்திரவாதி காட்டும் மாயாஜால வித்தைக்கும் புத்தர் ஒப்பிட்டுக் காட்டியுள்ளதை நாம் ஏற்கனவே பார்த்தோம். இவை தியானத்தில் ஆழ்ந்து சிந்தித்துப் பார்க்கப்பட்டு, மனம் வழக்கமாகப் பற்றிக்கொண்டிருப்பது பொய்த்தோற்றங்களையே, உள்ளவை உள்ளவாறு அறியப்படுவதில்லை என்னும் உண்மை தெளிவாக உணரப்படுகின்றது.

காமாலை நோயாளிக்கு ஒரு வெண் சங்கு அல்லது பால்கூட மஞ்சளாகத் தோன்றும். காமாலைக்கண் எவ்வாறு பார்க்கும் வெண்சங்கு அல்லது பாலின் மேல் மஞ்சள் நிறத்தைச் சுமத்துகின்றதோ, அதைப் போலவே மனத்தின் உள்நிலை – அதாவது அதில் உறைந்திருக்கும் ஆசைகள், வேட்கைகள், தீவிர உணர்ச்சிகள், விருப்பு – வெறுப்புகள், பாரபட்சங்கள், நம்பிக்கைகள் ஆகியவை – அனுபவிக்கும் வெளி உலகப் பொருள்கள்மீது தன்மைகளையும் இயல்புகளையும் கற்பித்துச் சுமத்துகின்றது. இவ்வாறு அகத்திலுள்ள மனமே புற உலகைச் சிருஷ்டித்து அக உலகத்தையும் கற்பனையாக விரித்துப் பரப்பிக் கொள்கின்றது. இவ்வாறாக மன உருவாக்கங்களால் விளையும் அக உலகமும் புற உலகமும் கனவில் உருவாகும் உலகை ஒத்ததாகவே உள்ளன. ஆகவே, நாம் வாழ்வதும் ஒரு கற்பனை யான கனவுலக வாழ்க்கையேயாகும். மனத்தால் உண்டாக்கப் பட்ட இந்தக் கனவுலகு ஒரு பொய்யான கற்பனைத் தோற்றமே யாகும். இதில் உண்மையில்லை, உள்ளவை உள்ளவாறு அறியப் படுவதில்லை. ஆசைகளாலும் வேட்கைகளாலும் திரித்து உருவாக்கப்பட்ட உலகம் இது என்பது தெளிவாகச் சிந்தித்து உணரப்பட வேண்டும்.

அடுத்து, எல்லா அனுபவங்களும் எவ்வாறு மாயாஜாலக் காட்சிக்கு ஒப்பானவையாக உள்ளன என்பது சிந்தித்துப் பார்க்கப்படுகின்றது. தக்க கருவிகளை முறையாக அமைத்து மாயாஜாலத் தோற்றத்தை உருவாக்குகிறார் மந்திரவாதி. தேவையான கருவிகள் முறையாக அமைக்கப்படவில்லை யென்றால், மாயாஜாலத் தோற்றம் உண்டாகாது. அதேபோலவே, உலகில் அனைத்தும் தக்க காரணங்களையும் சூழ்நிலைகளையும் ஆதரவுகளையும் சார்ந்தே தோன்றுகின்றன. தக்க காரணங்களும் சூழ்நிலைகளும் ஆதரவுகளும் அமையாவிட்டால், தோற்றம் நிகழ்வதில்லை. காரணம் – விளைவு என்னும் இயற்கை விதிகளின்படி அனைத்தும் நிகழ்கின்றன என்பது உள்வாங்கி உணரப்படுகின்றது. மேலும் அனுபவங்கள் ஒவ்வொன்றும் மற்றவற்றைச் சார்ந்துள்ளன என்னும் சார்புடைமைத் தத்துவமும் தெளிவாக அறியப்படுகின்றது. செடி துளிர்விட்டுத் தழைப்பது, விதையை மட்டுமல்ல, விதை நடப்படும் நிலம், ஊற்றப்படும் நீர், கொடுக்கப்படும் உரம், கிடைக்கும் சூரிய ஒளி, காற்று ஆகியவற்றையும் சார்ந்து உள்ளது. விளக்கு சுடர்விட்டு எரிவது எண்ணெய், திரி ஆகியவற்றைச் சார்ந்து உள்ளது. இவ்வாறு எல்லா நிகழ்வுகளும் அனுபவங்களும் காரணங்களையும் சூழ்நிலைகளையும் ஆதரவுகளையும் சார்ந்து உள்ளன. காரணம் – விளைவு என்று ஒன்றோடுஒன்று பிணைக்கப்பட்டுள்ளன.

(iii) நடுவழித்தியானம்

சூன்யத்தைப் பற்றியும் பொய்த்தோற்றங்களைப் பற்றியும் சிந்திப்பதும் தியானிப்பதும், “சுயத்தன்மையும் சுயஇருப்பும் கொண்டு, என்றும் மாறாது நிலைத்திருக்கும் தனிப்பொருள் உண்டு; என்னுள் அத்தகைய தனிப்பொருள் உள்ளது” என்னும் தவறான கருத்துகளைக் கடந்து உண்மையை உள்ளது உள்ள வாறு அறிவதற்கு உதவும் அரிய கருவிகளாக அமைந்துள்ளன. இந்தத் தியானங்கள் நோயைத் தீர்க்கும் மருந்தைப் போல உபயோகப்படுத்தப்பட வேண்டியவையாகும். எதையும் சார்ந் திராத சுயத்தன்மையும் சுய இருப்பும் கொண்ட தனிப்பொருள் தன்னுள் உள்ளது என்னும் தவறான கருத்தாகிய நோய் நீங்கியவுடன், இந்த மருந்து நிறுத்தப்பட வேண்டும். சூன்யத் தியானத்தில் வெற்றி கண்ட பின்னர், சூன்யத்தை விடாப்பிடி யாகப் பற்றிக்கொண்டு இருத்தலாகாது. தொடர்ந்து, அந்தச் சூன்யமே எவ்வாறு நடுவழியைக் குறிப்பதாக உள்ளது என்பது தியானிக்கப்படுகின்றது.

நாகார்ஜுனர் காட்டியுள்ளதுபோல, சார்புவழித் தோற் றத்தைக் குறிக்கும் சூன்யம் நடுவழியையும் குறிக்கின்றது. அவரது மத்யமகா தத்துவத்தை விளக்கும் பகுதியில் இதை நாம் ஏற்கனவே கண்டோம். சூன்யம் மறுப்பது “தான்” எனும் தனித்துவத் தன்மையையே தவிரச் சார்புவழித் தோற்றத்தையல்ல. காரணங்களையும் சூழ்நிலைகளையும் ஆதரவுகளையும் சார்ந்து நிகழும் சார்புவழித் தோற்றத்தையே சூன்யம் குறிக்கின்றது. அதுவே நடுவழியுமாகும். சூன்யம் என்பது இப்போது நடுவழியாகத் தியானிக்கப்படுகின்றது.

முன்பு தியானிக்கப்பட்டது: “உடல் உருவம் சூன்யம்; மற்ற நான்கு கந்தங்களும் அனைத்தும் சூன்யம்.” இப்போது அதன் மறுபக்கமாக, “சூன்யமே உடல் உருவாகும், சூன்யமே மற்ற நான்கு கந்தங்களுமாகும்” என்று தியானிக்கப்படுகிறது.

நாம் ஏற்கனவே கண்டதுபோல, காரணங்களையும் சூழ்நிலைகளையும் ஆதரவுகளையும் சார்ந்து ஒவ்வொன்றும் தோன்றுகின்றது என்பதைக் குறிக்கும் சூன்யம், அதேசமயம் தக்க காரணங்களையும் சூழ்நிலைகளையும் ஆதரவுகளையும் முறையாக அமைத்தால் எதுவும் எழும் சாத்தியக் கூறு இங்கு உள்ளது என்பதையும் குறிக்கின்றது. இது சிந்தித்து உணரப் பட்டு, துக்கமயமான வாழ்வை நிப்பாணப் பேரின்ப வாழ்வாக மாற்றும் கருவியாக மனம் பண்படுத்தப்படுகின்றது. இந்த மாற்றம் நிகழ்வதற்கு ஏற்ற தளமாக இருக்கிறது சூன்யத்தன்மை; மனமே மாற்றத்தை விளைவிக்கும் கருவியாகச் செயல்படு கின்றது.

(2) அசல் தன்மையான அமைதிக்குத் திரும்புதல் (எண்ணங்கள் மறைந்த சூன்யத்தில் ஒன்றுதல்)

அமைதிக்குத் திரும்புதல்

கண்களை மூடித் தியானத்தில் அமர்ந்து, "தான் – பிறர்" என்று பிரித்து வேறுபடுத்தியெழும் எண்ணங்களை உற்றுப் பாருங்கள், உணர்ந்து அறியுங்கள். இந்த எண்ணங்கள் எழுந்து மறையும் இயல்புகொண்டவை என்பது தியானத்தில் உணரப் படும். இவற்றைப் பற்றிக்கொண்டு அப்படியே நிறுத்திவைக்கவும் முடியாது. அதே சமயம் விருப்பம்போல அதை விலக்கவும் முடியாது. "இந்த எண்ணம் வேண்டாம்" என்று ஒன்றை விலக்க முனைந்தால், அது சுவரிலடித்த பந்துபோலத் திரும்பத் திரும்ப எழும். எந்த எண்ணம் எழுந்தாலும் அதை விருப்பத்தோடு பற்றிக்கொள்வதும் கூடாது, வெறுப்போடு விலக்க முயல்வதும் கூடாது. விருப்பு – வெறுப்பு இன்றி ஒவ் வொரு எண்ணத்தையும் சமநிலையோடு பாருங்கள். எழுந்த எண்ணம் நிலையாமையான தன் இயல்பிற்கேற்பத் தானே கரைந்து மறையும். ஒவ்வொரு எண்ணமும் எழுவதற்கு முன்பு உள்ள சூன்யத்தைப் பாருங்கள். அதேமாதிரி மறைந்த பிறகு உள்ள சூன்யத்தையும் பாருங்கள். ஒவ்வொரு ஆசையும் ஆசையால் தூண்டப்பட்ட எண்ணமும் எழுவதற்கு முன்பு உள்ள சூன்யத்தைப் பாருங்கள். அதேமாதிரி மறைந்த பிறகு உள்ள சூன்யத்தையும் பாருங்கள். ஒவ்வொரு ஆசையும் ஆசையால் தூண்டப்பட்ட எண்ணமும் சூன்யத்திலிருந்து எழுகின்றது, அந்தச் சூன்யத்திலேயே கரைந்து மறைகின்றது. சூன்யம் உணரப்படும்போது மனம் அசல் தன்மையான அமைதியை உணர்கின்றது. சூன்யத்தைப் பார்க்கும் உள்நோக்கு வளரும்போது, அசல் தன்மையான அமைதியிலும் சூன்யத் திலும் மனம் இலயிக்கின்றது. ஒரு எண்ணம் எழுகின்றது, எழுந்த கணமே தன் இயல்பான நிலையாமைப் போக்கால் மறைகின்றது; மனம் சூன்யத்திற்குத் திரும்பி அமைதியில் நிலைக்கின்றது.

கோபம், பயம், வெறுப்பு, ஐயம், குழப்பம், மயக்கம், தயக்கம் என எந்தவொரு உணர்ச்சி எழுந்தாலும், உங்களுக் குள்ளேயே நீங்களே கேட்டுக்கொள்ளுங்கள்: "ஏன் இந்த உணர்ச்சி? என்ன காரணங்களால் எழுந்தது? எப்படி இந்த உணர்ச்சிக்கு ஆட்பட்டேன்? இந்த உணர்ச்சி எங்கே இட்டுச் செல்லும்? இதன் விளைவு என்ன?"

அந்த உணர்ச்சியிலிருந்து விடுபட்டவராய் மூன்றாம் நபர் பார்ப்பதுபோல விருப்பு வெறுப்பின்றிப் பாருங்கள்.

அவை சாரமற்றவை, ஆன்மா அற்றவை என்பதைப் புரிந்து கொண்டு அதனோடு ஒன்றிவிடாமல் விலகியிருந்து உற்றுப் பாருங்கள். அந்த உணர்ச்சி எழுவதற்கு முன்பிருந்த சூன்யத் திற்குத் திரும்புங்கள். "ஏன் இந்த உணர்ச்சி? நான் யார்?" என்னும் கேள்விகளைக் கேட்டுக்கொண்டு அவற்றிற்கு முன்பிருந்த சூன்யத்தையும் பிறகு இருக்கும் சூன்யத்தையும் பாருங்கள். நான் யார்? "நான்" என்று நினைப்பதன் முன்பிருந்த சூன்யத்தையும், "யார்?" என்பதற்குப் பிறகு இருக்கும் சூன்யத்தை யும் பாருங்கள். சூன்யத்திற்கே திரும்புங்கள், சூன்யத்திலேயே ஒன்றி இணையுங்கள்.

உணர்ச்சி, எண்ணம் எது எழுந்தாலும் அதை வழக்கமான விதத்தில் பற்றிக்கொண்டிராமல், அதன் இயல்பில் அது கடந்துபோகவிடுங்கள். எழுந்த ஒவ்வொன்றும் மறைந்தே தீரும். நீங்கள் செய்ய வேண்டியதெல்லாம் விருப்பு – வெறுப்பு இன்றி அதை உற்றுப்பார்த்திருப்பது மட்டுந்தான். எந்த எண்ணத்தையும் உணர்ச்சியையும் அடக்கவும் கூடாது, பற்றிக் கொள்வதும் கூடாது, வெறுப்போடு ஒதுக்க விலக்க முயல்வதும் கூடாது. அதை வெளிக்கொணர்ந்து அதன் காரணத்தையும் விளைவையும் சிந்தித்துப் பாருங்கள். ஒவ்வொரு உணர்ச்சியும் முழுமையாக நல்மன விழிப்புணர்வுக்குக் கொண்டுவரப்பட்டு உற்றுப்பார்க்கப்பட வேண்டும்.

சிந்தியுங்கள், தெளிவான விழிப்புணர்வுகொள்ளுங்கள், ஒவ்வொரு எண்ணத்தையும் உணர்ச்சியையும் தெளிவாக அறியுங்கள். எந்த எண்ணத்தையும் எந்த உணர்ச்சியையும் பற்றிக் கவலையோ பயமோகொள்ளாமல் அதன் நிலை யாமையையும் திருப்திகரமற்ற தன்மையையும் சாரமற்ற ஆன்மா வற்ற தன்மையை மட்டுமே சிந்தியுங்கள். அது எழுகின்றது, மறைகின்றது. ஏனெனில் அது சாரமற்றது, ஆன்மா அற்றது.

ஒவ்வொரு எண்ணம் அல்லது உணர்ச்சியின் காரணங் களையும் சூழ்நிலைகளையும் உள்நோக்கில் உற்றுப்பார்த்து உள்ளது உள்ளவாறு அறியுங்கள். காரணங்களும் சூழ்நிலைகளும் ஆதரவுகளும் – அனைத்தும் நிலையற்றவை, சாரமற்றவை, ஆன்மா அற்றவை. விருப்பு – வெறுப்பு, பற்றுதல் – விலக்கி ஒதுக்குதல், அடக்குதல் எதுவுமின்றி எழுந்த எண்ணம் அல்லது உணர்ச்சி தன்னியல்பாகக் கடந்து மறைந்துபோகவிடுங்கள். சூன்யமான மனத்தின் அசல் அமைதிக்கே திரும்பிச் சூன்யமாகவே மாறுங்கள், அமைதியிலேயே திளைத்திருங்கள்.

ஆரம்பத்தில், எண்ணங்கள் அதிகரித்து இருப்பதாக உங்களுக்குத் தோன்றலாம். முன்னர் கண்களுக்குப் புலப்படா திருந்த தூசுகள், சாளரத்தின் வழியாக ஒளிக்கதிர்கள் வீசும்போது

தென்படுகின்றனவே, அதைப் போன்றதுதான் இவ்வாறு முதலில் எண்ணங்கள் அதிகரித்துவிட்டதாகத் தோன்றுவதும். படிப்படியாக எண்ணங்களும் உணர்ச்சிகளும் மறைந்து மனம் சூன்யத்திலேயே, அமைதியிலேயே உறையும். இந்த சூன்யமான, அமைதியான மனத்தில் திடீரென்று மெய்ஞ் ஞானம் காணும் உள்ளொளி பிறக்கின்றது. இதையே *ஸடோரி* (Satori) என்கிறது ***ட்செள்*** பௌத்தம்.

உண்மை மனத்திற்குத் திரும்பிய உணர்வு

மூச்சையே விழிப்புணர்வோடு உற்றுப்பார்த்துத் தியானிக்கும்போது, மூச்சோடு இணைந்து அதைத் தொடர்ந்து எழும் உடல் உணர்வுகளையும் மன எழுச்சிகளையும் உற்றுப் பார்த்து உணர்ந்தறியுங்கள்.

உள்மூச்சைத் தியானப் பொருளாகக்கொண்ட தன் னுணர்வு ஒன்றாகவும் வெளிமூச்சைத் தியானப் பொருளாகக் கொண்ட தன்னுணர்வு வேறு ஒன்றாகவும் உடல் உணர்வு அல்லது மன எழுச்சியைத் தியானப் பொருளாகக்கொண்ட தன்னுணர்வு பிறிதொன்றாகவும் இருப்பது தியானத்தில் உணர்ந்தறியப்படும். இவ்வாறு தன்னுணர்வுகள் கணத்துக்குக் கணம் மாறிக்கொண்டேயிருக்கின்றன. மூச்சு எழுகின்றபோதும் மூச்சு வீழ்கின்றபோதும், அதைத் தனதென அறியும் தன் னுணர்வும் கணத்துக்குக் கணம் மாறுகின்றது, எழுகின்றது, வீழ்கின்றது. இவ்வாறு தன்னுணர்வு (மனம்) எழுவதும் வீழ்வதும் கடலில் அலைகள் எழுவதையும் வீழ்வதையும்போலத் தியானத்தில் அனுபவபூர்வமாக உணரப்படும். எழுவதும் மறைவதுமாக இருக்கும் எண்ணங்கள் கடலலைகளைப் போல மாயத் தோற்றங்களாக இருப்பதும் அவை உண்மை மனமல்ல என்பதும் தியானத்தில் தெளிவாக உணரப்படும். கடலலை களைப் போல மாயத் தோற்றங்களான எண்ணங்களைப் பற்றிக்கொண்டிராமல் மனம் அடித்தளமான சூன்யத்திற்கே திரும்புகின்றது.

"அறியப்படுவது பிரதிபலிப்பு மட்டுமே, புறப்பொருள் ஒன்றுமில்லை" என்னும் உண்மை உள்ளூர உணரப்படுகின்ற போது, பற்றிக்கொண்டிருந்த புறப்பொருள் மறைகின்றது; புறப்பொருள் இல்லாமையால் அறிபவரும் இல்லை, அதாவது பிரித்துணரும் மனமும் இல்லை. மன உருவாக்கங்கள் இல்லாத சூன்யமான மனமே இங்கு நிலவுகின்றது. இந்தச் சூன்யத்தில் "தான் – அறியப்படும் பொருள்" என்று பிரித்துணரும் மனம் இல்லை; பிரித்துணரும் மனம் இல்லாததால், அறியப்படும் பொருளும் இல்லை.

"அறியும் தான் – அறியப்படும் பொருள்" இரண்டும் இங்கு மறைந்துவிடுவதால், இது **உண்மை மனத்திற்குத் திரும்பிய உணர்வு** எனப்படுகின்றது. உண்மை மனத்திற்குத் திரும்பிய எண்ணம் இங்கு உள்ளது. இந்த எண்ணத்திலிருந்தும் விடுபட வேண்டும். அதற்குத் தூய்மை தியானிக்கப்படுகின்றது.

(3) தூய்மை நிலையையடைதல்:

கற்பிதமான எண்ணங்கள் எல்லாம் மறைந்து மனம் அலைகளற்ற அமைதியான கடல்போலச் சாந்த நிலைக்கு வருகின்றது. "தான்" எனும் தனித்துவம் எதிலும் இல்லை என்பதே உலகின் தலையாய உண்மை. இந்த உண்மை எல்லாவற்றையும் ஊடுருவித் தாங்கி நிற்கிறது. இந்த வகையில் பார்த்தால், எல்லாத் தம்மங்களும் உண்மைத் தன்மையைக் கொண்டவையேயாகும். ஆகையால், அனைத்தும் இயற்கையிலே தூய்மையானவை; மனமும் இயற்கையிலே தூய்மைத் தன்மை கொண்டதாகும். ஆனால், "தான்" எனும் தனியுணர்வு உண்மைக்கு எதிராக எழுவதனால் கற்பனையான மாயத் தோற்றங்கள் உண்டாகின்றன. இந்தக் கற்பனையான எண்ணங்கள், மாயத்தோற்றங்கள் மறையும்போது, மனம் தனது அசல் உண்மைத் தன்மையையடைகிறது, பூரணத் தூய்மைப்பொலிவு பெறுகின்றது. "தான்" எனும் தனியுணர்வற்று உண்மைத் தன்மையாகவே மாறிய மனம், களங்கங்கள் அனைத்திலிருந்தும் விடுபட்ட தூய மனமாகின்றது. மனம் தனது இயற்கைத் தன்மையான உண்மையில் உறைகின்றது, தூய்மையில் உறைகின்றது.

இந்தத் தூய்மையில் ஆசைகள் அனைத்தும் மறைந்து சூன்யமான பேரொளியில் *பிரக்ஞா* பிரகாசிக்கின்றது.

(4) புத்த சித்தமாக மாறுதல்

இறுதியாகச் சூன்யத்தை உள்ளூர உணர்ந்த பிரக்ஞா நடுவழித் தியானத்தில் கண்ட சார்புடைமையோடும் அன்போடும் கருணையோடும் இணைக்கப்பட்டுப் புத்த சித்தமாகப் பேரொளி வீசுகின்றது.

ஆசைகள் அனைத்தையும் துறந்த சூன்யமான மனமானாலும், உடலையோ உலகத்தையோ சாராமல் அது இருக்கிறது என்று நாம் நம்புவோமேயானால் அது பொய்யான ஒரு கற்பனையேயாகும். சார்புடைமை என்கிற சூன்யமே இறுதி உண்மை. ஆனால், உலகமும் உயிர்களும் இல்லையெனில் இந்தச் சூன்யமும் இல்லை. அனைத்து உலகத்தோடும் உயிர்

களோடும் ஒன்றாகி, ஐக்கியமாகி, உலகில் துக்கத்தை ஒழிக்கவும் அனைத்து உயிர்களின் நலத்திற்கும் மகிழ்ச்சிக்கும் பாடுபடுவதுமே உண்மையில் உறைவதாகும், உன்னதக் குறிக்கோளாகும். நிர்வாணம் சம்சாரத்திலேயே உள்ளது.

இதுவே உன்னதத்தின் உச்சநிலை, உண்மையின் எல்லை, அறிவின் எல்லை.

அத்தியாயம் 22

இறுதிக் குறிப்புகள் - முடிவுரை

யோகத்தையும் தியானத்தையும் பற்றிப் பௌத்தத்தில் விவரிக்கப்பட்டுள்ள போதனைகள் கடல்போல் ஆழ்ந்து பரந்து விரிந்துள்ளன. இயன்றவரை பௌத்த தியானத்தைப் பற்றித் தெளிவாகவும் சுருக்கமாகவும் விளக்க இந்த நூலில் முயற்சி மேற்கொள்ளப்பட்டுள்ளது. அனைவரும் இதைப் படித்துப் பயன்பெற வேண்டும், இந்தத் தியான முறைகளைப் பின்பற்றித் துக்கம் நீங்கிய பேரின்ப வாழ்வு வாழ வேண்டும் என்பதே இந்த நூலின் குறிக்கோள். ஆனால் தியானத்தைப் பற்றித் தெரிந்துகொள்ளப் புதிதாகப் படிப்பவர்களுக்கும் மற்ற மத பரம்பரையில் வளர்ந்தவர்களுக்கும் இதில் கூறப் பட்டுள்ள தியானங்கள் பிரமிப்பையும் மலைப்பையும் உண்டாக்கலாம். இதில் கண்டுள்ள சில கருத்துக்கள் அவர்கள் இதுநாள்வரை கடைப்பிடித்து வந்துள்ள நம்பிக்கைகளுக்கு முற்றிலும் முரண்பட்டதாகத் தோன்றலாம். ஆனால் அமைதியாக விருப்பு - வெறுப்புகளுக்கு இடம் கொடாமல் நடுநிலையில் நின்று ஆராய்ந்து பார்த்தால், பௌத்தம் கூறும் தத்துவம் உள்ளதை உள்ளவாறு கண்ட மறுக்க இயலாத உண்மை வெளிப்பாடு என்பது தெளிவாகத் தெரியும். பௌத்த தியானத்தில் கற்பனைக்கு இடமில்லை. கதைகளையும் நாவல்களையும் படித்துக் கற்பனை உலகில் உறைந்து இன்பம் காண்கின்றோமே, அதுபோன்றதன்று உண்மைத் தியானம். அறியாமையையும் கற்பனைகளையும் களைந்து, உள்ளதை உள்ளவாறு கண்டு உங்களுள் மறைந்திருக்கும் உண்மைத் தன்மையான புத்த தன்மையை உணர்ந்து சித்தத்தைப் புத்த சித்தமாக மாற்றுவதே இங்குக் குறிக்கோள். இதுவே உன்னதக் குறிக்கோள்.

இங்குக் கூறப்பட்டுள்ள உண்மைகள் யாராலும் மறுக்க முடியாதவை. இவற்றை நம்புங்கள் என்று புத்தர் கூறவில்லை. பௌத்தத்தில் ஆராய்ந்து உறுதி செய்யப்படாத நம்பிக்கைக்கு இடமில்லை. ஆராய்ந்து பார்த்த பின்னரே, உங்களுக்கும் பிறருக்கும் நன்மை பயப்பவை என்று தெரிந்த பின்னரே, உணர்ந்த பின்னரே, ஏற்றுக்கொள்ளுங்கள் என்கிறார் புத்தர். ஆகவே, இந்த நூலில் கூறப்பட்டுள்ளவற்றைத் திறந்த மனத் தோடு ஒரு முறையல்ல பலமுறை படித்து மனத்தில் உள்வாங்கு மாறு சாதகரை வேண்டிக்கொள்கின்றோம். எப்படித் தியானம் துவங்குவது என்று மலைக்கும் புதிய சாதகருக்குச் சில குறிப்புகளை இங்குத் தருகின்றோம்.

1) *ஆனாபானா சதியில்* தியானத்தை ஆரம்பியுங்கள்.

(பயிற்சி முறை விளக்கத்தை அத்தியாயம் 5இல் காணலாம்)

2) முதலில் பத்து நிமிடங்கள் தொடர்ந்து பயின்று கீழ்க் கண்டவற்றில் தேர்ச்சிபெற வேண்டும்.

- மூச்சோடு முழு உடம்பையும் உணர்தல்.
- மூச்சோடு முழு உடலும் தளர்ந்து அமைதியுறுவதை உணர்தல்.
- உடலின் உள்ளே மூச்சுக்காற்று பாய்ந்து பரவுவதை யும் அத்தோடு உள்ளும் புறமும் நுண்சக்தியலைகள் மென்மையாகப் பாய்வதையும் உணர்தல்.

இந்த உணர்ச்சிகளை அனுபவித்து உணருங்கள். அந்த உணர்ச்சிகளில் ஒன்றிவிடுங்கள். முதன்முறை பத்து நிமிடங் களுக்கு இந்தத் தியானத்தைப் பயிலுங்கள். அடுத்து ஒவ்வொரு முறை தியானம் மேற்கொள்ளும் போதும் ஒவ்வொரு நிமிடத்தைக் கூட்டித் தியான நேரத்தைப் படிப்படியாக அதிகரிக்க வேண்டும்.

3) தியானத்தை மேலும் பண்படுத்துவதற்குச் சில செய் முறைகளும் மந்திரவாசகங்களும் அத்தியாயம் 5இல் கொடுக்கப்பட்டுள்ளன. இவற்றை நீங்களே ஒவ்வொன்றாகச் சோதித்துப் பார்த்து உங்களுக்கு மிக்கப் பயன் தருவதைத் தேர்வு செய்துகொள்ளுங்கள். அல்லது தியானத்தில் ஒரே மாதிரியாக இருந்து சலிப்பு ஏற்படாமல் இருக்க ஒவ்வொரு முறையையும் ஒன்றன்பின் ஒன்றாகப் பின்பற்றலாம்.

4) உங்கள் முழுக் கவனமும் நோக்கமும் மூச்சை உற்று நோக்கிப் பார்த்திருப்பதிலும், அத்தோடு முழு உடம்பையும் உணர்வதிலும், உடல் த்தளர்ந்து அமைதியுறுவதை உணர்

வதிலும், உடல் உட்புறமும் வெளிப்புறமும் மூச்சுக் காற்றோடு இணைந்து நுண்சக்தி அலைகள் பாய்வதை உணர்வதிலும் இலயித்திருக்க வேண்டும். படிப்படியாக மூச்சு சமநிலை பெற்று மென்மையாகி, மனம் அலைபாய்ந்து வெளியே ஓடுவதும் மன இடையூறுகளும் குறையும்; உடலும் மனமும் அமைதியுறும். தொடர்ந்து உடல் பரவசமும் மனமகிழ்ச்சியும் எழுந்தோங்கி மனம் ஒருமுகப்பட்டுக் குவிந்து சமாதி நிலையை அணுகும். இந்த அணுகும் சமாதி நிலையை அடைவது தியானத்தில் ஒரு முக்கியமான மைல்கல் ஆகும். இங்கிருந்து பௌத்த தியானம் இரண்டு பாதைகளாகப் பிரிகின்றது.

ஒன்று: அமைதித் தியானத்திலேயே தொடர்ந்து ஈடுபட்டு ஆழ்நிலைச் சமாதி நிலைகளான நான்கு ரூப ஜானங்கள், நான்கு அரூப ஜானங்கள், நிரோத சமாபத்தி ஆகியவற்றை அடைந்து அவற்றில் உறைதல்.

இரண்டாவது: ஆழ்நிலைச் சமாதியில் நுழையாமல் மனத்தை விரித்து ஒருமுகப்பாட்டோடு உள்நோக்குத் தியானம் (விபஸ்ஸனா தியானம்) மேற்கொள்ளுதல்.

அமைதித் தியானம்

5) சாதகர் நான்கு ரூப ஜானங்களையும் ஒவ்வொன்றாகப் பயின்று அவற்றில் தேர்ச்சி பெற வேண்டும். எவ்வாறு திரும்பத் திரும்பத் தியானத்தில் பயிற்சியை வளர்த்து ஒவ்வொரு சமாதி நிலையிலும் ஐந்து வகைகளில் தேர்ச்சி பெற வேண்டும் என்பது அத்தியாயம் 5இல் காட்டப்பட்டுள்ளது.

6) பின்னர் ஒவ்வொரு முறை தியானம் மேற்கொள்ளும் போதும், ஒவ்வொரு ரூப ஜானத்திலும் (அதாவது ஒவ்வொரு சமாதி நிலையிலும்) பத்துப் பத்து நிமிடங்கள் என்று மொத்தம் நாற்பது (40) நிமிடங்கள் தியானத்தில் தொடர்ந்து நிலைத் திருக்கப் பழகிக்கொள்ள வேண்டும். அல்லது எந்தச் சமாதி நிலையில் உறைந்திருப்பது என்று சாதகர் அவரது தேர்ச்சிக்கும் முதிர்ச்சிக்கும் மனநிலைக்கும் ஏற்றபடி தீர்மானித்துக் கொள்ளலாம்.

7) ஒவ்வொரு முறையும் 30 அல்லது 40 நிமிடங்கள் அமைதித் தியானத்தில் ஆழ்ந்திருந்த பின்னர் சாதகர் சமாதி நிலையிலிருந்து வெளிவந்து உள்நோக்குத் தியானம் மேற் கொள்ள வேண்டும்.

உள்நோக்குத் தியானம்

8) உள்நோக்குத் தியானத்தில் முதலில் மேற்கொள்ளப் படுவது:

அறிவுத்தூய்மை *(அத்தியாயம் 11). "நான் யார்?" என்பதும் உடல் – மனத் தொகுப்பும் இங்கு ஆராய்ந்து பார்க்கப்படு கின்றது.*

- ❖ *உடல் – மனத் தொகுப்பு.*
- ❖ *ஐந்து கந்தங்கள் (குழுக்கள்) கூட்டுச்சேர்ந்து ஒன்றை யொன்று சார்ந்து ஒருங்கிணைந்து ஆற்றுநீர்போல மாறிமாறி ஓடும் ஓட்டமே இந்த "நான்" என்பது.*
- ❖ *ஐந்து கந்தங்களும் ஒவ்வொன்றும் மேலும் பகுக்கப் படக்கூடியவை.*
- ❖ *உடல் – 28 சக்திகளின் (தம்மங்களின்) கூட்டு.*
- ❖ *மனம் என்பது – 53 மூல தம்மங்களின் கூட்டுச் சேர்க்கையினால் உண்டானது.*
- ❖ *இவ்வாறு நாம் காணும் 81 மூல தம்மங்களும்கூடச் சுயத் தன்மையும் சுய இருப்பும் கொண்டு தனித்திருக்கும் தனிப்பொருட்களல்ல; ஒவ்வொன்றும் மற்றவற்றைச் சார்ந்தே உள்ளது.*
- ❖ *இறுதி உண்மை: புத்தர் காட்டியுள்ளது போல அனைத்தும் எப்பொழுதும் அதிர்ந்துகொண்டும் துடித்துக்கொண்டுமிருக்கும் கலாபாக்கள் எனும் நுண் துகள்களின் கூட்டுச்சேர்க்கைகளால் உண் டானவை என்பதே.*
- ❖ *இந்தக் கலாபாக்களும்கூடக் குணங்களையும் தன்மைகளையும் வெளிப்படுத்தும் வெவ்வேறு சக்திகளின் பல்வகைக் கூட்டுக்களும் தொகுப்புகளுமே யாகும்.*
- ❖ *மனத்தை ஆக்கும் தம்மங்களும் கணத்துக்குக் கணம் மாறி மாறி எழுகின்றன, மறைகின்றன, நிலையானது எதுவுமில்லை இங்கே.*
- ❖ *பற்றிக்கொள்வதற்கு இங்கே என்ன உள்ளது?*
- ❖ *மூச்சுக்காற்று, ஒலி – அனைத்தும் கணத்துக்குக் கணம் மாறிக்கொண்டேயிருக்கின்றது. மாறிக்கொண்டே யிருக்கும் பொருளுக்கு மாறாத பெயர் கொடுத்துப் பெயரைப் பற்றிக்கொள்கின்றோம். மாறாத பொருள் எங்கே? எதைப் பற்றிக்கொள்வது?*
- ❖ *உயிர், உணர்வு, விஞ்ஞானம் – எதை எடுத்துக் கொண்டாலும் அது மற்றவற்றைச் சார்ந்தே உள்ளது.*

"உள்ளிருந்து ஆளுமை செய்யும் 'நான்' அல்லது 'ஆன்மா' உள்ளதா? அது எங்கே?" என்று தேடிப் பாருங்கள் அனுபவத்திலிருந்து பிரித்துப் பார்த்து உருவாக்கிய ஒரு கருத்தையே நிலையான பொருளாகப் பற்றிக்கொள்கிறோம். இது தவறு.

- "நான் பார்க்கிறேன்", "நான் கேட்கிறேன்" என்கின்றீர்களே? எல்லா அனுபவங்களும் இயற்கையின் விதிகளின்படி நிகழ்கின்றன. இங்கே "நான்" எங்கேயிருக்கிறது? "நான்" மட்டும் பார்க்க முடியுமா, கேட்க இயலுமா? அனுபவங்களில் "நான்" என்பதைச் சேர்த்துக்கொள்வது உண்மைக்கு மாறான கற்பனையாகும். "அனுபவங்கள்"தான் உள்ளனவேயொழிய "அனுபவிப்பவர்", தனித்திருந்து உண்டாக்குபவர் என்று யாரும் இல்லை என்பது தியானத்தில் தெளிவாகும்.

- மற்ற எதையும் சார்ந்திராத "தான்", "நான்" எங்கே? தேடிப்பாருங்கள்.

- *கந்தங்களின்* தன்மையை ஆராய்ந்து பாருங்கள். *கந்தங்களைப்* பொய்த்தோற்றங்களாகப் பௌத்த மறைநூல்களில் காட்டப்பட்டுள்ளது சிந்திக்கப் படட்டும்.

- உள்மன ஆழத்தையும் உற்றுப்பாருங்கள். அங்கு உறைந்துள்ள மனோவேகங்களையும் *அனுசயங்களை*யும் பாருங்கள்.

9) அடுத்து, "ஐயங்களை அறுத்த தூய்மை" அத்தியாயம் 12இல் விளக்கப்பட்டுள்ளது போல மேற்கொள்ளப்படுகின்றது. புத்தர் காட்டிய வாழ்க்கைச் சக்கரத்தின் சுழற்சி சிந்திக்கப்படுகின்றது. அறியாமை, பேராசைகள், பற்றுதல்கள், மனஎழுச்சிகள், அவற்றால் விளையும் கர்ம வினைப் பலன்கள் – ஆகியவையே துக்கமயமான வாழ்க்கைச் சக்கரத்தை (ஐந்து *கந்தங்களால்* ஆன வாழ்க்கைச் சக்கரத்தை) இடையறாது சுழற்றிக்கொண்டேயிருக்கின்றன என்ற உண்மை தியானத்தில் தெளிந்து உணரப்பட வேண்டும். உடல்–மனத் தொகுப்பாகிய ஐந்து கந்தங்களும் அல்லது மேலும் பகுத்துப் பார்க்கப்பட்ட 81 மூலப்பொருட்களும் *(தம்மங்களும்)* ஒருங்கிணைந்து ஒரு பெரிய ஆறுபோல ஓடிக்கொண்டிருக்கின்றது என்றால், அந்த இணைப்புக்கு மூலகாரணங்ள் அறியாமையும் பேராசைகளும் பற்றுதல்களும் தான் என்பது அறியப்படும்.

10) அறியாமை என்று புத்தர் காட்டியது யாது என்பதும் சிந்தித்துப் பார்க்கப்படுகின்றது.

11) *ட்சென்* பௌத்தத்தைச் சார்ந்த தியான முறையில் விளக்கப்பட்டுள்ளது போல (அத்தியாயம் 21), சூன்யம், பொய்த்தோற்றங்கள், நடுவழி ஆகியவையும் ஆழ்ந்து சிந்திக்கப் படலாம்.

12) அடுத்தகட்டமாக அத்தியாயம் 13இல் விளக்கப்பட்டுள்ளது போல, **தோற்றங்கள் எழுவதையும் மறைவதையும் கூர்ந்து அறியும் அறிவு** வளர்க்கப்படுகின்றது. இதைத் தொடர்ந்து மேற்கொள்ளப்படும் நல்மன விழிப்புணர்வை நிலைநாட்டும் தியானம் *விபஸ்ஸனா*வின் உயிர்மூச்சு ஆகும். இத்தியானம் வாழ்க்கையின் ஒவ்வொரு கணத்திலும், செய்யும் ஒவ்வொரு செயலிலும் மேற்கொள்ளப்பட வேண்டிய ஒன்றாகும். மனத்தின் ஆழத்தில் உள்ளுறைந்திருக்கும் ஆசை வேகங்களையும் உந்தும் சக்திகளையும் *அனுசயங்களையும்*, தீய குணப்போக்குகளையும் வெளிக்கொணர்ந்து அவற்றை வேரறுப்பதற்கும், மனத்தைப் பூரணமாகத் தூய்மைப்படுத்துவதற்கும், துக்கத்திலிருந்து நிரந்தரமாக விடுபடுவதற்கும் ஒரே வழி இத்தியானம் ஆகும். இந்தத் தியானம் நிலைநாட்டப்படும் பல்வேறு வகைகளைப் புத்தர் *சதிபட்டான சுத்த*த்தில் போதித்துள்ளார். இவை அத்தியாயம் 14இல் விவரிக்கப்பட்டுள்ளன. சாதகர் இவற்றைப் பயின்று ஒவ்வொரு நாளும் இவற்றில் ஒருவகையை மேற்கொள்ளலாம். ஆனால் அத்தியாயம் 14இல் காட்டியுள்ளபடி அனைத்தும் இறுதியில் கீழ்க்கண்டவாறு மூன்று மந்திர வாசகங்களிலேயே குவிவதைக் காணலாம்.

(அ) உடலில் உடலை உட்புறமும் வெளிப்புறமும் மனத்தில் மனத்தை உட்புறமும் வெளிப்புறமும் உற்றுப்பார்த்திருக்கும் விழிப்புணர்வில் நிலைத்திருப்பது.

(ஆ) உடலில் கணத்துக்குக் கணம் மாறுபட்டு உண்டாகும் மாற்றங்களும் உணர்வுகளும் எழுவதையும் மறைவதையும், எழுந்த கணமே அவை மறைவதையும் தெளிவாக அறிந்த விழிப்புணர்வில் நிலைத்திருப்பது.

(இ) உடலிலும் உள்ளத்திலும் தோற்றங்கள் எழுவதையும் மறைவதையும் கூர்ந்து அறியும் அறிவு **நிலையாமையை இடைவிடாது உணர்ந்து தொடர்ந்து அறியும் பூரண அறிவாகப்** பரிணமிக்கின்றது; ஆன்மா இன்மை தெளிவாக உணரப்படுகின்றது.

13) பௌத்த தியானத்தில் முக்கியமானவை என்று பொதுவாக மூன்று தியான மரபுகளைக் குறிப்பிடலாம்:

ஒன்று: தேரவாதப் பிரிவில் பின்பற்றப்படும் *விபஸ்ஸனா.* இங்குப் பல முறைகள் இருந்தாலும் பர்மிய உபாக்கின் முறையைத் தழுவி கோயங்கா அவர்கள் போதிக்கும் *விபஸ்ஸனா* தற்போது இந்தியாவிலும் மேல் நாடுகளிலும் மிகப் பிரசித்தமாக உள்ளது.

இரண்டாவது: மஹாயானப் பிரிவில் பின்பற்றப்படும் சூன்யத்தோடு இணைந்த தியானம். சீன *சான்* மற்றும் ஜப்பானிய *ட்சென்* பௌத்த தியானம் உலகெங்கிலும் வெகு பிரசித்தமாக உள்ளது.

மூன்றாவது: திபெத்திய வஜ்ராயன தியானம். புரிந்து கொள்ளக் கடினமானதாகவும் அந்தரங்கமான தியான முறையாகவும் அமைந்திருப்பதால் வஜ்ராயன தியானம் இங்குத் தரப்படவில்லை.

முதல் இரண்டு தியான மரபுகளும் புத்தர் *சதிபட்டான சுத்தத்தில்* போதித்தவற்றையே அடிப்படையாகக் கொண் டுள்ளன. ஆனால், கோயங்கா அவர்கள் நிறுவியுள்ள *விபஸ்ஸனா* தியான மையங்களில் பின்பற்றப்படும் பர்மிய உபாக்கின் முறையில், உடலைச் சார்ந்த உணர்வுகளை உற்றுப்பார்த்திருக்கும் விழிப்புணர்வுக்கே முக்கியத்துவம் கொடுக்கப்படுகின்றது. சீன *சான்*, ஜப்பானிய *ட்சென்* பௌத்த தியானத்தில் எண்ணங் களில் எண்ணங்களை உற்றுப்பார்க்கும் விழிப்புணர்வுக்கு முக்கியத்துவம் தரப்படுகின்றது.

14) சாதகர் முக்கியமாகச் செய்யவேண்டியது: தியானத்தில் உள்மன ஆழத்திலிருந்து எழுந்த ஆசைவேகங்களையும் *அனுசயங் களையும்* மனப்போக்குகளையும் இனங்கண்டு குறித்துக் கொண்டு பட்டியலிட்டுக்கொள்ள வேண்டும். ஒவ்வொரு முறையும் தியானத்தில் இந்தத் தீய *தம்மங்கள்* தம்முள் தற்போது உள்ளனவா என்று ஒவ்வொன்றாக உற்றுப்பார்க்கிறார். ஒவ்வொரு *தம்மமும்* இதற்கு முன்னர் எப்போது இருந்தது, எந்த வலுவில் இருந்தது, இப்போது அதன் வலு என்ன, அது அதிகரித்துள்ளதா அல்லது குறைந்திருக்கிறதா, மறைந்து விட்டதா என்று ஒவ்வொன்றையும் உற்றுநோக்கிப் பார்க்கிறார். சாதகர் தாம் காமம் கோபம் அல்லது பொறாமை போன்ற தீவிர உணர்ச்சிக்கு ஆட்படுகின்றபோது அப்பொழுதிருக்கும் மனநிலையை அல்லது இதற்கு முன்னர் அத்தகைய தீவிர உணர்ச்சிக்கு ஆட்பட்டிருந்தபோது நிலவியிருந்த மனநிலையை நினைவுகூர்ந்து உற்றுப்பார்த்து, அந்தத் தீவிர உணர்ச்சியையே சிந்தித்தவராய்த் தியானத்தில் ஆழ்கிறார். இந்தத் தியானத்தில் தோன்றும் எண்ணங்களும் அவற்றோடு இணைந்து எழும் உடல் மாற்றங்களும் உணர்வுகளும் விருப்பு வெறுப்பின்றி உற்றுப்பார்க்கப்படுகின்றன. மேற்கண்ட மூன்று மந்திர

வாசகங்களில் கூறப்பட்டவை இங்குத் தியானத்தின் முக்கிய அம்சங்களாக விளங்குகின்றன.

ஒவ்வொரு கணமும் மனத்தையும் உடலையும் இணைத்துப் பார்த்திருக்க வேண்டும் என்பதே புத்தரின் போதனையாகத் தோன்றுகின்றது. ஆசைவேகங்களும் உணர்ச்சிகளும் வேறெங் கிருந்தும் வருவதில்லை; உடலில் இறுகியுள்ள சக்திகளிலிருந்தே தோன்றுகின்றன. உடலும் மனமும் ஒன்றாகப் பின்னிப் பிணைக்கப்பட்டுள்ள உண்மையை நாம் ஏற்கனவே கண்டோம். உடலில் இறுகியுள்ள சக்திகள் கரைந்தால் ஆசைகள் கரை கின்றன. ஆசைகள் கரைந்தால் உடலில் இறுகியுள்ள சக்திகள் கரைகின்றன. மனத்தையும் உடலையும் உற்றுப்பார்த்திருக்கும் சாதகர் தியானத்தில் படிப்படியாக உடல் முழுவதும் கரைந்து அதிர்வுகளாகவும் துடிப்புகளாகவும் மாறுவதை உணர்வார். அனைத்தும் கரைந்து மறையும் ஞானம் அவருள் எழுகின்றது. இதுவே *பங்க ஞானம்* என்று கூறப்படுவது. மேலே குறிப்பிட்ட மூன்று மந்திரவாசகங்களும் சாதகரைச் சரியான நல்மன விழிப்புணர்வுப் பாதையில் வழிநடத்திச் செல்லும்.

15) அதேமாதிரி, வளர்த்து ஊக்குவிக்கப்படவேண்டிய நற்குணங்களும் பட்டியலிட்டுத் தியானித்து வளர்க்கப்பட வேண்டும்.

16) இங்குத் தியானத்தில் மிக முக்கியமான அம்சமாவது: வாழ்வின் உண்மைத் தன்மைகளான நிலையாமை, திருப்தி யின்மை, ஆன்மா இன்மை (அதாவது சாரமின்மை, தான் எனும் தனித்துவம் எதிலும் இன்மை) ஆகிய மூன்றும் அறிவு பூர்வமாக மட்டுமல்ல, அனுபவபூர்வமாகவும் மன ஆழத்தில் உணர்ந்து அறியப்படுவதாகும். *விபஸ்ஸனா* தியானத்தின் உச்சக்கட்டமாகப் "பற்றிக்கொள்ளக் குறியேதுமின்மை", "ஆசையின்மை" அல்லது "சூன்யம்" தியானிக்கப்படுகின்றது; ஆசைகள் அறுந்த நிப்பாணப் பேரின்பம் உள்ளூர உணர்ந்து அனுபவிக்கப்படுகின்றது.

17) இறுதி இலக்கு மெய்யறிவும் அன்பும் கருணையும் ஒருங்கிணைந்த புத்த சித்தம் பெறுவதாகும். *விபஸ்ஸனா* (உள்நோக்குத்) தியானத்தோடு, "அளவற்றவைகளைத்" தியா னித்துத் தெய்வீகத் தளங்களில் நிலைபெறுவதும் சூன்யமான தூய்மைப் பொலிவுபெற்ற மனத்தைத் தியானிப்பதும் புத்த சித்தம் பெறுவதற்கான வழிகளாகும். "அறியப்படுவது பிரதி பலிப்பு மட்டுமே" என்ற உண்மையில் மனம் நிலைபெற்று, "அறியப்படும் பொருள் – அறியும் தான்" என்ற பிரிவினை உணர்வுகளிலிருந்தும் பற்றுதல்களிலிருந்தும் விடுதலை பெற வேண்டும்.

இவ்வாறு மனம் சூன்யத்தில் ஒன்றி அதன் அசல் தன்மையான அமைதிக்குத் திரும்புவதும், பூரண தூய்மை நிலையை அடைவதும், மெய்யறிவும் கருணையும் ஒருங்கிணைந்து உருவான புத்த சித்தமாக மாறுவதும் தியானத்தின் உன்னதக் குறிக்கோள்களாகும் (அத்தியாயம் 21இல் விவரிக்கப் பட்டுள்ள "ஆறு தர்மத்தின் நுழைவாயில்களை"க் காண்க).

18) அமைதித் தியானத்தைத் தொடர்ந்து, இவ்வாறான உள்நோக்குத் தியானம் ஒவ்வொரு நாளும் ஒரு முறையாவது குறைந்தது *30* நிமிடங்களுக்கு மேற்கொள்ளப்படுவது சாலச் சிறந்ததாகும்.

19) உறவுகளைத் தியானிப்பதும் மரணத்தைத் தியானிப் பதும் வாரம் ஒருமுறையாவது மேற்கொள்ளப்பட வேண்டும்.

20) ஒவ்வொரு முறையும் தியானத்தை அன்பு–கருணையைத் தியானிப்பதோடு முடிப்பது பௌத்த தியானத் தின் தனிப்பெரும் சிறப்பாகும்.

இந்தத் தியானத்தின் சிறப்புகளைப் பற்றியும் தியானத்தில் சாதகர் பெறக்கூடிய பெரும் பேறுகளைப் பற்றியும் நாம் கூறத் தேவையில்லை. தியானத்தை மேற்கொண்ட சிலநாட்களில் புது மனிதராக மாறும் சாதகரே அனுபவபூர்வமாக உணர்வார். புனித யாத்திரை தொடங்கட்டும், தொடரட்டும்!

புத்த சித்தம் பெற உறுதிகொள்ளும் உங்கள் போதி உள்ளம் மலர்க!
அனைத்து உயிர்களும் நலம் பெருகி மகிழ்வுடன் வாழ்க!
அனைத்து உயிர்களும் வளம் பெருகிச் செழிப்புடன் வாழ்க!
அனைத்து உயிர்களும் துக்கம் நீங்கிப் பேரின்ப வாழ்வு வாழ்க!

படம் 1: "நான்" யார்?

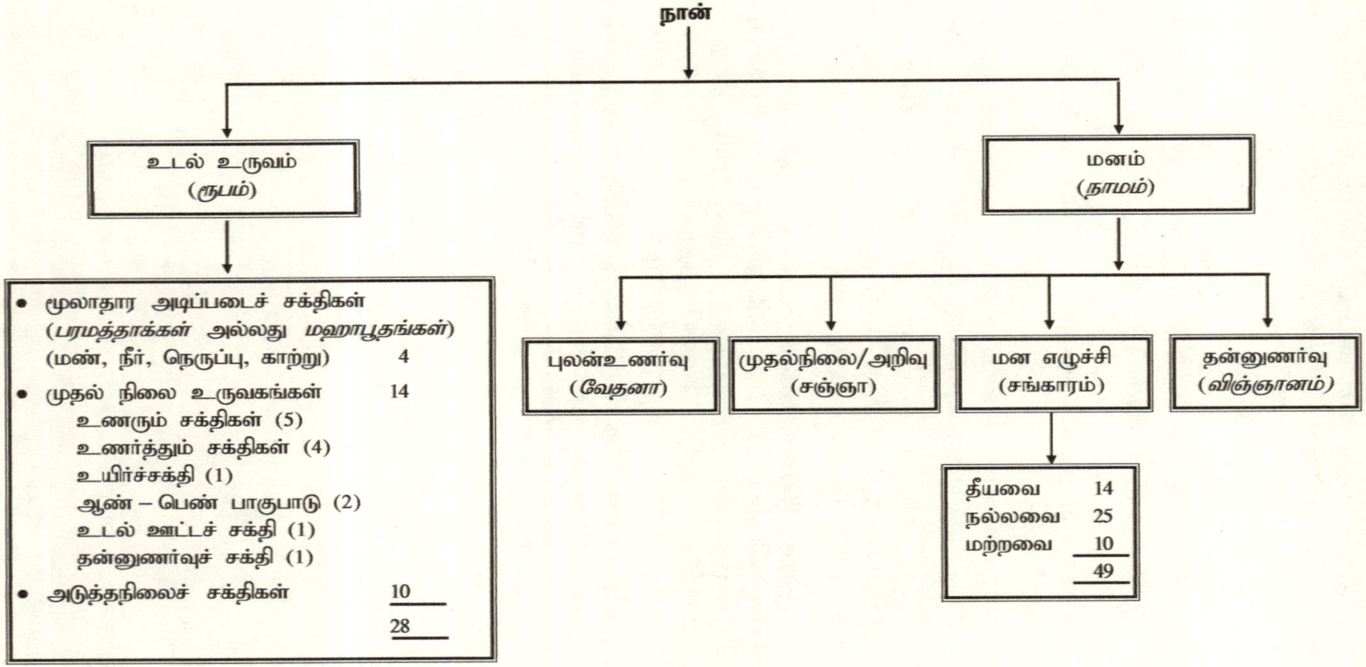
நான்
உடல் உருவம்
(ரூபம்)
மனம்
(நாமம்)
• மூலாதார அடிப்படைச் சக்திகள்
(பரமத்தாக்கள் அல்லது மஹாபூதங்கள்)
(மண், நீர், நெருப்பு, காற்று) 4
• முதல் நிலை உருவகங்கள் 14
உணரும் சக்திகள் (5)
உணர்த்தும் சக்திகள் (4)
உயிர்ச்சக்தி (1)
ஆண் – பெண் பாகுபாடு (2)
உடல் ஊட்டச் சக்தி (1)
தன்னுணர்வுச் சக்தி (1)
• அடுத்தநிலைச் சக்திகள் 10
28
புலன்உணர்வு
(வேதனா)
முதல்நிலை/அறிவு
(சஞ்ஞா)
மன எழுச்சி
(சங்காரம்)
தன்னுணர்வு
(விஞ்ஞானம்)
தீயவை 14
நல்லவை 25
மற்றவை 10
49

படம் 2: விஞ்ஞான அருவி - மூன்று அடுக்குகள்

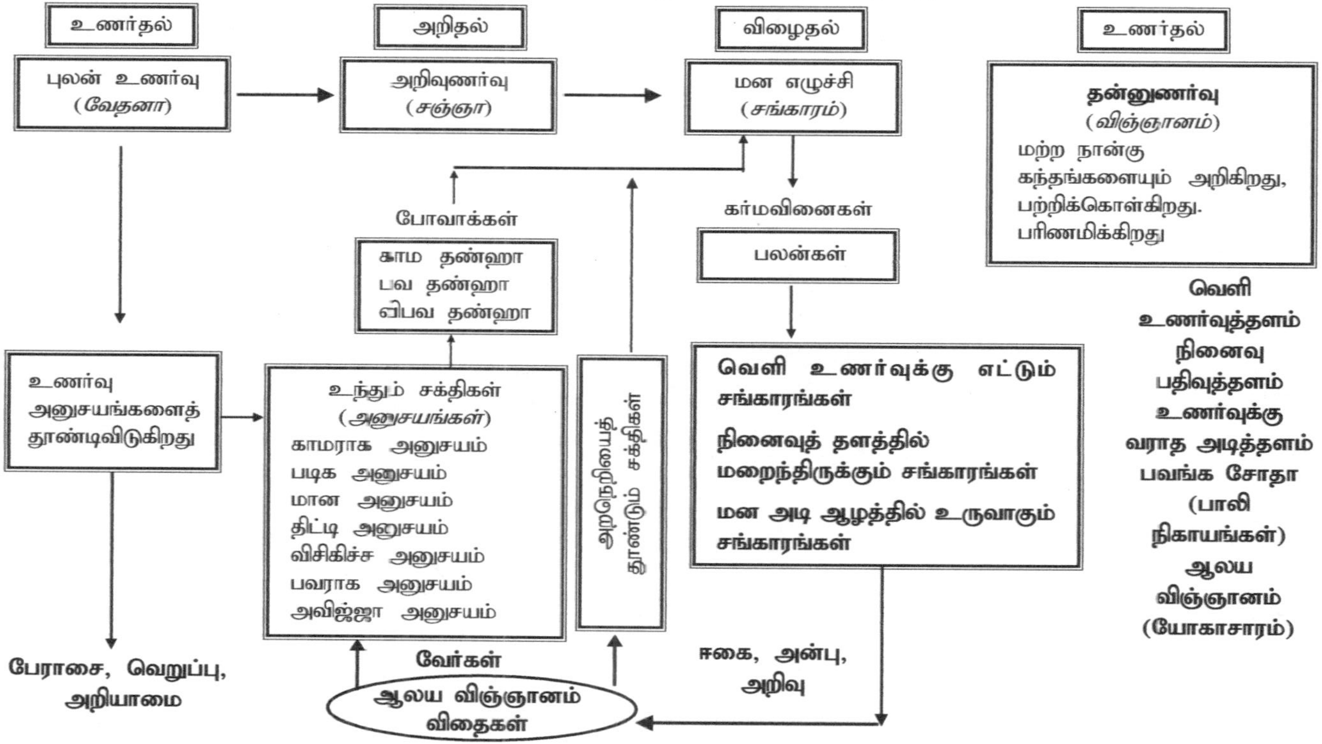

படம் 3: வாழ்க்கைச் சக்கரம்

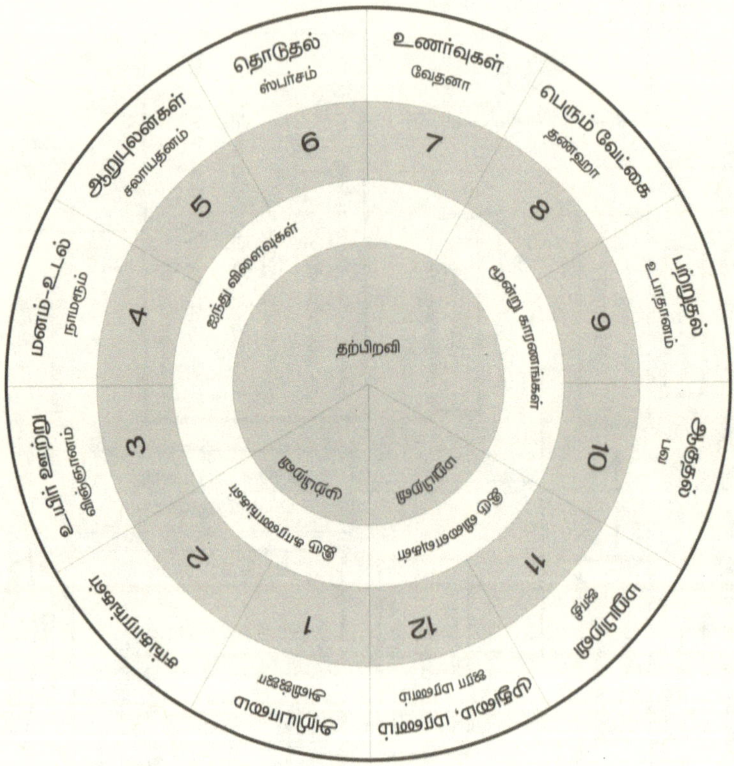

துணைநூல் பட்டியல்

தமிழ் நூல்கள்

1. அம்பேத்கர், டாக்டர் பாபா சாகேப், *புத்தரும் அவர் தம்மமும்*, தமிழாக்கம்: டாக்டர் வீ. சித்தார்த்தா (பெரியார்தாசன்), டாக்டர் பாபா சாகேப் அம்பேத்கர் பௌத்த ஆய்வு மையம், சென்னை.

2. எதிரிவீர, டாக்டர் எஸ்.ஏ., *புத்த தம்மம் – அடிப்படைக் கொள்கைகள்*, தமிழாக்கம்: டாக்டர் வீ. சித்தார்த்தா (பெரியார்தாசன்), மகாபோதி சொஸைட்டி, சென்னை.

3. கிருஷ்ணன், ஓ.ரா.ந. *பௌத்த தத்துவங்களும் தியான முறைகளும்*, அகிம்சை பெண்ணிய பெட்சி நிறுவனம் – BINOWS, காந்தி மியூசிய வளாகம், மதுரை, 2007.

4. பிக்கு போதிபால, *ஆனாபானா ஸதி சூத்திரம்* (புத்தர் கூறும் மூச்சுப் பயிற்சி), தர்ம விஜய மாவிகாரை, மதுரை.

5. பிக்கு போதிபால, *பௌத்த விபசனா தியானம் (சதி பட்டான விளக்க உரை)*, அகிம்சை பெண்ணிய பெட்சி நிறுவனம் – BINOWS, காந்தி மியூசிய வளாகம், மதுரை.

ஆங்கில நூல்கள்

1. Anandamaitreya, Ven. B, *Buddhism* (*Lectures and Essays on Buddhism*) (Samayawardhana, Colombo, Sri Lanka; The Corporate Body of the Buddha Educational Foundation, Taipei, Taiwan R.O.C.).

2. Conze, Edward etc, *Buddhist Texts Through the Ages*, Translated and edited by Edward Conze and Others (Research Press, New Delhi / One World Publications, Oxford England, 1999).

3. Conze, Edward, *Buddhist Meditation* (Munshiram Manoharlal Publishers, 1987).

4. Eknath Easwaran, *The Dhammapada*, Translated with a General Introduction by Eknath Easwaran (Penguin Books India, New Delhi, 1986).

5. Gnanarama, Ven. Pategama, *Essentials of Buddhism* (The Corporate Body of the Buddha Educational Foundation, Taipei, Taiwan, R.O.C).

6. Goenka, S.N, *Discourses on Satipaþþhâna Sutta* (Vipassana Research Institute, Igatpuri, 2001)

7. Har Dayal, *The Bodhisattva Doctrine in Buddhist Sanskrit Literature* (Motilal Banarsidass, Delhi, 1970 - Reprint).

8. Henepola Gunaratana, *The Path of Serenity and Insight- An Explanation of the Buddhist Jhãnas* (Motilal Banarsidass, Delhi).

9. Junjiro Takakusu, *The Essentials of Buddhist Philosphy* (Motilal Banarsidass Publishers, Delhi, 1998).

10. Kashyap, Bhikku J., *The Abhidhamma Philosophy* (Buddha-Vihara, Nalanda)

11. King, Richard, *Early Advaita Vedanta and Buddhism* (State University of New York / Indian Books Centre, Delhi, 1995).

12. Krishnan, O.N., *In Search of Reality – A Layman's Journey Through Indian Philosophy* (Motilal Banarsidass Publishers, Delhi, 2003).

13. Krishnan, O.N., *Hindutva or Dhammatva*? (Asian Publication Services, New Delhi, 2005).

14. Kusuma Bhikkhuni, *A Mental Therapy, Satipaþþhâna in Theàavâda Buddhist Meditation (Vipassanâ)* (The Corporate Body of the Buddha Educational Foundation, Taipei, Taiwan, R.O.C.)

15. Merv Fowler, *Buddhism - Religious Practices & Beliefs* (Adarsh Books, New Delhi, 2000).

16. Nagao, G.M., *Mâdhyamika and Yogâcâra – A Study of Mahâyâna Philosophies* (Sri Satguru Publications, Delhi, 1992).

17. Nanarama Ven. Matara Sri, *The Seven Steps of Purification & The Insight Knowledges* (Buddha Dharma Education Association Inc., Buddhanet's Book Library).

18. Narada Thera, *The Buddha – Dhamma or The Life and Teachings of The Buddha* (Asian Educaional Services, New Delhi / Madras, 1991).

19. Nyanaponika Thera, Ven., *The Power of Mindfulness* (Buddha Dharma Education Association Inc., Buddhanet's Book Library).

20. Nyanasamvara, Somdet Phra, *A Guide to Awareness* (Buddha Dharma Education Association Inc., Buddhanet's Book Library).

21. Osho (Bhagwan Shree Rajneesh), *Zen and the Art of Enlightenment* (Osho International Foundation).

22. Padmasiri De Silva, *Buddhist and Freudian Psychology* (Lakehouse Investments Ltd. Publishers, Colombo).

23. Pannyavaro, *The Art of Attention (*Buddha Dharma Education Association Inc., Buddhanet's Book Library)

24. Paul Williams with Anthony Tribe, *Buddhist Thought: A Complete Introduction to the Indian Tradition* (Routledge, London and New York, 2000).

25. Peter Della Santina, *The Tree of Enlightenment* (Chico Dharma Study Foundation, 1997; The Corporate Body of the Buddha Educational Foundation, Taipei, Taiwan R.O.C).

26. Radhakrishnan. Dr.S., *Indian Philosophy Vol. I & II.*

27. Rahula Walpola, *What the Buddha Taught* (The Gordon Fraser Callery Ltd; The Corporate Body of the Buddha Educational Foundation, Taipei, Taiwan, R.O.C.)

28. Shih Jian Liao, Ven. Chan Master, *Chan* (*Chinese Zen*), (Chung Tai Zen Center of Houston, 2003).

29. Thomas Cleary, *Buddhist Yoga - A Comprehensive Course*, Translated by Thomas Cleary, (Shambhala South Asia Editions, Boston, 1999.

30. Ting Chen, *The Fundamentals of Meditation Practice* (Buddha Dharma Education Association Inc., Buddhanet's Book Library)

31. U Ko Lay, *Manual of Vipassanâ Meditation* (Vipassana Research Institute, Igatpuri, 2002).

32. Upadhyaya, Kashi Nath, *Early Buddhism and the Bhagavadgita* (Motilal Banarsidass Publishers, Delhi, 1971).

33. Venkataramanan, K., *Nagarjuna's Philosophy as presented in the Mahâ Prajñâpâramitâ – Úâstra*, (Motilal Banarsidass Publishers, Delhi, 2002).

34. Venkatesananda Swami, *Buddha - Daily Readings*, compiled from various sources by Swami Venkatesananda (The Chiltren Yoga Trust, Cape Province, Rep. of South Africa).

35. William Hart, *The Art of Living, Vipassanâ Meditation As Taught By S.N.Goenka* (Vipassanâ Reseach Institute, Igatpuri, 2003).

ஆசிரியரின் பிற நூல்கள்

தமிழ்

பௌத்த தத்துவங்களும் தியான முறைகளும்

(ஜனவரி 2007); பக். 276; ரூ. 140.

புத்தரின் வாழ்க்கை, தம்மம், நான்கு உன்னத உண்மைகள், உன்னத எட்டு அங்கப்பாதை, ஆன்மா இன்மைக் கோட்பாடு, உடல் – மனத் தொகுப்பு: ஓர் ஆய்வு, விஞ்ஞானம், மறுபிறப்பு, படைப்புக் கடவுள் மறுப்பு, நிப்பாணம், துறவு X உலக வினையாற்றல், வர்ண – தர்ம எதிர்ப்பு, அகிம்சை, உள்நோக்குத் தியானம், மகாயான பௌத்தம் ஆகிய தலைப்புகளில் பௌத்தத் தத்துவங்களையும் தியான முறைகளையும் விரிவாக விளக்குகிறது இந்நூல். புத்தரின் நெறிகள் நவீன அறிவியல் கண்ணோட்டத்துடன் ஆராயப்பட்டுள்ளன. கடுமையான சவால்களை எதிர்நோக்கும் இன்றைய மானிடத்துக்கு புத்தர் வழிகாட்டும் தீபமாக உள்ளார் என்பதை இந்நூல் விளக்குகிறது.

புத்தர் அழைக்கிறார்! வாருங்கள் பேரின்ப வாழ்வுக்கு!

(ஜூலை 2007); பக். 56; ரூ. 30.

முதல் உன்னத உண்மை, இரண்டாவது உன்னத உண்மை, மூன்றாவது உன்னத உண்மை, நான்காவது உன்னத உண்மை, நான்கு உன்னத உண்மைகளையும் பூரணமாக அறிதல் என்னும் தலைப்புகளைக்கொண்டு இந்நூல் அமைந்துள்ளது.

பௌத்த தம்மத்தைத் தமிழர்கள் அனைவரும் தெளிவுற அறிந்து, துக்கத்திலிருந்தும் துயரத்திலிருந்தும் பூரணமாக நீங்கிய பேரின்ப வாழ்வு பெற வேண்டும் என்னும் உயரிய நோக்கத்துடன் இச்சிறிய நூல் எழுதப் பட்டுள்ளது.

சத்தம்மக் கையேடு

(பிப்ரவரி 2008); பக். 102; ரூ. 50.

பௌத்த வழிபாடு, சூத்திரங்கள் – காதங்கள், பௌத்த தம்மம் (தேரவாதம்), மஹாயான பௌத்தம் ஆகிய நான்கு பகுதிகளாக இந்நூல் அமைந்துள்ளது. அனைத்து உயிர்களும் துக்கம் நீங்கி மகிழ்வுடன் வாழ உதவும் நோக்கத்துடன், இதனை எளிய தமிழில் மொழிபெயர்த்துத் தந்துள்ளார் ஓ.ரா.ந. கிருஷ்ணன்.

ஆங்கிலம்

In Serach of Reality - Motilal Banarsidass, New Delhi, 2003.

Hindutva or Dhammatva - Asian Publications, New Delhi, 2005.

Bhagavad Gita and Buddhism - UBS Publishers and Distributors, New Delhi.

○

www.ingramcontent.com/pod-product-compliance
Lightning Source LLC
LaVergne TN
LVHW090301051026
849518LV00005B/1603